பொறுப்பேற்றுக் கொள்ளுங்கள்

பொறுப்பேற்றுக் கொள்ளுங்கள்

உங்களுடைய உள்ளார்ந்த வலிமையைக் கண்டுபிடியுங்கள்,
நீடித்து நிலைக்கின்ற உறவுகளை வளர்த்தெடுங்கள்,
நீங்கள் விரும்புகின்ற வாழ்க்கையை வாழுங்கள்

ஜோ ஹார்ட் &
மைக்கேல் குரோம்

தமிழில்:
நாகலட்சுமி சண்முகம்

மஞ்சுள் பப்ளிஷிங் ஹவுஸ்

First published in India by

Manjul Publishing House
• C-16, Sector 3, Noida, Uttar Pradesh 201301 – India
Website: www.manjulindia.com
Registered Office:
• 2nd Floor, Usha Preet Complex, 42 Malviya Nagar, Bhopal 462 003 - India
Distribution Centres
Ahmedabad, Bengaluru, Bhopal, Kolkata, Chennai,
Hyderabad, Mumbai, New Delhi, Pune

Take Command: Find Your Inner Strength, Build Enduring Relationships, and Live the Life You Want by Joe Hart & Michael A. Crom

This Tamil edition published by arrangement with the original publisher, Simon & Schuster, LLC.

This edition first published in 2024

ISBN 978-93-5543-628-3

Translated by: Nagalakshmi Shanmugam
Edited by PSV Kumarasamy
Layout by: Manoranjan Kumar

Printed and bound in India by Sanat Printers

உள்ளடக்கம்

முன்னுரை

யார் உங்கள்மீது தனிப்பட்ட முறையில் ஓர் ஆழமான தாக்கம் ஏற்படுத்தி, உங்களிடமுள்ள மிகச் சிறந்தவற்றை வெளிக் கொணர உதவியுள்ளனர்? அவர் உங்கள் பெற்றோரில் ஒருவராகவோ, நண்பராகவோ, அல்லது சக ஊழியராகவோ இருக்கலாம். அல்லது, மாபெரும் விஷயங்களைச் செய்வதற்கு உங்களுக்கு உத்வேகமூட்டிய ஒரு பிரபலமான விளையாட்டு வீரராகவோ அல்லது தலைவராகவோ இருக்கலாம். என்னுடைய இணையாசிரியரான மைக்கேல் குரோமையும் என்னையும் பொறுத்தவரை, எங்கள் வாழ்வில் எங்கள்மீது மிகுந்த தாக்கம் ஏற்படுத்தியவர்களில் ஒருவர், நாங்கள் ஒருபோதும் சந்தித்திராதவர். 'நண்பர்களை எளிதாகப் பெறுவதும் மக்களிடம் செல்வாக்குடன் விளங்குவதும் எப்படி', 'கவலையை விட்டொழித்து மகிழ்ச்சியாக வாழ்வது எப்படி' ஆகிய நூல்களை எழுதியவரும், உலகப் புகழ் பெற்ற 'டேல் கார்னகி பயிற்சி வகுப்பை' உருவாக்கியவருமான டேல் கார்னகிதான் அவர். என்னுடைய பதின்ம வயதின்போது, என் தந்தை, டேல் கார்னகியைப் பற்றிப் பேசியது எனக்கு நினைவிருக்கிறது.

எங்கள் வீட்டின் சமையலறைக்கு அருகே ஒரு குட்டி அறையை என் தந்தை உருவாக்கியிருந்தார். ஒரு நாள், அவர் என்னை அந்த அறைக்கு அழைத்துச் சென்று என்னுடன் ஒரு தீவிரமான உரையாடலை நிகழ்த்தினார். "ஜோயி, வாழ்க்கை என்பது தனிப்பட்ட வளர்ச்சியையும் வலிமையான உறவுகளை வளர்த்தெடுப்பதையும் பற்றியது. இந்தப் புத்தகம் எனக்கு உதவியுள்ள அளவுக்கு உனக்கும் உதவக்கூடும்," என்று கூறிவிட்டு, ஒரு புத்தகத்தை அவர் என் கையில் கொடுத்தார். 'நண்பர்களை எளிதாகப் பெறுவதும் மக்களிடம் செல்வாக்குடன் விளங்குவதும் எப்படி' புத்தகம்தான் அது.

அது மிகவும் பழைய புத்தகமாக இருந்தது. கிட்டத்தட்ட நைந்து போன நிலையில் இருந்த அதன் பக்கங்களை நான் புரட்டியபோது, அப்புத்தகத்தில் இடம்பெற்றிருந்த கொள்கைகளுக்கான ஒரு வாழும் எடுத்துக்காட்டாக என் தந்தை இருந்து கொண்டிருந்ததை நான் உணர்ந்தேன். நாங்கள் எங்கே சென்றாலும், என் தந்தை, தான் சந்தித்த எவரொருவரையும் ஒரு பெரிய புன்னகையுடனும் அவர்களுடைய பெயர்களைச் சொல்லியும் அழைத்துப் பேசி அவர்களுடன் உரையாடியதை நான் கண்டேன். தான் சந்தித்த மக்கள்மீது அவர் உண்மையான அக்கறை கொண்டிருந்தார்.

பல ஆண்டுகளுக்குப் பிறகு, ஓர் இளம் வழக்கறிஞராக ஆகியிருந்த நான், டேல் கார்னகி பயிற்சி வகுப்பில் கலந்து கொண்டு பயில்வதென்று தீர்மானித்தேன். அந்தப் பயிற்சி வகுப்பு என் வாழ்வின் திசையை ஒட்டுமொத்தமாக மாற்றிவிடும் என்பதை அப்போது நான் அறிந்திருக்கவில்லை. அப்பயிற்சி வகுப்பில் நான் கற்றிருந்தவற்றால் உத்வேகம் பெற்று, புதுப்பிக்கப்பட்ட ஒரு முன்னோக்குடனும் தன்னம்பிக்கையுடனும், நான் என்னுடைய வழக்கறிஞர் வேலையை விட்டுவிட்டு, தொழிலுலகிற்குள் அடியெடுத்து வைத்தேன். நான் ஒரு மின்-கற்றல் நிறுவனத்தைத் துவக்கினேன். டேல் கார்னகி பயிற்சி மையம் என்னுடைய முதல் வாடிக்கையாளராக ஆனது. என் நிறுவனமும் நானும் பல ஆண்டுகளைச் செலவிட்டு, வகுப்பறையில் பங்கேற்பாளர்களும் பட்டதாரிகளும் கற்றுக் கொண்டவற்றை மீண்டும் வலியுறுத்துவதற்கான இணையவழிப் பயிற்சித் திட்டங்களை உருவாக்கினோம். நான் என்னுடைய முதல் நிறுவனத்தை உருவாக்கியதிலும், பிறகு அதை விற்றதிலும், மிரட்சியூட்டிய சவால்களை வெற்றிகரமாகக் கையாண்டதிலும், ஓர் இரண்டாவது தொழிலைத் துவக்கியதிலும், டேல் கார்னகியின் யோசனைகள் எனக்கு மிகவும் மதிப்பு வாய்ந்தவையாக இருந்தன. நான் அதிக கவனமான, அக்கறையான, மற்றும் ஆதரவான ஒரு தந்தையாகவும், கணவனாகவும், நண்பனாகவும், தலைவனாகவும் ஆவதற்கு அவருடைய கொள்கைகள் எனக்கு உதவியுள்ளன. நான் சாதித்துள்ளவற்றில் ஒரு பெரும் பகுதி, டேல் கார்னகியாலும் அவருடைய ஞானத்தாலும் விளைந்ததே. இன்று, டேல் கார்னகியின் நிறுவனமான 'டேல் கார்னகி பயிற்சி மையத்தின்' தலைவராகவும் தலைமை நிர்வாக அதிகாரியாகவும் பணியாற்றும் கௌரவமும் நற்பேறும் எனக்குக் கிடைத்துள்ளன. தனிநபர் பயிற்சியும் தொழில்முறைப் பயிற்சியும் வழங்குகின்ற இந்நிறுவனம்,

எண்பத்தாறு நாடுகளில் இருநூறு கிளைகளைக் கொண்டு இயங்கி வருகிறது. தனிநபர்களும் குழுக்களும் தங்களுடைய மகத்துவத்தைக் கட்டவிழ்த்துவிட்டு உயர்ந்த நிலைகளில் செயல்படுவதற்கு அவர்களுக்கு உதவுவதே இந்நிறுவனத்தின் நோக்கமாகும்.

மைக்கேலின் கதை சற்று வித்தியாசமானது. ஏனெனில், அவர் டேல் கார்னகியின் பேரன். அவருடைய குழந்தைப்பருவம் மகிழ்ச்சிகரமானதாக இருந்தது. தொழிலில் மட்டுமல்லாமல் தங்களுடைய குடும்ப உறவுகளிலும் டேல் கார்னகியின் கொள்கைகளைக் கடைபிடித்து வாழ்ந்த ஒரு குடும்பத்தில் வளர்ந்தவர் அவர். மைக்கேலின் தந்தையான ஆலி, தன்னுடைய இளம் வயதிலேயே, டேல் கார்னகியின் நிறுவனத்தில் ஒரு களப் பயிற்றுவிப்பாளராக வேலைக்குச் சேர்ந்து, படிப்படியாக உயர்ந்து, இறுதியில் அந்நிறுவனத்தின் தலைமை நிர்வாக அதிகாரியாக ஆனார்.

"நான் எப்போதும் என் தந்தையைக் கண்டு பிரமித்தேன், அவருடைய அடிச்சுவடுகளைப் பின்பற்றி நடக்க விரும்பினேன், ஆனால் அந்த நேரத்தில் நான் மிகுந்த கூச்ச சுபாவம் கொண்டவனாக இருந்தேன். மற்றவர்களிடையே இருப்பது எனக்கு அசௌகரியமாக இருந்தது. நான் ஒரு பதின்ம வயதினனாக இருந்தபோது, என் தந்தை இருந்திருந்ததைப்போல என்னை ஒரு பயிற்றுவிப்பாளராகவும் ஒரு தலைவராகவும் என்னால் ஒருபோதும் கற்பனை செய்து பார்க்க முடியவில்லை. ஆனால், என்னுடைய பதினைந்தாவது வயதில் நான் டேல் கார்னகி பயிற்சி வகுப்பில் சேர்ந்து பயின்றபோது, அது எல்லாவற்றையும் மாற்றியது. திடீரென்று, அப்பயிற்சியின் மூலமாக எனக்குக் கிடைத்திருந்த புதிய கருவிகள், நான் துணிச்சலும் தன்னம்பிக்கையும் கொண்டவனாக ஆக எனக்கு உதவின. என் வாழ்வில் ஒரு புதிய கட்டத்தைத் தொடங்குவதைப்போல இருந்தது அது," என்று மைக்கேல் கூறினார். அவர் கல்லூரியில் பட்டம் பெற்று ஓராண்டுக்குப் பிறகு டேல் கார்னகி நிறுவனத்தில் சேர்ந்தார். அவர் ஒரு கணக்கராகவும், ஒரு மென்பொருள் உருவாக்குநராகவும், ஒரு பயிற்சிக் கையேடு வடிவமைப்பாளராகவும் பணியாற்றிவிட்டு, இறுதியில், அமெரிக்கா நெடுகிலும், விற்பனை மற்றும் நிர்வாகத் துறைகளில் பல்வேறு பொறுப்புகளை வகித்தார். "டேல் கார்னகி பயிற்சித் திட்டம் என் வாழ்க்கையை எப்படி மாற்றியிருந்ததோ, அதேபோல எங்கள் வாடிக்கையாளர்கள் தங்களுடைய வாழ்க்கையை மேம்படுத்திக் கொள்ள உதவக்கூடிய திறமைகளையும் கருவிகளையும் அவர்கள்

உருவாக்க உதவுவதை நான் மிகவும் நேசித்தேன்." மைக்கேல், இறுதியில், டேல் கார்னகி பயிற்சி மையத்தின் துணைத் தலைவராகவும் தலைமைக் கற்றல் அதிகாரியாகவும் ஆனார். இன்று, அவர் தன்னுடைய தேவாலயத்திலும் தன்னுடைய சமூகத்திலும் துடிப்பாகச் செயல்பட்டுக் கொண்டிருக்கிறார். டேல் கார்னகி நிறுவனம் உட்பட வேறு பல நிறுவனங்களின் இயக்குநர் குழுமங்களிலும் அவர் பணியாற்றிக் கொண்டிருக்கிறார். அவர் தன்னுடைய வாழ்வில் ஒரு தந்தையாகவும் கணவராகவும் ஒரு முக்கியப் பாத்திரம் வகித்துக் கொண்டிருந்தாலும், மற்றவர்கள் தங்களுடைய ஆற்றலை உணர்ந்து கொள்ள அவர்களுக்கு உதவுவதில் அவர் அர்த்தத்தையும் மனநிறைவையும் காண்கிறார்.

யார் இந்த டேல் கார்னகி?

அமெரிக்காவில் மிஸூரி மாநிலத்தில் ஒரு வேளாண் பண்ணையில் பிறந்தவர் டேல் கார்னகி. அவருடைய பெற்றோர், வாழ்க்கை நடத்துவதற்கு மிகவும் போராடினர். அடுத்தடுத்து ஒவ்வோர் ஆண்டும், கார்னகியின் குடும்பம் பல துரதிர்ஷ்டவசமான நிகழ்வுகளை எதிர்கொண்டது. வெள்ளம் அவர்களுடைய பயிர்களை மொத்தமாக அடித்துச் சென்றது, நோய்கள் அவர்களுடைய கால்நடைகளைக் கொன்றன, குடும்பத்தின் கடன் ஏறிக் கொண்டே போனது. இறுதியில், வேறு வழியின்றி, டேலின் பெற்றோர் தங்களுடைய பண்ணையை விற்றுவிட்டனர். இந்தச் சவால்கள் ஒரு புறம் இருந்தபோதிலும், டேலின் குடும்பத்தில் அன்பும் நெருக்கமும் நிறைந்திருந்தன. டேலுக்கும் அவருடைய சகோதரர் கிளிஃப்டனுக்கும் கஷ்டமில்லாத ஒரு வாழ்க்கையை அமைத்துக் கொடுப்பதில் ஆர்வமாக இருந்த அவர்களுடைய பெற்றோர், வேறோர் இடத்திற்கு இடம்பெயர்ந்தனர். அருகிலிருந்த ஓர் ஆசிரியர் பயிற்சிக் கல்லூரியில் தங்கள் மகன்கள் சேர்ந்து பயில்வதைச் சாத்தியமாக்குவதற்காகவே அவர்கள் அந்த முடிவை எடுத்திருந்தனர். அந்தக் கல்லூரியில்தான், மேடைப்பேச்சில் தனக்கு இருந்த ஆழ்விருப்பத்தை டேல் கண்டறிந்தார். அவர் ஒரு விவாதக் குழுவிலும், அதைப் போன்ற வேறு பல குழுக்களிலும் சேர்ந்தார். கடின உழைப்பின் மூலம் டேல் தனக்கென்று ஒரு நற்பெயரை உருவாக்கினார். கல்லூரிப் படிப்பிற்குப் பிறகு, அஞ்சல்வழிப் பயிற்சி வகுப்புகளை விற்பனை செய்வதில் தன்னுடைய அதிர்ஷ்டத்தை முயற்சிப் பார்ப்பதென்று டேல் தீர்மானித்தார். அவருடைய அந்த

முதல் முயற்சி வெற்றி பெறவில்லை. பிறகு அவர் இறைச்சி விற்பனையில் ஈடுபட்டார். அதில், அமெரிக்காவின் மிகவும் வெற்றிகரமான விற்பனையாளராக அவர் உருவெடுத்தார். நிர்வாகத்தில் சேர்வதற்குப் பதிலாக, ஒரு நடிகராக வேண்டும் என்ற தன்னுடைய கனவைப் பின்தொடர்வதற்காக அவர் நியூயார்க்கிற்கு இடம்பெயர்ந்தார். அவரால் அதில் வெற்றி பெற முடியவில்லை. எனவே, அவர் அத்தொழிலைக் கைவிட்டுவிட்டு, பல்வேறு வேலைகளை முயற்சி செய்து பார்த்துவிட்டு, இறுதியில், தன் வாழ்வின் உண்மையான நோக்கத்தைக் கண்டுபிடித்தார். கற்பித்தல்தான் அது.

டேல் தன்னுடைய மாணவர்களுடன் இணைந்து பணியாற்றியதன் ஊடாக, நம்முடைய பயங்களும் சந்தேகங்களும் கவலைகளும் எவ்வாறு நம்மைப் பின்னுக்கு இழுத்துப் பிடிக்கும் வல்லமை கொண்டவையாக இருக்கின்றன என்பதை உணர்ந்தார். ஒருவருடைய ஆற்றலைக் கட்டவிழ்த்துவிடுவதற்கான திறவுகோலாக மேடைப்பேச்சை அவர் கண்டார். 1912-ல், டேல் கார்னகி பயிற்சி வகுப்பை அவர் உருவாக்கினார். தொடக்கத்தில், மேடைப்பேச்சு குறித்து மக்களுக்கு இருந்த பயத்தைப் போக்குவதற்காகவே அவர் அந்தப் பயிற்சி வகுப்பை வடிவமைத்திருந்தார். விரைவில், வெற்றிக்கான ஒரு முக்கியக் காரணியான, மக்களைக் கையாளும் திறமையைத் தங்களிடம் வளர்த்துக் கொள்ள மக்களுக்கு உதவுவதற்கு, பேசுவதும் ஒரு வழி என்பதை டேல் கார்னகி கண்டறிந்தார்.

டேலின் மாணவர்களில் ஒருவரான, சைமன் & ஷூஸ்டர் பதிப்பகத்தில் வேலை செய்த ஒரு வணிக மேலாளரின் வற்புறுத்தலின் பெயரிலேயே, 'நண்பர்களை எளிதாகப் பெறுவதும் மக்களிடம் செல்வாக்குடன் விளங்குவதும் எப்படி' என்ற நூலை டேல் கார்னகி எழுதினார். அந்நூல் கிட்டத்தட்ட உடனடியாக உலக அளவில் மாபெரும் வெற்றி பெற்றதைக் கண்டு டேல் பெரும் வியப்பும் மகிழ்ச்சியும் கொண்டார். உண்மையில், இருபதாம் நூற்றாண்டின் அபுதின நூல்களில் மிக அதிகமாக விற்பனையாகிய நூல்களில் அதுவும் ஒன்று. அது சுமார் 6 கோடிப் பிரதிகள் விற்பனையாகியது. பின்னர், 'கவலையை விட்டொழித்து மகிழ்ச்சியாக வாழ்வது எப்படி' என்ற நூலை டேல் எழுதினார். அவ்விரு நூல்களின் வெற்றியும், அவருடைய பயிற்சி வகுப்பின் வெற்றியும் சேர்ந்து, டேல் கார்னகி பயிற்சி மையத்தை ஓர் உலகளாவிய நிறுவனமாக உருவாக்கத் தொடங்குவதற்கான வாய்ப்பை டேலுக்குக் கொடுத்தன. டேல் கற்றுக் கொடுத்த விஷயங்கள் நம்புதற்கரிய

அளவில் பிரபலமடைந்தன. இன்று, 110 ஆண்டுகளுக்குப் பிறகு, உலகம் நெடுகிலும் இலட்சக்கணக்கான மக்கள் டேலின் பயிற்சித் திட்டங்களில் ஏதேனும் ஒன்றிலாவது கலந்து கொண்டு பயின்று தங்கள் வாழ்க்கையை வளமானதாகவும் முழுமையானதாகவும் ஆக்கிக் கொண்டுள்ளனர்.

'பொறுப்பேற்றுக் கொள்ளுங்கள்' என்ற இந்நூலை நாங்கள் ஏன் எழுதினோம்

மைக்கேலும் நானும் டேல் கார்னகியிடமிருந்து கற்றுக் கொண்டுள்ளவற்றுக்காக நாங்கள் அவருக்கு மிகவும் நன்றிக்கடன் பட்டுள்ளோம். மக்கள் அவருடைய போதனைகளை நடைமுறையில் செயல்படுத்தினால், அவர்களால் தனிப்பட்ட வளர்ச்சி காண முடியும், தங்கள் உறவுகளை வலுப்படுத்திக் கொள்ள முடியும், தாங்கள் விரும்புகின்ற வாழ்க்கையை வாழ முடியும் என்று நாங்கள் நம்புகிறோம். இந்த ஞானம் மக்களுக்குக் கிடைப்பதற்கு அவர்களுக்கு உதவுவது குறித்து நாங்கள் இருவரும் ஆழ்விருப்பம் கொண்டுள்ளோம். டேல் கார்னகியின் கொள்கைகளை நாம் பயன்படுத்தும்போது, நாம் நம்முடைய தனிப்பட்ட வாழ்க்கையையும், நம்முடைய குடும்பங்களையும், நம்முடைய வேலையையும், நம்முடைய சமூகங்களையும் மேம்படுத்துவோம் என்பதை நாங்கள் உறுதியாக அறிவோம்.

நீங்கள் டேல் கார்னகியின் போதனைகளை இதற்கு முன்பு ஒருபோதும் படித்ததில்லை என்றால், அவருடைய இந்தத் தத்துவங்களும் அவர் தூக்கிப்பிடித்த விஷயங்களும் தொழில்களுக்கு மட்டுமே பொருத்தமாக இருக்கும் என்று நீங்கள் நினைக்கக்கூடும். பல நிறுவனங்கள் தாமே முழுச் செலவையும் ஏற்றுக் கொண்டு, தம்முடைய ஊழியர்கள் டேல் கார்னகியின் பயிற்சி வகுப்பில் கலந்து கொள்வதற்கு அவர்களை எங்களிடம் அனுப்பி வைக்கின்றன. அப்படி வருகின்றவர்கள், இப்பயிற்சி வகுப்பு உண்மையில் வேலையைப் பற்றியது மட்டுமல்ல என்பதையும், மாறாக, ஒவ்வொரு கொள்கையும் தங்களுடைய சொந்த வாழ்க்கைக்கும் பொருத்தமாக இருப்பதையும் விரைவில் உணர்கின்றனர்.

இளம் வயதினரில் பலருக்கு டேல் கார்னகியைப் பற்றித் தெரியாது என்பதையும் நாங்கள் அறிவோம். டேலின் ஞானம் காலத்தை வென்ற ஒன்று என்றாலும்கூட, அவர் எடுத்துரைத்த, 1900களின் முற்பகுதியில் நிகழ்ந்த உண்மைக் கதைகளை, இன்றைய இளைஞர்களில் சிலரால் புரிந்து

கொள்ள முடியாமல் போகக்கூடும். டேலின் கொள்கைகள் ஒரு நூற்றாண்டுக்கு முன் எவ்வளவு பொருத்தமானவையாக இருந்தனவோ, இன்றும் அவை அவ்வளவு பொருத்தமாக இருக்கின்றபோதிலும், இன்று நாம் வாழ்கின்ற இந்த உலகம் மிகவும் வேறுபட்டது. நவீன யுகத்தின் இளைய தலைமுறையினர் தனித்துவமான போராட்டங்களை எதிர்கொள்கின்றனர். தொழில்நுட்பரீதியாக அதிகமாகப் பிணைக்கப்பட்டிருக்கின்ற, ஆனால் சமூகரீதியாகத் துண்டிக்கப்பட்டிருக்கின்ற ஓர் உலகத்தில் வாழ்வது அவ்வளவு எளிதல்ல. ஒரு நல்ல வாழ்க்கையை எவ்வாறு வாழ்வது என்பது குறித்த அடிப்படைக் கோட்பாடுகள் தொலைக்கப்பட்டுள்ளன. வாழ்வதற்கான இந்தத் தத்துவங்கள், முன்னெப்போதையும்விட இப்போதுதான் இன்றைய தலைமுறையினருக்கு அதிகமாகத் தேவைப்படுகின்றன என்று நாங்கள் ஆணித்தரமாக நம்புகிறோம்.

இவ்விஷயங்களைக் கருத்தில் கொண்டு, டேலின் ஞானம் இன்றைய இளைய தலைமுறையினருக்கு எளிதாகக் கிடைக்க வேண்டும் என்ற நோக்கத்துடன், மைக்கேலும் நானும், ‘பொறுப்பேற்றுக் கொள்ளுங்கள்’ என்ற இந்த நூலை எழுதத் தொடங்கினோம். நாங்கள் ஒரு நோக்கத்துடன்கூடிய, அறம் சார்ந்த ஒரு வாழ்க்கையை வாழ்ந்து கொண்டிருப்பது எங்கள்மீது ஒரு நேர்மறையான, வலிமையான தாக்கம் ஏற்படுத்தியுள்ளது. அது உங்கள் விஷயத்திலும் நிகழ வேண்டும் என்று நாங்கள் விரும்புகிறோம். உலகம் நெடுகிலும், உத்வேகமூட்டும் பல நூற்றுக்கணக்கான மக்களை நாங்கள் பேட்டி கண்டுள்ளோம். அவர்களுடைய கதைகளை உங்களுடன் பகிர்ந்து கொள்வது குறித்து நாங்கள் உற்சாகமாக இருக்கிறோம். மைக்கேல் தனிப்பட்ட முறையில், முப்பது வயதிற்கு உட்பட்ட சுமார் நூறு பேரைப் பேட்டி கண்டார். அவர்கள் அனைவருமே தங்கள் வாழ்வின் தொடக்கக் காலத்திலேயே பிரமிப்பூட்டிய சாதனைகளைப் படைத்திருந்தனர். வெவ்வேறு வயது, பின்புலங்கள், அனுபவங்கள், மற்றும் சமூக அந்தஸ்து கொண்ட தனிநபர்களின் பலதரப்பட்டக் கதைகளைப் பெற்று அவற்றை இந்நூலில் சேர்த்துக் கொள்ள நாங்கள் கடுமையாக உழைத்திருக்கிறோம். இம்மக்களால், நாம் நம்முடைய வாழ்க்கைக்கும் நம்முடைய எதிர்காலத்திற்கும் பொறுப்பேற்றுக் கொள்ள நமக்கு உத்வேகமூட்ட முடியும்.

நாங்கள் இந்நூலை மூன்று பகுதிகளாகப் பிரித்திருக்கிறோம். ஒரே மையத்தைக் கொண்ட மூன்று வட்டங்கள்போல இவற்றை நினைத்துக் கொள்ளுங்கள். முதல் பகுதிதான் உள்ளேயுள்ள

முதல் வட்டம். மூன்றாம் பகுதிதான் வெளிவட்டம்.

- **பகுதி *I:* உங்கள் எண்ணங்களுக்கும் உணர்ச்சிகளுக்கும் பொறுப்பேற்றுக் கொள்ளுங்கள்** – நம்முடைய எண்ணங்களையும் உணர்ச்சிகளையும் புரிந்து கொள்வதன் மூலமும், ஒரு வலிமையான, நன்னம்பிக்கை மனப்போக்கை வளர்த்தெடுக்க உதவக்கூடிய பழக்கங்களையும் நடைமுறைகளையும் வளர்த்தெடுப்பதன் மூலமும் நம்முடைய உள்ளார்ந்த வலிமையை எவ்வாறு உருவாக்கிக் கொள்வது என்பதன்மீது இங்கு நாம் கவனம் செலுத்துவோம். மன அழுத்தத்தைக் கையாள்வதற்கும், துணிச்சலையும் தன்னம்பிக்கையையும் வளர்த்தெடுப்பதற்கும், மாற்றத்தைக் கையாள்வதற்கும், பின்வருத்தத்தைக் கடந்து முன்னோக்கி நடைபோடுவதற்குமான வழிகளைப் பற்றி இங்கு நாம் பேசுவோம்.
- **பகுதி *II:* உங்கள் உறவுகளுக்குப் பொறுப்பேற்றுக் கொள்ளுங்கள்** – நாம் அக்கறை கொண்டுள்ள மக்களுடனும், அன்றாடம் நாம் எதிர்கொள்கின்ற நபர்களுடனுமான நம்முடைய தொடர்புகளைப் பற்றி இங்கு நாம் ஆய்வு செய்வோம். ஒருவருடனான நம்பிக்கையை எவ்வாறு வளர்த்தெடுப்பது, இழந்த நம்பிக்கையை எவ்வாறு மீட்டெடுப்பது, கடினமான மக்களை எவ்வாறு கையாள்வது, வலிமையான உறவுகளை எவ்வாறு தக்கவைத்துக் கொள்வது, விஷயங்களை இன்னொருவரின் கண்ணோட்டத்திலிருந்து எவ்வாறு பார்ப்பது ஆகியவற்றைப் பற்றி இங்கு நாம் பேசுவோம்.
- **பகுதி *III:* உங்கள் வருங்காலத்திற்குப் பொறுப்பேற்றுக் கொள்ளுங்கள்** – இப்பகுதியில், உங்களுடைய விழுமியங்களை வரையறுப்பதையும், உங்கள் குறிக்கோளை அடைவதை நோக்கிச் செல்வதையும், உங்கள் வாழ்க்கைக்கு ஒரு முன்னோக்கை உருவாக்குவதையும் பற்றி நாம் பேசுவோம். உலகம் நெடுகிலுமுள்ள, மிகவும் நம்புதற்கரிய, மிகுந்த உத்வேகமூட்டுகின்ற இளம் தலைவர்களில் சிலர், தாங்கள் எவ்வாறு தங்களுடைய கனவுகளைப் பின்தொடர்ந்து சென்று அவற்றை அடைகிறோம் என்பதைப் பற்றியும், அதன் ஊடாகத் தாங்கள்

எவ்வாறு ஒரு நிலையான தாக்கம் ஏற்படுத்துகிறோம் என்பதைப் பற்றியும் கூறுவதை இங்கு நாம் கேட்கவிருக்கிறோம்.

இப்புத்தகம், நீங்கள் உங்கள் எண்ணங்களுக்கும், உணர்ச்சிகளுக்கும், உறவுகளுக்கும், வருங்காலத்திற்கும் பொறுப்பேற்றுக் கொள்வதற்கு உங்களுக்கு விடுக்கப்படுகின்ற ஓர் அழைப்பாகும். நீங்கள் இப்புத்தகத்தை வெறுமனே வாசித்துவிட்டு, “இது சுவாரசியமாக இருந்தது,” என்றோ, “இப்புத்தகம் உண்மையிலேயே எனக்குப் பிடித்திருந்தது,” என்றோ கூறிவிட்டு, ஆனால் எதுவும் செய்யாமல் இருந்தால், நாங்கள் எங்கள் நோக்கத்தில் தோற்றுவிட்டோம் என்று பொருள். இப்புத்தகத்தின் தலைப்பு, ‘கற்றுக் கொள்ளுங்கள்’ அல்லது ‘படியுங்கள்’ என்பது அல்ல; ‘பொறுப்பேற்றுக் கொள்ளுங்கள்’ என்பதே இதன் தலைப்பு. நீங்கள் ஏதேனும் செய்வதற்கு இது உங்களுக்கு அறைகூவல் விடுக்கிறது. இதில் இடம்பெற்றுள்ள யோசனைகளை நடைமுறைப்படுத்துவது வெறுமனே ஓர் அறிவுசார் தேடல் அல்ல. இது உங்களுக்குப் பலனளிக்க வேண்டுமென்றால், முதலில் நீங்கள் புரிந்து கொள்ள வேண்டும், பிறகு தக்க நடவடிக்கைகள் எடுக்க வேண்டும், விஷயங்களை முயற்சித்துப் பார்க்க வேண்டும், நீங்கள் செய்யக்கூடிய தவறுகளிலிருந்து பாடம் கற்றுக் கொள்ள வேண்டும். ஆற்றல்மிக்க உத்திகளை உங்களுக்கு வெளிப்படுத்தி, நீங்கள் ஒரு நோக்கத்துடன்கூடிய ஒரு வாழ்க்கையை வாழ்வதற்கு உங்களுக்கு உத்வேகமூட்டுவதுதான் எங்கள் இலக்காகும்.

ஒவ்வொரு குறிக்கோளையும் ஒரு கருவி என்று நினைத்துக் கொள்ளுங்கள். குறிப்பிட்ட நோக்கங்களுக்காக நாம் கருவிகளைப் பயன்படுத்துகிறோம். ஓர் ஆணியடிப்பதற்கு நீங்கள் ஒரு சுத்தியலைப் பயன்படுத்துகிறீர்கள், ஒரு பலகையை அறுப்பதற்கு ஓர் அரத்தைப் பயன்படுத்துகிறீர்கள், ஒரு முறுக்காணியை முறுக்குவதற்கு ஒரு திருப்பு உளியைப் பயன்படுத்துகிறீர்கள். இப்புத்தகத்தில் விளக்கப்பட்டுள்ள கொள்கைகளை உங்களுக்குப் பலனளிக்கும் விதமாக நீங்கள் எப்படி வேண்டுமானாலும் கலந்து பயன்படுத்திக் கொள்ளலாம். ஒவ்வொரு கொள்கையையும் நாம் எவ்வளவு அதிகமாகப் பயன்படுத்துகிறோமோ, அது எவ்வாறு வேலை செய்கிறது என்பதை நாம் அவ்வளவு அதிகமாகப் புரிந்து கொள்கிறோம், அதில் அவ்வளவு அதிகத் திறமை பெறுகிறோம்.

அறிவே சக்தி என்பது உண்மையல்ல, மாறாக,

நடைமுறைப்படுத்தப்படுகின்ற அறிவே சக்தி என்று டேல் கார்னகி கூறினார். செய்யப்பட வேண்டிய சரியான விஷயங்கள் எவை என்பதை நீங்கள் அறிந்திருக்கக்கூடும், ஆனால் நீங்கள் அவற்றைச் செய்யாவிட்டால், அவை தரக்கூடிய பலன்களை நீங்கள் ஒருபோதும் பெற மாட்டீர்கள். மனநிறைவு வழக்கமாக உங்களுடைய சௌகரிய வட்டத்திற்கு வெளியேதான் இருக்கிறதே அன்றி, அந்த வட்டத்திற்குள் பாதுகாப்பாகப் பொதிந்து வைக்கப்பட்டிருப்பதில்லை.

மக்கள் தங்களுடைய மரணப்படுக்கையில் இருக்கும்போது, தாங்கள் எதை வித்தியாசமாகச் செய்திருப்போம் என்பது பற்றிப் பேசும்போது, அவர்களில் பலர், "நான் துணிச்சலான காரியங்களை அதிகமாக மேற்கொண்டிருப்பேன்," அல்லது "நான் ஒரு நோக்கத்துடன்கூடிய ஒரு வாழ்க்கையை வாழ்ந்திருப்பேன். ஆனால் என் வாழ்க்கை வெறுமனே என்னைக் கடந்து சென்றுவிட்டது," என்று கூறுகின்றனர். நீங்கள் இப்புத்தகத்திலிருந்து அதிகமான பலன்களைப் பெற விரும்பினால், இதை மீண்டும் மீண்டும் படித்து, இதிலுள்ளவற்றை மீண்டும் மீண்டும் செயல்படுத்துங்கள். நாங்கள் விவரிக்கின்ற உத்திகளுக்கு உங்களுடைய கவனம் தேவை, நடைமுறையில் நீங்கள் அவற்றைச் செயல்படுத்தியாக வேண்டும். நீங்கள் சரியான எண்ணங்கள்மீது கவனம் செலுத்தி, உங்களுடைய உணர்ச்சிகளைத் திறமையாகக் கையாண்டு, பயமற்றவராகவும் தாங்குதிறன் கொண்டவராகவும் ஆகி, அதிக வலிமையான மற்றும் அதிக அர்த்தமுள்ள உறவுகளை வளர்த்தெடுத்தால், உங்களுடைய ஆழ்விருப்பத்தைப் பின்தொடர்ந்து செல்வதற்கான துணிச்சல் உங்களுக்கு இருந்தால், பிறகு உங்கள் வருங்காலத்திற்கும் உங்கள் வாழ்க்கைக்கும் பொறுப்பேற்றுக் கொள்வதற்கான ஒரு சிறந்த நிலையில் நீங்கள் உங்களை நிலைப்படுத்தியிருப்பீர்கள் என்று நாங்கள் உறுதியாக நம்புகிறோம்.

டேல் கார்னகியைப்போலவே, மைக்கேலும் நானும், 'உள்ளார்ந்த மகத்துவம்' என்ற யோசனையில் நம்பிக்கை கொண்டுள்ளோம். அதாவது, நீங்கள் யார் என்பதோ, வாழ்க்கை நடத்த நீங்கள் என்ன வேலை செய்து கொண்டிருக்கிறீர்கள் என்பதோ, உங்கள் அறிவுத்திறனோ, அல்லது உங்களுடைய சமூகப் பொருளாதாரக் குழுவோ ஒரு பொருட்டே அல்ல; உங்களுக்குள் மகத்துவம் இருக்கிறது என்பது அதன் பொருள். நீங்கள் அந்த மகத்துவத்தை வளர்த்தெடுப்பதைத் தேர்ந்தெடுத்தால், உங்களால் என்னவெல்லாம் செய்ய முடியும், என்னவெல்லாம் சாதிக்க

முடியும், எப்படிப்பட்டவராகவெல்லாம் ஆக முடியும் என்பதை யாராலும் நிச்சயமாகக் கணித்துக் கூற முடியாது. மிக முக்கியமாக, மற்றவர்களுடைய வாழ்வில் உங்களால் ஏற்படுத்த முடிகின்ற வித்தியாசத்திற்கு எந்த வரம்பும் இல்லை. உள்ளார்ந்த மகத்துவம் என்ற யோசனை, ஒரு பனிப்பாறையின் உச்சிமுனையைப் போன்றது என்று கூறலாம். அந்த உச்சிமுனை அந்த ஒட்டுமொத்தப் பனிப்பாறையின் வெறும் 10 சதவீதம் மட்டுமே. கண்டுபிடிக்கப்பட வேண்டிய பகுதி, நீருக்கு அடியில் எக்கச்சக்கமாக இருக்கிறது. இது நம் விஷயத்திலும் உண்மையாக இருக்கிறது. எப்போது தெரியுமா? நம்மீது நாம் நம்பிக்கையை வளர்த்தெடுக்கும்போதும், மற்றவர்களை மரியாதையோடும் கண்ணியத்தோடும் நடத்தக் கற்றுக் கொள்ளும்போதும், வாழ்வில் நாம் சாதிக்க விரும்புகின்ற விஷயத்திற்கு ஒரு முன்னோக்கை உருவாக்கும்போதும்தான். பொறுப்பேற்றுக் கொள்வது என்றால், நம்முடைய வாழ்க்கையை முழுமையாக வாழ்வதற்காக நம்முடைய உள்ளார்ந்த மகத்துவத்தைக் கண்டுகொண்டு அதை வளர்த்தெடுப்பது என்பது பொருள். நீங்கள் தொடங்கவிருக்கின்ற இந்தப் பயணத்தின் ஊடாக, நீங்கள் உங்களுடைய உள்ளார்ந்த மகத்துவத்தைக் கண்டுகொண்டு, அதை வளர்த்தெடுத்து, உங்கள் வாழ்க்கையை முழுமையாக வாழ வேண்டும் என்பதே எங்கள் விருப்பமாகும்.

பகுதி I

உங்கள் எண்ணங்களுக்கும் உணர்ச்சிகளுக்கும் பொறுப்பேற்றுக் கொள்ளுங்கள்

நம்முடைய வாழ்க்கைக்குப் பொறுப்பேற்றுக் கொள்வது, நம்முடைய மாபெரும் தடையை எதிர்கொள்வதிலிருந்து தொடங்குகிறது. அந்த மாபெரும் தடை நாம்தாம். பெரும்பாலான நேரங்களில், நாம்தான் பிரச்சனையாக இருக்கிறோம். நாம் நம்முடைய திறன்களைச் சந்தேகிக்கிறோம்; தேவையில்லாமல் கவலைப்படுகிறோம்; பயத்தின் காரணமாக, சவாலான காரியங்களை மேற்கொள்ளத் தவறுகிறோம்; நம்முடைய தலைவிதியின்மீது தாக்கம் ஏற்படுத்தக்கூடியவர்களாக நம்மைப் பார்ப்பதற்குப் பதிலாக, நம்மை நாம் பலிகடாக்களாகப் பார்க்கிறோம். இந்த அனைத்து எண்ணங்களும் உணர்ச்சிகளும் நம்முடைய மனத்திலிருந்து முளைத்து, அங்கு நிரந்தரமாகக் குடியேறிவிடுகின்றன. அவற்றை மாற்றுவதற்கான திறனும் அங்கேதான் முளைக்கிறது. ஆனால் அதை நாம் எப்படிச் செய்வது? நமக்கு ஆற்றலளிக்கின்ற மனநிலைகளை நாம் எவ்வாறு உருவாக்குவது? நம்முடைய உணர்ச்சிகள் நம்மை மட்டுப்படுத்துவதற்குப் பதிலாக, அவை நமக்குப் பலனளிக்கும் விதமாக அவற்றைக் கையாள நாம் எவ்வாறு கற்றுக் கொள்வது?

இப்பகுதியில், நாம் நம்முடைய எண்ணங்கள் மற்றும் உணர்ச்சிகளிலிருந்து தொடங்கலாம். அவை நமக்கு நன்மை பயக்கும் விதமாக அவற்றை எவ்வாறு அதிகத் திறம்படக் கட்டுப்படுத்தலாம் என்பதை நாம் பார்க்கலாம். இது எளிதானதுபோலத் தோன்றினாலும், இது நம்முடைய வாழ்வின் மாபெரும் சவாலாக இருக்கக்கூடும். சரியான கட்டமைப்பும் கருவிகளும் இல்லாவிட்டால், நம்மையும் அறியாமல், ஓர் எதிர்மறை எண்ணம் அல்லது உணர்ச்சியிலிருந்து இன்னொன்றுக்கு நாம் எளிதாக அடித்துச் செல்லப்பட்டுவிடுவோம்.

நம்முடைய சிந்தனைப் போக்குகளையும் உணர்ச்சிசார் நடத்தைகளையும் புரிந்து கொள்வதற்கு நவீன அறிவியல்

நமக்கு உதவியுள்ளபோதிலும், தெளிவான விடைகள் இன்னும் நம்மிடம் இல்லை. எது முதலில் வருகிறது – எண்ணமா அல்லது உணர்ச்சியா, அவை எவ்வாறு ஒன்றின்மீது ஒன்று தாக்கம் ஏற்படுத்துகின்றன என்பது பற்றிப் பேசும்போது, பரிணாமக் கோட்பாட்டாளர்கள், பிரபல உளவியலாளர்கள், தத்துவவியலாளர்கள் ஆகியோர் அனைவருமே வெவ்வேறு கண்ணோட்டங்களைக் கொண்டுள்ளனர். உண்மையாகச் சொல்ல வேண்டுமென்றால், நமக்கும் நம்முடைய ஒரு நண்பருக்கும் இடையேயான ஒரு வாக்குவாதத்தின் நடுவே நம்முடைய எண்ணங்களும் உணர்ச்சிகளும் தறிகெட்டு ஓடிக் கொண்டிருக்கும்போது, நாம் எந்தக் கோட்பாட்டை நம்புகிறோம் என்பது உண்மையிலேயே முக்கியம்தானா? இல்லை. மாறாக, நம்முடைய எண்ணங்களையும் உணர்ச்சிகளையும் கையாளக் கற்றுக் கொண்டு, நாம் கைவசப்படுத்த விரும்புகின்ற வாழ்வில் நம்மை முன்னோக்கி நகர்த்தக்கூடிய தீர்மானங்களை மேற்கொள்வதுதான் முக்கியம்.

நம்முடைய எண்ணங்கள்மீதும், அவை நம்மீது எவ்வாறு தாக்கம் ஏற்படுத்துகின்றன என்பதன்மீதும், சரியான எண்ணங்களை எவ்வாறு தேர்ந்தெடுப்பது என்பதன்மீதும் கவனம் செலுத்துவதன் மூலம் நாம் இந்த முதல் பகுதியைத் தொடங்கலாம். பிறகு, ஒரு வலிமையான மனப்போக்கை உருவாக்கிக் கொள்ள நமக்கு உதவக்கூடிய நடவடிக்கைகளை நாம் பார்ப்போம். அடுத்து, நாம் நம்முடைய உணர்ச்சிகள் பக்கம் திரும்பி, அவற்றை எவ்வாறு கையாள்வது என்பதைக் கற்றுக் கொள்வோம். இதன் மூலம், நம்முடைய உணர்வுகளில் நாம் தொலைந்து போவதிலிருந்து நாம் தப்பித்துக் கொள்ளலாம். அந்த முதல் மூன்று அத்தியாயங்கள்தாம் முதல் பகுதியின் மையமாகும். இப்பகுதியிலிருந்து ஒரே ஒரு விஷயத்தை மட்டுமே நீங்கள் கற்றுக் கொள்கிறீர்கள் என்றால், அது, உங்கள் தலைக்குள்ளும் உங்கள் இதயத்திற்குள்ளும் நிகழ்ந்து கொண்டிருப்பவற்றைப் பற்றிச் சிறப்பாகப் புரிந்து கொண்டு, அவற்றை நீங்கள் எதிர்கொள்வதாக இருக்கட்டும்.

அடுத்து, உலகத்தை நாம் எதிர்கொள்கின்ற விதத்தின்மீதும், நம்மையும் நம்முடைய திறன்களையும் குறித்த நம்முடைய கண்ணோட்டத்தின்மீதும் தாக்கம் ஏற்படுத்துகின்ற தன்னம்பிக்கையை நம்மிடம் வளர்த்தெடுப்பதைப் பற்றி நாம் பார்ப்போம். பிறகு, மாற்றத்தை மனமுவந்து ஏற்றுக் கொள்வதைப் பற்றி நாம் பேசுவோம். மாற்றம் ஒன்றே வாழ்வில் நிலையானது. நம்மில் பெரும்பாலானோர் அதை ஏற்றுக் கொள்ளக் கடுமையாகப் போராடுகிறோம். இறுதியாக,

பின்வருத்தத்தைக் கடந்து செல்வதும், மன அழுத்தத்தைக் கையாள்வதும், தாங்குதிறனையும் துணிச்சலையும் வளர்த்துக் கொள்வதும் எப்படி என்பது பற்றி நாம் ஆராய்வோம்.

நம்முடைய எண்ணங்கள், உணர்ச்சிகள், மனப்போக்குகள், எதிர்வினைகள் ஆகியவற்றை உள்ளடக்கிய நம்முடைய அக வாழ்க்கை, பெருமளவு நம்முடைய கட்டுப்பாட்டில்தான் இருக்கிறது. ஓர் எண்ணத்திற்குப் பதிலாக இன்னொன்றை நம்மால் தேர்ந்தெடுக்க முடியும். நம்முடைய மனத்தை நம்மால் மாற்ற முடியும். நம்முடைய உணர்ச்சிகளை நம்மால் பக்குவமாகக் கையாள முடியும். நமக்குப் பயனுள்ளதாக இருக்கக்கூடிய ஒரு மனப்போக்கை நம்மால் உருவாக்கிக் கொள்ள முடியும். வலிமையையும் தன்னம்பிக்கையையும் நம்மால் வளர்த்தெடுக்க முடியும். எதிர்பாராத, நமக்கு விருப்பமில்லாத விஷயங்களை ஞானத்தின் உதவியுடன் கையாள நம்மால் கற்றுக் கொள்ள முடியும். உங்களுடைய அக வாழ்க்கை உங்கள் கட்டுப்பாட்டில்தான் இருக்கிறது.

அத்தியாயம் 1

உங்கள் எண்ணங்களைத் தேர்ந்தெடுங்கள்

நீங்களும் நானும் கையாள வேண்டிய மாபெரும் பிரச்சனை, இன்னும் சொல்லப் போனால், நாம் கையாள வேண்டிய ஒரே பிரச்சனை, சரியான எண்ணங்களைத் தேர்ந்தெடுப்பதுதான் என்பதை இப்போது சந்தேகத்திற்கு இடமின்றி நான் உறுதியாக அறிவேன். அதை மட்டும் நம்மால் செய்ய முடிந்தால், நம்முடைய அனைத்துப் பிரச்சனைகளையும் தீர்ப்பதற்கான ஒரு நிச்சயமான பாதையில் நாம் நடைபோட்டுக் கொண்டிருப்போம்.

– டேல் கார்னகி

மார்ச் 2020. கோவிட்-19 பெருந்தொற்று உலகம் நெடுகிலும் பரவி, நோய்களையும் மரணங்களையும் பொதுமுடக்கங்களையும் தோற்றுவித்துக் கொண்டிருந்தது. அப்போது நான் டேல் கார்னகி நிறுவனத்தின் தலைமை நிர்வாக அதிகாரியாக என்னுடைய ஐந்தாம் ஆண்டில் இருந்தேன். உலகம் நெடுகிலும் எங்களுடைய அலுவலகங்கள் ஒவ்வொன்றாக மூடப்பட்டதை நான் கையாலாகாத்தனத்துடன் பார்த்துக் கொண்டிருந்தேன். ஒவ்வொரு நாளும், அதிகாலை மூன்று மணிக்கு நான் கண்விழித்தேன். பிறகு மீண்டும் என்னால் தூங்க முடியவில்லை. இருண்ட எண்ணங்களும் கவலைகளும் என் மனத்தை ஆட்கொண்டன. நான் வழிநடத்திக் கொண்டிருந்த 107 ஆண்டுகாலப் பழமையான நிறுவனம், என்னுடைய தலைமைத்துவத்தின் கீழ் நிரந்தரமாக மூடப்பட்டுவிடுமோ என்று நான் பயந்தேன். உலகம் நெடுகிலும் இருந்த எங்களுடைய குழு உறுப்பினர்கள் நூற்றுக்கணக்கானோர்

அனுபவித்துக் கொண்டிருந்த மன அழுத்தம் குறித்து நான் துயரம் கொண்டேன். நூற்றுக்கணக்கான மைல்கள் தொலைவில் தன்னந்தனியாக வாழ்ந்து கொண்டிருந்த, என்னுடைய எண்பத்தாறு வயது தாயாரை நினைத்து நான் கவலையுற்றேன்; என்னுடைய நண்பர்கள், குடும்பத்தினர், மற்றும் நானறிந்தவர்களில் யாரெல்லாம் மரணிக்கக்கூடுமோ என்று நினைத்து நான் நடுங்கினேன். நாளொன்றுக்கு வெறும் நான்கு மணிநேரத் தூக்கத்துடன் என்னுடைய நாட்கள் கடந்து கொண்டிருந்தன. என் வாழ்வின் மிக மோசமான காலகட்டங்களில் ஒன்றாக அது இருந்தது.

பிறகு ஓர் இரவில் நான் கண்விழித்தபோது, எனக்கு ஒரு யோசனை தோன்றியது. ‘கவலையை விட்டொழித்து மகிழ்ச்சியாக வாழ்வது எப்படி’ என்ற நூலை எடுத்து, உத்வேகத்தைத் தேடி அதைப் புரட்டத் தொடங்கினேன். கடந்தகாலத்தில் எண்ணற்ற முறை அழுத்தமான சூழ்நிலைகளைக் கையாள அப்புத்தகம் எனக்கு உதவியிருந்தது. நான் ஏன் அதைப் பற்றி முன்னதாகவே சிந்தித்திருக்கவில்லை என்று என்னை நானே கேட்டுக் கொண்டேன். இந்த அத்தியாயத்தின் தொடக்கத்தில் இடம்பெற்றுள்ள மேற்கோளைக் கொண்ட பக்கத்திற்கு நான் சென்றேன். அக்கணத்தில், டேல் கார்னகியே என் படுக்கையறையில் நின்று கொண்டு தனிப்பட்ட முறையில் என்னுடன் பேசிக் கொண்டிருந்ததைப்போல நான் உணர்ந்தேன். நான் கேட்க வேண்டியிருந்தது துல்லியமாக அதுதான்.

என் எண்ணங்கள் பல வாரங்களாக என்னை முடக்கிப் போட்டிருந்தன. ஆனால் இப்போது நான் ஒருவழியாக சுதாரித்துக் கொண்டு, அவற்றைப் பற்றி உண்மையிலேயே சிந்திக்கத் தொடங்கினேன். அவை எவ்வளவு நம்பிக்கையிழக்கச் செய்பவையாகவும் அவலட்சணமானவையாகவும் இருந்திருந்தன என்பதை நான் தெளிவாகப் பார்த்தேன். ஒருபோதும் நிகழாமல் போகக்கூடிய விஷயங்களில் மூழ்கிக் கிடக்க என்னை ஏன் நான் அனுமதித்திருந்தேன்? என் மனம் ஏன் நிகழக்கூடிய சாத்தியமிருந்த மிக மோசமான விளைவுகளின் பக்கம் திரும்பியது? நச்சுத்தன்மை கொண்ட இந்த எதிர்மறைச் சிந்தனையில் நான் ஏன் என்னைத் தொலைத்துக் கொண்டிருந்தேன்? நான் விஷய ஞானம் கொண்டவனாக இருந்தபோதிலும், பயத்திடம் ஒரு பிணைக்கைதியாக இருக்க என்னை நான் அனுமதித்திருந்தேன். அது என்னுடைய தூக்கத்தையும் உடல்நலத்தையும் வாழ்க்கையையும் சீரழித்துக் கொண்டிருந்தது.

என் உணர்ச்சிகள் எப்படி என் எண்ணங்களுடன் இந்த அளவுக்குப் பின்னிப் பிணைந்திருந்தன என்பதை நான் உணர்ந்தேன்: நிகழக்கூடிய சாத்தியமிருந்த கொடூரமான விஷயங்களைப் பற்றி நான் யோசிப்பேன்; மிதமிஞ்சிக் கவலைப்படுவேன்; அதன் பிறகு எல்லாம் படிப்படியாக மோசமடையத் தொடங்கும். டேல் கார்னகியின் 'மன அழுத்தம் மற்றும் கவலை' தொடர்பான கொள்கைகளில் நான் ஆழமான நம்பிக்கை கொண்டிருந்தபோதிலும், அந்த நெருக்கடியான சூழ்நிலையில் நான் அவற்றை மறந்துவிட்டிருந்தேன். நிகழக்கூடிய சாத்தியமிருந்த பயங்கரமான விளைவுகள் குறித்தச் சிந்தனையில் நான் மூழ்கிக் கிடந்து, என் எண்ணங்களும் உணர்ச்சிகளும் என்னை ஆட்டுவிக்க நான் அனுமதித்துக் கொண்டிருந்தேன்.

பிறகு நான் இப்படி யோசித்தேன்: "ஜோ, உனக்கு ஒரு விஷயம் தெரியுமா? உன்னுடைய பிரச்சனை கோவிட்-19 தொடர்பானது அல்ல. அது உன் எண்ணங்கள் தொடர்பானது. சரியான எண்ணங்களைத் தேர்ந்தெடு. அப்போது நீ இந்த நெருக்கடியிலிருந்து மீண்டுவிடுவாய்." பிறகு என் சிந்தனை இப்படிச் சென்றது: "நான் இதைத் தலைகீழாகப் புரட்டிப் போட்டால் என்ன? பெருந்தொற்றையும் என்னால் கட்டுப்படுத்த முடியாத விஷயங்களையும் பற்றிய சிந்தனையில் சிக்கிக் கிடப்பதற்குப் பதிலாக, என்னால் கட்டுப்படுத்த முடிகின்ற விஷயங்கள்மீது நான் என் கவனத்தைக் குவித்தால் என்ன?" அப்போது எனக்குப் பொறி தட்டியது: "ஒவ்வொரு வினைக்கும், அதற்கு நேரெதிரான மற்றும் சம அளவிலான ஓர் எதிர்வினை இருக்கிறது என்றால், நம்புதற்கரிய ஒரு வாய்ப்பு இருந்தாக வேண்டும்தானே? அது இங்கே எங்கே இருக்கிறது?"

பெருந்தொற்றுப் பரவலுக்கு முன்பு, நாங்கள் ஏற்கனவே எங்கள் நிறுவனத்தின் சர்வதேசப் பயிற்சித் திட்டத்தைக் கிட்டத்தட்ட இணையத்தின் மூலமாக வழங்குவதற்கான நடவடிக்கைகளைத் தொடங்கியிருந்தோம். ஆனால், அது அவ்வளவு எளிதானதாக இருக்கவில்லை. ஏனெனில், எண்பதுக்கு மேற்பட்ட நாடுகளில் செயல்பட்டுக் கொண்டிருந்த இருநூறு அலுவலகங்களில் ஆயிரக்கணக்கான ஊழியர்கள் வேலை பார்த்துக் கொண்டிருந்தனர். அந்த மாற்றத்தை எங்களால் விரைவுபடுத்த முடிந்தால் எப்படி இருக்கும்? இந்த முயற்சியை வெற்றிகரமானதாக ஆக்குவதற்கு எங்களுடைய முயற்சிகளை எப்படி இரட்டிப்பாக்குவது அல்லது மும்மடங்காக ஆக்குவது? என்னைப்போலவே, தங்களைச் சுற்றி நிகழ்ந்து கொண்டிருந்த அனைத்து விஷயங்களாலும்

கவலை கொண்டிருந்த, உலகம் நெடுகிலும் இருந்த டேல் கார்னகி நிறுவன வாடிக்கையாளர்கள், தலைவர்கள், மற்றும் ஊழியர்களுக்கு என்னால் எந்த விதத்தில் சிறப்பான ஆதரவு வழங்க முடியும்? அவர்களுக்கு எந்த விதத்தில் என்னால் வலிமையும் தன்னம்பிக்கையும் ஊட்ட முடியும்? என் மனநிலை மாறத் தொடங்கியது. பொறுப்பேற்றுக் கொள்வது குறித்தும், விஷயங்களை நிகழ்த்துவது குறித்தும், அந்த நெருக்கடியான சூழ்நிலையின் ஊடாக எங்கள் நிறுவனத்தை வழிநடத்துவது குறித்தும், அந்தப் பெருந்தொற்றுக் களேபரத்தின்போது செழித்துக் கொழிப்பதற்கான ஒரு வழியைக் கண்டுபிடிப்பது குறித்தும் நான் உற்சாகமடையத் தொடங்கினேன். ஓர் அறிவார்ந்த நண்பர் என்னிடம் பகிர்ந்து கொண்ட ஓர் அறிவுரை என் நினைவுக்கு வந்தது. என்னுடைய தொழில்வாழ்க்கையின் தொடக்கக் கட்டத்தில், நான் வேறொரு நிறுவனத்தில் சேர்வது குறித்துத் தயங்கினேன். ஏனெனில், ஒரு மோசமான பொருளாதாரம், நான் சேரவிருந்த நிறுவனத்திற்குக் கேடு விளைவிக்கக்கூடும் என்று நான் பயந்தேன். அப்போது என் நண்பர் என்னிடம் இவ்வாறு கூறினார்: “ஜோ, சூறாவளியால் கொந்தளித்துக் கொண்டிருக்கின்ற ஒரு கடல்தான் ஒரு திறமையான மாலுமியை உருவாக்குகிறதே அன்றி, ஓர் அமைதியான கடல் அல்ல. கடினமான காலகட்டங்களின் ஊடாகத்தான் நீ வளர்ந்து சிறப்புறுகிறாய்.” அப்போது நான் இப்படி நினைத்தேன்: “இவை அசாதாரணமான, கடினமான காலகட்டங்கள். நான் இவற்றுக்குச் சிறப்பாகச் செயல்விடை அளித்தால், நான் ஒரு வலிமையான தலைவனாக ஆவேன். 107 ஆண்டுகாலப் பழமையான ஒரு நிறுவனத்தை இது போன்ற ஒரு நெருக்கடியின் ஊடாக வழிநடத்திச் செல்வதற்கான வாய்ப்பு எத்தனை பேருக்குக் கிடைத்துள்ளது? நான் டேல் கார்னகியின் காலணிகளை அணிந்து நின்று கொண்டிருக்கிறேன். அவருக்கும் மற்ற அனைவருக்கும் நான் கடமைப்பட்டுள்ளேன். கோழைத்தனத்தோடு அல்லாமல் தன்னம்பிக்கையோடு முன்னின்று வழிநடத்துவது என் கடமை. டேல் கார்னகி இச்சூழ்நிலையில் என்ன செய்வார்?” அதைத் தொடர்ந்து வந்த மாதங்களில், நாங்கள் எல்லோரும் துணிச்சலாக ஒரே நிறுவனமாக ஒருங்கிணைந்து, எங்களுடைய ஒட்டுமொத்த வியாபார மாதிரியை, நேரடியான பயிற்சியிலிருந்து இணையவழிப் பயிற்சியாக வெற்றிகரமாக மாற்றியதை நான் பிரமிப்போடும் நன்றியோடும் அவதானித்தேன்.

என்னுடைய குடும்பத்தினருக்கும் நண்பர்களுக்கும் என்னால் என்ன செய்ய முடியும் என்பது பற்றியும்

நான் யோசித்தேன். தினமும் இரவில் என் தாயாருடன் பேசியபோது, பாதுகாப்பாக இருப்பது குறித்து நான் அவரை மீண்டும் மீண்டும் நச்சரித்தேன் என்பது உண்மை, ஆனால் அவர் அதை மெச்சினார். உலகம் நெடுகிலும் இருந்த என்னுடைய நண்பர்களையும் சக ஊழியர்களையும் தொடர்பு கொண்டு, நான் அவர்களிடம் நலம் விசாரித்தேன், அவர்கள் கூறியவற்றைக் காதுகொடுத்துக் கேட்டேன், அவர்கள் எனக்கு எவ்வளவு முக்கியமானவர்கள் என்பதை அவர்களுக்கு நினைவூட்டினேன். என் மனைவியுடனும் என் குழந்தைகளுடனும் நான் அதிக நேரம் செலவிட்டேன். நாங்கள் எல்லோரும் தினமும் 24 மணிநேரமும் ஒரே வீட்டிற்குள் அடைபட்டுக் கிடந்ததால், அது கடினமாக இருக்கவில்லை. ஆனால், நான் அவர்களுடன் நேரம் செலவழித்தபோது, நான் உண்மையிலேயே அவர்கள்மீது அக்கறையுடன் நடந்து கொண்டேன். நான் அதிகமாக உடற்பயிற்சி செய்யவும், ஆரோக்கியமான உணவைச் சாப்பிடவும் தொடங்கினேன். சுத்திகரிக்கப்பட்டச் சர்க்கரையை நான் என் உணவிலிருந்து நீக்கினேன், வைட்டமின் மாத்திரைகளை உட்கொண்டேன். ஒருவேளை கோவிட்-19 எனக்கு வந்தால் நான் சீக்கிரம் குணமடைவதற்காக என்னுடைய நோயெதிர்ப்பு சக்தியை வலுப்படுத்துவதற்குத் தேவையான எல்லாவற்றையும் நான் செய்தேன்.

அன்றைய இரவு என் வாழ்வின் மிக முக்கியமான இரவுகளில் ஒன்றாக இருந்தது. அதற்காக நான் என்றென்றும் நன்றியுடையவனாக இருப்பேன். என்னுடைய எண்ணங்களின் முக்கியத்துவம் பற்றி டேல் கார்னகியின் மேற்கோள் எனக்கு நினைவுபடுத்தியது. நான் உன்னிப்பாக கவனம் செலுத்தி, அவற்றைத் திறமையாக கையாள வேண்டியிருந்தது. என்னை இருட்டிற்குள்ளும் நம்பிக்கை இழப்பிற்குள்ளும் இழுத்துச் சென்று என்னை முடக்கிப் போடக்கூடிய அழிவுபூர்வமான எண்ணங்களுக்குப் பதிலாக, செயலில் இறங்குவதற்கு என்னை வழிநடத்திச் செல்லக்கூடிய ஆக்கபூர்வமான எண்ணங்களை நான் தேர்ந்தெடுக்க வேண்டியிருந்தது. நான் சரியான எண்ணங்களைத் தேர்ந்தெடுத்தால், என்னுடைய அனைத்துப் பிரச்சனைகளையும் தீர்க்கக்கூடிய ஒரு 'நிச்சயமான பாதையில்' நான் அடியெடுத்து வைப்பேன் என்பதையும், நான் அதைச் செய்யத் தவறினால், உளரீதியாகவும் உணர்ச்சிரீதியாகவும் நான் மிக மோசமான ஓர் இடத்தில் இருப்பேன் என்பதையும் நான் உணர்ந்தேன். உறவுகள், வேலைகள், இலக்குகள், ஆரோக்கியம், சாதனைகள் போன்ற, நம் வாழ்வில் உள்ள

அனைத்து விஷயங்களும், நம்முடைய எண்ணங்களுக்குப் பொறுப்பேற்றுக் கொள்ளுதல் என்ற முதல் நடவடிக்கையைச் சார்ந்துள்ளன என்பதை நான் கண்டேன். நீங்கள் இதைச் செய்தால், நம்புதற்கரிய மன அமைதி, தன்னம்பிக்கை, எந்தவொரு சூழ்நிலையிலும் உள்ளார்ந்த வலிமை ஆகியவற்றை உங்களால் கைவசப்படுத்த முடியும் என்பதைக் காட்டுவதுதான் இந்த அத்தியாயத்தின் நோக்கம். இனி, அது எப்படி என்பதைப் பற்றி நாம் பேசலாம்.

உங்கள் எண்ணங்கள்மீது கவனம் செலுத்துங்கள்

நீங்கள் சிந்திப்பவற்றைக் குறித்து எவ்வளவு அடிக்கடி நீங்கள் சிந்திக்கிறீர்கள்? உங்கள் மனத்தில் உள்ள எண்ணங்களைப் பற்றி உண்மையிலேயே எவ்வளவு அடிக்கடி நீங்கள் சிந்திக்கிறீர்கள்? நம்மில் பெரும்பாலானோர், ஒரு விஷயத்திலிருந்து இன்னொரு விஷயத்திற்கும், ஓர் உரையாடலிலிருந்து இன்னோர் உரையாடலுக்கும், ஒரு வகுப்பிலிருந்து இன்னொரு வகுப்பிற்கும், ஒரு சந்திப்புக்கூட்டத்திலிருந்து இன்னொரு சந்திப்புக்கூட்டத்திற்கும் நகர்ந்து கொண்டு, நமக்கு நிகழ்கின்ற விஷயங்களுக்கு எதிர்வினையாற்றிக் கொண்டிருக்கிறோம். ஒரு மின்னஞ்சலைப் படித்துவிட்டு நாம் செயலில் இறங்குகிறோம்; ஒரு சமூக வலைத்தளப் பதிவைப் பார்த்துவிட்டு நாம் எரிச்சலடைகிறோம்; இணையத்தில் எதையோ கண்டுவிட்டு நாம் சிரிக்கிறோம்; நமக்கு ஒருவர் தவறு இழைக்கும்போது, அவருடன் சண்டையிட நாம் தயாராகிவிடுகிறோம். இவ்வாறு நிகழும்போது, நாம் எவ்வளவு அடிக்கடி நின்று நிதானித்து, "ஒரு நிமிடம் பொறு! இதைப் பற்றி நான் உண்மையிலேயே சரியான வழியில்தான் சிந்தித்துக் கொண்டிருக்கிறேனா? நான் இதை எந்தக் கண்ணோட்டத்தில் பார்த்துக் கொண்டிருக்கிறேன்?" என்று நம்மை நாமே கேட்டுக் கொள்கிறோம்?

பெரும்பாலான நேரங்களில், நம்முடைய மனம் ஒரு தானியங்கி முறையில் செயல்பட்டுக் கொண்டிருக்கிறது. "என்னால் அதைச் செய்ய முடியாது," என்ற வார்த்தைகள் நம் மண்டைக்குள் ஒலிப்பதைக் கேட்டுவிட்டு, அந்த எண்ணம் உண்மை என்று நாம் ஏற்றுக் கொள்கிறோம். அந்த எண்ணத்தை ஆய்வு செய்யவோ அல்லது அதைக் கேள்வி கேட்கவோ நாம் நிதானிப்பதில்லை. நாம் வெறுமனே அதை ஏற்றுக் கொண்டு நம்முடைய வேலையைக் கவனிக்கப் போய்விடுகிறோம். நாம் முயற்சிப்பதுகூட இல்லை. சில சமயங்களில், ஒரு நபரைப் பற்றிய ஒரு வலிமையான அபிப்பிராயம் நமக்கு இருக்கிறது.

நாம் அச்சுறுத்தப்படுகிறோம், வெறுக்கப்படுகிறோம், அல்லது எடைபோடப்படுகிறோம் என்று நம் எண்ணங்கள் நம்மிடம் கூறுவதால், நாம் அந்தக் கண்ணோட்டத்தை சுவீகரித்துக் கொள்கிறோம். ஒருவேளை, விஷயங்களை ஒரு தவறான கண்ணோட்டத்தில் நாம் பார்த்துக் கொண்டிருக்கக்கூடுமோ என்று சிந்திப்பதற்கு நாம் ஒரு கணம்கூட நிதானிப்பதில்லை.

என்னுடைய நீண்டகாலத் தோழியான எம்மா, எங்களுடைய குடும்பத்தினரைச் சந்திப்பதற்காக, சமீபத்தில் என் வீட்டிற்கு வந்தார். தன்னுடைய துறையில் சமீபத்தில் வேலைக்குச் சேர்ந்திருந்த ஜூலி என்ற பெண்ணுடன் இணைந்து வேலை செய்வது தனக்கு மிகவும் கடினமாக இருந்தது பற்றி அவர் சொல்லிக் கொண்டிருந்தார். "ஜூலி தன்னை என்னைவிட அதிக அறிவார்ந்தவள் என்றும், அதிக முக்கியமானவள் என்றும் நினைத்துக் கொண்டிருக்கிறாள்," என்று எம்மா என்னிடம் கூறினார். அதற்கு நான், "எம்மா, என்ன நிகழ்ந்தது? நீ ஏன் அவ்வாறு உணர்கிறாய்?" என்று கேட்டேன்.

"எங்களுடைய சமூக ஊடகப் பரப்புரைகள் அனைத்திற்குமான படைப்பு வேலையை நான் கையாள்கிறேன். எங்களுடைய பதிவுகளுக்குப் படங்களையும் முக்கியச் செய்திகளையும் உருவாக்குவதும் அதில் அடங்கும். நான் இதைப் பல ஆண்டுகளாகச் செய்து வந்துள்ளதால், இப்போது நான் அதில் சிறந்து விளங்குகிறேன். ஒரு முறை, நான் ஜூலியுடன் பேசிக் கொண்டிருந்தபோது, என்னுடைய படைப்பு வேலையை என்னால் எப்படி இன்னும் சிறப்பாகச் செய்ய முடியும் என்பது குறித்து அவள் எனக்குப் பரிந்துரைகள் வழங்கத் தொடங்கினாள். அவள் தன்னை யாரென்று நினைத்துக் கொண்டிருக்கிறாள்? என் வேலையை எப்படிச் செய்ய வேண்டும் என்பது எனக்குத் தெரியாதா?"

"உன்னுடைய படைப்பு மோசமாக இருந்ததாக அவள் உண்மையிலேயே விமர்சித்தாளா?" என்று நான் கேட்டேன். "இல்லை. விஷயம் அதுவல்ல. அவள் என்னிடம் வெறுமனே கேள்விகள் கேட்டுக் கொண்டிருந்தாள். 'இந்த நிறத்தை மஞ்சளிலிருந்து வெளிர் நீலத்திற்கு மாற்றுவது பற்றி நீங்கள் எப்போதேனும் யோசித்திருக்கிறீர்களா? அந்தப் படத்தைச் சிறிது பெரிதாக்குவது குறித்து நீங்கள் சிந்தித்திருக்கிறீர்களா? நீங்கள் வேறொரு எழுத்துருவை எப்போதேனும் முயற்சித்துப் பார்த்திருக்கிறீர்களா?' இந்த வகையான கேள்விகள்," என்று எம்மா கூறினார்.

"அவள் உன்னிடம் மரியாதையின்றி நடந்து

கொண்டாளா? அவளுடைய பேச்சின் தொனி உன்னை விமர்சிப்பதுபோல இருந்ததா? அவள் உன்னுடன் பேசிக் கொண்டிருந்தபோது உன்னை வெறுப்பேற்றுவதுபோலத் தன் கண்களை உருட்டினாளா?"

"இல்லை, அவள் அப்படி எதுவும் செய்யவில்லை. ஆனால், என்னுடைய வடிவமைப்பு அவளுக்குப் பிடிக்கவில்லை என்பதையும், என்னால் இன்னும் சிறப்பாகச் செயல்பட முடியும் என்று அவள் நினைத்தாள் என்பதையும் நான் நிச்சயமாக அறிவேன்."

"எம்மா, ஒருவேளை ஜூலி உனக்கு உதவ முயற்சித்துக் கொண்டிருந்ததற்கான சாத்தியம் இருக்கிறதா? உன்னுடைய சமூக ஊடகப் பதிவுகளை மேம்படுத்துவதற்கு அவள் பங்களிக்க முயற்சித்துக் கொண்டிருந்திருக்கலாம், இல்லையா? ஜூலியைப் பற்றி உனக்குள் நீ என்ன சொல்லிக் கொள்கிறாய்?" என்று நான் கேட்டேன்.

"நான் என்ன செய்து கொண்டிருக்கிறேன் என்பது பற்றி அவளுக்கு எந்த யோசனையும் இல்லை என்று எனக்குள் நான் கூறிக் கொள்கிறேன்," என்று எம்மா கூறினார்.

"சரி, உன் எண்ணம் சரியாக இருக்கலாம், ஆனால் அவளுடைய மனத்தில் என்ன இருக்கிறது என்பது உனக்கு எப்படித் தெரியும்? பல முறை, மேம்படுத்துவதற்கான வழிகளைப் பரிந்துரைத்ததன் மூலம் நான் பலருக்கு உதவ முயற்சித்திருக்கிறேன். நான் அவர்களைச் சிறுமைப்படுத்த முயற்சிக்கவில்லை. ஜூலி ஒரு நேர்மறையான நோக்கத்தைக் கொண்டிருப்பதாக நீ ஏன் அனுமானிக்கக்கூடாது? நீ என்னிடம் கூறிய அனைத்தையும் வைத்துப் பார்க்கும்போது, அவள் உனக்கு உதவ முயற்சித்துக் கொண்டிருந்ததாகவே நான் நினைக்கிறேன்."

எம்மா என்னை வெறித்துப் பார்த்துவிட்டு, எதுவும் சொல்லாமல் திடீரென்று அங்கிருந்து வேறோர் அறைக்குப் போய்விட்டார். தனக்கு அநீதி இழைக்கப்பட்டிருந்ததாக அவர் உறுதியாக நம்பினார். அதனால் என்னுடைய பேச்சால் அவர் ஏமாற்றமடைந்திருந்தது வெளிப்படையாகத் தெரிந்தது. சிறிது நேரம் கழித்து, அவர் என் மனைவி கேட்டியுடன் அதே விஷயத்தைப் பற்றிப் பேசிய பிறகு, அவர் என்னிடம் திரும்பி வந்து, "நீ சொன்னதைப் பற்றி நான் சிந்தித்துப் பார்த்தேன். ஜூலியைப் பற்றிய என் எண்ணம் தவறாக இருப்பது சாத்தியம்தான். அவள் ஒரு மோசமான நபரைப்போலத் தெரியவில்லை. உண்மையில், அவள் மிகவும் தோழமையாகப் பழகி வருகிறாள். ஒருவேளை, அவள்

என்னிடம் அதைச் சொன்ன விதம் எனக்குக் கோபம் ஏற்படுத்தியிருந்திருக்கலாம். அல்லது, ஒரு மோசமான நேரத்தில் அவள் அதை என்னிடம் கூறியிருந்திருக்கக்கூடும். உண்மையைச் சொல்ல வேண்டுமென்றால், நாங்கள் இருவரும் பேசிக் கொண்டிருந்தபோது, நான் மன அழுத்தத்திற்கு ஆளாகியிருந்தேன். ஓர் எரிச்சலான மனப்போக்குடன் நான் அந்த உரையாடலுக்குள் நுழைந்திருந்தேன். ஜூலி என்னை விமர்சித்துக் கொண்டிருந்தாள் என்ற எண்ணம் என் மனத்தில் தோன்றிய உடனேயே, நான் இறுக்கமடைந்து, என்னைத் தற்காத்துக் கொள்ளும் விதமாக நடந்து கொண்டேன். ஜூலியின் நோக்கம் உண்மையில் நேர்மறையானதாக இருக்கக்கூடும்," என்று கூறினார்.

நம் வாழ்வில் நிகழ்கின்ற விஷயங்களுக்கு நம்முடைய எண்ணங்கள் மூலமாக நாம் அர்த்தம் கற்பிக்கிறோம். நல்லதற்கோ அல்லது கெட்டதற்கோ, அந்த அர்த்தம், நாம் சிந்திக்கின்ற, உணர்கின்ற, நடந்து கொள்கின்ற, மற்றும் எதிர்வினையாற்றுகின்ற விதத்தின்மீது தாக்கம் ஏற்படுத்துகிறது. தங்களுக்கு என்ன நிகழ்ந்தாலும் சரி, எப்போதும் பரிதாபகரமான நிலையிலேயே இருக்கின்ற மக்களை நாம் அனைவரும் அறிவோம். அவர்கள் ஓர் ஆரோக்கியமான உறவில் இருக்கக்கூடும், ஆனால் தன் துணைவர் தன்னைவிட்டுப் பிரிந்து போய்விடக்கூடும் என்ற அர்த்தமற்றக் கவலை அவர்களை ஆட்கொண்டிருக்கும். அவர்களுக்கு அவர்களுடைய வேலையில் பதவி உயர்வு கிடைத்திருக்கக்கூடும், ஆனால் கூடுதல் பொறுப்பு குறித்து அவர்கள் குறை கூறுவர். ஒரு பயங்கரமான சூழ்நிலையில்கூட எப்படியோ சிறிதும் மனம் கலங்காமல் உற்சாகத்தோடு இருக்கின்ற மக்களையும் நாம் அறிவோம். வாழ்க்கை அவர்களை நோக்கி எதை வீசினாலும், அவர்கள் ஒரு நேர்மறையான கண்ணோட்டத்துடன் அதை அணுகுகின்றனர். அதற்கு என்ன காரணம்? இந்த இரண்டு வகையான மக்களுக்கும் இடையேயான வேறுபாடு என்ன? நாம் சிந்திக்கும் விதம்தான் அந்த வேறுபாடு.

நாம் எதிர்மறையாகச் சிந்திக்க முற்பட்டால், அவநம்பிக்கை நம்மை ஆட்கொள்ளக்கூடும், அல்லது நாம் அச்சுறுத்தலுக்கு ஆளாகியிருப்பதாக நாம் உணரக்கூடும். நாம் ஒரு நன்னம்பிக்கை மனப்போக்குடன் சிந்தித்தால், மற்றவர்கள் பார்க்கத் தவறுகின்ற வாய்ப்புகளை நாம் பார்க்கக்கூடும், வருங்காலம் குறித்து அதிக நம்பிக்கை கொள்ளக்கூடும். நாம் சிந்திப்பது எதுவாக இருந்தாலும், அது எல்லாவற்றின்மீதும் தாக்கம் ஏற்படுத்துகிறது. "நம்

எண்ணங்களே நம் வாழ்க்கையை உருவாக்குகின்றன," என்று ரோமத் தத்துவவியலாளரான மார்க்கஸ் அரீலியஸ் கூறியுள்ளார். நம்மில் பெரும்பாலானோருக்கு, நம்முடைய எண்ணங்கள் குறித்த விழிப்புணர்வும், அவை உருவாக்குகின்ற வாழ்க்கை குறித்த விழிப்புணர்வும் இல்லை. அதுதான் நாம் எதிர்கொண்டுள்ள மிகப் பெரிய சவாலாகும். எண்ணங்கள் அங்கு இருக்கின்றன என்பதை நாம் அறிவோம், ஆனால், இருண்ட, பயமுறுத்துகின்ற, பகுத்தறிவுக்குப் புறம்பான கவலைகள்மீது கவனத்தைக் குவிப்பதன் மூலம் நம்மை நாம் எவ்வாறு மட்டுப்படுத்துகிறோம் என்பது பற்றி நாம் சிந்திக்கிறோமா? நம்முடைய எண்ணங்களால் எவ்வாறு நமக்குக் கோபமும் விரக்தியும் வெறுப்பும் ஏற்படுத்த முடியும் என்பது நமக்குத் தெரியுமா? நம்முடைய எண்ணங்களை நாம் நம்முடைய கட்டுப்பாட்டிற்குள் கொண்டுவர வேண்டும். இல்லையேல், அவை நம்மைத் தம்முடைய கட்டுப்பாட்டின் கீழ் எடுத்துக் கொண்டுவிடும். நடைமுறை உண்மை அதுதான். ஆனால் நாம் அதை எவ்வாறு செய்வது?

நாம் சிந்திக்கின்ற விதத்தின்மீது கவனம் செலுத்துவதிலிருந்து அது தொடங்குகிறது. உங்களுக்கான ஒரு சவால்: அடுத்த முறை ஒரு வலிமையான சிந்தனைப் போக்கை அல்லது உணர்ச்சியை நீங்கள் அனுபவிப்பதை நீங்கள் காணும்போது, அதை எழுதி வைத்துக் கொண்டு, அதை அவதானியுங்கள். பிறகு, பின்வரும் கேள்விகளை உங்களிடம் நீங்களே கேளுங்கள்:

- "என் மனத்தில் என்ன எண்ணங்கள் ஓடிக் கொண்டிருக்கின்றன? அவற்றை நான் எவ்வாறு அனுபவிக்கிறேன்?" சிலருக்கு ஓர் உட்குரல் கேட்கிறது, மற்றவர்கள் காட்சிரீதியாகச் சிந்திக்கின்றனர். அக்கணத்தில் உங்கள் எண்ணங்கள் எவ்வாறு முளைக்கின்றன என்பதைக் கவனியுங்கள்.
- "அந்த எண்ணங்கள் எனக்கு எத்தகைய உணர்வுகளை ஏற்படுத்திக் கொண்டிருக்கின்றன?"
- "நான் இங்கு அனுமானங்களை உருவாக்கிக் கொண்டிருக்கிறேனா? சூழ்நிலையை ஒரு தவறான கண்ணோட்டத்தில் நான் அணுகிக் கொண்டிருக்கிறேனா?"
- "இது பயனளிக்கும் ஒரு சிந்தனையா? இல்லை என்றால், அதன் இடத்தில் வேறு எந்த எண்ணத்தை நான் கொலுவேற்றுவது?"

ரால்ஃப் வால்டோ எமர்சன் இவ்வாறு கூறியதாகத் தெரிவிக்கப்படுகிறது: “ஒருவன் நாள் முழுவதும் எதைப் பற்றிச் சிந்திக்கிறானோ, அதுதான் அவன்.” நம்மால் வேறு என்னவாக இருக்க முடியும்? நீங்கள் உள்வாங்கிக் கொள்கின்ற யோசனைகள், நீங்கள் சாப்பிடுகின்ற சாப்பாட்டைப் போன்றவை. சாப்பாட்டைப்போலவே, நீங்கள் அந்த யோசனைகளையும் சீரணித்தாக வேண்டும். நீங்கள் பார்க்கின்ற ஒவ்வொரு திரைப்படமும், படிக்கின்ற ஒவ்வொரு புத்தகமும், வாசிக்கின்ற ஒவ்வொரு சமூக ஊடகப் பதிவும் உங்கள் எண்ணங்கள்மீது தாக்கம் ஏற்படுத்துகின்றன.

உங்கள் நேரத்தை நீங்கள் எப்படி, யாருடன் செலவிடுகிறீர்களோ, அது உங்கள் எண்ணங்கள்மீது தாக்கம் ஏற்படுத்துகிறது. உங்கள் வாழ்வில் தாக்கம் ஏற்படுத்துகின்ற விஷயங்கள்மீது நீங்கள் கவனம் செலுத்த வேண்டியது முக்கியம். ஒரு குறுகிய காலத்திற்கு, நான் ஒரு மேடை நகைச்சுவையாளனாக ஆவதற்குப் பயிற்சி எடுத்தேன். நான் என்னுடைய முறைக்காகக் காத்திருந்தபோது, பிற நகைச்சுவையாளர்களின் பேச்சையும் அவர்களுடைய நடத்தையையும் நான் அவதானித்தேன். அவர்களுடைய நகைச்சுவைகளில் சில, எனக்குக் குமட்டல் ஏற்படுத்தக்கூடிய அளவுக்கு மிக மோசமாக இருந்தன. அவர்களுடைய யோசனைகள் என்னை பாதித்தன. அந்தக் குப்பைகளை என் தலைக்குள்ளிருந்து வெளியேற்றுவதற்கு எனக்கு ஓரிரு நாட்கள் ஆயின. சில சமயங்களில், நாம் நம்முடைய வாழ்க்கையை உற்றுப் பார்த்துவிட்டு, நாம் சகவாசம் வைத்துள்ள நபர்களும் நாம் செய்கின்ற விஷயங்களும் நம்முடைய எண்ணங்கள்மீது எதிர்மறையான தாக்கம் ஏற்படுத்துவதை நாம் கண்டறிந்தால், அந்நபர்களையும் அந்த நடவடிக்கைகளையும் நாம் மறுபரிசீலனை செய்ய வேண்டும்.

நம்முடைய எண்ணங்களை நேர்மையாக ஆய்வு செய்வது, அவை நம்முடைய வாழ்க்கையை எவ்வாறு வடிவமைக்கின்றன என்பதைப் புரிந்து கொள்ள நமக்கு உதவும். அந்தத் தெளிவு, வித்தியாசமாகச் சிந்திப்பதைத் தேர்ந்தெடுக்கவும், நாம் எதிர்கொண்டுள்ள பிரச்சனைகளை அணுகுவதற்கு ஒரு வேறுபட்ட மனப்போக்கை சுவீகரிக்கவும் நமக்கு உதவும். சரியான எண்ணங்களைத் தேர்ந்தெடுப்பது கடினமானதாக இருக்கக்கூடும். மேலும், நம்மில் பலருக்கு, அது நாம் எதிர்கொண்டுள்ள மிகப் பெரிய சவாலாக இருக்கக்கூடும். தொடக்கத்தில் அது கடினமானதாக இருந்தாலும், நம்முடைய சிந்தனைப் பழக்கங்கள்தாம் நாம் நம்முடைய வாழ்க்கையை

நம்முடைய கட்டுப்பாட்டிற்குள் கொண்டுவருவதற்கான அடித்தளமாக இருக்கின்றன. ஒவ்வொரு சூழ்நிலையிலும் எதிர்மறைச் சிந்தனைப் போக்கைத் தவிர்த்துவிட்டு, நமக்குப் பலனளிக்கக்கூடிய எண்ணங்களை நாம் தேர்ந்தெடுக்கும்போது, நாம் வெற்றி பெற உதவக்கூடிய ஓர் ஆரோக்கியமான மனப்போக்கைக் கைவசப்படுத்துவதற்கான பாதையில் நாம் அடியெடுத்து வைத்திருப்போம்.

நாம் ஏன் எதிர்மறை எண்ணங்களில் மூழ்கிக் கிடக்கிறோம்

துரதிர்ஷ்டவசமாக, எதிர்மறையாகச் சிந்திப்பது நம் இயல்பிலேயே ஊறிப் போயுள்ளது. ஆதி மனிதர்களுக்கு ஒரே ஓர் இலக்குதான் இருந்தது: உயிர்பிழைத்திருத்தல். அவர்கள் எப்போதும் ஆபத்தைக் கவனித்துக் கொண்டிருந்தால், பசியோடு இருந்த புலால் உண்ணிகளிடமிருந்து அவர்களால் தப்பித்துக் கொள்ள முடியும். ஒவ்வொரு நாளும் உணவுக்கான ஒரு சண்டையாக இருந்தது. எனவே, தங்களுடைய நாடோடிக் குழுவிற்கு வெளியே இருந்த எவரொருவரையும் அவர்களால் நம்ப முடியவில்லை. ஆபத்தின்மீது கவனம் செலுத்தியது, அவர்கள் நீண்ட காலம் வாழ்வதற்கும், தங்களுடைய மரபணுக்களைக் கடத்துவதற்கும் அவர்களுக்கு உதவியது. வேறு வார்த்தைகளில் கூறினால், எதிர்மறை எண்ணங்களில் மூழ்கிக் கிடப்பதற்கான நம்முடைய உள்ளுணர்வு, நம்மைப் பாதுகாப்பாக வைத்திருப்பதற்கு நம் மூளை கையாள்கின்ற வழியாகும். இது எதிர்மறைச் சார்பு என்று அழைக்கப்படுகிறது. இதற்கு என்ன அர்த்தம் என்றால், நேர்மறையான நிகழ்வுகளைவிட, துயரமான அல்லது அதிர்ச்சிகரமான நிகழ்வுகளையே நாம் அதிகமாக நினைவில் வைத்திருக்கிறோம். அவமானங்கள் நம் நினைவுகளில் நிரந்தரமாகப் பொறிக்கப்படுகின்றன, ஆனால் பாராட்டுகளை நினைவில் வைத்துக் கொள்ள நாம் போராடுகிறோம். ஒவ்வொரு சூழ்நிலையிலும், ஏற்படச் சாத்தியமுள்ள மிக மோசமான விளைவையே நாம் இயல்பாக அனுமானிக்கிறோம். தன்னை வந்து பார்க்கும்படி நம் மேலதிகாரி நம்மிடம் கூறும்போது, உடனடியாக நம் மனத்தில் தோன்றுகின்ற முதல் எண்ணம், “நான் ஏதேனும் தவறு செய்துள்ளேனா?” என்பதுதான். நான் பல ஆண்டுகளாகத் தொடர்பு கொண்டு பேசியிராத ஒரு நண்பருக்கு ஏதோ ஒரு திடீர் தூண்டுதலின் பேரில் நான் ஒரு தொலைபேசி அழைப்பு விடுத்தபோது, அவர் என்னிடம் கேட்ட முதல் கேள்வி, “உனக்குப் பிரச்சனை எதுவும்

இல்லையே?" என்பதுதான். ஏதோ மோசமான செய்தியைச் சொல்வதற்காகத்தான் நான் அவரை அழைத்திருந்ததாக அவர் நினைத்துவிட்டார். மோசமானவற்றை நோக்கிய இந்த இயல்பான சார்பு நம்முடைய தீர்மானம் மேற்கொள்ளும் திறனை பாதிக்கிறது.

பல நேரங்களில், இந்த எண்ணங்கள், "என்னால் முடியாது," "நான் அதைச் செய்யக்கூடாது," "என்னால் அதைச் செய்ய முடியாது," போன்றவற்றில் தொடங்கி, "ஏனெனில்," என்று தொடர்ந்து, சுயவீழ்ச்சிக்கு வித்திடுகின்ற ஒரு காரணத்துடன் நிறைவடைகின்றன. நம்மை மட்டுப்படுத்துகின்ற எண்ணங்களுக்கான சில எடுத்துக்காட்டுகள் கீழே கொடுக்கப்பட்டுள்ளன. அவற்றைப் படிக்கும்போது, "இவற்றில் எது அல்லது எவை எனக்குப் பொருந்துகின்றன?" என்று உங்களை நீங்களே கேட்டுக் கொள்ளுங்கள்.

- "நான் எல்லாவற்றையும் கச்சிதமாகச் செய்தாலொழிய நான் ஒரு தோல்வியாளன்தான்." மட்டுமீறிய சிந்தனைக்கான ஓர் எடுத்துக்காட்டு இது. ஒன்று, நாம் வெற்றி பெறுவோம் அல்லது தோல்வியுறுவோம் என்று, 'வெட்டு ஒன்று, துண்டு இரண்டு' என்று சிந்தித்தல் இது. அவை இரண்டுக்கும் நடுவே இருக்கின்ற நிலைகளை நாம் அங்கீகரிப்பதுகூட இல்லை.
- "என் காதலை அவரிடம் வெளிப்படுத்த என்னால் முடியாது. அவர் என் காதலை ஏற்றுக் கொள்ளாமல் என்னைப் பார்த்துச் சிரிக்கக்கூடும்." நாங்கள் இதை, உடனடிப் பேரழிவின்மீது கவனம் செலுத்துதல் என்று அழைக்கிறோம். ஒவ்வொரு மூலையிலும் ஆபத்து ஒளிந்து கொண்டிருப்பதாக நாம் நம்பும்போது, விரும்பத்தகாத ஒரே ஒரு நிகழ்வோ அல்லது ஒரே ஒரு விமர்சனமோ நம்முடைய ஒட்டுமொத்த வாரத்தையும் சீரழித்துவிடக்கூடும்.
- "என்னுடைய விளக்கவுரையை நான் சொதப்பிவிட்டேன். நான் என் வேலையிலிருந்து தூக்கியெறியப்படக்கூடும்." நாம் உருவாக்கியுள்ள நல்ல விளைவுகளை விடுத்து, எதிர்மறைகளை பூதாகரமாக்கி, நம்முடைய தவறுகள்மீது நாம் அதிக கவனம் செலுத்தும்போது, சூழ்நிலையின் எதார்த்தத்தை நாம் ஊதிப் பெரிதாக்குகிறோம். நீங்கள்

ஒரு தேர்வில் 90% மதிப்பெண்களை எதிர்பார்த்திருந்து, ஆனால் 75% மதிப்பெண்களை மட்டுமே பெற்றால், நீங்கள் அளவுக்கு மீறி உங்களிடம் கடுமையாக நடந்து கொள்ளுதல், நீங்கள் அக்கறை கொண்டுள்ள ஒருவருடன் நீங்கள் உரையாடியபோது நீங்கள் 'தவறான' எதையோ சொல்லிவிட்டதால் உங்களை நீங்களே தண்டித்துக் கொள்ளுதல் போன்றவை இதற்கான வேறு சில எடுத்துக்காட்டுகளாகும்.

- "நான் இன்னும் அதிகமாகச் செய்திருக்க வேண்டும், ஆனால் செய்யவில்லை." இவ்வாறு ஒப்பிடும்போது, நாம் எப்போதுமே நம்மைத் திறமையற்றவர்களாகத்தான் கருதுவோம். நாம் செய்யத் திட்டமிட்டிருந்த வேலைகளில் ஓரிரு வேலைகளை நம்மால் நிறைவேற்ற முடியாமல் போகும்போது – அதற்கு நியாயமான காரணங்கள் இருந்தால்கூட – நாம் தோற்றுவிட்டதாக நினைத்து நம்மை நாமே வசைபாடுவோம்.
- "நான் ஒரு முட்டாள். இது எல்லாமே என்னுடைய தவறுதான்." பகுத்தறிவுக்குப் புறம்பான ஒரு சிந்தனைச் செயல்முறைக்குள் நம்மை நாம் அடைத்துக் கொள்ளும்போது, நம்மை நாமே பரிதாபகரமானவர்களாக ஆக்கிக் கொள்கிறோம். மேற்குறிப்பிடப்பட்ட வாக்கியத்தில் உண்மை இல்லை, ஆனால் நாம் விரக்தியடைந்திருந்தாலோ அல்லது உணர்ச்சிரீதியாகச் சோர்வடைந்திருந்தாலோ, அந்த எதிர்மறை எண்ணங்களை நாம் நம்பிவிடுகிறோம்.
- "இது என்னுடைய தவறு அல்ல. இங்கே நான்தான் பலிகடா." எல்லாவற்றுக்கும் நம்மை நாமே குறை சொல்கின்ற, நம்மை மட்டுப்படுத்துகின்ற எண்ணங்களைப் போலன்றி, இங்கே, எதுவொன்றுக்கும் நம்மை நாம் குறை கூறுவதில்லை. ஏதேனும் தவறாகப் போகும்போது, அதற்கு எப்போதும் வேறு யாரோதான் பொறுப்பு என்று நாம் நம்புகிறோம். இந்த நம்பிக்கை – அது உண்மையாக இருந்தால்கூட – நம்மை வலுவிழக்கச் செய்து, நம்மைக் கையாலாகாதவர்களாக ஆக்கிவிடும். நாம் நிச்சயமாக அந்த நிலையில் இருக்க விரும்ப மாட்டோம்.

வாழ்வில் உண்மையான துயரத்தையும் அநீதியையும் நாம் எதிர்கொள்வதில்லை என்று மைக்கேலோ அல்லது நானோ கூறவில்லை. உண்மையில், மிக மோசமான விஷயங்கள் நிகழத்தான் செய்கின்றன. நாம் நம்முடைய கண்களைக் கட்டிக் கொண்டு, நம் முன்னால் இருக்கின்ற சவால்களை, அவை அங்கு இல்லையென்று மறுக்க வேண்டும் என்று யாரும் சொல்லிக் கொண்டிருக்கவில்லை. நாம் அவ்வாறு மறுக்கக்கூடாது. நாங்கள் என்ன சொல்ல வருகிறோம் என்றால், மிக மோசமான சூழ்நிலைகளில்கூட, நாம் என்ன சிந்திப்போம் என்பதை நம்மால் தீர்மானிக்க முடியும், அந்தத் தீர்மானங்கள் நம்முடைய செயல்கள் அல்லது செயலின்மையின்மீது தாக்கம் ஏற்படுத்தும். நாம் எதிர்கொள்கின்ற துயரங்களில் அளவுக்கதிகமான காலம் நாம் மூழ்கிக் கிடந்தால், நம்மால் ஒருபோதும் அடுத்த அடியை எடுத்து வைக்க முடியாது. நாம் அடுத்த அடியை எடுத்து வைக்காவிட்டால், வாழ்வில் உள்ள அற்புதமான விஷயங்கள் பலவற்றை நாம் தவறவிடக்கூடும்.

இங்கேதான் தேர்ந்தெடுப்பதற்கான சக்தி உள்ளே நுழைகிறது. நாம் ஒரு குறிப்பிட்ட விதத்தில் சிந்திக்கும் இயல்புடன் பிறந்திருக்கிறோம் என்பது உண்மைதான், ஆனால் அதற்காக, நம்முடைய எண்ணங்கள்மீது நமக்கு எந்தக் கட்டுப்பாடும் இல்லை என்று அர்த்தமில்லை. நாம் நம்முடைய எண்ணங்கள்மீது கவனம் செலுத்தப் பயிற்சி செய்யும்போது, அவை ஒவ்வொன்றும் நம்மீது எவ்வாறு தாக்கம் ஏற்படுத்துகின்றன என்பது குறித்த விழிப்புணர்வு நமக்கு ஏற்படுகிறது. ஒரு குறிப்பிட்டச் சூழ்நிலையில் அந்த எண்ணம் உதவிகரமாக இருக்கிறதா இல்லையா என்பதைத் தீர்மானிக்கவும், பிறகு நமக்கு அதிக ஊக்கமளிக்கின்ற ஓர் எண்ணத்தைச் செயல்படுத்தவும் அது நமக்கு வழிகோலுகிறது.

சில காலத்திற்கு முன், ஒரு மிகப் பெரிய இலாப நோக்கற்ற நிறுவனம், ஒரு நிகழ்ச்சியில் முக்கிய விருந்தினராகக் கலந்து கொண்டு ஒரு சொற்பொழிவாற்றும்படி மைக்கேலிடம் கேட்டுக் கொண்டது. அவர் அதற்குச் சம்மதித்தபோது, அது குறித்து அவர் நல்லவிதமாக உணர்ந்தார். ஆனால், அந்நிகழ்ச்சி நெருங்கியபோது, மைக்கேல் தன்னுடைய தீர்மானம் குறித்துப் பின்வருத்தம் கொண்டார்: “நான் ஏன் இதற்குச் சம்மதித்தேன்? என்னுடைய சொற்பொழிவு சிறப்பாக அமையும் என்று எனக்குத் தோன்றவில்லை. இந்தத் தலைப்பில் இத்தகைய ஒரு குழுவிடம் இதற்கு முன்பு ஒருபோதும் நான் சொற்பொழிவாற்றியதில்லை. மேலும், அவர்கள் ஏன் என்னிடம் வந்து இதைச் செய்யும்படி கேட்டனர்? அவர்கள்

என்னைவிடச் சிறந்த பேச்சாளர் ஒருவரைத் தேர்ந்தெடுத்திருக்க வேண்டும்." தனக்குள் ஓடிக் கொண்டிருந்த இந்த எண்ணப் போக்கைக் கவனித்தவுடனேயே, மைக்கேல் சுதாரித்துக் கொண்டு, "நான் என்ன நினைத்துக் கொண்டிருக்கிறேன்? நான் நூற்றுக்கணக்கான சொற்பொழிவுகள் நிகழ்த்தியிருக்கிறேன். அவற்றில் பெரும்பாலானவை சிறப்பாகவே அமைந்திருந்தன. இந்த நிறுவனம் ஏதோ ஒரு காரணத்திற்காகத்தான் என்னைத் தேர்ந்தெடுத்துள்ளது. நான் இப்போது செய்ய வேண்டியதெல்லாம், அவர்கள் சரியான தீர்மானத்தைத்தான் எடுத்துள்ளனர் என்பதை அவர்களுக்கும் எனக்கும் நிரூபித்துக் காட்டுவதுதான்," என்று தனக்குத் தானே கூறிக் கொண்டார். பிறகு அவர் தன்னுடைய சொற்பொழிவைத் தயாரிக்கும் வேலையில் இறங்கினார். அவர் அந்தக் குழுவினரைப் பற்றி ஆராய்ச்சி மேற்கொண்டுவிட்டு, வழக்கத்தைவிட இரண்டு மடங்கு தன்னைத் தயார்படுத்திக் கொள்வதற்குத் தன்னை அர்ப்பணித்தார். அந்நிகழ்ச்சியில் அவர் அறிமுகம் செய்து வைக்கப்பட்டபோது, மைக்கேல் அங்கிருந்த பார்வையாளர்களைப் பார்த்துப் புன்னகைத்துவிட்டு, உண்மையிலேயே தன் இதயத்திலிருந்து பேசத் தொடங்கினார். ஒரு கட்டத்தில், அவருடைய உட்குரல், "இது அற்புதமாகப் போய்க் கொண்டிருக்கிறது. நான் இதை அடிக்கடிச் செய்ய வேண்டும்," என்று கூறியது அவருக்குக் கேட்டது. அவர் இவ்வாறு சிந்தித்தபோது, ஒரு புதுப்பிக்கப்பட்ட ஆற்றலையும், தன்னுடைய பார்வையாளர்களுடனான ஒரு பிணைப்பையும் அவர் ஆழமாக உணர்ந்தார். அக்கணத்தில், வருங்காலத்தில் தான் அதிகமான சொற்பொழிவுகளை நிகழ்த்த விரும்பியதை அவர் அறிந்தார். அந்நிகழ்ச்சி முடிந்ததும், மைக்கேலின் பேச்சு, தாங்கள் அதுவரை கேட்டிருந்த மிகவும் உத்வேகமூட்டும் சொற்பொழிவுகளில் ஒன்று என்று அந்நிகழ்ச்சியை ஏற்பாடு செய்திருந்தவர்கள் அவரிடம் கூறினர். தனக்குள் எழுந்த மட்டுப்படுத்தும் எண்ணங்களை ஒதுக்கித் தள்ளிவிட்டு, அவற்றின் இடத்தில், வலிமையூட்டக்கூடிய எண்ணங்களைத் தான் நிலைப்படுத்தியிருக்காவிட்டால், அன்று தன்னால் அவ்வளவு சிறப்பாகப் பேசியிருந்திருக்க முடியாது என்று மைக்கேல் கூறுகிறார்.

சரியான எண்ணங்களைத் தேர்ந்தெடுங்கள்

ஆக்கபூர்வமான எண்ணங்களைத் தேர்ந்தெடுப்பது, குறிப்பாக, நம்பிக்கை இழக்கச் செய்கின்ற சூழல்களை நாம்

எதிர்கொள்ளும்போது, கடினமானதாக இருக்கக்கூடும். ஆனால், ஊக்கமிழக்கச் செய்கின்ற எண்ணங்களிலிருந்து மீள்வது, நாம் சிந்திக்கும் விதத்தை மாற்றுவதுபோல எளிமையானது. அதை இக்கணமே நாம் தொடங்கலாம். மேம்பட்ட எண்ணங்களைத் தேர்ந்தெடுக்கும்போது, இந்த மூன்று உத்திகளை நினைவில் வைத்திடுங்கள். ஒரு நேரத்தில் ஒரே ஓர் உத்தியை மட்டும் முயற்சித்துப் பார்க்கும்படி நாங்கள் உங்களுக்குப் பரிந்துரைக்கிறோம்:

- எதிர்மறை எண்ணங்களை, ஆபத்தை முன்னறிவிக்கின்ற ஓர் அபாய எச்சரிக்கையாகப் பயன்படுத்திக் கொள்ளுங்கள்.
- உங்களுடைய எண்ணங்களை மறுவடிவமைப்பு செய்யுங்கள்
- சுயபிரகடனங்களைப் பயிற்சி செய்யுங்கள்

எதிர்மறை எண்ணங்களை, ஆபத்தை முன்னறிவிக்கின்ற ஓர் அபாய எச்சரிக்கையாகப் பயன்படுத்திக் கொள்ளுங்கள்

சில நேரங்களில் எதிர்மறை எண்ணங்கள் நமக்கு உதவக்கூடும். உங்கள் காரில் 'எண்ணெய் குறைவாக உள்ளது' என்று காட்டுகின்ற விளக்கைப்போல அது செயல்படக்கூடும். அந்த விளக்கு எரிவதைப் பார்ப்பது நமக்கு மகிழ்ச்சியளிப்பதில்லை, ஆனால், நாம் அது குறித்து நன்றியுணர்வு கொள்கிறோம். ஏனெனில், நாம் ஏதேனும் செய்யாவிட்டால், இன்னும் பெரியதொரு பிரச்சனையை நாம் எதிர்கொள்வோம் என்று அது நம்மிடம் கூறுகிறது. எதிர்மறை எண்ணங்களையும் உணர்ச்சிகளையும் இதே வழியில் நம்மால் பயன்படுத்த முடியும். அவற்றைப் பற்றிய பிரக்ஞை நமக்கு ஏற்பட்ட உடனேயே, நின்று நிதானித்து, "இந்த எண்ணம் அல்லது உணர்ச்சி என்னிடம் என்ன சொல்லிக் கொண்டிருக்கிறது? இந்தச் சூழ்நிலை மேலும் மோசமடைவதைத் தடுப்பதற்கு இப்போது நான் என்ன செய்ய வேண்டும்?" என்று உங்களை நீங்களே கேட்டுக் கொள்ளுங்கள்.

பில்லர் டெக்னாலஜீஸ் நிறுவனத்தின் தலைவர் மற்றும் துணை நிறுவனர் என்ற முறையில், அலெக்ஸ் ஷ¯வார்ஸ்காஃப், சிறப்பாகச் செயல்படுவதற்கான அழுத்தத்திற்குத் தன்னைத் தானே ஆட்படுத்திக் கொண்டார். கட்டுமானப் பணிகள் நடைபெறுகின்ற இடங்களில்

ஒப்பந்தக்காரர்கள் பயன்படுத்துவதற்காக இடர் மேலாண்மை தொழில்நுட்பத்தை அவருடைய நிறுவனம் உருவாக்கியது. அது ஒரு பெரிய வேலை. பல மாதங்களாக வாரத்திற்கு அறுபது மணிநேரத்திற்கு மேல் வேலை செய்து, நள்ளிரவில் வந்த மின்னஞ்சல்களுக்குக்கூட பதிலளித்து, தன்னுடைய குழுவுடன் இணைந்து பிரச்சனைகளுக்குத் தீர்வு கண்ட பிறகு, அந்தக் களேபரம் அவருடைய மகிழ்ச்சியைப் பறிக்கத் தொடங்கியிருந்தது. ஏதோ மாற்றப்பட வேண்டியிருந்ததை அவர் அறிந்தார்.

அலெக்ஸ் தன்னுடைய சிந்தனைகளையும் தன்னுடைய உணர்வுகளையும் உன்னிப்பாக கவனிக்கத் தொடங்கினார். தான் அடிக்கடி எதிர்மறை எண்ணச் சுழற்சிகளை ஊக்குவித்துக் கொண்டிருந்ததை அவர் கவனித்தார். ஓர் எண்ணம் அவருடைய சுயமதிப்பின்மீது கவனம் செலுத்தியது ("நான் இதில் திறமையற்றவன். இதில் ஒருபோதும் என்னால் வெற்றி பெற முடியாது"); இன்னொன்று, தன்னை அவர் கடுமையாக எடைபோட்டு வைத்திருந்ததை வலுப்படுத்தியது ("நான் ஓர் உதவாக்கரை. என்னால் எதையும் சரியாகச் செய்ய முடியாது"). அவருடைய வாழ்க்கை நல்லவிதமாகப் போய்க் கொண்டிருந்தபோதிலும், தன்னைவிட அதிகமான வெற்றியையும் பணத்தையும் நண்பர்களையும் பெற்றிருந்ததாக அவர் கருதிய நபர்களுடன் அவர் தன்னை ஒப்பிட்டார்.

அவர் இந்த எண்ணச் சுழற்சிகளை அவதானித்தப் பிறகு, "நான்தான் இவற்றை உருவாக்கிக் கொண்டிருக்கிறேன். அந்தக் கதைகளும் அந்த எண்ணங்களும் என்னைக் கவலைக்கு உள்ளாக்குகின்றன. ஆனால், அவை உண்மையல்ல என்பதை நான் அறிவேன்," என்று கூறினார். நம்மில் பலரைப்போலவே, அலெக்ஸும், தன்னுடைய எதிர்மறை எண்ணங்களை உண்மை என்று நம்பும் பழக்கத்திற்குள் விழுந்திருந்தார். உண்மை என்னவென்றால், அந்த எதிர்மறை எண்ணங்கள், அவர் தன்னைப் பற்றியும் மற்றவர்களைப் பற்றியும் உருவாக்கி வைத்திருந்த பொய்யான புனைவுகளே. நாம் அவற்றின்மீது மட்டுமீறிய நம்பிக்கை வைக்கும்போது, அந்த எதிர்மறை எண்ணங்கள் மிகவும் ஆபத்தானவையாக மாறிவிடுகின்றன. அவை நம்முடைய தீர்மானங்களை மட்டுமல்லாமல், நம்முடைய மனநிலைகளையும் பாதிக்கின்றன. இந்த நச்சுச் சுழற்சியை முறிப்பதற்கு, அந்த எதிர்மறைக் கதைகளை நம்புவதை நிறுத்திவிட்டு, நமக்கு வலுவூட்டக்கூடிய ஒரு நிலையிலிருந்து நாம் செயல்பட வேண்டும்.

அலெக்ஸின் விஷயத்தில், சுயவீழ்ச்சிக்கு வித்திட்ட

எண்ணங்கள் அவருக்கு மனச்சோர்வை ஏற்படுத்தின. தனக்கு உதவி தேவை என்பதை அவர் உணர்வதற்கு முன்பாகவே, இரண்டு முறை, உடல்ரீதியாகவும் உணர்ச்சிரீதியாகவும் உளரீதியாகவும் அவர் முற்றிலும் திக்குமுக்காடிப் போயிருந்தார். "நான் அத்தகைய திக்குமுக்காடல் உணர்வை அனுபவிக்க விரும்பவில்லை என்பதையும், அது குறித்து நான் ஏதேனும் செய்தாக வேண்டியிருந்ததையும் நான் அறிந்திருந்தேன்," என்று அலெக்ஸ் கூறினார். அவர் தன்னுடைய உடலுக்கும் மனத்திற்கும் புத்துணர்ச்சியூட்டுவதற்காக, இயற்கை எழில் கொஞ்சிய ஓரிடத்திற்குச் சென்று சில நாட்கள் ஓய்வெடுத்துவிட்டு வந்தார். அவர் திரும்பி வந்த பிறகு, தன்னுடைய எதிர்மறை எண்ணப் போக்குகளுக்கான மூலகாரணத்தைக் கண்டறிவதற்காக, பல்வேறு வகையான மனநலச் சிகிச்சைகளுக்கு உட்படுவதில் பதினெட்டு மாதங்களை அவர் செலவிட்டார். அதன் மூலம், பயனற்ற அந்த எண்ணப் போக்குகளை அடையாளம் கண்டுகொள்ள உதவக்கூடிய ஒரு சில உத்திகளை அவர் கைவசப்படுத்தினார்.

இப்போது, அவர் கவலை கொள்ளத் தொடங்குகின்ற உடனேயே, சிவப்பு விளக்குகள் பளிச்சிட்டு சைரன்கள் ஊளையிட்டு ஆபத்தை முன்னறிவிப்பதுபோல அவர் அதைக் கருதுகிறார். ஒரு நாள் காலையில் அவர் கண்விழித்தபோது, அவர் மிகுந்த கவலையாலும் மனச்சோர்வாலும் ஆட்கொள்ளப்பட்டிருந்தார். கடந்தகாலத்தில், இது அவருடைய ஒட்டுமொத்த நாளையும் தடம்புரளச் செய்திருக்கும். ஆனால், தன்னுடைய கவலையை ஓர் எச்சரிக்கைச் சமிக்கையாகப் பார்க்க அவர் கற்றுக் கொண்டிருந்ததால், அவர் தன்னுடைய குழுவினரை ஒன்றுதிரட்டினார். கவலையில் உழன்று கொண்டிருப்பதற்குப் பதிலாக, தன்னைத் தொந்தரவு செய்து கொண்டிருந்த வாடிக்கையாளர் பிரச்சனையைப் பற்றித் தனக்குத் தெரிந்த விஷயங்களை அவர் தன் குழுவினரிடம் பகிர்ந்து கொண்டு, அதைக் கையாள்வதற்கு அவர்களுடைய உதவியை நாடினார். சில நிமிடங்களில், அவர்கள் அனைவரும் சேர்ந்து ஒரு தீர்வைக் கண்டுபிடித்து அவருக்கு வழங்கினர். இது உடனடியாக அவருடைய கவலையைப் போக்கியது. தன்னுடைய எதிர்மறைச் சார்பைக் கண்டுகொண்டு அது குறித்து நடவடிக்கை எடுப்பதற்கு அவர் எவ்வளவு அதிக முயற்சி மேற்கொண்டாரோ, ஓர் எதிர்மறை எண்ணப் போக்கைத் தன்னால் தகர்த்தெறிய முடியும் என்ற தன்னம்பிக்கையை அவர் அவ்வளவு அதிகமாக உணர்ந்தார். வெறுமனே எதிர்மறை எண்ணங்களுக்குள் சிக்கிக் கிடப்பது

ஒரு பாழுங்கிணற்றுக்குள் நம்மைத் தள்ளிவிடுவதைப்போலவே, நேர்மறை எண்ணங்கள்மீது கவனம் செலுத்துவது நம்மைக் கைதூக்கிவிட்டு, நமக்கு வலுவூட்டக்கூடிய ஒரு சூழற்சியை உருவாக்குகிறது.

அடுத்த முறை நீங்கள் ஓர் எதிர்மறை எண்ணத்தை உணரும்போது, அதை ஓர் எச்சரிக்கைச் சமிக்கையாகக் கருதுங்கள். முதலில், சற்று நிதானித்து, “இந்த எண்ணம் என்னிடம் என்ன சொல்லிக் கொண்டிருக்கிறது?” என்று உங்களை நீங்களே கேட்டுக் கொள்ளுங்கள். பிறகு, “இப்போது நான் என்ன செய்ய வேண்டும்?” என்று கேளுங்கள். அந்த எதிர்மறை எண்ணத்தைக் களைவதற்கு நீங்கள் என்ன நடவடிக்கை எடுக்க வேண்டும் என்று தீர்மானியுங்கள்.

உங்கள் எண்ணங்களை மறுவடிவமைப்பு செய்யுங்கள்

சரியான எண்ணங்களைத் தேர்ந்தெடுப்பதற்கான இன்னொரு வழி, அவற்றை மறுவடிவமைப்பு செய்வதாகும். அதாவது, அந்த எதிர்மறை எண்ணத்தை எடுத்துக் கொண்டு, “இதை எனக்கு உதவக்கூடிய ஒன்றாக எவ்வாறு நான் பார்ப்பது?” என்று கேளுங்கள்.

ஆர்ட்டிஸ் ஸ்டீவென்ஸ், உயர்நிலைப் பள்ளியில் படித்துக் கொண்டிருந்தபோது ஒரு பிரபலமான கால்பந்து விளையாட்டு வீரராகத் திகழ்ந்தார். ஜார்ஜியா பல்கலைக்கழக அணியில் சேர்ந்து விளையாடுவது அவருடைய கனவாக இருந்தது. அவர் பல ஆண்டுகளாக அதற்காகப் பயிற்சி செய்தார். அவர் தன்னுடைய இலக்கிற்குத் தன்னை முழுமையாக அர்ப்பணித்தார். இறுதியில், அவர் அந்த அணியில் விளையாடுவதற்காகத் தேர்ந்தெடுக்கப்பட்டார். ஆனால், துரதிர்ஷ்டவசமாக, அவருடைய ஒரு கால் மிக மோசமாகக் காயமுற்றது. இனி அவரால் மீண்டும் ஒருபோதும் ஓர் உயரிய நிலையில் கால்பந்து விளையாட முடியாது என்று மருத்துவர்கள் அவரிடம் தெரிவித்தனர்.

“நான் அதைக் கேட்டபோது, என் கனவு எரிந்து சாம்பலானதை நான் பார்த்துக் கொண்டிருந்ததைப்போல இருந்தது,” என்று ஆர்ட்டிஸ் கூறினார்.

ஆர்ட்டிஸ் கடும் மனச்சோர்வுக்கு ஆளானார். அவருடைய நண்பர்களும் குடும்பத்தினரும் சமூகத்தினரும் அவருடைய உதவிக்கு வந்தனர். நீண்டகால நோக்கில் பார்க்கும்போது, பள்ளியில் சிறப்பாகக் கற்றுத் தேர்வதைவிடக் கால்பந்து விளையாடுவது அவ்வளவு முக்கியமல்ல என்பதை

அவர் உணர்ந்து கொள்ள அவர்கள் அவருக்கு உதவினர். தனக்கென்று அவர் கொண்டிருந்த முன்னோக்கு குறித்து அவர்கள் கேள்வி கேட்டனர், அவருடைய சூழ்நிலையை ஒரு புதிய கண்ணோட்டத்தில் பார்க்க அவரை ஊக்குவித்தனர். “நான் என்னுடைய எண்ணங்களையும் வெற்றிக்கான என்னுடைய வரையறையையும் மாற்றியதுதான் என்னுடைய திருப்புமுனையாக அமைந்தது. கால்பந்துத் திடலில் வெற்றி பெறுவதுதான் உண்மையான வெற்றி என்று முன்பு நான் என்னிடம் கூறி வந்திருந்தேன். ஆனால், வெற்றி என்பது நான் என்னுடைய குறிக்கோளுடன் ஒத்திசைவாக இருப்பதைப் பற்றியது என்று வெற்றிக்கான வரையறையை நான் மாற்றியபோது, என்னுடைய முந்தைய முயற்சிகள் எதுவும் வீணானவை அல்ல என்பதை நான் உணர்ந்தேன். கால்பந்து விளையாடியதன் மூலம் நான் என்னிடம் வளர்த்திருந்த திறமைகளை என்னுடைய படிப்பில் வெற்றி பெறுவதற்கு என்னால் பயன்படுத்திக் கொள்ள முடியும் என்பதை நான் உணர்ந்தேன். என்னுடைய கடின உழைப்பை, என்னுடைய அடுத்த சவாலுக்கான பயிற்சியாக நான் பார்க்கத் தொடங்கினேன்,” என்று ஆர்ட்டிஸ் கூறினார். விளையாட்டின் அடிப்படையில் அல்லாமல் கல்வித் தகுதியின் அடிப்படையில் அவர் ஜார்ஜியா பல்கலைக்கழகத்தில் சேர்ந்தபோது, அவர் சரியான அணுகுமுறையைத்தான் தேர்ந்தெடுத்திருந்தார் என்பது உறுதிப்படுத்தப்பட்டது. “நான் அடைய விரும்பிய இடத்தை அடைவதற்கு நான் மிகக் கடுமையாக உழைக்க வேண்டும் என்பதை நான் எப்போதும் அறிந்திருந்தேன். என்னுடைய கனவுகளை அடைய வேண்டும் என்பதுதான் இன்னும் என்னுடைய கனவாக இருந்தது. ஆனால், அவற்றை நான் ஒரு வேறுபட்ட வழியில் அடைந்து கொண்டிருந்தேன்.”

வெற்றியைப் பற்றிய தன்னுடைய எண்ணத்தை அவர் மறுவரையறைசெய்தவுடன், முற்றிலும் புதிய சாத்தியக்கூறுகளை அது திறந்துவிட்டது. அவர் தன்னுடைய கல்லூரியில் சிறப்பாகப் படித்துப் பட்டம் பெற்றதோடு மட்டுமல்லாமல், தன்னுடைய தொழில்வாழ்க்கையிலும் விரைவாக உயரங்களைத் தொட்டார். இன்று, ‘பிக் பிரதர்ஸ் பிக் சிஸ்டர்ஸ் ஆஃப் அமெரிக்கா’ என்ற நிறுவனத்தின் தலைவராகவும் தலைமை நிர்வாக அதிகாரியாகவும் அவர் செயல்பட்டுக் கொண்டிருக்கிறார். இளவயதில் தான் கற்றுக் கொண்ட அதே உள்நோக்கை அவர் தன்னுடைய நிறுவனத்திற்குள்ளும் பரப்புகிறார். வெற்றி மற்றும் தோல்விக்கான வரையறைகள் குறித்துக் கேள்வி கேட்டு அவற்றை மறுவடிவமைப்பு

செய்வது, உங்கள் வாழ்க்கையை உங்கள் கட்டுப்பாட்டிற்குள் கொண்டுவருவதற்கும், நீங்கள் உண்மையிலேயே விரும்புகின்ற வாழ்க்கையை வாழ்வதற்குமான மிக முக்கியமான ஒரு நடவடிக்கையாக இருக்கக்கூடும்.

ஒரு குறிப்பிட்டச் சூழ்நிலையைப் பற்றி நாம் சிந்திக்கும் விதத்தை மறுவரையறை செய்ய வேண்டிய பல தருணங்களை நாம் அனைவருமே நம் வாழ்வில் எதிர்கொள்வோம். அது எப்போதும் வெற்றியையும் தோல்வியையும் பற்றியதாக இருக்க வேண்டிய அவசியமில்லை. ஒருவேளை, ஒரு வாய்ப்பை நாம் பார்க்கின்ற விதத்தையோ அல்லது ஓர் உறவைப் பற்றி நாம் சிந்திக்கின்ற விதத்தையோ நாம் மறுபரிசீலனை செய்ய வேண்டியிருக்கலாம். நம்முடைய எண்ணங்களை மறுவடிவமைத்தல் என்பது நம் வாழ்க்கை நெடுகிலும் நாம் பயிற்சி செய்ய வேண்டிய ஒரு திறமையாகும். அப்படியானால், நம்முடைய எண்ணங்களை மறுவடிவமைப்பு செய்வதற்கான வழிகள் எவை? இதோ ஒரு சில யோசனைகள்:

- முதலில், நீங்கள் சிந்தித்துக் கொண்டிருக்கின்ற விஷயம் குறித்துத் தெளிவாக இருங்கள். ஆர்ட்டிஸின் விஷயத்தில், வாழ்வில் வெற்றி என்பது கால்பந்து விளையாட்டில் பெறும் வெற்றியைச் சார்ந்திருந்ததாக அவர் நம்பினார். உங்கள் எண்ணங்கள் என்ன என்பதை நீங்கள் அறிந்திருந்தாலொழிய, அவற்றை உங்களால் மறுவடிவமைப்பு செய்ய முடியாது.
- இரண்டாவதாக, உங்கள் எண்ணத்தைக் கேள்விக்கு உட்படுத்துங்கள். "இதை வேறு எந்த விதத்தில் என்னால் பார்க்க முடியும்?" என்று உங்களை நீங்களே கேட்டுக் கொள்ளுங்கள். அந்த மாற்றுக் கண்ணோட்டத்தைக் கருத்தில் கொள்ளுங்கள். "என்னுடைய வெற்றி கால்பந்தைச் சார்ந்துள்ளது," என்பது ஆர்ட்டிஸின் நம்பிக்கையாக இருந்தால், "என்னுடைய வெற்றி கால்பந்தைச் சார்ந்ததல்ல," என்று அவர் கூறலாம். கூடவே, கடைசியாக 'ஏனெனில்' என்ற வார்த்தையை அவர் சேர்த்துக் கொள்ளலாம். "என்னுடைய வெற்றி கால்பந்தைச் சார்ந்ததல்ல. ஏனெனில், ..." பிறகு அவர் சில காரணங்களைப் பற்றிச் சிந்திக்கலாம். எடுத்துக்காட்டாக, "என்னுடைய வெற்றி கால்பந்தைச் சார்ந்ததல்ல. ஏனெனில், வெறும் ஒரு விளையாட்டு மட்டுமே என் வாழ்க்கை அல்ல. அது

அதைவிட மேலானது. எனக்கு வேறு பல திறமைகள் இருக்கின்றன. நான் அறிவார்ந்தவன், கடினமாக உழைப்பவன், விடாமுயற்சியுடன் செயல்படுபவன். என்னுடைய நண்பர்களுக்கும் குடும்பத்தாருக்கும் என்னால் பங்களிக்க முடியும்," என்று அவர் கூறலாம்.

- மூன்றாவதாக, நீங்கள் கொடுத்துள்ள இந்த அறிக்கைக்கு ஆதரவாக ஏதோ ஒன்றைச் செய்யுங்கள். அது பெரிதாக இருக்க வேண்டியதில்லை, ஆனால் ஏதேனும் செய்யுங்கள். அடுத்த நடவடிக்கைக்கு இட்டுச் சென்று, செயல்வேகத்தை உருவாக்கக்கூடிய ஒன்றாக அது இருக்கலாம். ஆர்ட்டிஸின் விஷயத்தை எடுத்துக் கொண்டால், தன்னிடம் அவர்கள் பார்த்தத் திறமைகளைப் பற்றி அவர் ஒரு நண்பரிடமோ அல்லது குடும்ப உறுப்பினரிடமோ கேட்டிருக்கக்கூடும்; ஜார்ஜியா பல்கலைக்கழகத்தில் சேர்வதற்குத் தேவையான தகுதித் தேவைகளைப் பற்றி இணையத்தில் அவர் தேடியிருக்கக்கூடும்; அல்லது, மேற்குறிப்பிடப்பட்டுள்ள வாக்கியத்தை அவர் வெறுமனே எழுதியிருக்கக்கூடும். நீங்கள் மேற்கொள்ளும் நடவடிக்கை உங்களை ஒரு புதிய, ஆக்கபூர்வமான திசையில் உந்தித் தள்ளினாலொழிய, நீங்கள் என்ன நடவடிக்கை எடுக்கிறீர்கள் என்பது ஒரு பொருட்டே அல்ல.

உங்கள் எண்ணங்களை மறுவடிவமைப்பு செய்வது ஒரு தசையை வளர்த்தெடுப்பதைப் போன்றது. நீங்கள் அதை எவ்வளவு அதிகமாகச் செய்கிறீர்களோ, நீங்கள் அவ்வளவு அதிக வலிமையடைகிறீர்கள். அடுத்த முறை, உங்களுக்குள் உருவாகின்ற ஒரு மட்டுப்படுத்தும் நம்பிக்கையை அல்லது எதிர்மறை எண்ணத்தை நீங்கள் கவனிக்கும்போது, இந்த உத்தியைப் பயிற்சி செய்யுங்கள். அப்போது, எண்ணங்களை மறுவடிவமைப்பு செய்வது எப்படி எல்லாவற்றையும் மாற்றத் தொடங்குகிறது என்பதை நீங்கள் காண்பீர்கள்.

சுயபிரகடனங்களைப் பயிற்சி செய்யுங்கள்

சுயபிரகடனம் என்ற வார்த்தையைப் பெரும்பாலான மக்கள் கேள்விப்பட்டுள்ளனர். இது நெடுங்காலமாகப் புழக்கத்தில் இருந்து வந்துள்ளது. அதற்கு ஒரு காரணம் இருக்கிறது:

சுயபிரகடனங்கள் பலனளிக்கின்றன. எளிமையாகச் சொன்னால், ஒரு சுயபிரகடனம் என்பது நீங்கள் உங்களிடத்தில் உருவாக்கிக் கொள்ள விரும்புகின்ற ஒரு நம்பிக்கையை வலுப்படுத்துவதற்கு நீங்கள் மீண்டும் மீண்டும் சொல்கின்ற ஒரு வார்த்தை அல்லது சொற்றொடராகும். எடைகளைத் தூக்கிப் பயிற்சி செய்வது எப்படித் தசைகளை பலப்படுத்தி அவற்றை வளர்த்தெடுக்கிறதோ, அதேபோல, சுயபிரகடனங்களைக் கூறுவது உங்கள் மனத்தை பலப்படுத்தி அதைப் பக்குவப்படுத்துகிறது. சுயபிரகடனங்கள் என்பவை நீங்கள் சிந்திக்க விரும்புகின்ற எண்ணங்களுக்கு வலுவேற்றுவதற்கும், உங்களைப் பின்னுக்கு இழுத்துப் பிடிக்கின்ற எண்ணங்களைப் பொய்ப்பிப்பதற்குமான ஒரு வழியாகும். எல்லோரும் அவற்றைப் பயன்படுத்த வேண்டும் என்று நாங்கள் நம்புகிறோம்.

நம்முடைய சுயபிரகடனங்களைத் தேர்ந்தெடுக்கும்போது, ஒரு சில முக்கியமான விஷயங்களை நாம் நினைவில் வைத்துக் கொள்ள வேண்டும். முதலில், நமக்கு நாமே கூறிக் கொள்கின்ற சுயபிரகடனத்தின்மீது நாம் நம்பிக்கை கொள்ள வேண்டும். நாம் சொல்லிக் கொண்டிருப்பதில் நமக்கு நம்பிக்கை இல்லை என்றால், சுயபிரகடனங்கள் வேலை செய்யாது. இரண்டாவதாக, நாம் நனவாக்க விரும்புகின்ற ஒரு விஷயம் ஏற்கனவே நிகழ்ந்து கொண்டிருப்பதுபோல, சுயபிரகடனங்கள் நிகழ்கால வாக்கியங்களாக எழுதி வைக்கப்படவும் சொல்லப்படவும் வேண்டும். மூன்றாவதாக, 'எதிர்மறையான' சுயபிரகடனங்களைப் பயன்படுத்துவதைத் தவிர்த்துவிடுங்கள். எடுத்துக்காட்டாக, "நான் கவலைப்படுவதை நிறுத்துவேன்," என்று கூறுவதற்குப் பதிலாக, "நான் அமைதியாகவும் நிம்மதியாகவும் இருக்கிறேன்," என்று நாம் கூறலாம். இறுதியாக, சுயபிரகடனங்களிலிருந்து அதிகபட்சப் பலன்களைப் பெறுவதற்கு அவற்றைத் தினமும் பயன்படுத்துங்கள். ஆரோக்கியமாக இருப்பதற்கு நாம் எப்படித் தினமும் உடற்பயிற்சி செய்யவும் சரியான உணவைச் சாப்பிடவும் வேண்டுமோ, அதுபோல, நம்முடைய சுயபிரகடனங்களை உள்ளடக்கிய ஒரு தினசரி வழக்கமும் நமக்குத் தேவை.

நீங்கள் கருத்தில் கொள்ளத்தக்க ஒரு சில சுயபிரகடனங்கள் இதோ:

- "வாழ்வில் நான் அடைய விரும்புகின்றவற்றை அடைவதற்கான வலிமையும் திறனும் கொண்டவன் நான்."

- “ஒவ்வொரு நாளும் நான் மேம்படுகிறேன், நான் சிறப்புறுகிறேன்.”
- “நான் சக்தி வாய்ந்தவன்.”
- “நான் வெற்றி பெறத் தேவையான எல்லாமே என்னுள் ஏற்கனவே இருக்கிறது.”

நீங்கள் உங்களுடைய சுயபிரகடன வாசகத்தை ஓர் ஒற்றை வார்த்தை அளவுக்குக்கூடச் சுருக்கிக் கொள்ளலாம். மைக்கேல், ஒவ்வோர் ஆண்டும், உற்சாகம், நடவடிக்கை, மகிழ்ச்சி, ஒழுங்கு போன்ற ஏதேனும் ஓர் ஒற்றை வார்த்தையைத் தேர்ந்தெடுத்து, அந்த ஆண்டு முழுவதும் அந்த வார்த்தையின்மீது கவனம் செலுத்துவதைப் பல ஆண்டுகளாகச் செய்து வந்தார். நாம் நேசிக்கின்றவர்களுக்காக நாம் சுயபிரகடனங்களை உருவாக்கிக் கொடுக்கலாம்.

கமீல் சாங் கில்மோரின் மகன்கள் இருவருக்குமே ஆட்டிசம் கோளாறு இருந்தது கண்டுபிடிக்கப்பட்டபோது, மூத்தவனுக்கு நான்கு வயது, இளையவனுக்கு ஐந்து வயது. இதைக் கேட்டவுடன் அதிர்ச்சியடைந்த கமீல், தன் அறைக்குள் சென்று தன்னை அடைத்துக் கொண்டு அழத் தொடங்கிவிட்டார். “எனக்கு ஏன் இந்தச் சோதனை?” என்று அவர் நினைத்தார். சிறிது நேரம் அழுது புலம்பிய பிறகு, தன்னுடைய எதிர்மறை எண்ணங்களை உணர்ந்து கொண்டு, இது தன்னைப் பற்றிய விஷயமல்ல, மாறாக, இது தன்னுடைய மகன்களைப் பற்றியது என்பதைத் தனக்குத் தானே நினைவூட்டிக் கொண்டு, செயலில் இறங்குவதற்கான நேரம் வந்துவிட்டதென்று அவர் தீர்மானித்தார்.

கமீல் தன்னுடைய மனச்சிறையிலிருந்து விடுபட்டு, தன்னுடைய மகன்களுக்கு உதவுவதற்கான நடவடிக்கைகளை மேற்கொண்டார். அவர் அவர்களுக்கு மிகச் சிறந்த சிகிச்சைகளைக் கண்டறிந்ததோடு, அவர்களுக்கு வீட்டிலிருந்து கற்றுக் கொடுப்பதற்கு நல்ல ஆசிரியர்களையும் தேடிக் கண்டுபிடித்தார். ஆனால், அவர் தன் மகன்களுக்குச் செய்த மிக முக்கியமான விஷயம், ஒரு சுயபிரகடனத்தை அவர்களோடு பகிர்ந்து கொண்டதுதான். ஒவ்வொரு நாளும், அவர் தன் மகன்களிடம், “நீங்கள் ...,” என்று கூறினார். பதிலுக்கு அக்குழந்தைகள், “மகத்துவத்தை அடையப் பிறந்தவர்கள்!” என்று கூறினர். அவர்கள் இவ்வாறு தங்கள் குழந்தைப்பருவம் நெடுகிலும் தொண்டை கிழியக் கத்தினர்.

கமீலின் மகன்கள் இப்போது தங்கள் இருபதுகளில்

இருக்கின்றனர். அவர்கள் இருவருமே பல்கலைக்கழகங்களில் சேர்ந்து படித்துக் கொண்டிருக்கின்றனர். அவர்களுடைய தாயின் ஊக்குவிப்பும், வீட்டிலிருந்து கற்றுக் கொடுத்த ஆசிரியர்களின் ஆதரவும், அவர்களுடைய தன்னம்பிக்கையும் சுய உறுதிப்பாடும் அவர்களை வெற்றிக்கு இட்டுச் சென்றுள்ளன. தன்னுடைய எதிர்மறை எண்ணங்கள் தன்னை ஆட்கொண்டு தன்மீது ஆதிக்கம் செலுத்தாமல் இருப்பதை உறுதி செய்வதற்காகக் கமீல் கடினமாக உழைத்தார். நேர்மறையாக இருப்பதற்கு அவர் தன் மகன்களுக்கும் பயிற்சியளித்தார்.

மற்றவர்களுக்கு உத்வேகமளிப்பது உங்கள் கனவாக இருந்தால், "மற்றவர்கள் தங்களுடைய சிறந்த வாழ்க்கையை வாழ்வதற்கு அவர்களுக்கு நான் உத்வேகமூட்டுகிறேன்," என்று நீங்கள் உங்களுக்குள் கூறிக் கொள்ளலாம். உங்களுடைய சுயபிரகடனங்களை உருவாக்கும்போது, செயல்வினைகளைக் குறிக்கின்ற வார்த்தைகளைப் பயன்படுத்துங்கள். அந்த வார்த்தைகள் உங்கள் நோக்கத்துடன் இசைவாக இருக்க வேண்டும்.

நீங்கள் சுயபிரகடனங்களை எழுதி வைத்திருக்கிறீர்களா? இல்லை என்றால், மைக்கேலும் நானும் உங்களுக்கு விடுக்கும் சவால் இதோ: இப்புத்தகத்தைப் படிப்பதை உடனே நிறுத்திவிட்டு, உங்களைத் தன்னம்பிக்கையால் நிரப்பக்கூடிய ஒரு சுயபிரகடனத்தை வரையறுத்து, அதை எழுதி வைத்துக் கொண்டு, காலையில் ஒரு முறை, இரவில் ஒரு முறை, மற்ற நேரங்களில் மூன்று முறை என்று தினமும் குறைந்தபட்சம் ஐந்து முறையாவது அதை வாய்விட்டுக் கூறுங்கள். பல ஆண்டுகளாக நான் இதைத் தினமும் செய்து வந்துள்ளேன். சுயபிரகடனங்கள், பொறுப்பேற்றுக் கொள்ளுதல், தன்னம்பிக்கையை அதிகரித்துக் கொள்ளுதல், தோல்வியிலிருந்து மீண்டெழுதல் ஆகியவற்றின் ஒரு முக்கியப் பகுதியாகும்.

பொறுப்பேற்றுக் கொள்ளுங்கள்

உங்கள் எண்ணங்கள்மீது கவனம் செலுத்துவதும், அவற்றுடன் இணைந்து செயல்படக் கற்றுக் கொள்வதும், வாழ்நாள் நெடுகிலும் கடைபிடிக்கப்பட வேண்டிய ஒரு பயிற்சியாகும். நாம் விரும்புகின்ற வாழ்க்கையைக் கட்டியெழுப்ப நமக்கு உதவுகின்ற எண்ணங்களை உணர்ந்து கொள்வதற்கும் அவற்றைப் பிரக்ஞையோடு தேர்ந்தெடுப்பதற்கும் தினமும் நம்மை நாம் அர்ப்பணித்துக் கொள்ள வேண்டும். நாம் அதைச் செய்தால், டேல் கார்னகி கூறியதுபோல, "நம்முடைய பிரச்சனைகள் அனைத்திற்கும் தீர்வு காண்பதற்கான பாதையில் நாம் அடியெடுத்து வைத்திருப்போம்."

கொள்கை

சக்தியளிக்கக்கூடிய எண்ணங்களைத் தேர்ந்தெடுங்கள்.

செயல்முறைப் பயிற்சி

- **உங்களுடைய எண்ணங்கள்மீது கவனம் செலுத்துங்கள்.** இக்கணத்திலிருந்து தொடங்கி, உங்களுடைய எண்ணங்களை அவதானிப்பதற்குச் சிறிது நேரம் எடுத்துக் கொள்ளுங்கள். நீங்கள் கவனம் செலுத்தும்போது எது வெட்டவெளிச்சமாகிறது? உங்களுடைய எண்ணங்கள் தீங்கு விளைவிப்பவையா அல்லது உதவிகரமானவையா? நீங்கள் ஒவ்வொரு சூழ்நிலையிலும் மிக மோசமானதைப் பார்க்கிறீர்களா அல்லது சிறந்ததைத் தேடுகிறீர்களா? எத்தகைய சிந்தனைப் போக்குகளை நீங்கள் பார்க்கிறீர்களா?
- **உங்களுடைய மட்டுப்படுத்தும் எண்ணங்களைக் கவனியுங்கள்.** மேற்குறிப்பிடப்பட்டப் பட்டியலைப் பரிசீலித்து, உங்களிடம் எத்தகைய எதிர்மறை எண்ணங்கள் இருக்கின்றன என்பதைக் கவனியுங்கள். நீங்கள் எப்போதும் மிக மோசமான விளைவுகளைக் கற்பனை செய்கிறீர்களா? எதிர்மறைகளை நீங்கள்

பூதாகரப்படுத்துகிறீர்களா? நீங்கள் அந்தச் சிந்தனைப் போக்குகளுக்குள் தடுக்கி விழும்போது, அது உங்களுக்கு எத்தகைய உணர்வை ஏற்படுத்துகிறது? அந்த எண்ணங்களை உங்களுக்கு நன்மை பயக்கக்கூடியவையாக மாற்றினால் உங்கள் வாழ்வில் என்ன நிகழும்?

- **சரியான எண்ணங்களைத் தேர்ந்தெடுப்பதற்குப் பயிற்சி செய்யுங்கள்.** இது ஒரு தினசரிச் சவாலே அன்றி, ஒரே ஒரு முறை மட்டும் நீங்கள் முயற்சித்துப் பார்க்கின்ற ஒரு தீர்வு அல்ல. அந்தத் தசையை வளர்த்தெடுப்பதற்கு இதை நீங்கள் தினமும் பயிற்சி செய்ய வேண்டும். நீங்கள் எவ்வளவு அதிகமாகப் பயிற்சி செய்கிறீர்களோ, அவ்வளவு அதிக வலிமை பெறுவீர்கள்.
  - **எதிர்மறை எண்ணங்களை, முன்னறிவிக்கின்ற ஓர் அபாய எச்சரிக்கையாகப் பயன்படுத்திக் கொள்ளுங்கள்.** நீங்கள் ஓர் எதிர்மறை எண்ணத்தைக் கண்டுகொள்ளும்போது, அது உங்களுக்கு எதைச் சுட்டிக்காட்டக்கூடும் என்பதைப் பற்றிச் சிந்தியுங்கள். உங்கள் வாழ்வில் ஏதேனும் உங்களைத் தொந்தரவுபடுத்திக் கொண்டிருக்கிறதா?
  - **உங்களுடைய எண்ணங்களை மறுவடிவமைப்பு செய்யுங்கள்.** சூழ்நிலையை ஒரு வேறுபட்ட வழியில் பார்ப்பதைத் தேர்ந்தெடுங்கள். "இதை எவ்வாறு ஒரு வேறுபட்ட வழியில் என்னால் பார்க்க முடியும்?" என்று உங்களை நீங்களே கேட்டுக் கொள்ளுங்கள்.
  - **சுயபிரகடனங்களைப் பயிற்சி செய்யுங்கள்.** நீங்கள் சிந்திக்க விரும்புகின்ற எண்ணங்களை வலுப்படுத்துவதற்கு உதவக்கூடிய ஊக்குவிப்பு வாசகங்களை யோசித்து எழுதிக் கொள்ளுங்கள்.

அத்தியாயம் 2

உங்கள் மனத்தை வெற்றிக்குத் தயார்படுத்துங்கள்

நீங்கள் எத்தகைய நபராக ஆக விரும்புகிறீர்களோ, அவராக ஆவதற்கான செயல்முறையில் நீங்கள் இறங்கியிருக்கவில்லை என்றால், நீங்கள் யாராக ஆக விரும்பவில்லையோ, அவராக ஆவதில் நீங்கள் ஈடுபட்டிருக்கிறீர்கள் என்று அர்த்தம்.

– டேல் கார்னகி

என்னுடைய முப்பதுகளில், பிரபல பேஸ்பால் வீரரான மிக்கி மேன்டிலின் மேற்கோள் ஒன்றை நான் படிக்க நேர்ந்தபோது, அது எனக்கு ஒரு சம்மட்டி அடிபோலச் செயல்பட்டு உடனடியாக என்னைச் செயலில் இறங்கச் செய்தது. அந்த மேற்கோள் இதுதான்: "நான் இவ்வளவு நீண்ட காலம் வாழ்வேன் என்பதை நான் அறிந்திருந்தால், என்னை நான் சிறப்பாகப் பேணிப் பாதுகாத்திருந்திருப்பேன்." அக்கணத்தில், எதிர்காலத்திற்குள் ஊடுருவிப் பார்த்து, சரியான உணவையும் உடற்பயிற்சியையும் தேர்ந்தெடுக்காமல் ஆரோக்கியத்தை இழந்து அது குறித்துப் பின்வருத்தம் கொண்டுள்ள ஒரு முதியவனாக என்னை நான் கற்பனை செய்தேன். நான் ஒருபோதும் விளையாட்டுகளில் ஈடுபடவில்லை, ஆனால் அதை ஒரு சாக்குப்போக்காக என்னால் பயன்படுத்த முடியாது. எனவே, என் உடலை வலுப்படுத்துவதற்காக நான் ஓடத் தொடங்கினேன். நான் செய்துள்ள மிகக் கடினமான விஷயங்களில் ஒன்று அது.

முதலில், ஓடுவது மிகவும் கடினமாக இருந்தது. ஒரு சில மைல்கள் ஓடுவதற்கே நான் போராட வேண்டியிருந்தது. நான் அடிக்கடி நின்று இளைப்பாறினேன். என் கால்களும்

நுரையீரல்களும் வலித்தன. நான் மிகவும் சிரமப்பட்டேன். என் மனத்திலிருந்து ஒரு தெளிவான, உறுதியான குரல், "முயற்சியைக் கைவிடு! உன்னால் ஒருபோதும் இதில் வெற்றி பெற முடியாது," என்று ஆணித்தரமாகக் கூறியது. நான் அந்த எதிர்மறை எண்ணத்திற்குச் செவிசாய்த்திருப்பேன், ஆனால் நல்லவேளையாக, என்னுடைய நண்பர் எரிக் ஏடர், கடினமான நேரங்களில் என்னை நான் உந்தித் தள்ளுவதற்கு என்னை ஊக்குவித்தார். நம்மைச் சரியான பாதையில் திருப்பிவிடுவதற்குச் சில சமயங்களில் நம் எல்லோருக்குமே நல்ல நண்பர்கள் தேவை.

நான் முதன்முறையாக ஆறு மைல்களையும், பிறகு எட்டு மைல்களையும், அடுத்துப் பன்னிரண்டு மைல்களையும் இடைவிடாமல் ஓடிக் கடந்தபோது நான் எவ்வளவு பேருவகை கொண்டேன் என்பது எனக்கு நினைவிருக்கிறது. சாத்தியமற்றதாகத் தோன்றிய ஒன்று எதார்த்தமாகத் தொடங்கியது. அப்போது, 'டொரான்டோ ஸ்காஷியாபேங்க் மராத்தான்' போட்டியில் இருவரும் கலந்து கொண்டு ஓடலாம் என்று எரிக் என்னிடம் கூறினார். தொடக்கத்தில் அது நினைத்துப் பார்க்க முடியாத ஒன்றாக இருந்திருக்கும் என்றாலும், என்னால் அப்போது பன்னிரண்டு மைல்கள் ஓட முடிந்ததால், "இன்னொரு பதினான்கு மைல்கள் என்னால் ஓட முடியாதா?" என்று என்னை நானே கேட்டுக் கொண்டேன் (பின்னால் திரும்பிப் பார்த்தபோது, அது அவ்வளவு நல்ல யோசனையல்ல என்பது தெரிந்தது...).

ஒரு மராத்தான் போட்டியில் ஓடுவதற்கு, விடாமுயற்சியும், என்னுடைய எதிர்மறை எண்ணங்களையும் அசௌகரியத்தையும் கண்டுகொள்ளாமல் இருப்பதற்கான மன உறுதியும் மட்டும் போதாது என்பதை நான் அறிந்திருந்தேன். எனக்கு ஒரு திட்டமும் ஒரு தினசரி நடைமுறையும் தேவைப்பட்டன. எனக்கு ஒரு பயிற்றுவிப்பாளரை நான் நியமித்தேன். உடற்பயிற்சிக்காக வெறுமனே ஓடுவது என்பது வேறு, ஆனால் ஒரு மராத்தானில் ஓடுவதற்குப் பயிற்சி மேற்கொள்வது என்பது முற்றிலும் வேறொரு விஷயம் என்று கூறிய அவர், குறிப்பிட்டச் சில வழிகளில் என்னை நான் தயார்படுத்தியாக வேண்டியிருக்கும் என்று தெரிவித்தார். வாரத்திற்கு ஆறு நாட்கள் ஓடுதல், தடகளத்தில் மிக வேகமாக ஓடுதல், வாரந்தோறும் நெடுந்தூரம் ஓடுதல் போன்றவற்றை உள்ளடக்கிய ஒரு பன்னிரண்டு வாரகாலப் பயிற்சித் திட்டத்தை அவர் எனக்கு வரையறுத்துக் கொடுத்தார். கூடவே, ஊட்டச்சத்துகளுடன்கூடிய முறையான உணவு, ஓய்வு,

நீரேற்றம் போன்றவற்றையும் அவர் திட்டமிட்டுக் கொடுத்தார். “இது மிகக் கடுமையான பயிற்சியாக இருக்கும். ஆனால், நீங்கள் என் திட்டத்தைத் தொடர்ந்து கடைபிடித்தால், உங்களுக்கு எந்தப் பிரச்சனையும் இருக்காது,” என்று அவர் கூறினார். நான் அவருடைய திட்டத்தைத் தீவிரமாகக் கடைபிடித்தேன். என்னுடைய முதல் மராத்தான் ஓட்டத்தை வெறும் மூன்றரை மணிநேரத்திற்குள் நான் ஓடி முடித்தேன். அதன் பிறகு என்னால் நடக்கக்கூட முடியாத அளவுக்கு நான் களைத்துப் போயிருந்தேன். ஆனால் அதை நான் பொருட்படுத்தவில்லை.

ஒரு மராத்தான் போட்டியில் ஓடுவதற்குத் தொடர்ச்சியான பயிற்சி தேவைப்படுவதுபோல, நம்முடைய மனத்தை வெற்றிக்குத் தயார்படுத்துவதற்கும் நாம் தொடர்ச்சியான பயிற்சி மேற்கொள்ள வேண்டும். முதலில் நமக்கு ஒரு திட்டம் தேவை. பிறகு நாம் அதைத் தீவிரமாகத் தொடர்ந்து கடைபிடிக்க வேண்டும். நம்முடைய எண்ணங்களை மறுவடிவமைப்பு செய்வதும் சுயபிரகடனங்களை ஓரிரு முறை பயிற்சி செய்வதும் மிகவும் நல்லது என்றாலும், இது நம்முடைய பழக்கமாக ஆகி, தானியங்கி முறையில் நிகழ்கின்ற ஒரு நிலையை நாம் அடைய விரும்புகிறோம். அந்த நிலையில், நம் வாழ்வில் என்ன நிகழ்ந்தாலும் சரி, உள்ளார்ந்த தன்னம்பிக்கையோடும் துணிச்சலோடும் தாங்குதிறனோடும் அதை நம்மால் எதிர்கொள்ள முடியும். வேறு வார்த்தைகளில் கூறுவதென்றால், நமக்கு உதவுகின்ற மனப்போக்குகளை நாம் வளர்த்துக் கொள்ள வேண்டும். இதைப் பற்றி இந்த அத்தியாயத்தில் பின்னர் விளக்கமாகப் பேசலாம். அத்தகைய மனப்போக்குகளை வளர்த்துக் கொள்வதற்கான சிறந்த வழி, அன்றாட அடிப்படையில் நாம் சிறப்பாகச் செயல்பட நமக்கு உதவுகின்ற வழக்கங்களை உருவாக்கிக் கொள்வதாகும்.

உங்கள் மனத்தை வெற்றிக்குத் தயார்படுத்துவதற்கு வழக்கங்களைப் பயன்படுத்துங்கள்

தினசரி வழக்கங்கள் என்பவை ஓர் ஆரோக்கியமான மனநிலையின் உருவாக்கத்திற்கு இட்டுச் செல்கின்ற, வளர்ச்சி சார்ந்த தொடர் நடவடிக்கைகளாகும். வழக்கங்கள் என்பவை வெறுமனே நாம் விரும்பினால் நம் வாழ்வில் கடைபிடிக்க வேண்டியவை அல்ல; மாறாக, அவை நம் வாழ்வில் கண்டிப்பாக இருந்தாக வேண்டியவையாகும். உங்களுடைய நாளுக்கு ஏதோ ஒரு வகையான கட்டமைப்பு இருப்பது, நீங்கள் மேற்கொள்ள வேண்டிய தீர்மானங்களின் எண்ணிக்கையைக்

குறைக்கிறது; அது உங்கள் மன அழுத்தத்தைக் குறைத்து, உங்கள் கவனக்குவிப்பை அதிகரித்து, மன அமைதியையும் நிலைப்புத்தன்மையையும் கொடுக்கிறது. வழக்கங்களை ஆண்டுக்கணக்கில் மனிதர்கள் கடைபிடித்து வந்துள்ளனர். பெஞ்சமின் ஃபிராங்க்ளின், மாயா ஏஞ்சலூ, டி.எஸ்.எலியட், மொசார்ட், ஜேன் ஆஸ்டென், பாப்லோ பிக்காஸோ ஆகியோர் தினசரி வழக்கங்களைக் கொண்டிருந்தனர். பெஞ்சமின் ஃபிராங்க்ளின் தினமும் காலையில் ஐந்து மணிக்கு எழுந்து குளித்துவிட்டுக் காலை உணவை உட்கொள்வார். "இன்று நான் ஆக்கபூர்வமான எந்த வேலைகளைச் செய்யலாம்?" என்று அவர் தன்னைத் தானே கேட்டுக் கொண்டு அன்றைய நாளுக்கு அவர் தன்னைத் தயார்படுத்துவார். பிறகு அவர் 8 மணிக்குத் தன் வேலையைத் தொடங்குவார். மதிய உணவு இடைவேளையின்போது, அவர் சாப்பிட்டுக் கொண்டே எதையேனும் படிப்பார். அது கிட்டத்தட்ட இரண்டு மணிநேரம் நீடிக்கும். பிறகு, அவர் மீண்டும் தன் பணிக்குத் திரும்பி, மாலை 6 மணிவரை வேலை செய்வார். அக்கணத்திலிருந்து அவர் ஓய்வெடுப்பார். அந்த ஓய்வின்போது, ஒரு திறந்த சன்னலின் பக்கம் நிர்வாணமாக இரவு 9 அல்லது 10 மணிவரை அவர் ஒரு குளிரான 'காற்றுக் குளியலை' அனுபவிப்பார். தூங்குவதற்கு முன், அன்று காலையில் அவர் தன்னிடம் கேட்டுக் கொண்ட அதே கேள்வியை மீண்டும் தன்னிடம் கேட்பார்: "இன்று நான் ஆக்கபூர்வமான எந்த வேலைகளைச் செய்தேன்?"

இதற்கான ஒரு தற்கால எடுத்துக்காட்டு, மிகவும் வெற்றிகரமான நூலாசிரியரான ஹருகி முராகாமி ஆவார். அவர் தினமும் காலையில் 4 மணிக்கு எழுந்து, ஐந்திலிருந்து ஆறு மணி நேரம்வரை எழுதுவார். பிறகு அவர் சிறிது நேரம் ஓடிவிட்டோ, அல்லது நீந்திவிட்டோ, அல்லது இரண்டையும் செய்துவிட்டோ வருவார். அடுத்து, அவர் புத்தகம் படிப்பார், இசையைக் கேட்பார். இரவு 9 மணிக்கு அவர் தூங்கப் போய்விடுவார். "எந்த மாற்றமும் இல்லாமல் நான் தினமும் இதே வழக்கத்தைக் கடைபிடிக்கிறேன். விஷயங்களை மீண்டும் மீண்டும் செய்வதுதான் முக்கியமானது. இது ஒரு விதமான வசியம். ஓர் ஆழமான மனநிலையை அடைவதற்கு என்னை நானே வசியப்படுத்திக் கொள்கிறேன்," என்று ஹருகி கூறுகிறார். வழக்கங்கள், கண்டத்திற்குக் கண்டமும், தலைமுறைக்குத் தலைமுறையும் மாறுபடும். ஆனால், மைய ஊக்குவிப்பு ஒன்றுதான். உளரீதியாகவும் உடல்ரீதியாகவும் ஆன்மரீதியாகவும் வெற்றிக்கு நம்மைத் தயார்படுத்திக் கொள்வதுதான் அது.

வழக்கங்கள், நம்முடைய கவலையையும் மன அழுத்தத்தையும் கையாள நமக்கு உதவுவதன் மூலம் நம்முடைய மன ஆரோக்கியத்தை மேம்படுத்துகின்றன. வழக்கங்கள் ஒரு கட்டமைப்பை உருவாக்குகின்றன, அன்றைய நாளையும் அந்த வாரத்தையும் கணிக்கத்தக்கவையாக ஆக்குகின்றன – குறிப்பாக, மன அழுத்தம் அதிகமாக உள்ள நேரங்களில். நாம் அந்த வழக்கங்களை நிறைவேற்றும்போது, அவை ஒரு விதமான சாதனை உணர்வை நமக்குக் கொடுக்கின்றன. விளையாட்டுப் போட்டிகளுக்கு முன்பு கடைபிடிக்கப்படுகின்ற வழக்கங்கள், விளையாட்டு வீரர்களின் கவலையைத் தணித்து அவர்களுடைய செயல்திறனை மேம்படுத்துவதாக விளையாட்டு உளவியலாளர்கள் கூறுகின்றனர்.

நம்முடைய மனத்தைப் பக்குவப்படுத்த உதவுகின்ற ஒரு வழக்கத்தை வடிவமைக்க நாம் நேரம் எடுத்துக் கொள்ளாவிட்டால், நிகழ்வுகளும் சூழல்களும் நம்முடைய நாளையும் நம்முடைய எண்ணங்களையும் கட்டுப்படுத்தத் தொடங்கிவிடும். நம்முடைய வீட்டின் சட்டத்தைப்போலவே, நம்முடைய வழக்கங்கள்தாம் நம்முடைய நாட்களைத் தாங்கிப் பிடிக்கின்றன.

ஒரு வழக்கம் இல்லாத வாழ்க்கை

மைக்கேலை இன்று நீங்கள் சந்தித்தால், நீங்கள் சந்தித்துள்ளதிலேயே மிகுந்த பரிவு கொண்ட மனிதர் அவர்தான் என்று நீங்கள் நினைப்பீர்கள். ஆனால், அவர் தன்னுடைய இருபதுகளில் எப்படிப்பட்டவராக இருந்தார் என்பதைப் பற்றி அவர் பேசும்போது, தான் எப்போதும் தன்னை நிரூபிக்க முயற்சித்துக் கொண்டிருந்ததாகவும், யாரேனும் தனக்கு அழுத்தம் கொடுத்தபோது தான் கோபப்பட்டதாகவும் அவர் ஒப்புக் கொள்கிறார். அவர் கடினமாக உழைத்தார், ஆனால் ஓய்வின் மதிப்பை அவர் புரிந்து கொள்ளவில்லை. தனக்கென்று ஓர் அடையாளத்தை உருவாக்கிக் கொள்ள அவர் தூண்டப்பட்டிருந்தார். அதில் எந்தப் பிரச்சனையும் இருக்கவில்லை, ஆனால், சமநிலையற்ற ஒரு வாழ்க்கைக்கு அது வழி வகுத்தது. அவருடைய நண்பர்கள் வட்டம் அவர்மீது மோசமான தாக்கம் ஏற்படுத்தியது. அவருக்கென்று ஒரு தினசரி வழக்கம் இருக்கவில்லை. அவர் அடுத்தடுத்துப் பல சந்திப்புக்கூட்டங்களுக்கு ஓடிக் கொண்டிருந்தார், மன அழுத்தத்துடனும் மிக நீண்ட நேரமும் வேலை செய்தார். உட்கார்ந்து சிந்திப்பதற்கோ, தன்னுடைய

உணர்ச்சிகளைப் பக்குவமாகக் கையாள்வதற்கோ, அல்லது தான் எந்த மாதிரியான வாழ்க்கையை உருவாக்கிக் கொள்ள விரும்பினோம் என்பதைப் பற்றிச் சிந்திப்பதற்கோ அவர் தன்னுடைய நாளில் நேரம் ஒதுக்கவில்லை. “ஒரு தினசரி வழக்கம் எனக்கு இல்லாததால், என்னுடைய மனநிலையைப் பற்றிச் சிந்திப்பதற்கு எனக்கு இடமிருக்கவில்லை. அதோடு, என்னுடைய நாளை ஒழுங்கமைத்துக் கொள்வதற்கும் பரிசீலித்துப் பார்ப்பதற்கும் எனக்கு நேரம் இருக்கவில்லை,” என்று மைக்கேல் கூறினார். அதன் விளைவாக, அவர் அடிக்கடி நெருக்கடிகளை எதிர்கொண்டார், உணர்ச்சிவசப்பட்டு எதிர்வினையாற்றினார்.

ஒரு கட்டத்தில், மைக்கேல் ஒரு ‘பிராந்திய டேல் கார்னகி குழுவை’ நிர்வகித்துக் கொண்டிருந்தார். உலகிலேயே மிகச் சிறந்த விற்பனையாளர்களில் ஒருவரான ஃபிரெட், மைக்கேலின் கீழ் வேலை பார்த்தார். தனிநபர் விற்பனையில் அவர் அந்நிறுவனத்திலேயே இரண்டாவது தலைசிறந்த விற்பனையாளராக இருந்தார். இத்தகைய ஒருவர் தனக்கு மிகவும் தேவை என்று மைக்கேல் உறுதியாக நம்பினார். ஃபிரெட் இதைத் தனக்குச் சாதகமாகப் பயன்படுத்திக் கொண்டு மைக்கேலுக்கே உத்தரவிடத் தொடங்கினார். ஒரு முறை, கரீபியத் தீவுகளுக்குத் தான் ஓர் இரண்டு வாரகால விடுமுறையில் செல்லவிருந்ததாக முதல் நாள் வந்து அவர் மைக்கேலிடம் கூறினார். அது குறித்து மைக்கேல் என்னிடம் பேசியபோது, “அவர் என்னுடைய விற்பனையில் 80 சதவீதத்திற்குக் காரணமாக இல்லாதிருந்து, நானும் என்மீது முழுமையான நம்பிக்கை இல்லாத ஓர் இருபத்தைந்து வயது சிறுவனாக இல்லாதிருந்திருந்தால், அன்றே நான் அவரை வேலையைவிட்டுத் தூக்கியிருப்பேன்,” என்று கூறினார். ஆனால், மைக்கேல் தன்னை ஒரு வெற்றியாளர் என்று நிரூபிப்பதில் மும்முரமாக இருந்தார். அவருக்குத் தன்னம்பிக்கை இருக்கவில்லை. எனவே, அவர் தன்னால் முடிந்த அளவு சிறப்பாக வாழ்க்கைக்கு எதிர்வினையாற்றினார். ஒரு நாள், ஃபிரெட், ஒரு பெரிய விற்பனை கைவிட்டுப் போனது குறித்தக் கோபத்துடன் மைக்கேலின் அறைக்குள் வேகமாக வந்து மைக்கேலைப் பார்த்துக் கத்தத் தொடங்கினார். மைக்கேல் அவரைக் கிட்டத்தட்ட அடிக்கும் நிலைக்குப் போய்விட்டார். இறுதியில், அவர் தன்னைக் கட்டுப்படுத்திக் கொண்டு, “உடனே இங்கிருந்து போய்விடுங்கள். இத்தகைய மனப்போக்குடன் இனி இந்த அறைக்குள் அடியெடுத்து வைக்கத் துணியாதீர்கள்,” என்று ஃபிரெட்டிடம் கூறினார்.

இந்த அனுபவம் மைக்கேலுக்கு ஒரு விஷயத்தை உணர்த்தியது. அவர் இவ்வாறு கூறினார்: "ஓர் இருபத்தைந்து வயது இளைஞனாக இருந்த நான், ஃபிரெட்டைக் கையாள்வதற்கு மனரீதியாகவும் உணர்ச்சிரீதியாகவும் தயாராக இருக்கவில்லை. என்னை மேம்படுத்துவதற்கு நான் ஏதேனும் செய்தாக வேண்டும் அல்லது அடுத்த ஃபிரெட்டுடன் நான் போராட வேண்டியிருக்கும் என்பதை நான் உணர்ந்தேன். நான் அதிகத் தன்னம்பிக்கை உடையவனாக ஆகாமல் இருந்தாலோ அல்லது மக்களைச் சிறப்பாகக் கையாள முடியாமல் இருந்தாலோ, என் தொழில்வாழ்க்கையில் என்னால் வளர முடியாது என்பதை நான் அறிந்தேன்." தனக்கு என்ன தேவை என்பதைப் பற்றி மைக்கேல் யோசித்தபோது, தன்னுடைய ஒவ்வொரு நாளையும் பற்றிச் சிந்திப்பதற்கும், அதைத் திட்டமிட்டுக் கொள்வதற்கும், தன்னைச் சுற்றிலும் இருந்த மக்களுடன் எவ்வாறு இணைந்து வேலை செய்வது என்பது பற்றிய தீர்மானங்களை மேற்கொள்வதற்கும் தனக்கு நேரம் தேவை என்பதை அவர் உணர்ந்தார். தன் வாழ்வில் எது சிறப்பாக நடைபெற்றுக் கொண்டிருந்தது, எது மேம்படுத்தப்பட வேண்டியிருந்தது ஆகியவற்றைப் பற்றி எண்ணிப் பார்ப்பதற்கும், தன்னை ஒரு சிறந்த தலைவராக ஆக்கிக் கொள்வதற்கான வழிகள் குறித்துச் சிந்திப்பதற்கும் நேரம் ஒதுக்கிக் கொள்வது என்ற ஒரு தினசரி வழக்கத்தை அவர் தொடங்கினார். தனக்கென்று ஒரு குறிக்கோள் வாசகத்தை எழுதும் பழக்கத்தையும் அவர் சுவீகரித்துக் கொண்டார். தன்னுடைய குறிக்கோள் வாசகத்தில், தான் எத்தகைய நபராக உருவாக விரும்பினோம் என்பதைப் பற்றி அவர் விரிவாக விவரித்தார். மற்றவர்களின் வாழ்வில் ஒரு குறிப்பிடத்தக்க வித்தியாசத்தை ஏற்படுத்துவதற்கு அவர் தன்னுடைய திறமைகளைப் பயன்படுத்த விரும்பினார். தன்னுடைய நிறுவனத்தில் ஒரு நேர்மறையான தலைவராக இருப்பதற்குத் தன்னுடைய எண்ணங்களும் உணர்ச்சிகளும் தன்னுடைய கட்டுப்பாட்டில் இருந்தன என்றும் மைக்கேல் தன் குறிக்கோள் வாசகத்தில் பிரகடனம் செய்திருந்தார். "நான் இந்த வாசகத்தை என்னுடன் எல்லா இடங்களுக்கும் எடுத்துச் சென்றேன். அதை நான் தினமும் பல முறை எடுத்துப் படித்தேன். அந்த வாசகம் என்னுடைய புதிய தினசரி வழக்கத்தின் ஓர் இன்றியமையாத பகுதியாக ஆகியது. இது பல ஆண்டுகளாக எனக்குப் பெரும் உதவியாக இருந்து வந்தது. என்னுடைய குறிக்கோள் வாசகத்தில் நான் விவரித்திருந்த மனிதனாக நான் ஆனேன். கடினமான

மக்களையும் கடினமான சூழ்நிலைகளையும் கையாள்வதில் நான் கைதேர்ந்தவனாக ஆனேன்," என்று மைக்கேல் கூறினார்.

ஒரு தினசரி வழக்கத்தை உருவாக்குங்கள்

நீண்ட காலமாகவே, தான் ஆரோக்கியமான தேர்ந்தெடுப்புகளை மேற்கொள்ள வேண்டும் என்பதை ஜெஸிக்கா சான்டியாகோ அறிந்திருந்தார், ஆனால் வாழ்க்கை எப்போதுமே அவருடைய வழியில் குறுக்கிட்டது. அவர் அதிகமாக உடற்பயிற்சி செய்ய விரும்பினார், ஆனால் மற்ற வேலைகளுக்கு அவர் எப்போதும் அதிக முன்னுரிமை கொடுத்ததால், உடற்பயிற்சி செய்வதற்கு அவருக்கு ஒருபோதும் தெம்பு இருக்கவில்லை. அவர் ஆரோக்கியமான உணவை உண்ண விரும்பினார், ஆனால் சமைப்பதற்கு அவருக்கு நேரம் இருக்கவில்லை. அவர் எப்போதும் களைப்பாகவும் சோர்வாகவும் இருந்தார். தன்னுடைய உடல் நலிவடைந்திருந்ததை அவர் கவனித்திருந்தபோதிலும், அவரால் தன்னை மாற்றிக் கொள்ள முடியவில்லை–அவருடைய ஆரோக்கியம் உண்மையிலேயே அடிவாங்கத் தொடங்கியவரை!

ஜெஸிக்காவின் மருத்துவர் சுற்றி வளைக்காமல் நேரடியாக விஷயத்திற்கு வந்தார்: "ஜெஸிக்கா, உங்களுக்கு ஏற்பட்டிருக்கின்ற நோய்க்கு எந்த மருந்தும் இல்லை. நீங்கள் இதைக் குணப்படுத்துவதற்கான ஒரே வழி, அதிக ஆரோக்கியமான, அதிகச் சமநிலை கொண்ட ஒரு வாழ்க்கையை வாழ்வதுதான்." இது போதாதென்று, தன்னுடைய மோசமான உணவுமுறையின் காரணமாக தான் நீரிழிவு நோயின் ஆரம்பக் கட்டத்தில் இருந்ததையும் ஜெஸிக்கா தெரிந்து கொண்டார். இது, ஏதோ மாற்றப்பட வேண்டியிருந்தது என்பதற்கான ஓர் உரத்த விழிப்புணர்வுக் குரலாக இருந்தது.

தன்னால் இதைத் தனியாகச் செய்ய முடியாது என்பதை ஜெஸிக்கா அறிந்ததால், அவர் தன்னுடைய தோழி ஒருவரின் உதவியை நாடினார். அவர்கள் இருவரும் செய்த முதல் வேலை, ஜெஸிக்காவின் உணவுப் பழக்கத்தை மேம்படுத்துவதற்கு ஒரு திட்டத்தை உருவாக்கியதுதான். "நான் விரும்பிச் சாப்பிட்ட உணவுப் பதார்த்தங்களைப் பற்றி நாங்கள் பேசினோம். ஒட்டுமொத்தமாக அவற்றை நீக்குவதை விடுத்து, ஒரு நேரத்தில் ஒரே ஒரு ஆரோக்கியமான விஷயத்தை வளர்த்தெடுக்கும் முயற்சியில் இறங்குவதென்று நாங்கள் தீர்மானித்தோம்," என்று ஜெஸிக்கா கூறினார். அதன்படி, முதலில், காலையில் எழுந்தவுடன் ஓர் ஆரோக்கியமான

சாப்பாட்டைச் சாப்பிடுவதற்கு ஏற்ற விதத்தில் அவர் ஒரு காலைநேர வழக்கத்தை நிலைப்படுத்தினார். அவர் அலாரம் வைத்துக் கொண்டு தினமும் அதே நேரத்தில் எல்லாவற்றையும் செய்தார். தூங்குவதற்கான நேரத்திற்கும் அவர் ஒரு வழக்கத்தை உருவாக்கினார். ஒரு சில வாரங்கள் இந்த வழக்கங்களைக் கடைபிடித்தப் பிறகு, காலையில் சாப்பிட்டவுடன் நடைப்பயிற்சி செய்வதை அவர் தன் வழக்கங்களில் ஒன்றாக ஆக்கிக் கொண்டார்.

ஒரு காலைநேர வழக்கத்தை உருவாக்கிக் கொண்டதன் பலன் வெறும் இரண்டு வாரங்களில் வெளிப்பட்டது. "நான் கண்விழித்தபோது, நான் எந்த நேரத்தில் என்னுடைய நாளைத் தொடங்க வேண்டும் என்பது பற்றி நான் சிந்திக்க வேண்டியிருக்கவில்லை. ஏனெனில், முன்புபோல நான் இப்போது களைப்பாக இருக்கவில்லை. அலாரத்தின் தலையில் மீண்டும் மீண்டும் ஓங்கித் தட்டிவிட்டுக் கூடுதலாகச் சிறிது நேரம் தூங்குவதை நான் நிறுத்தினேன்," என்று ஜெஸிக்கா கூறினார். ஒரு வழக்கம் உருவாக்கப்பட்டிருந்ததால், செய்யப்பட வேண்டிய அனைத்தும் ஏற்கனவே தீர்மானிக்கப்பட்டிருந்தன. இது அவருடைய மனத்திற்கு அமைதியைக் கொடுத்தது. அடுத்து என்னவெல்லாம் செய்ய வேண்டும் என்று யோசிப்பதில் அவர் தன்னுடைய நேரத்தையும் ஆற்றலையும் வீணாக்க வேண்டியிருக்கவில்லை. ஏனெனில், அவற்றை அவர் ஏற்கனவே அறிந்திருந்தார். அவருடைய வழக்கம் அவருடைய இலக்கிற்கு உதவியது, ஓர் ஆரோக்கியமான வாழ்வின் மதிப்பை அவருக்கு உணர்த்தியது. "நான் தவிர்த்த அச்சிறிய தீர்மானங்கள் ஒரு பெரிய வித்தியாசத்தை ஏற்படுத்தின. முன்பு அவை எவ்வளவு நேரத்தையும், என் மனத்தின் இடத்தையும், ஆற்றலையும் எடுத்துக் கொண்டிருந்தன என்பது குறித்து அதுவரை எனக்கு எந்த யோசனையும் இருக்கவில்லை," என்று அவர் கூறினார்.

தன்னுடைய வழக்கத்தைக் கடைபிடிக்கத் தொடங்கிய பிறகு ஜெஸிக்கா முற்றிலும் வித்தியாசமாக உணர்ந்தார். ஒரு புதிய தசையை மெருகேற்றி வலிமைப்படுத்தியதைப்போல இருந்தது அது. இது அவருடைய தன்னம்பிக்கையையும், தன்னால் எதையும் செய்ய முடியும் என்ற நம்பிக்கையையும் வளர்த்தெடுக்க உதவியது. "ஆரோக்கியமான உணவைச் சாப்பிட்டதும் உடற்பயிற்சி செய்ததும் போக, நான் உள்ளூர உணர்ந்த தன்னம்பிக்கை மிக முக்கியமான பகுதியாக இருந்தது. நான் உடற்பயிற்சி செய்ய வேண்டும் என்று கடந்த நான்கைந்து ஆண்டுகளாக எனக்கு நானே சொல்லி வந்திருந்தேன்,

ஆனால் அதை ஒருபோதும் என்னால் செய்ய முடியவில்லை. நான் கடைபிடிக்கத் தொடங்கியிருந்த புதிய வழக்கம், ஒரு சிறப்பான மனநிலையை நான் உருவாக்கிக் கொள்ள எனக்கு உதவியது. ஏனெனில், கடினமான விஷயங்களை என்னால் செய்ய முடியும் என்று நான் நம்பத் தொடங்கினேன். வாழ்வில் பிற சவால்களை நான் எதிர்கொண்டபோது, 'இதை என்னால் சமாளிக்க முடியும். ஒரு நேரத்தில் நான் ஓரடி எடுத்து வைத்தால், என்னால் வளரவும் மாறவும் முடியும். அதற்கான திறன் என்னிடம் உள்ளது,' என்று நான் சிந்திக்கத் தொடங்கினேன்."

டேல் கார்னகி பயிற்சி வகுப்பில் நாங்கள் கற்றுக் கொடுக்கின்ற மிக முக்கியமான விஷயங்களில் ஒன்று, ஒரு நோக்கத்துடன்கூடிய ஒரு வாழ்க்கையின் முக்கியத்துவமாகும். இந்நூலின் மூன்றாம் பகுதியில் இந்த யோசனையை நாம் ஆழமாக விவாதிக்கவிருக்கிறோம். இப்போதைக்கு, ஆரோக்கியமான வழக்கங்களை உருவாக்கி அவற்றைக் கடைபிடிப்பது ஒரு நோக்கத்துடன்கூடிய ஒரு வாழ்க்கையை வாழ்வதன் ஓர் இன்றியமையாத பகுதி என்பதை நாங்கள் அடிக்கோடிட்டுக் காட்ட விரும்புகிறோம். ஒரு திட்டவட்டமான தினசரி வழக்கத்தை வைத்திருப்பதற்கும், அப்படி ஒன்றை வைக்காமல் இருப்பதற்கும் இடையேயான வேறுபாடு, ஒரு சுக்கான் இருக்கின்ற ஒரு படகுக்கும் ஒரு சுக்கான் இல்லாத ஒரு படகுக்கும் இடையேயான வேறுபாடு போன்றது. நம்முடைய மனத்தையும் உடலையும் உள்ளடக்கிய சுய பேணல் நம் ஆற்றலை அதிகரிக்கிறது, நம்முடைய மனப்போக்கை நேர்மறையாக வைக்கிறது, மன அழுத்தத்தைச் சமாளிக்க நமக்கு உதவுகிறது. சிந்திப்பதற்கும் உங்கள் நாளைத் திட்டமிடுவதற்கும் நேரம் ஒதுக்கிக் கொள்வது, இறுதியில், நாம் எத்தகைய நபராக ஆக விரும்புகிறோமோ அத்தகையவராக ஆவதற்கு நமக்கு உதவுகிறது.

ஒரு வளர்ச்சி மனப்பான்மையை உருவாக்குங்கள்

மைக்கேலும் ஜெஸிக்காவும் தங்களுடைய வழக்கங்களைப் பயனபடுத்தித் தங்கள் வாழ்க்கையை மேம்படுத்தியதோடு மட்டுமல்லாமல், ஒரு புதிய மனப்போக்கையும் உருவாக்கினர். அது, அவர்கள் அதிகத் தன்னம்பிக்கையும் அதிகத் தாங்குதிறனும் கொண்டவர்களாகவும், மற்றவர்களைவிட எல்லாவற்றையும் அதிக ஆற்றல்மிக்க வழியில் கையாளும் திறன் படைத்தவர்களாகவும் ஆக அவர்களுக்கு உதவியது.

சவாலான சூழ்நிலைகளை அவர்கள் எதிர்கொண்டபோது, அவர்களுடைய எதிர்வினைகள் வெறுமனே நேர்மறையாக மட்டும் இருக்கவில்லை, அவை அவர்களுடைய இயல்பாக ஆகியிருந்தன. ஸ்டேன்ஃபோர்டு உளவியலாளரும் ஆராய்ச்சியாளருமான கேரல் டுவெக் இதைப் பற்றி ‘மைன்ட்செட்’ என்ற தன்னுடைய நூலில் எழுதியுள்ளார். “நாம் ஒவ்வொருவருமே உலகத்தை ஒரு குறிப்பிட்ட விதத்தில் பார்க்கிறோம் – அது குறித்த விழிப்புணர்வு நமக்கு இருக்கிறதோ இல்லையோ,” என்று அவர் கூறுகிறார். “திறன்களும் அறிவும் ஆளுமையும் கல்லில் வடிக்கப்பட்டுள்ளன, அவற்றை மாற்ற முடியாது என்று ஒரு ‘நிலையான’ மனப்பான்மையைக் கொண்டிருக்கின்ற மக்கள் நம்புகின்றனர். அதாவது, நீங்கள் பிறக்கும்போதே திறமைகளுடனும் சாமர்த்தியசாலியாகவும் பிறக்கிறீர்கள் அல்லது அப்படிப் பிறப்பதில்லை என்ற கண்ணோட்டம் அது. அதற்கு நேர்மாறாக, நம்முடைய வாழ்க்கையும் திறன்களும் நெகிழ்வுத்தன்மை கொண்டவை என்றும், கற்றல் மற்றும் கடின உழைப்பின் மூலம் அவற்றை நம் விருப்பம்போல நம்மால் வடிவமைக்க முடியும் என்றும் நம்புகின்ற மக்கள் ஒரு ‘வளர்ச்சி’ மனப்பான்மையைக் கொண்டுள்ளனர்.

பொதுவாக, நம்முடைய மனப்பான்மை, விஷயத்திற்கு விஷயம் மாறுபடுகிறது. உங்கள் வேலையில் நீங்கள் ஒரு வளர்ச்சி மனப்பான்மையைக் கொண்டிருக்கக்கூடும், ஆனால் அதே நேரத்தில், மக்களிடம் பேசுவதில் நீங்கள் ஒருபோதும் சௌகரியமாக இருக்க மாட்டீர்கள் என்று நீங்கள் நினைக்கிறீர்கள். அப்படியானால், உங்கள் வேலை குறித்து ஒரு வளர்ச்சி மனப்பான்மையைக் கொண்டுள்ள நீங்கள், உங்களுடைய சமூகத் திறன்கள் குறித்து ஒரு நிலையான மனப்பான்மையைக் கொண்டிருக்கிறீர்கள்.

உங்கள் மனப்பான்மை எதுவாக இருந்தாலும் சரி, அது உங்கள் வாழ்வின்மீது ஓர் ஆழமான தாக்கம் ஏற்படுத்துகிறது. ஒரு வளர்ச்சி மனப்பான்மை உடையவர்கள் அதிக ஊக்கமும் வெற்றியும் பெற்றிருப்பதாக ஆராய்ச்சிகள் காட்டுகின்றன. அவர்களுடைய கவலை, மனச்சோர்வு, களைப்பு ஆகியவையும் குறைவான அளவுகளில் இருக்கின்றன.

வாழ்க்கை குறித்து ஒரு வளர்ச்சி மனப்பான்மை அணுகுமுறையை உருவாக்குவது நாம் பொறுப்பேற்றுக் கொள்வதற்கு இன்றியமையாதது. சரியான வழக்கத்தை வைத்திருப்பது மிக முக்கியமானதாக இருப்பதற்கு இது ஒரு காரணமாகும். நம்முடைய எண்ணங்கள், உணர்ச்சிகள், மற்றும்

அனுபவங்களைப் பற்றி ஆழமாகச் சிந்தித்துப் பார்ப்பதற்கான நேரத்தையும் இடத்தையும் நமக்குக் கொடுக்கின்ற ஒரு வழக்கத்தை நாம் கொண்டிருப்பது, நாம் மேற்கொள்ள வேண்டிய நடவடிக்கைகளைத் தேர்ந்தெடுப்பதற்கு நமக்கு உதவுகிறது. நீங்கள் நன்றாக யோசித்து உங்கள் வழக்கத்தை உருவாக்கும்போது, ஒன்றை உங்களால் செய்ய முடியும் அல்லது முடியாது என்று உங்களிடம் கூறக்கூடிய எண்ணங்கள்மீது உன்னிப்பாக கவனம் செலுத்துங்கள். ஒரு வளர்ச்சி மனப்பான்மையை உருவாக்கிக் கொள்வது சாத்தியம்தான். நம்முடைய எண்ணங்கள் நம்மீது எவ்வாறு தாக்கம் ஏற்படுத்துகின்றன என்பதன்மீது கவனம் செலுத்துவதிலிருந்து அது தொடங்குகிறது.

ஒரு வளர்ச்சி மனப்பான்மைக்கு இட்டுச் செல்கின்ற ஒரு வழக்கத்தைத் தொடங்குங்கள்

நீங்கள் எத்தகையவராக ஆக விரும்புகிறீர்களோ அத்தகையவராக ஆவதுதான் ஒரு வழக்கத்தை உருவாக்குவதன் நோக்கமாகும். எடுத்துக்காட்டாக: ஓர் ஆரோக்கியமான நபர், ஒரு பொறுமையான பெற்றோர், ஒரு பரிவான ஆசிரியர், ஒரு சிறந்த எழுத்தாளர், அல்லது, நேரந்தவறாமையைக் கடைபிடிக்கின்ற ஒரு நபர். உங்களுடைய வழக்கம் உங்கள் தேவைகளுக்கும் வாழ்க்கைக்கும் பொருத்தமானதாக இருக்க வேண்டும். எனவே, எந்த வழக்கங்கள் உங்களை வெற்றிக்குத் தயார்படுத்தும் என்பதைக் கண்டுபிடிப்பதற்குப் போதுமான நேரத்தைச் செலவிடுங்கள்.

என்னுடைய வழக்கம் பல ஆண்டுகளின் ஊடாக மெருகேறியுள்ளது. பெரும்பாலான இரவுகளில், நான் 11 மணிக்குப் படுக்கச் செல்கிறேன், காலையில் 6 மணிக்குக் கண்விழிக்கிறேன். பொதுவாக நான் காலையில் அதிகத் தெளிவாகவும், அதிக ஆற்றல் கொண்டவனாகவும், அதிகச் செயற்திறனுடனும் இருக்கிறேன். எனவே, முதல் 45-60 நிமிடங்களை என்னுடைய அன்றைய நாளுக்கான அடித்தளமாக நான் ஆக்கிக் கொள்கிறேன். முன்பு எனக்கு அதிகமான கவனச்சிதறல் ஏற்படுத்தி வந்திருந்த அலைபேசியைப் பார்ப்பதை இப்போது நான் தவிர்த்துவிடுகிறேன். “இது நான் கவனக்குவிப்புடன் செயல்பட வேண்டிய நேரம். மின்னஞ்சல்கள், குறுஞ்செய்திகள், மற்றும் பிற செய்திகள் காத்திருக்கலாம்,” என்று நான் தீர்மானிக்கிறேன். காலையில் நான் ஒரு சூடான பசுந்தேநீர் தயாரித்துக் கொண்டு (சில

காலை வேளைகளில், கேஃபீன் அதிகம் உள்ள பானம் ஏதேனும் தேவைப்படக்கூடும்), என் படுக்கையறையை அடுத்து உள்ள அறைக்குச் செல்கிறேன். அங்கே நான் ஒரு மேசையைப் போட்டு வைத்திருக்கிறேன். அங்கேதான் நான் தியானம் செய்கிறேன், ஆழ்ந்து சிந்திக்கிறேன், பிரார்த்திக்கிறேன், திட்டமிடுகிறேன், மற்றும் நாட்குறிப்பு எழுதுகிறேன். நான் முந்தைய நாளை அசைபோட்டுப் பார்த்துவிட்டு, "நேற்று நிகழ்ந்த எந்த விஷயங்களுக்காக நான் நன்றியுடையவனாக இருக்கிறேன்? எது சிறப்பாக நடந்தேறியது? எதில் நான் திறம்படச் செயல்பட்டேன்?" என்று என்னை நானே கேட்கிறேன். அடுத்து மேம்பாட்டை நோக்கி நான் நகர்கிறேன்: "எது நான் விரும்பிய அளவு சிறப்பாக நடைபெறவில்லை? நேற்று நான் ஏதேனும் தவறாகக் கூறினேனா? ஏதேனும் தவறாகச் செய்தேனா? அப்படியானால், இன்று அது குறித்து நான் என்ன செய்யப் போகிறேன்?" எடுத்துக்காட்டாக, நான் என்னுடைய சந்திப்புகளைப் பார்த்துவிட்டு, நான் யாரோ ஒருவரிடம் அக்கறையின்றி நடந்து கொண்டிருந்ததாக நான் நினைத்தால், இன்று நான் அவரிடம் பேசி அந்தத் தவற்றைச் சரி செய்வேன். அதற்கடுத்து, நான் என்னுடைய தனிப்பட்ட முன்னோக்கையும் இலக்குகளையும் பரிசீலித்துவிட்டு, அன்றைய நாளைப் பற்றிச் சிந்திப்பேன்: "இன்று நான் செய்தாக வேண்டிய மிக முக்கியமான விஷயங்கள் எவை? நான் அவற்றை எப்போது செய்வேன்? இன்று வெற்றிக்கு என்னை நான் எவ்வாறு தயார் செய்வேன்?" என்னுடைய சிந்தனை நேரத்தின் முடிவில் எனக்கு ஏதேனும் குறிப்பிடத்தக்க உள்நோக்குகள் கிடைத்திருந்தால், அவற்றை நான் என் நாட்குறிப்பேட்டில் எழுதிக் கொள்வேன். இந்த வழக்கம், நான் ஒரு சிறந்த மனநிலையில் இருக்கும்போது என்னுடைய எண்ணங்களையும் நடவடிக்கைகளையும் பற்றிச் சிந்திப்பதற்கும் வேலைகளைத் திட்டமிடுவதற்குமான நேரத்தையும் இடத்தையும் எனக்குக் கொடுக்கிறது. இது தானாக இப்படி நிகழவில்லை. தொடக்கத்தில், காலையில் சீக்கிரம் எழுந்திருப்பதே கடினமாக இருந்தது, என்னால் எதிலும் ஒருமித்தக் கவனம் செலுத்த முடியவில்லை. ஆனால், காலப்போக்கில் அது தானாக நிகழத் தொடங்கிவிட்டது.

ஒரு தினசரி வழக்கம் என்பது அன்றைய நாளுக்கான ஒரு முன்தயாரிப்போ அல்லது முடிவோ அல்ல. ஒரு வித்தியாசமான வழியில் சிந்திப்பதற்கான ஒரு நுழைவாயிலாக அது செயல்படுகிறது. நான் என்னுடைய காலைநேர வழக்கத்தை நிறைவு செய்யும்போது, நான் புத்துணர்ச்சியை உணர்கிறேன்,

என்னால் ஒருமித்தக் கவனம் செலுத்த முடிகிறது, அன்றைய நாள் எந்தத் திசையில் போக வேண்டும் என்பதை என்னால் தேர்ந்தெடுக்க முடிகிறது.

ஒரு வழக்கத்தைப் பின்பற்றுவது என்பது நீங்கள் வளர்த்துக் கொள்ள வேண்டிய ஒரு பழக்கமாகும். முன்னேறுவதற்கு, நாம் மோசமான பழக்கங்களைத் தவிர்க்க வேண்டியதோடு மட்டுமல்லாமல், நம்முடைய மன வலிமையின்மீதும் தெளிவின்மீதும் ஒரு நேர்மறையான தாக்கம் ஏற்படுத்துகின்ற பழக்கங்களைப் பிரக்ஞையோடு தேர்ந்தெடுக்கவும் வேண்டும். 'சின்னஞ்சிறு பழக்கங்கள்' என்ற நூலின் ஆசிரியரான ஜேம்ஸ் கிளியர், நேர்மறையான பழக்கங்களை எவ்வாறு உருவாக்க வேண்டும் என்பது பற்றிப் பத்து ஆண்டுகளுக்கு மேலாக ஆராய்ச்சி செய்தும் எழுதியும் வந்துள்ளார். புதிய பழக்கங்களை உருவாக்கும்போது, பின்வருவனவற்றைப் பற்றி நாம் சிந்திக்க வேண்டும் என்று ஜேம்ஸ் கூறுகிறார்:

1. **ஒரு சிறிய பழக்கத்திலிருந்து தொடங்குங்கள்:** எடுத்த எடுப்பிலேயே மிகக் கடினமான ஒரு விஷயத்தைத் தேர்ந்தெடுத்தால், நாம் தோற்பதற்கான வாய்ப்பு அதிகம். எடுத்துக்காட்டாக, "நான் நேர்மறையான எண்ணங்களை மட்டுமே எண்ணுவேன்," என்பது நம்முடைய இலக்காக இருக்கக்கூடாது. தொடக்கத்தில் அது நம் கைக்கெட்டாத ஓர் இலக்காக இருக்கும். நாம் அதை அடையும் முயற்சியில் போராட வேண்டியிருக்கும். அது நம்மை ஊக்கமிழக்கச் செய்யும். அதற்கு பதிலாக, ஒரு சுலபமான பழக்கத்திலிருந்து தொடங்குங்கள். "நான் தினமும் ஒரு நேர்மறையான சுயபிரகடனத்தைக் கூறுவேன்," என்பது இதற்கான ஓர் எடுத்துக்காட்டு.
2. **உங்களுடைய பழக்கத்தை ஒரு சிறிய அளவில் அதிகரியுங்கள்:** 1 சதவீத அதிகரிப்புகள் விரைவில் கூட்டு சேர்ந்துவிடும். உங்களுடைய புதிய பழக்கத்தை ஒவ்வொரு நாளும் ஒரு சிறிய வழியில் கட்டியெழுப்புங்கள். எடுத்துக்காட்டாக, உங்களுடைய சுயபிரகடனத்தைச் சொல்வது உங்களுக்குப் பழக்கமாகிவிட்டப் பிறகு, ஒரு கண்ணாடியில் உங்களைப் பார்த்துக் கொண்டே அந்த சுயபிரகடனத்தைக் கூறும் பழக்கத்தை உருவாக்குவதன்மீது கவனம் செலுத்துங்கள். அடுத்த

வாரம், அந்த சுயபிரகடனத்தைப் பற்றி ஒரு முப்பது நொடிகளுக்கு அமைதியாகச் சிந்தித்துப் பாருங்கள். ஒரு பழக்கத்தைச் சிறிய வழிகளில் உருவாக்குவது, நம்முடைய இலக்கை அடையப்படக்கூடியதாக வைத்துக் கொள்ள உதவுகிறது.

3. **பழக்கங்களைக் கூறுபோட்டுக் கொள்ளுங்கள்:** அதிகத் தெளிவாகச் சிந்திப்பதற்கும் சிறப்பான எண்ணங்களைத் தேர்ந்தெடுப்பதற்கும் உதவக்கூடிய விதத்தில் தினமும் தியானம் செய்யும் பழக்கத்தை நீங்கள் உருவாக்க விரும்புவதாக வைத்துக் கொள்வோம். நீங்கள் இந்தப் பழக்கத்தைக் காலையில் பத்து நிமிடங்கள், மாலையில் பத்து நிமிடங்கள் என்று இரண்டாகப் பிரித்துக் கொண்டால், அதற்கு நீங்கள் அர்ப்பணிக்க வேண்டிய நேரம் அவ்வளவு சுமையானதாகத் தோன்றாது.

4. **நீங்கள் ஒரு பழக்கத்திலிருந்து தடம்புரளும்போது,** உங்களால் முடிந்த அளவு விரைவாக அதிலிருந்து மீண்டு சரியான பாதைக்குத் திரும்பி வந்துவிடுங்கள். உங்களுடைய தினசரிப் பழக்கங்களை எப்போதேனும் ஒரு முறை தவறவிடுவது உங்களுடைய நீண்டகால முன்னேற்றத்தை பாதிக்காது என்று ஆராய்ச்சிகள் காட்டுகின்றன. ஆனால், நம்முடைய பழக்கங்கள் குறித்து, 'எல்லாம்-அல்லது-எதுவுமில்லை' என்ற மனப்போக்கு நம்மிடம் இருக்கும்போதுதான் பிரச்சனை முளைக்கிறது. எடுத்துக்காட்டாக, நீங்கள் ஒரு நாள் அந்தப் பழக்கத்தைக் கடைபிடிக்கத் தவறியிருந்து, "இன்று நான் அதைச் செய்யத் தவறிவிட்டேன். என் முயற்சியெல்லாம் வீணாகிவிட்டது," என்று நீங்கள் நினைத்தால், நீங்கள் பிரச்சனையை அதிகப்படுத்துகிறீர்கள். எப்போதேனும் நீங்கள் தடம்புரளக்கூடும் என்பதை ஏற்றுக் கொள்ளுங்கள். அதனால் எந்தப் பிரச்சனையும் இல்லை. கச்சிதத்தைவிட மீண்டெழுதல் அதிக முக்கியமானது. எனவே, அடுத்த நாளே சரியான வழிக்குத் திரும்பி வந்துவிடுங்கள்.

காலப்போக்கில், என் வாழ்க்கை மாறியதைத் தொடர்ந்து என்னுடைய வழக்கங்களும் மாறியுள்ளன. ஆனால், நான் தினமும் அவற்றைக் கடைபிடிப்பது மட்டும் மாறவில்லை.

இன்று, நான் என் வாழ்க்கையைத் திரும்பிப் பார்க்கும்போது, ஓர் ஆரோக்கியமான மனப்போக்கை உருவாக்கிக் கொள்வதற்கு நான் வளர்ச்சி சார்ந்த ஒரு வழக்கத்தைப் பயன்படுத்தியதிலிருந்து வந்துள்ள மாற்றத்தை என்னால் காண முடிகிறது. அம்முயற்சியில் நான் முதலீடு செய்திருந்த நேரம், மதிப்பு வாய்ந்த ஒரு கண்ணோட்டத்தை எனக்குக் கொடுத்துள்ளது. நான் மனத்தளவில் வலிமையானவனாகவும், அதிகத் தன்னம்பிக்கை கொண்டவனாகவும், விஷயங்களை அசைபோட்டுப் பார்க்கும் திறன் படைத்தவனாகவும், இரக்கமுள்ளவனாகவும் ஆவதற்கு அது எனக்கு உதவியுள்ளது.

எனக்குப் பலனளிக்கின்ற ஒரு வழக்கம் உங்களுக்குச் சரிப்பட்டு வராமல் போகக்கூடும். நம் எல்லோருக்கும் வெவ்வேறு தேவைகள் இருக்கின்றன. 'த லைஃப்-சேஞ்சிங் மேஜிக் ஆஃப் டைடியிங் அப்' என்ற நூலின் ஆசிரியரான மேரி கான்டோ, தினமும் காலையில் *6:30* மணிக்கு எழுந்து, சன்னல்களைத் திறந்து புத்துணர்ச்சியூட்டும் காற்றை வரவேற்றுவிட்டு, தன்னுடைய வீட்டைத் தூய்மைப்படுத்துவதற்குச் சாம்பிராணியை எரிக்கிறார். வெதுவெதுப்பான ஒரு பானத்தைப் பருகுவது அவருக்கு மிகவும் பிடிக்கும். அதைத் தொடர்ந்து, அவர் தன்னுடைய கணவருடனும் மகளுடனும் ஓர் எளிய காலை உணவை உட்கொள்கிறார். பிறகு, அவர்கள் எல்லோருமாகச் சேர்ந்து பிரார்த்திக்கின்றனர், நன்றி தெரிவிக்கின்றனர், அன்றைய நாள் ஒரு சிறந்த நாளாக இருப்பதுபோல மனக்காட்சிப்படுத்துகின்றனர். வேலைக்குச் செல்வதற்கு முன்பும் இரவில் தூங்கப் போவதற்கு முன்பும் மேரி தன் வீட்டைச் சுத்தப்படுத்த விரும்புகிறார். சில வழக்கங்களுக்கு நம்புதற்கரிய ஒழுங்கும் அர்ப்பணிப்பும் தேவை. நேரம் எல்லோருக்கும் அபரிமிதமாக இருப்பதில்லை. ஒருவேளை, தினமும் மாலை *5:00-5:20* மணிவரை வெறும் இருபது நிமிடங்கள் மட்டுமே உங்களுக்கென்று கிடைக்கக்கூடும். அந்த நேரத்தை, முந்தைய நாளை அசைபோட்டுப் பார்ப்பதற்கோ அல்லது அடுத்த நாளுக்குத் தயாராவதற்கோ உங்களுக்கு உதவக்கூடிய ஒரு வழியில் நீங்கள் பயன்படுத்தலாம். அல்லது, நீங்கள் நாட்குறிப்பு எழுதலாம், தியானம் செய்யலாம், உடற்பயிற்சி செய்யலாம், அல்லது எதைப் பற்றியும் சிந்திக்காமல் வெறுமனே அமைதியாக உட்கார்ந்திருக்கலாம்.

உங்களிடம் இப்போதுள்ள வழக்கத்தைப் பற்றிச் சிந்தியுங்கள். ஒவ்வொரு நாளும் நீங்கள் செய்கின்ற நடவடிக்கைகளை நீங்கள் பிரக்ஞையோடு திட்டமிடுகிறீர்களா,

அல்லது அவை வெறுமனே நிகழ்கின்றனவா? உங்களுடைய வழக்கம் உங்களால் தீர்மானிக்கப்படுகிறதா அல்லது மற்றவர்களின் தேவைகளால் தீர்மானிக்கப்படுகிறதா? நம் எல்லோருக்குமே குடும்பங்களும் கடமைகளும் இருக்கின்றன, ஆனால் தினமும் காலையில் அல்லது மாலையில் உங்களுக்கென்று சிறிது நேரத்தை ஒதுக்கிக் கொள்வதற்கான ஒரு வழியை நீங்கள் கண்டுபிடித்தாக வேண்டும். அந்த நேரத்தில், ஓர் ஆக்கபூர்வமான மனப்போக்கை உருவாக்க உதவக்கூடிய விஷயங்களில் நீங்கள் ஈடுபடலாம்.

வாழ்வில் நீங்கள் அடைய விரும்புகின்றவற்றை அடைவதற்கு உங்களுக்கு உதவக்கூடிய மனப்போக்கை உங்களிடம் வளர்த்துக் கொள்வதற்கு நேரமும் முயற்சியும் தேவை. காலப்போக்கில் எது உங்களுக்குச் சிறப்பாகப் பலனளிக்கும் என்பதை நீங்கள் தீர்மானித்தாக வேண்டும். பின்வரும் கேள்விகளைத் தினமும் நீங்கள் உங்களிடம் கேட்கும்படி நாங்கள் உங்களுக்குப் பரிந்துரைக்கிறோம்:

- உங்கள் வாழ்வில் எது சிறப்பாகப் போய்க் கொண்டிருக்கிறது? எது குறித்து நீங்கள் நன்றியுடையவராக இருக்கிறீர்கள்? இக்கேள்விகள், உங்கள் வாழ்வில் உங்களுக்கு மகிழ்ச்சியைக் கொண்டுவருகின்ற விஷயங்கள்மீது நீங்கள் முதலில் கவனம் செலுத்த உங்களுக்கு உதவுகின்றன.
- உங்கள் வாழ்க்கையில் எது சரியாகப் போய்க் கொண்டிருக்கவில்லை? உங்கள் வாழ்வின் எந்தப் பகுதிகளை நீங்கள் மாற்ற விரும்புகிறீர்கள்? எங்கிருந்து தொடங்குவது என்பதைத் தீர்மானிக்க நீங்கள் அவற்றை ஒரு பட்டியலிட்டு முன்னுரிமைப்படுத்திக் கொள்ளலாம். நீங்கள் பட்டியலிடுகின்ற விஷயங்கள் நீங்கள் மேம்படுத்தக்கூடிய குறிப்பிட்ட அம்சங்களாக இருக்க வேண்டும். எடுத்துக்காட்டாக, "என் தாயாருடனான என் உறவு தடுமாறிக் கொண்டிருக்கிறது," என்று கூறுவதற்குப் பதிலாக, "என் தாயாருடன் நான் தனியாக நேரம் செலவிட்டால், எங்கள் உறவு மேம்படும்," என்று நீங்கள் கூறலாம்.
- உங்களுக்கு மிகவும் முக்கியமான பகுதியை மேம்படுத்துவதற்கு நீங்கள் எதை நம்ப வேண்டும்? எடுத்துக்காட்டாக, உங்கள் தாயாருடனான உங்கள் உறவு அவ்வளவு சிறப்பாக இல்லை என்று நீங்கள்

கவலைப்பட்டுக் கொண்டிருப்பதாக வைத்துக் கொள்வோம். உங்களால் அந்த உறவை மேம்படுத்த முடியாது என்பது அந்தக் கவலைக்குப் பின்னால் இருக்கின்ற நம்பிக்கையாக இருக்கக்கூடும். இந்த மாதிரியான ஒரு விஷயத்தில் ஏதேனும் மேம்பாடு ஏற்பட வேண்டுமென்றால், உங்கள் தாயாருடன் ஓர் இணக்கமான, நெருக்கமான உறவை உங்களால் வளர்த்துக் கொள்ள முடியும் என்று நீங்கள் நம்ப வேண்டும்.

- உங்களுடைய புதிய மனப்பான்மை குறித்து உங்களுக்கு நீங்களே எதை நினைவூட்ட வேண்டும்? இங்கேதான் நீங்கள் சுயபிரகடனங்களைப் பயன்படுத்தலாம் அல்லது குறிப்பிட்ட நடவடிக்கைகளை மேற்கொள்ளலாம். எடுத்துக்காட்டாக, ஒவ்வொரு வாரமும் ஒரு குறிப்பிட்ட நாளன்று நீங்கள் உங்கள் தாயாரை நேரில் சந்தித்து, பிரச்சனையைப் பற்றி அவரிடம் கலந்து பேசலாம்.

உங்கள் மனப்போக்கை மேம்படுத்த உதவக்கூடிய வழக்கத்திற்குள் பிற ஆக்கபூர்வமான நடவடிக்கைகளையும் நீங்கள் சேர்த்துக் கொள்ளலாம். நிகழ்கணலயிப்பு, தியானம், சுவாசப் பயிற்சி, பிரார்த்தனை, நாட்குறிப்பு எழுதுதல், மனக்காட்சிப்படைப்பு ஆகியவை அவற்றில் சில. உடற்பயிற்சியும் ஒரு சிறந்த கூடுதல் அம்சமாகும். நீங்கள் தேர்ந்தெடுக்கின்ற நடவடிக்கைகள் என்னவாக இருந்தாலும், நீங்கள் எத்தகையவராக ஆக விரும்புகிறீர்களோ அத்தகையவராக ஆவதற்கு அவை உங்களுக்கு உதவ வேண்டும். பொறுப்பானவராக, தாராள மனப்போக்கு உடையவராக, இரக்கமுள்ளவராக, நியாயமானவராக, நேர்மையானவராக, அமைதியானவராக, தன்னம்பிக்கையுள்ளவராக, அல்லது முன்முனைப்போடு செயல்படுபவராக ஆவது உங்கள் இலக்காக இருக்கலாம். அந்த இலக்கை நோக்கி உங்களை நகர்த்தக்கூடிய ஒரு நடவடிக்கையைத் தேர்ந்தெடுங்கள்.

வழக்கங்களைப் பற்றிய ஒரு சிறு குறிப்பு: எதார்த்தமானவராக இருங்கள்

நமக்கு உதவுவதற்காகத்தான் நாம் வழக்கங்களை உருவாக்குகிறோமே அன்றி, நாம் அவற்றுக்கு உதவுவதற்காக

அல்ல என்பதை நினைவில் வைத்திடுங்கள். நீங்கள் கச்சிதமானவராக இல்லாமல் போகக்கூடும், நீங்கள் தடம்புரளக்கூடும், ஆனால் அது குறித்து நீங்கள் குற்றவுணர்வு கொள்ளவோ அல்லது உங்களைப் பற்றி மோசமாக உணரவோ வேண்டியதில்லை. ஒரு வழக்கத்தை உருவாக்கவோ அல்லது அதைத் தக்கவைத்துக் கொள்ளவோ முயற்சிக்கும்போது, நீங்கள் பயணம் செய்து கொண்டிருக்கக்கூடும் அல்லது ஓர் உல்லாச விடுமுறையில் இருக்கக்கூடும்; நோயுற்றுள்ள உங்கள் குழந்தையை நள்ளிரவில் நீங்கள் கவனித்துக் கொள்ள வேண்டியிருக்கும், அல்லது நீங்களே உடல்நலம் சரியில்லாமல் இருக்கக்கூடும்; நீங்கள் உங்கள் நண்பர்களுடன் இரவு வெகுநேரம் கழித்து வெளியே செல்லக்கூடும், அலுவலகத்தில் கூடுதல் நேரம் வேலை பார்க்க வேண்டியிருக்கக்கூடும், அல்லது உங்களுடைய திட்டமிடப்பட்ட வழக்கத்தைத் தடம்புரளச் செய்யக்கூடிய பல்வேறு சூழ்நிலைகளை நீங்கள் எதிர்கொள்ளக்கூடும். அதுதான் வாழ்க்கை. ஒரு நியாயமான காரணத்திற்காக நீங்கள் உங்கள் வழக்கத்திலிருந்து வழுவும்போது அதற்காக உங்களிடம் கடுமையாக நடந்து கொள்ளாதீர்கள். உங்களிடம் பரிவோடு நடந்து கொண்டு, உங்களால் முடிந்த அளவு விரைவாக மீண்டும் சரியான பாதைக்குத் திரும்பிவிடுங்கள். நீங்கள் வெற்றி பெறும்வரை தொடர்ந்து முயற்சித்துக் கொண்டே இருங்கள். முயற்சியை ஒருபோதும் கைவிடாதீர்கள். மறுபுறம், சோம்பேறித்தனத்தாலோ அல்லது பலவீனமான சாக்குப்போக்குகளைக் கூறுவதன் மூலமாகவோ நீங்கள் உங்கள் வழக்கத்தைத் தவறவிட்டால், நாங்கள் சற்று முன் கூறிய எல்லாவற்றையும் மறந்துவிடுங்கள். பொறுப்பேற்றுக் கொண்டு, உங்களுடைய வழக்கத்தை நடைமுறைப்படுத்துவதற்கான நேரம் இது.

பொறுப்பேற்றுக் கொள்ளுங்கள்

இது வெறுமனே வழக்கத்தைப் பற்றியது மட்டுமல்ல, மாறாக, அந்த வழக்கம், நாம் நம்முடைய இலக்குகளை அடைவதற்கு நம்மை எவ்வாறு தயார்படுத்துகிறது என்பதைப் பற்றியதும் ஆகும். நம்முடைய நாளை நாம் எவ்வாறு தொடங்குவோம், எவ்வாறு நிறைவு செய்வோம், எவ்வாறு வாழ்வோம் என்பதை நாம் பிரக்ஞையோடு தீர்மானித்து, ஒரு வலிமையான மனப்போக்கை வளர்த்துக் கொள்ள உதவுகின்ற நடவடிக்கைககளை நாம் மேற்கொள்ளும்போது, வெற்றிக்கு நம்முடைய மனத்தை நாம் தயார்படுத்துகிறோம். இதைச் செய்வதுதான், நாம் வாழ விரும்புகின்ற வகையான வாழ்க்கையை வாழ்வதற்கான திறவுகோலாகும்.

கொள்கை

உங்களுடைய மனப்போக்கை
வளர்த்தெடுப்பதற்கு உதவிகரமான
வழக்கங்களைப் பயன்படுத்துங்கள்.

செயல்முறைப் பயிற்சி

- **ஒரு வழக்கத்தை உருவாக்குங்கள்.** நீங்கள் உங்கள் நாளை எவ்வாறு தொடங்குகிறீர்கள் என்பதைப் பற்றி எண்ணிப் பாருங்கள். ஏற்கனவே உதவிகரமாக ஆகிவிட்டுள்ள எந்த நடவடிக்கைகளை இப்போது நீங்கள் செய்து கொண்டிருக்கிறீர்கள்? நீங்கள் தியானம் செய்கிறீர்களா, நாட்குறிப்பு எழுதுகிறீர்களா, திட்டமிடுகிறீர்களா, பிரார்த்திக்கிறீர்களா, புத்தகங்கள் படிக்கிறீர்களா, அல்லது உடற்பயிற்சி செய்கிறீர்களா? உதவிகரமான எந்த நடவடிக்கையும் உங்கள் வழக்கத்தில் இல்லை என்றால், அன்றைய நாள் முழுவதும் உங்களுக்கு ஆதரவு நல்கக்கூடிய எந்த நடவடிக்கையை உங்களுடைய காலை வேளையில் உங்களால் செய்ய முடியும்?
- **உதவிகரமான நடவடிக்கைகளை உங்கள் நாளுக்குள் சேர்த்துக் கொள்ள ஒரு திட்டம் வகுத்துக் கொள்ளுங்கள்:**

- ஒரு சிறிய பழக்கத்திலிருந்து தொடங்குங்கள்.
- அதைப் படிப்படியாக அதிகரித்துக் கொள்ளுங்கள்.
- அந்தப் பழக்கத்தைக் கூறுபோட்டுக் கொள்ளுங்கள்.
- நீங்கள் அந்தப் பழக்கத்திலிருந்து தடம்புரண்டால், விரைவாக மீண்டும் திரும்பி வந்துவிடுங்கள், ஆனால் அது குறித்து உங்களிடம் கடுமையாக நடந்து கொள்ளாதீர்கள்.

- **ஒரு வளர்ச்சி மனப்பான்மையை உருவாக்குவதற்கு இந்த வழக்கத்தைப் பயன்படுத்திக் கொள்ளுங்கள்.** ஒரு பேனாவையும் ஒரு காகிதத்தையும் எடுத்துக் கொள்ளுங்கள். பின்வரும் கேள்விகளை உங்களிடம் கேளுங்கள்:
  - உங்கள் வாழ்வில் எது சிறப்பாகப் போய்க் கொண்டிருக்கிறது? எவற்றுக்காக நீங்கள் நன்றியுடையவராக இருக்கிறீர்கள்?
  - உங்கள் வாழ்வில் எது சரியாகப் போய்க் கொண்டிருக்கவில்லை? உங்கள் வாழ்வில் எந்தப் பகுதிகளை நீங்கள் மாற்ற விரும்புகிறீர்கள்?
  - உங்களுக்கு மிகவும் முக்கியமான பகுதியை மேம்படுத்துவதற்கு நீங்கள் எதை நம்ப வேண்டும்?
  - உங்களுடைய புதிய மனப்பான்மை குறித்து உங்களுக்கு நீங்களே எதை நினைவூட்ட வேண்டும்?
- **உங்கள் மனப்பான்மையின்மீது கவனம் செலுத்துங்கள்.** நீங்கள் உங்களுடைய வழக்கத்தைக் கடைபிடிக்கும்போது, அது உங்களுடைய மனப்பான்மையின்மீது எத்தகைய தாக்கம் ஏற்படுத்துகிறது என்பதைக் கவனியுங்கள். நீங்கள் பின்னர் எவ்வாறு உணர்கிறீர்கள்? அந்த வழக்கத்திலிருந்து நீங்கள் தவறும்போது நீங்கள் எவ்வாறு உணர்கிறீர்கள்? நீங்கள் விரும்புகின்ற மனப்பான்மையை அடைவதற்கு உங்களுடைய வழக்கத்தை நீங்கள் எவ்வாறு திருத்தியமைக்க வேண்டும்?

அத்தியாயம் 3

உங்கள் உணர்ச்சிகளைப் பக்குவமாகக் கையாளுங்கள்

மக்களைக் கையாளும்போது, நாம் தர்க்கபூர்வமான ஜீவன்களைக் கையாண்டு கொண்டிருக்கவில்லை என்பதை நினைவில் வைத்திடுங்கள். நாம் உணர்ச்சிபூர்வமான ஜீவன்களைக் கையாண்டு கொண்டிருக்கிறோம்.

– டேல் கார்னகி

டெபொரா ஆன் மேக் தன்னுடைய உலர்சலவைத் தொழிலை ஏறத்தாழப் பத்தாண்டு காலமாகக் கட்டியெழுப்பி வந்திருந்தார். 2004-ல் அவர் வீடுவீடாகச் சென்று தன்னுடைய தொழிலைப் பற்றி விளம்பரப்படுத்தினார். பிறகு, அவரே தன்னுடைய வாடிக்கையாளர்களின் வீடுகளுக்குச் சென்று துணிகளை வாங்கி வந்து உலர்சலவை செய்து அவற்றை மீண்டும் அவர்களுடைய வீடுகளுக்கு எடுத்துச் சென்று கொடுக்கத் தொடங்கினார். ஒரு சில ஆண்டுகளிலேயே அவருக்கு சுமார் தொள்ளாயிரம் வாடிக்கையாளர்கள் கிடைத்தனர். இந்த வளர்ச்சியின் காரணமாக, அவர் பல ஊழியர்களை வேலைக்கு எடுத்தார். இறுதியில், வேதிப்பொருட்கள் எதையும் பயன்படுத்தாமல் உலர்சலவை செய்வதற்கான ஓர் ஆலையை அவர் கட்டினார். அந்த மையத்தின் முகப்பில், தன்னுடைய தொழிலை நடத்துவதற்கென்று கூடுதலாக ஒரு பெரிய வரவேற்பறையையும் அவர் கட்டினார்.

அவர் ஒரு பழைய கட்டடத்தைக் குத்தகைக்கு எடுத்தார், ஆனால், ஒரு கட்டுமானத் தொழிலுக்குச் சொந்தக்காரராக இருந்த அதன் உரிமையாளர், அக்கட்டடத்தைப் பழுதுபார்ப்பதற்காக டெபொரா கொடுத்தப் பணத்தைச் செலவழித்துவிட்டார். இப்போது, பயன்படுத்தப்பட முடியாத

ஒரு கட்டடத்துடனும், நான்கு நாட்களாகச் சலவை செய்யப்படாமல் இருந்த துணிக் குவியலுடனும் டெபொரா செய்வதறியாமல் திகைத்து நின்றார். எனவே, இனியும் அந்தக் கட்டட உரிமையாளரை நம்பிப் பயனில்லை என்று முடிவு செய்த அவர், கூடுதலாகப் பணம் திரட்டி, வேறொரு வாடகை இடத்தில் தன் தொழிலை முதலிலிருந்து தொடங்கினார். தன்னிடம் இருந்த பணம் முழுவதையும் அவர் அந்தக் கட்டடத்தின்மீது செலவிட்டதால், சலவை இயந்திரங்களை நிறுவி அவற்றை இயக்கத் தேவையான ஊழியர்களை வேலைக்கு எடுப்பதற்குப் போதுமான பணம் அவரிடம் இருக்கவில்லை. எனவே, அவர் தன்னுடைய சகோதரரையும் அவருடைய நண்பர்கள் சிலரையும் அழைத்து, அந்த இயந்திரங்களின் அறிவுறுத்தல் கையேடுகளின் உதவியுடன் அந்த இயந்திரங்களை நிறுவும் வேலையில் இறங்கினார்.

இக்கட்டத்தில், டெபொரா விரக்தியடைந்தும் கோபமாகவும் கவலையாகவும் இருந்தார். அவர் தன்னுடைய தொழிலில் ஏராளமான பணத்தைக் கொட்டியிருந்ததால், அத்தொழிலைக் கைவிடவும் அவருக்கு மனமிருக்கவில்லை. அவர் அத்தொழிலை எப்படியாவது தூக்கி நிறுத்த வேண்டியிருந்தது. ஏனெனில், அதைத் தவிர அவருக்கு வேறு வழி இருக்கவில்லை.

சலவை இயந்திரத் தயாரிப்பாளரின் உதவியுடன், டெபொராவின் சகோதரரும் அவருடைய நண்பர்களும் அந்த இயந்திரங்களை நிறுவி முடித்தனர். இறுதியில், விஷயங்கள் நகரத் தொடங்கின. ஆனால், ஒரு நாள் காலை 5:30 மணிக்கு, வழக்கம்போலத் தன்னுடைய சலவை ஆலைக்கு வந்து கதவைத் திறந்த டெபொரா, அந்த ஆலை முழுவதிலும் ஒரு சிறு கடல்போலத் தண்ணீர் தேங்கி நின்றதைக் கண்டார். ஒரு குழாய் வெடித்திருந்தது. டெபொரா அப்படியே உறைந்து நின்றார்.

பிறகு அவர் ஒரு வாளியையும் துடைப்பானையும் எடுத்துக் கொண்டு வேலையில் இறங்கினார். ஆனால் தான் வீழ்த்தப்பட்டிருந்ததாக அவர் உணர்ந்தார். "இனி வேறு என்னவெல்லாம் தவறாகப் போகக்கூடும்? நான் ஒரு வெள்ளத்தின் நடுவே நின்று கொண்டிருக்கிறேன். இத்தொழிலை எப்படியாவது தூக்கி நிறுத்த நான் முயற்சித்துக் கொண்டிருக்கிறேன். ஆனால் ஒன்று மாற்றி இன்னொன்று வந்து என்னைச் சோதிக்கிறதே," என்று நினைத்து அவர் உள்ளூர நொறுங்கிப் போனார். அவர் ஒரு பரிதாபகரமான நிலையில் இருந்தார்.

அவர் அழ முயன்றார். ஆனால், அவர் எவ்வளவு முயன்றும், ஒரு துளி கண்ணீர்கூட அவருடைய கண்களிலிருந்து வெளிவரவில்லை. பிறகு அவர் சிரிக்கத் தொடங்கினார். அவர் தன் வாழ்வின் மிக மோசமான நெருக்கடியில் இருந்தபோதிலும், அவரால் ஒரு துளி கண்ணீர்கூடச் சிந்த முடியாமல் இருந்தது அவருக்கு வேடிக்கையானதாகத் தோன்றியது. அவர் அந்த வாளியைக் கவிழ்த்துப் போட்டு அதன்மீது உட்கார்ந்து கொண்டு, தன் வயிறு வலிக்கும்வரை சிரித்தார். அவ்வளவு சிரித்ததில் அவருக்கு மூச்சு வாங்கியது. அவர் தன் கணவரைத் தொலைபேசியில் அழைத்து, இன்னும் சிரித்துக் கொண்டே, "இங்கே நடந்துள்ள கூத்தை நீங்கள் நம்ப மாட்டீர்கள். நம்முடைய ஆலை வெள்ளத்தில் மூழ்கியுள்ளது. ஒரு குழாய் வெடித்துவிட்டது!" என்று கூறினார். அதற்கு அவருடைய கணவர், "அப்படியானால் நீ ஏன் சிரித்துக் கொண்டிருக்கிறாய்?" என்று கேட்டார். "ஏனெனில், இது வேடிக்கையாக இருக்கிறது!" என்று டெபொரா பதிலளித்தார்.

ஒரு சில நிமிடங்களில், டெபொராவின் உணர்ச்சிகள், அதிர்ச்சி, அவநம்பிக்கை, சோகம், கையாலாகாத்தனம், விரக்தி ஆகியவற்றிலிருந்து, ஆச்சரியம், மகிழ்ச்சி, மற்றும் சுதந்திரமாக மாறின. அவர் பல ஆண்டுகளாகக் கடுமையாக உழைத்து வந்திருந்தார். ஆனால், இப்போது அவர் தன் முயற்சியைக் கைவிட முயன்றபோது, அவரால் செய்ய முடிந்ததெல்லாம், தன்னுடைய சூழ்நிலை எவ்வளவு நகைப்புக்குரியதாக இருந்தது என்பதை நினைத்துச் சிரிப்பது மட்டும்தான். ஒவ்வோர் உணர்ச்சியும் ஒரே நேரத்தில் ஒன்றுசேர்ந்து அவருக்குள்ளிருந்து பாய்ந்து வந்தன. தன்னுடைய உணர்ச்சிகள் தன்னைத் திக்குமுக்காடச் செய்து தன்னை வீழ்த்த அவர் அனுமதித்திருந்திருக்கலாம். தோல்வியுணர்வுக்கும் விரக்திக்கும் உட்பட்டு அவர் அக்கணமே தன் முயற்சியைக் கைவிட்டிருக்கலாம். ஆனால், உணர்ச்சிகள் வந்து போகின்றவை என்பதை அவர் அறிந்திருந்தார். தனக்கு நன்மை பயக்கக்கூடிய விதத்தில் அந்த உணர்ச்சிகளை எவ்வாறு கையாள வேண்டும் என்பதையும் அவர் அறிந்திருந்தார். அவர் தன் வாளியைவிட்டு எழுந்து, புதுப்பிக்கப்பட்டத் துணிச்சலுடன் மீண்டும் தன் வேலையைத் தொடரச் சென்றார்.

அந்த ஆலை முற்றிலுமாகத் தயாரானவுடன், அந்த ஆலையை நடத்தத் தேவையான ஊழியர்களை அவர் வேலைக்கு எடுத்தார். தோல்வி என்ற பேச்சுக்கே இடமில்லை என்பதை அவர் அறிந்திருந்ததால், அவர் தன் தீர்மானத்தில்

உறுதியாக இருந்தார். அவர் அந்தத் தொழிலை அதன் பிறகு பல ஆண்டுகளாக நடத்திய பிறகு, அதை வேறொருவரிடம் விற்றுவிட்டு, நவீன ஆடை வடிவமைப்பைப் பற்றிப் படிப்பதற்காக அவர் ஒரு கல்லூரியில் சேர்ந்தார். இன்று, அவர் தன்னுடைய சொந்தப் பெயரில் ஓர் ஆடம்பரமான ஃபேஷன் தொழிலின் உரிமையாளராகவும் அதன் வடிவமைப்பாளராகவும் இயங்கிக் கொண்டிருக்கிறார்.

வெள்ளமயமான உலர்சலவைத் தொழில் ஒன்று உங்கள் கையில் இல்லாமல் இருக்கலாம், ஆனால் நாம் எல்லோருமே சில நேரங்களில் கடுமையான உணர்ச்சிகளுடன் போராடத்தான் செய்கிறோம். நம் புறத்தோற்றம் குறித்தப் பிரச்சனைகள் நமக்குப் பாதுகாப்பின்மை உணர்வை ஏற்படுத்தக்கூடும்; குடும்பச் சச்சரவுகள் நமக்குக் கோபமோ அல்லது விரக்தியோ ஏற்படுத்தக்கூடும்; நம்முடைய நண்பர்கள் நம்மைக் கைவிடுவதால் நாம் தனிமையுணர்வையும் நாம் மதிப்பற்றவர்கள் என்ற உணர்வையும் அனுபவிக்கக்கூடும்; நாட்பட்ட நோய்கள் நம்மை நலிவுறச் செய்து நம்மை அச்சுறுத்தக்கூடும். வாழ்க்கை கடினமானதாக இருக்கக்கூடும். ஆனால், நம்முடைய உணர்ச்சிகளைக் கையாள நாம் கற்றுக் கொள்ளாவிட்டால், நம்முடைய வாழ்க்கையை நம்மால் ஒருபோதும் நம்முடைய கட்டுப்பாட்டிற்குள் கொண்டுவர முடியாது.

உங்கள் வாழ்வில், கோபம், பொறாமை, விரக்தி, பயம், கவலை போன்ற ஏதோ ஓர் எதிர்மறை உணர்ச்சி உங்களை முற்றிலுமாக ஆட்கொண்டு உங்களைச் சக்தியற்றவராக ஆக்கிய ஒரு நேரத்தைப் பற்றிச் சிந்தித்துப் பாருங்கள். ஒருவேளை இக்கணத்தில் நீங்கள் அத்தகைய ஒரு சூழ்நிலையில் இருக்கக்கூடும். அந்த உணர்ச்சியிலிருந்து விடுபடுவது உங்களுக்கு எப்படி இருக்கும்? நீங்கள் உங்கள் உணர்ச்சிகளை அனுபவிக்கும்போது, அவை இன்னும் உங்கள் கட்டுப்பாட்டில்தான் உள்ளன என்று நீங்கள் உணர்கின்ற விதத்தில் அவற்றைக் கையாள நீங்கள் கற்றுக் கொண்டால் எப்படி இருக்கும்? நம்முடைய எண்ணங்களை, ஓரிடத்திலிருந்து இன்னோர் இடத்திற்கு நகர்ந்து கொண்டிருக்கின்ற மேகங்களாகவும், நம்முடைய உணர்ச்சிகளை, மின்னலையும் இடியையும் கொண்டுவருகின்ற சூறாவளிகளாகவும் பார்ப்பது நமக்கு உதவிகரமாக இருக்கும். வானம் மேகங்களையும் புயல்களையும் சிக்கெனப் பற்றிக் கொண்டிருப்பதில்லை; மாறாக, அவை வந்து போக அது அனுமதிக்கிறது. அதைப் பற்றித்தான் இந்த அத்தியாயத்தில் நாம் பேசப் போகிறோம்.

நமக்கு ஏன் உணர்ச்சிகள் இருக்கின்றன?

நாம் உயிர்பிழைத்திருக்கவும், இனப்பெருக்கம் செய்யவும், உணவைத் தேடிக் கண்டுபிடிக்கவும், பாதுகாப்பாக இருக்கவும் நமக்கு உதவுவதற்காக உணர்ச்சிகள் பரிணாம வளர்ச்சி அடைந்ததாகப் பெரும்பாலான ஆராய்ச்சியாளர்கள் நம்புகின்றனர். உலகத்துடன் நாம் கலந்துறவாடும் விதத்தின்மீது அவை தாக்கம் ஏற்படுத்துகின்றன. 'எதிர்மறையானவை' என்று நாம் முத்திரை குத்துகின்ற, வருத்தம், கோபம் போன்ற உணர்ச்சிகள் ஓர் அச்சுறுத்தலை அல்லது ஒரு சவாலான சூழ்நிலையைக் குறித்து நம்மை எச்சரித்து, அவற்றைத் தவிர்ப்பதற்கோ அல்லது அவற்றுக்குச் செயல்விடை அளிப்பதற்கோ நமக்கு உதவுகின்றன. நம்மைச் சுற்றிலும் இருக்கின்ற மக்களின் துணையும் ஆதரவும் நமக்குத் தேவை என்பதை 'வருத்தம்' நமக்குச் சுட்டிக்காட்டக்கூடும். அதுபோல, 'கோபம்', யாரோ ஒருவர் எல்லை மீறியிருப்பதையும், அது குறித்து நாம் ஏதேனும் செய்ய வேண்டும் என்பதையும் நமக்கு உணர்த்துகின்ற ஓர் அறிகுறியாக இருக்கக்கூடும். அந்த உணர்ச்சிகள், நாம் நம் கையிலுள்ள பிரச்சனையை கையாளக்கூடிய விதத்தில் நம்முடைய கவனக்குவிப்பின் வீச்சைச் சுருக்குகின்றன. 'நேர்மறையானவை' என்று நாம் முத்திரை குத்துகின்ற, மகிழ்ச்சி, பச்சாதாபம் போன்ற உணர்ச்சிகள், நம்முடைய விழிப்புணர்வை விரிவுபடுத்திக் கொள்ள நமக்கு உதவுவதோடு, வாய்ப்புகளையும் சாத்தியக்கூறுகளையும் வெளிப்படுத்துகின்றன. நம்முடைய கவனத்தையும் நினைவாற்றலையும் அதிகரிக்கவும், புதிய யோசனைகளைக் கருத்தில் கொள்ளவும், கற்றுக் கொள்ளவும் அவை நமக்கு உதவுகின்றன.

நம்முடைய எண்ணங்களைப்போலவே, நம்முடைய உணர்ச்சிகளும் நேர்மறையானவையாகவோ அல்லது எதிர்மறையானவையாகவோ இருக்கக்கூடும். அதற்கு ஒரு காரணம் உள்ளது. நம் எண்ணங்களைப்போலவே, நம்முடைய உணர்ச்சிகளும் புரிந்து கொள்ளப்படக் கடினமானவையாகும். இந்தச் செயல்முறைகள் அனைத்தையும் நம் மூளையின் வெவ்வேறு பகுதிகள் கட்டுப்படுத்துகின்றன.

இன்பம், வருத்தம், கோபம், பயம், வெறுப்பு உட்பட, குறைந்தபட்சம் ஐந்து வகை உணர்ச்சிகளை ஆராய்ச்சியாளர்கள் அடையாளம் கண்டுள்ளனர். நாம் அவற்றை 'இனிமையானவை' அல்லது 'இனிமையற்றவை' என்று நினைக்கக்கூடும், ஆனால் அவற்றுக்கு உண்மையிலேயே

ஒரு நோக்கம் இருக்கிறது:

1. **இன்பம்**: நமக்குப் பரிச்சயமான அனுபவங்களிலிருந்தும் புதிய அனுபவங்களிலிருந்தும் வருகின்ற நல்லவிதமான உணர்வுகளை இது விவரிக்கிறது.
2. **கோபம்**: நம் வழியில் ஏதேனும் குறுக்கே நிற்கும்போது, அல்லது நாம் நியாயமற்ற முறையில் நடத்தப்பட்டுக் கொண்டிருப்பதாக நாம் நம்பும்போது நம்மை உந்தித் தள்ளுகின்ற நெருப்பு அது.
3. **பயம்**: நம்முடைய பாதுகாப்புக்கான அச்சுறுத்தல்களை நாம் முன்கூட்டியே எதிர்பார்க்க இது வழி வகுக்கிறது.
4. **வெறுப்பு**: நமக்கு எது சரியல்ல என்பதை நாம் அறிந்து கொள்ள உதவுகிறது.
5. **வருத்தம்**: இது இழப்பிற்கான ஒரு செயல்விடையாக வருகிறது. வருத்தமாக உணர்வது நாம் நிதானிக்கவும், நமக்கு ஆதரவு தேவை என்பதை மற்றவர்களுக்கு வெளிக்காட்டவும் வழியமைக்கிறது.

நம்முடைய உணர்ச்சிரீதியான எதிர்வினைகளில் மூன்று பகுதிகள் உள்ளடங்கியுள்ளன: அந்த உணர்ச்சியை நாம் எந்தக் கண்ணோட்டத்தில் பார்க்கிறோம், நம்முடைய உடல் அந்த உணர்ச்சியை எவ்வாறு அனுபவிக்கிறது, மற்றும் அந்த உணர்ச்சிக்கு நாம் எவ்வாறு செயல்விடை அளிக்கிறோம். இந்த அத்தியாயத்தில், நாம் நம்முடைய உணர்ச்சிகளைக் கையாளக் கற்றுக் கொள்ளவிருக்கிறோம். நாம் ஓர் உணர்ச்சியை அனுபவிக்கும்போது, அதற்கு நாம் செயல்விடை அளிக்கும் விதத்தை நாம் தேர்ந்தெடுக்க விரும்புகிறோம். இதைச் சாத்தியமாக்குவதற்கு, நம்முடைய உணர்ச்சிகளைப் பார்க்கவும் புரிந்து கொள்ளவும் ஓர் எளிய நான்கு-நடவடிக்கைச் செயல்முறையை நாம் பயன்படுத்தப் போகிறோம்:

1. நான் எத்தகைய உணர்வை அனுபவித்துக் கொண்டிருக்கிறேன்?
2. இந்த உணர்வு என்னிடம் என்ன சொல்லிக் கொண்டிருக்கிறது?
3. இது எனக்கு உதவிக் கொண்டிருக்கிறதா?

4. இதை நான் எவ்வாறு சமாளித்து முன்னோக்கிச் செல்வது?

முதல் நடவடிக்கை: நான் எத்தகைய உணர்வை அனுபவித்துக் கொண்டிருக்கிறேன்?

நம்முடைய உணர்ச்சிகளை அடையாளம் காணவோ அல்லது அவற்றைப் புரிந்து கொள்ளவோ நம்மில் பெரும்பாலானோர் சிரமப்படுகிறோம். ஏனெனில், அதற்கான கருவிகள் நம்மிடம் இல்லை. 'அட்லஸ் ஆஃப் த ஹார்ட்' என்ற தன்னுடைய நூலில், நூலாசிரியரும் சமூகப் பணி ஆராய்ச்சிப் பேராசிரியருமான பிரனே பிரவுன், பெரும்பாலான மக்கள் தங்களுடைய உணர்வுகளை எவ்வாறு தங்களோடு தொடர்புபடுத்துகின்றனர் என்பதை விவரிக்கிறார்: மனித உணர்ச்சிகள் மற்றும் அனுபவங்களின் பரந்த தன்மையை வெறுமனே கோபம், வருத்தம், மகிழ்ச்சி ஆகியவையாக மட்டுமே வெளிப்படுத்த முடியும் என்றால் அதற்கு என்ன அர்த்தம்? மனிதர்களாக இருத்தல் என்றால் என்ன என்பதை வரையறுக்கின்ற, அவமானம், ஏமாற்றம், வியப்பு, பிரமிப்பு, வெறுப்பு, தர்மசங்கடம், அவலம், மன நிறைவு, சலிப்பு, கவலை, அழுத்தம், அன்பு, திக்குமுக்காடல், மற்றும் பிற உணர்ச்சிகளையும் அனுபவங்களையும் எந்தக் கணக்கில் சேர்ப்பது? ... ஓர் அனுபவத்திற்குப் பெயரிடுவது அந்த அனுபவத்திற்கு அதிக சக்தியைக் கொடுப்பதில்லை, மாறாக, அந்த அனுபவத்தைப் புரிந்து கொள்வதற்கும் அர்த்தப்படுத்துவதற்குமான சக்தியை அது நமக்குக் கொடுக்கிறது என்பதை மொழி நமக்குக் காட்டுகிறது."

நம்முடைய உணர்ச்சிகளை விவரிக்கக் கற்றுக் கொள்வது பெரும் மீள்திறனையும் சுயவிழிப்புணர்வையும் வளர்த்தெடுக்க உதவுகிறது. என்ன நடந்து கொண்டிருக்கிறது என்பதை உங்களால் சொல்ல முடியாவிட்டால், அதற்குத் தீர்வு காண்பதை நோக்கி எவ்வாறு உங்களால் செயல்பட முடியும்?

அடுத்த முறை நீங்கள் தீவிரமான உணர்வுகளை அனுபவிக்கும்போது, ஒரு சில கணங்களை ஒதுக்கி, அந்த அனுபவத்தைப் பதிவு செய்து கொள்ளுங்கள். நீங்கள் ஒரே ஓர் உணர்ச்சியை அனுபவித்துக் கொண்டிருக்கிறீர்களா அல்லது பல உணர்ச்சிகளை அனுபவித்துக் கொண்டிருக்கிறீர்களா? அந்த உணர்ச்சிகளின் பெயர்களையும், அந்த உணர்ச்சிகள் உங்கள்மீது ஏற்படுத்துகின்ற தாக்கத்தையும் உங்களால் பட்டியலிட முடியுமா? அவற்றை எடைபோடாமலும்,

அவற்றைச் சரிசெய்ய முயற்சிக்காமலும் இதைச் செய்யுங்கள்.

அந்த உணர்ச்சிகள் உங்களை அளவுக்கதிகமாகத் திக்குமுக்காடச் செய்து கொண்டிருந்தாலோ அல்லது அவற்றை நீங்கள் எழுதிக் கொள்ள விரும்பாவிட்டாலோ, வெறுமனே அவற்றை அவதானியுங்கள். டேல் கார்னகி பயிற்சி மையத்தில், விளக்கவுரை வழங்குவது எப்படி என்பதைக் கற்றுக் கொடுக்கின்ற ஒரு பயிற்சி வகுப்பில், பங்கேற்பாளர்கள் ஒவ்வொருவரும் மற்றவர்கள் முன்னிலையில் ஒரு சொற்பொழிவாற்ற வேண்டும். நாங்கள் அதைப் பதிவு செய்து கொள்வோம். ஒரு பங்கேற்பாளர் பேசி முடித்தவுடன், அவர் மறுபரிசீலனை அறைக்குச் சென்று, அங்கு அந்தப் பதிவை ஓடவிட்டுப்பார்ப்பார். உங்களுடைய சொந்தச்சொற்பொழிவை நீங்கள் எப்போதேனும் மீண்டும் திரையில் ஓட்டிப் பார்த்திருக்கிறீர்களா? நம்மில் பெரும்பாலானோரைப்போல, அந்த அனுபவம் உங்களைத் தர்மசங்கடமாக உணரச் செய்யும். அதைச் சமாளிப்பதற்கு நாங்கள் பரிந்துரைக்கின்ற உத்தி இதோ: அந்தப் பங்கேற்பாளர் தன்னுடைய சொந்தச் சொற்பொழிவைப் பார்க்கும்போது, திரையில் தெரியும் அந்நபர் தனக்கு முன்பின் அறிமுகமில்லாத ஒருவர் என்று நினைத்துக் கொண்டு அதைப் பார்க்க வேண்டும். அந்தப் பங்கேற்பாளர் தன்னைத் தானே இவ்வாறு கேட்டுக் கொள்வார்: "அவர் எதைச் சிறப்பாகச் செய்து கொண்டிருக்கிறார்? எதை அவர் சரியாகச் செய்யவில்லை? பேசும்போது அவர் எத்தகைய உணர்வை அனுபவித்துக் கொண்டிருக்கிறார்? அவருடைய முகபாவமும் உடல்மொழியும் என்ன சொல்கின்றன?" ஒரு கணம் நாம் நம்மைவிட்டு வெளியே அடியெடுத்து வைப்பதன் மூலம், நாம் உணர்த்துகின்ற குறிப்புகளை நம்மால் அவதானிக்க முடியும், நம்முடைய உள்ளார்ந்த அனுபவத்திற்கு நம்மால் ஒரு பெயரைக் கொடுக்க முடியும். "நான் வருத்தமாக இருக்கிறேன்," என்று கூறுவதற்குப் பதிலாக, "நான் வருத்தமாக இருப்பதை நான் காண்கிறேன்," என்று கூறுவதற்கு அது உதவுகிறது. நீங்கள் உங்களுடைய உணர்ச்சிகள் அல்லர், நீங்கள் அவற்றை உங்களுடன் அடையாளப்படுத்திக் கொள்ள வேண்டியதில்லை.

இரண்டாவது நடவடிக்கை: இந்த உணர்வு என்னிடம் என்ன சொல்லிக் கொண்டிருக்கிறது?

கடுமையான உணர்ச்சிகளால்கூட நமக்கு ஏதோ ஒன்றைக் கற்றுக் கொடுக்க முடியும். எனவே, அவை நம்மைவிட்டுப்

போய்விடும் என்று நம்புவதற்குப் பதிலாக, அவற்றைப் புரிந்து கொள்ள நாம் முயற்சிக்க வேண்டியது முக்கியம். நாஜி வதைமுகாம் ஒன்றிலிருந்து தப்பிப் பிழைத்தவரும் உளவியலாளருமான எடித் எகர் இவ்வாறு எழுதியுள்ளார்: "உணர்ச்சிகளை அடக்கி வைப்பது, அவற்றை விட்டுத்தள்ளுவதை அதிகக் கடினமாக்க மட்டுமே செய்கிறது. வெளிப்படுத்துவது என்பது மனச்சோர்வுக்கு நேரெதிரானது. ஓர் உணர்வை நீங்கள் அடையாளம் கண்டுகொண்டவுடன், அதைச் சரியான முறையில் கையாளத் தொடங்கலாம். நாம் வருத்தமாக இருப்பதற்குக் காரணம், நாம் நம்முடைய வாழ்க்கையை நம்முடைய முழு ஆற்றலைப் பயன்படுத்தி வாழ்ந்து கொண்டிருக்காததாக இருக்கலாம். நாம் கோபமாக இருப்பதற்குக் காரணம், நாம் நம்முடைய விழுமியங்களுக்கு ஏற்ப வாழத் தவறியதாக இருக்கலாம். காரணம் எதுவாக இருந்தாலும், உங்களுடைய உணர்ச்சிகள் நடுநிலையானவை மற்றும் தற்காலிகமானவை என்பதை நினைவில் கொள்ளுங்கள். அதாவது, ஓர் உணர்ச்சியை அனுபவிப்பது சரியோ அல்லது தவறோ அல்ல; அந்த உணர்ச்சிகள் நிச்சயமாக நிரந்தரமாக நிலைத்திருக்கப் போவதில்லை என்று அர்த்தம்.

சில சமயங்களில், தங்களுடைய உணர்வுகளைச் 'சரி செய்வதற்குத்' தாங்கள் விரும்புவதாக எங்களுடைய பயிற்சி வகுப்புகளில் கலந்து கொள்கின்றவர்கள் பலர் எங்களிடம் கூறுகின்றனர். அவர்கள் வருத்தமாக இருந்தால், தாங்கள் வருத்தப்படுவதை நிறுத்த வேண்டும் என்று அவர்கள் நினைக்கின்றனர். கோபம், பொறாமை, பயம், விரக்தி, குற்றவுணர்வு ஆகியவற்றுக்கும் இது பொருந்தும். நேர்மறையான உணர்ச்சிகள் நீடித்திருக்கலாம், ஆனால் வேதனைகரமான உணர்ச்சிகள் விரட்டியடிக்கப்பட வேண்டும் என்பது அவர்களுடைய எண்ணமாக இருக்கிறது.

நம்மில் பலர், திக்குமுக்காட வைக்கின்ற சூழ்நிலைகளை அனுபவித்திருக்கிறோம். அப்போது, நாம் அனுபவித்த உணர்ச்சிகளைக் கண்டுகொள்ளாமல் இருந்துவிடுவது அல்லது அடக்கி வைப்பது அவற்றைக் கையாள்வதைவிட அதிகச் சுலபமானதாக இருந்தது. ஆனால், நம்முடைய உணர்ச்சிகள் வழக்கமாக நமக்கு ஒரு செய்தியுடன் வருகின்றன. பயம், தனிமை போன்ற கடினமான உணர்ச்சிகள், பல சமயங்களில், மாற்றத்திற்கான தேவை ஏற்பட்டிருப்பதைச் சுட்டிக்காட்டுகின்றன. ஒருவேளை, நமக்கு எது பயம் ஏற்படுத்துகிறதோ, அந்தக் காரணத்தை நாம் கையாள வேண்டியிருக்கலாம். அல்லது, நம்மீது

அக்கறை கொண்டுள்ளவர்களோடு நாம் நேரம் செலவிட வேண்டிய தேவை இருக்கலாம். நாம் உண்மையிலேயே அந்த உணர்ச்சியின்மீது கவனம் செலுத்தி, பொறுமையைக் கடைபிடித்து, "ஏன்?" என்ற கேள்வியை மீண்டும் மீண்டும் கேட்கும்போது, இறுதியில், நாம் அந்த உணர்ச்சிக்கான மூலகாரணத்தைக் கண்டுபிடித்துவிடுவோம், அந்த உணர்ச்சி நமக்குச் சொல்கின்ற செய்தியையும் நாம் தெரிந்து கொண்டுவிடுவோம்.

இப்பயிற்சியின் நோக்கம் நம்முடைய உணர்ச்சிகளைச் 'சரி செய்வது' அல்ல, மாறாக, அவற்றைத் திறமையாகக் கையாள்வதாகும். உங்களுடைய உணர்ச்சிக்கு ஒரு பெயரைக் கொடுத்தப் பிறகு, அந்த உணர்ச்சி உங்களிடம் என்ன சொல்ல முயற்சித்துக் கொண்டிருப்பதாக நீங்கள் நினைக்கிறீர்களோ, அதை எழுதிக் கொள்ளுங்கள். எது அந்த உணர்ச்சிக்கான மூலகாரணம்? இந்த உணர்ச்சிகள் உங்களை என்ன செய்ய வைக்கின்றன அல்லது செய்யாமல் இருக்கச் செய்கின்றன?

என் விஷயத்தைப் பொறுத்தவரை, நாட்குறிப்பு எழுதும் பழக்கம், என்னுடைய உணர்ச்சிகளை வரையறுப்பது, நான் அவற்றைப் புரிந்து கொள்வது, அவற்றைச் சரியான கண்ணோட்டத்தில் பார்ப்பது ஆகியவற்றின் இன்றியமையாத ஒரு பகுதியாக இருந்து வந்துள்ளது. சில சமயங்களில், ஓர் உணர்ச்சியைத் தொடக்கத்தில் நான் மேலோட்டமாக வரையறுக்கக்கூடும் (எ.கா. "நான் கவலையாக இருக்கிறேன்"), ஆனால் நான் ஆழமாக யோசித்து அதைப் பற்றி எழுதும்போது, இன்னும் அதிகமான விஷயங்கள் இருப்பதை நான் கண்டறிகிறேன். இவ்வாறு எழுதிக் கொள்வது, 'ஏன்' என்ற அந்தப் பெரிய கேள்விக்கு விடை காண எனக்கு உதவுகிறது. உங்கள் உணர்ச்சிக்கான காரணத்தைக் கண்டுபிடிப்பதற்கு நீங்கள் நேர்மையாக உள்முகமாகப் பார்க்க வேண்டியது இன்றியமையாதது. நான் என்னுடன் ஓர் உள்ளார்ந்த உரையாடலில் ஈடுபடுகிறேன், என்னை நானே கேள்விகள் கேட்கிறேன், விடைகளை முழுமையாகப் பரிசீலிக்கிறேன், சில சமயங்களில் அவற்றை எழுதிக் கொள்கிறேன். எடுத்துக்காட்டாக, நான் இப்படித் தொடங்கக்கூடும்:

"நான் கவலையாக இருக்கிறேன்."

பிறகு நான், "நீ எதைப் பற்றிக் கவலைப்படுகிறாய்?" என்று கேட்கிறேன்.

"நான் விரைவில் ஒரு சொற்பொழிவாற்ற வேண்டியிருக்கிறது. நான் அதற்குப் போதிய அளவு என்னைத் தயார்படுத்தியிருக்கவில்லை என்று எனக்குத் தோன்றுகிறது.

நான் அதைச் சொதப்பிவிடுவேனோ என்று எனக்கு பயமாக இருக்கிறது."

"ஏன்? நீ ஏற்கனவே அந்தச் சொற்பொழிவை எழுதிவிட்டாயல்லவா? நீ பேசிப் பயிற்சி செய்வதற்கு உனக்கு இன்னும் ஒரு வாரம் இருக்கிறதே?"

"ஆமாம், ஆனால் என் பேச்சைக் கேட்க வரும் பார்வையாளர்களைப் பற்றி எனக்கு உண்மையிலேயே அவ்வளவாக எதுவும் தெரியாது. என்னுடைய பேச்சு அவர்களுக்குப் பொருத்தமானதாக இருக்காதோ என்று நான் கவலைப்படுகிறேன்."

"சரி, அது குறித்து இப்போது நீ சிறப்பாக உணர்வதற்கு இக்கணத்தில் நீ செய்யக்கூடிய ஒரு விஷயம் என்ன?"

"அங்குக் கண்டிப்பாக வருவார்கள் என்று நான் நினைக்கின்ற சிலரைத் தொலைபேசியில் அழைத்து, அவர்கள் என்னிடமிருந்து என்ன எதிர்பார்க்கிறார்கள் என்றும், எது என்னுடைய பேச்சை அவர்களுக்குப் பயனுள்ளதாக ஆக்கும் என்றும் நான் அவர்களிடம் கேட்கலாம்."

"பிரமாதம்! வேறு என்ன செய்யலாம்?"

"நான் அந்த நிறுவனத்தைப் பற்றி ஆராயலாம். அவர்களுடைய வலைத்தளத்திற்குச் சென்று, அவர்களைப் பற்றிய தற்போதைய செய்தி ஏதேனும் இருக்கிறதா என்று பார்த்து, அப்படி இருந்தால் அதைக் கொண்டு நான் என்னுடைய உரையை அவர்களுக்கு ஏற்றவாறு திருத்தியமைக்கலாம்."

"நீ அதைச் செய்தால், அது உன் கவலையின்மீது எத்தகைய தாக்கம் ஏற்படுத்தும்? நீ எவ்வாறு உணர்வாய்?"

"நான் நிம்மதியை உணர்வேன். ஏனெனில், நான் என்னை அதிகச் சிறப்பாகத் தயார்படுத்தியிருப்பேன், அதிகத் தாக்கம் விளைவிக்கின்ற ஒரு சொற்பொழிவை வழங்குவேன். என்னுடைய பார்வையாளர்களுக்கு அதிக மதிப்பு வாய்ந்த எதையேனும் நான் கொடுப்பேன்."

"இன்னும் என்ன தாமதம்? உடனே செயலில் இறங்கு."

நான் எழுதும்போது, நான் எதையும் மறைப்பதில்லை. நான் என்னுடைய உள்ளார்ந்த உரையாடலைப் பதிவு செய்வது, நான் என்னுடைய உணர்ச்சிகளை வரையறுக்கவும், அவற்றைப் புரிந்து கொள்ளவும், அவற்றுக்குப் பொறுப்பேற்றுக் கொள்ளவும் எனக்கு உதவுகிறது.

எழுதுவதிலுள்ள கூடுதல் நன்மை என்னவென்றால், சில வாரங்கள், மாதங்கள், அல்லது வருடங்களுக்குப் பிறகு நான் என் வாழ்க்கையைத் திரும்பிப் பார்த்து, என்னுடைய

குறிப்புகளை நான் படிக்கும்போது, நான் எந்த அளவு வளர்ந்திருக்கிறேன், எந்த அளவு மாறியிருக்கிறேன் என்பது பற்றிய ஒரு கண்ணோட்டம் எனக்குக் கிடைக்கிறது. விஷயங்களை அதிகத் தெளிவாகப் பார்ப்பதற்கு அது எனக்கு உதவுகிறது. அந்த நாட்குறிப்பேடு இல்லையென்றால், எனக்கு வேறு என்ன இருக்கிறது? என்னுடைய குறுகியகால நினைவா? எனக்கு இவற்றில் ஏதேனும் நினைவிருக்குமா? எல்லாவற்றையும் எழுதுவது என் வாழ்க்கையைப் பதிவு செய்து கொள்வதற்கும், என்னுடைய சொந்த அனுபவங்களை மெச்சுவதற்கும் எனக்கு உதவுகிறது.

மூன்றாவது நடவடிக்கை: இந்த உணர்வு எனக்கு உதவிக் கொண்டிருக்கிறதா?

“இந்த உணர்வு எனக்கு உதவிக் கொண்டிருக்கிறதா?” என்று உங்களிடம் நீங்கள் கேட்கும்போது, நெகிழ்வுத்தன்மையுடன் இருக்க வேண்டும் என்பதை நினைவில் கொள்ளுங்கள். தென்னாப்பிரிக்க உளவியலாளரும் ‘எமோஷனல் அஜிலிட்டி’ என்ற நூலின் ஆசிரியருமான டாக்டர் சூசன் டேவிட் இவ்வாறு கூறுகிறார்: “உணர்ச்சிகளை ‘வெட்டு ஒன்று, துண்டு இரண்டு’ என்ற ரீதியில் ‘நல்லவை’ அல்லது ‘மோசமானவை’ என்று வரையறுப்பதும், நாம் ஒரு குறிப்பிட்ட விதத்தில் உணரக்கூடாது என்று நமக்கு நாமே சொல்லிக் கொள்வதும் பயனற்றது. எந்தவோர் உணர்ச்சியுடனும் – அது நேர்மறையானதாக இருந்தாலும்கூட – நெருக்கமாக இருப்பது நம்மை முடக்கிப் போட்டுவிடும். நேர்மறையான மற்றும் நம்பிக்கையூட்டுகின்ற உணர்வுகளை மட்டுமே உணர நம்மை நாம் அனுமதித்தால், ஒரு மோசமான உறவிலோ அல்லது ஆரோக்கியமற்ற ஒரு வேலைச் சூழலிலோ நாம் தொடர்ந்து நீடிக்கக்கூடும். ஏனெனில், நம்முடைய பயமும் வருத்தமும் கோபமும் நம்மிடம் கூறிக் கொண்டிருப்பவற்றுக்கு நாம் செவிசாய்த்துக் கொண்டிருக்கவில்லை.”

நாம் எல்லா நேரமும் மகிழ்ச்சியாக இருக்க விரும்பக்கூடும், ஆனால் நிரந்தர மகிழ்ச்சி ஆரோக்கியமானதும் அல்ல, சாத்தியமும் அல்ல. அதே நேரத்தில், மனச்சோர்வையோ அல்லது கவலையையோ அனுபவித்துள்ளவர்கள், சில நேரங்களில் தாங்கள் இந்த உணர்ச்சி நிலையில் நீடிப்பதை உணரக்கூடும். ஏனெனில், அந்த உணர்ச்சிதான் அவர்களுக்குத் தெரியும், மற்ற உணர்ச்சிகளை எப்படி உணர்வது என்பதை அவர்கள் கிட்டத்தட்ட மறந்துவிடுகின்றனர். எல்லா

உணர்ச்சிகளையும் உணர்வதில் எந்தத் தவறும் இல்லை, எல்லாவற்றையும் விட்டுத்தள்ளுவதிலும் எந்தத் தவறும் இல்லை. "கடினமான அல்லது குழப்பமான உணர்ச்சிகள் உட்பட நம்முடைய அனைத்து உணர்ச்சிகளையும் ஏற்றுக் கொள்வதுதான் மீள்திறனுக்கும், செழிப்புக்கும், உண்மையான மகிழ்ச்சிக்குமான அடித்தளம் என்று ஆராய்ச்சிகள் காட்டுகின்றன," என்று டாக்டர் டேவிட் கூறுகிறார்.

இந்த உணர்ச்சி உங்களுக்கு உதவுகிறதா என்று உங்களை நீங்கள் கேட்கும்போது, உங்கள் வாழ்வில் என்ன நிகழ்ந்து கொண்டிருக்கிறது என்பதைப் பாருங்கள். உங்களுக்குப் பிடிக்காத ஒரு வேலையை உங்கள் மேலதிகாரி உங்களுக்குக் கொடுத்திருப்பதால் நீங்கள் கோபமும் வெறுப்பும் கொள்கிறீர்கள் என்றால், அந்த உணர்ச்சிகளைப் பிடித்துத் தொங்கிக் கொண்டிருப்பதால் எந்தப் பயனும் இல்லை என்பதை நாம் ஒப்புக் கொண்டாக வேண்டும். மறுபுறம், உங்கள் அன்புக்குரிய ஒருவரின் மரணம் குறித்து நீங்கள் துயரத்தை அனுபவித்துக் கொண்டிருந்தால், நீங்கள் சோகமாக உணர விரும்பாமல் இருக்கலாம், ஆனால் துக்கத்திலிருந்து மீள்வதற்குச் சிறிது காலம் ஆகும்.

இக்கேள்வியை உங்களிடம் கேளுங்கள்: *நான் எத்தகைய நபராக ஆக விரும்புகிறேனோ, அவராக ஆவதற்கு இந்த உணர்வு எனக்கு உதவிக் கொண்டிருக்கிறதா?*

நான்காவது நடவடிக்கை: இந்த உணர்ச்சியைச் சமாளித்து எவ்வாறு நான் முன்னோக்கிச் செல்வது?

நம்மில் பெரும்பாலானோருக்கு, நம்முடைய அன்றாட உணர்ச்சிபூர்வமான அனுபவங்கள் நேரடியானவையாக இருக்கின்றன. அவற்றிலிருந்து மீள்வதற்கான ஒரு வழியை நம்மால் கண்டுபிடித்துவிட முடியும். ஆனால், ஆழமான உணர்ச்சிகள் என்று வரும்போது, நாம் அவற்றில் சிக்கிக் கொள்ளக்கூடும். அவற்றிலிருந்து விடுபடுவதற்கான வழிகளை நாம் கண்டுபிடித்தாக வேண்டும். 'இந்த உணர்ச்சியைச் சமாளித்து எவ்வாறு நான் முன்னோக்கிச் செல்வது?' என்ற கேள்வியை நாம் நம்மிடம் கேட்கும்போது, அடுத்தத் தெளிவான நடவடிக்கையை நமக்குக் காட்டக்கூடிய விடைகளை நாம் தேடுகிறோம். அடுத்து நாம் செய்ய வேண்டிய காரியம் எது என்பதைக் கண்டுபிடிப்பதன்மீது நாம் கவனம் செலுத்துவது, நம்முடைய உணர்ச்சியை நாம் ஒதுக்கித் தள்ளுவதாக அர்த்தமாகாது – குறிப்பாக, அது

கடினமான உணர்ச்சியாக இருக்கும்போது. நமக்கு உதவாத அந்த உணர்ச்சிச் சூழலுக்குள் சிக்கிக் கிடப்பதை நாம் தவிர்க்க முயற்சித்துக் கொண்டிருக்கிறோம், அவ்வளவுதான்.

உங்களுடைய உணர்ச்சிபூர்வமான பயணத்தை ஒரு சாலைவழிப் பயணம்போல நினைத்துக் கொள்ளுங்கள். நீங்கள் ஓர் உணர்ச்சி நிலையிலிருந்து இன்னொன்றுக்குப் பயணிக்கும்போது, சில இடங்களில் நீங்கள் வேகமாகச் செல்வீர்கள், சில இடங்களைச் சுற்றிச் செல்கிறீர்கள். சில சமயங்களில், நீங்கள் உங்கள் வழியைத் தொலைத்துவிட்டு, உங்களுக்குப் பரிச்சயமில்லாத ஓர் இடத்திற்கு வந்து சேர்கிறீர்கள். ஆனாலும், நீங்கள் இன்னும் உங்கள் காரை ஓட்டிக் கொண்டிருக்கிறீர்கள். உணர்ச்சிகள் தற்காலிகமானவை. நாம் சென்றடைகின்ற உணர்ச்சித் தளங்களுக்கு நாம் நிரந்தரமாக இடம்பெயர வேண்டியதில்லை. எப்படி நம்முடைய எண்ணங்களை நம்மால் மறுவடிவமைப்பு செய்ய முடியுமோ, அதுபோல நம்முடைய உணர்ச்சிகளையும் நம்மால் மறுவடிவமைப்பு செய்ய முடியும்.

நீங்கள் ஒரு விளக்கவுரை கொடுப்பதற்கான தயாரிப்பு வேலையில் ஈடுபட்டிருப்பதாக வைத்துக் கொள்வோம். ஒரு கூட்டத்தின் முன்னால் நிற்பது குறித்து நீங்கள் பதற்றமாக இருக்கிறீர்கள். நீங்கள் உங்கள் உரையைத் தொடங்குவதற்கு முன் உங்கள் இதயம் படபடவென அடித்துக் கொண்டிருப்பதை நீங்கள் உணர்கிறீர்கள். அதைப் பதற்றம் என்றோ, அல்லது மேடை பயம் என்றோ நீங்கள் விவரிக்கக்கூடும். அது சரிதான். ஆனால், இப்படி நினைத்துப் பாருங்கள்: படபடவெனத் துடித்துக் கொண்டிருக்கின்ற ஓர் இதயத்தை, நீங்கள் எதிர்கொண்டுள்ள சவாலுக்கு உங்கள் உடல் தயாராக இருக்கிறது என்பதற்கான ஓர் அறிகுறியாகவும் நாம் அர்த்தப்படுத்தலாம். அந்தப் பதற்ற ஆற்றல் உண்மையில் மன உறுதி என்று நமக்கு நாமே கூறிக் கொண்டால், தன்னம்பிக்கையோடு நம்மால் முன்னோக்கி அடியெடுத்து வைக்க முடியும்.

நீங்கள் அந்த உணர்ச்சியிலிருந்து நகர்ந்து செல்லத் தயாராக இருக்கும்போது, 90-நொடி இடைவேளையை முயற்சி செய்யுங்கள். ஹார்வர்டு பல்கலைக்கழகத்தில் மூளை அறிவியலறிஞராகப் பணியாற்றுகின்ற டாக்டர் ஜில் போல்ட் டெய்லர் இவ்வாறு எழுதியுள்ளார்: “ஒருவர் தன்னுடைய சூழலில் உள்ள ஏதோ ஒன்றுக்கு எதிர்வினையாற்றும்போது, அவருடைய உடலில் ஒரு 90-நொடி வேதிச் செயல்முறை நிகழ்கிறது. அதன் பிறகு, எஞ்சியுள்ள எந்தவோர்

உணர்ச்சிபூர்வமான செயல்விடையும், அந்த நபர் அந்த உணர்ச்சி வட்டத்தில் தொடர்ந்து நீடித்திருக்க மேற்கொள்கின்ற சுய தேர்ந்தெடுப்பே. அதாவது, அந்தச் செயல்முறை நிகழ்ந்து கொண்டிருப்பதை *90* நொடிகளுக்கு நீங்கள் அவதானிக்கலாம், அதை நீங்கள் உணரலாம், பிறகு அது மறைந்துவிடுவதை நீங்கள் பார்க்கலாம்." உங்களுடைய சூழலை மாற்றுவது, சிறிது நேரம் வெளியே நடந்துவிட்டு வருவது, ஒரு நண்பருடன் பேசுவது, ஏதோ ஒரு பொழுதுபோக்கு நடவடிக்கையில் சிறிது நேரத்தைச் செலவிடுவது, அல்லது உடற்பயிற்சி செய்வது, நாம் ஓர் உணர்ச்சியிலிருந்து விடுபட்டு முன்னோக்கி நகர்வதற்கு நமக்கு உதவக்கூடும்.

பொறுப்பேற்றுக் கொள்ளுங்கள்

நம்முடைய உணர்ச்சிகளைக் கையாள்வது என்று வரும்போது, அதைச் செய்யத் தீர்மானிப்பதே பாதிக் கிணற்றைத் தாண்டியதுபோலத்தான். நம்முடைய உணர்வுகளை நாம் முழுமையாக அனுபவிப்பதற்குப் பதிலாக, அவற்றைக் கண்டுகொள்ளாமல் இருக்கும்படியோ அல்லது அடக்கி வைத்துக் கொள்ளும்படியோ ஊக்குவிக்கின்ற ஓர் உலகத்தில் நாம் வாழ்ந்து கொண்டிருக்கிறோம். எதார்த்தம் அப்படி இருக்கும்போது, அந்த உணர்ச்சிகளை அங்கீகரிப்பதே ஒரு சாதனைதான். நாம் நம்முடைய உணர்ச்சிகளை விரட்டித் தள்ளுவதை நாம் காணும்போது, நாம் அவற்றைக் கையாள்வதைத் தேர்ந்தெடுக்க வேண்டும். அப்போது, எந்தவொரு சூழ்நிலையையும் எதிர்கொள்ளத் தேவையான உள்ளார்ந்த வலிமையை நாம் உருவாக்கிக் கொண்டிருப்பதை நாம் காண்போம்.

கொள்கை

உங்களுடைய உணர்ச்சிகளுடன் ஒரு
நட்புறவு ஏற்படுத்திக் கொள்ளுங்கள்.

செயல்முறை நடவடிக்கைகள்

- **உங்கள் உணர்ச்சிகளைக் கையாளுங்கள்.** இக்கணத்தில் உங்களைத் திணறடித்துக் கொண்டிருக்கின்ற அல்லது மட்டுப்படுத்திக் கொண்டிருக்கின்ற ஓர் எதிர்மறை உணர்ச்சியைப் பற்றிச் சிந்தியுங்கள். அந்த உணர்ச்சியிலிருந்து நீங்கள் விடுபடுவது உங்களுக்கு எந்த விதத்தில் அர்த்தம் வாய்ந்ததாக இருக்கும்? அது உங்கள் வாழ்க்கையின்மீது எத்தகைய தாக்கம் ஏற்படுத்தும்?
- **செயல்முறையைப் பயன்படுத்துங்கள்.** அடுத்த முறை, கோபம், வருத்தம், விரக்தி, பொறாமை போன்ற ஒரு தீவிரமான உணர்ச்சியை நீங்கள் அனுபவிக்கும்போது, ஒரு கணம் நிதானித்து அந்த உணர்ச்சியைக் கையாளுங்கள். பின்வரும் நான்கு கேள்விகளைக் கேளுங்கள்:

- நான் எத்தகைய உணர்வை அனுபவித்துக் கொண்டிருக்கிறேன்?
- இந்த உணர்வு என்னிடம் என்ன சொல்லிக் கொண்டிருக்கிறது?
- இது எனக்கு உதவிக் கொண்டிருக்கிறதா?
- இதை நான் எவ்வாறு சமாளித்து முன்னோக்கிச் செல்வது?

- **உங்கள் உணர்ச்சிகள் மேலெழும்போது அவற்றை அவதானியுங்கள்.** ஓர் உரையாடலின் நடுவேயோ அல்லது ஒரு கடுமையான அனுபவத்தின் நடுவேயோ ஒரு கடினமான உணர்ச்சியை நீங்கள் அனுபவித்துக் கொண்டிருந்தால், 90–நொடி இடைவேளையை முயற்சித்துப் பாருங்கள்.
- **உங்களுடைய நிலையை மாற்றுங்கள்.** உங்களுடைய உணர்ச்சியில் சிக்கி உழன்று கொண்டிருப்பதற்குப் பதிலாக, வேறு எங்கேனும் போய் வாருங்கள், ஒரு நண்பருடன் பேசுங்கள், சிறிது நேரம் நடந்துவிட்டு வாருங்கள், ஏதோ ஒரு பொழுதுபோக்கு நடவடிக்கையில் சிறிது நேரத்தைச் செலவிடுங்கள், அல்லது உடற்பயிற்சி செய்யுங்கள்.

அத்தியாயம் 4

உங்கள் தன்னம்பிக்கையை வளர்த்தெடுங்கள்

ஒவ்வொரு பயிற்சி விமானியும் முதன்முறையாகத் தனியாக விமானம் ஓட்டிய பிறகு முன்பைவிட அதிகச் சிறப்பாகச் செயல்படுகிறார். வானில் அந்தப் பத்து நிமிடங்கள் தன்னந்தனியாகப் பறந்து கொண்டிருந்தபோது அவர் புதிதாக எதையும் கற்றுக் கொள்ளாமல் இருந்திருக்கலாம் என்பது உண்மைதான், ஆனால் மிக முக்கியமான ஒன்றை அவர் கைவசப்படுத்தியுள்ளார். தன்னம்பிக்கைதான் அது. அதை அவர் எவ்வாறு கைவசப்படுத்தினார்? அவர் எதைச் செய்வதற்கு பயந்தாரோ, அக்காரியத்தில் வெற்றி பெறும்வரை அவர் அதை மீண்டும் மீண்டும் செய்ததன் மூலமாகத்தான்.

– டேல் கார்னகி

அது 2014-ம் ஆண்டு மார்ச் மாதம். மிச்சிகனில் உள்ள ராயல் ஓக் நகரில் அமைந்துள்ள மார்க் ரிட்லீஸ் காமெடி காசிலின் மேடைக்குப் பின்னால் இருந்த கதவுக்குப் பக்கத்தில் நான் நின்று கொண்டிருந்தேன். ஒரு நிமிடத்தில் என் பெயர் அறிவிக்கப்படவிருந்தது. அப்போது அக்கதவு திறக்கப்படும், நான் மேடையை நோக்கி நடந்து செல்வேன், என்னுடைய முதல் மேடை நகைச்சுவை நிகழ்ச்சி தொடங்கும். ஒரே ஒரு பிரச்சனை இருந்தது: நான் பயத்தில் உறைந்து போயிருந்தேன். என் இதயம் வேகமாகத் துடித்துக் கொண்டிருந்தது, பதற்றத்தால் என் வயிறு பிசைந்தது. அங்கிருந்து தப்பி ஓடிவிட வேண்டும் என்ற எண்ணம் மட்டுமே என் மனத்தை ஆக்கிரமித்திருந்தது. “தாமதமாகவில்லை. இப்போதுகூட நான் இங்கிருந்து ஓடிவிடலாம்,” என்று நான் நினைத்தேன். நான் பல ஆண்டுகளின் ஊடாகப் பல சொற்பொழிவுகளை

வழங்கி வந்திருந்தபோதிலும், மதுவில் மூழ்கிக் கிடந்த இருநூறு நபர்களின் முன்னால் நின்று அவர்களைச் சிரிக்க வைக்க வேண்டிய கட்டாயத்தில் நான் இருந்தது முற்றிலும் வேறுபட்ட ஒரு விஷயமாக இருந்தது. நான் தோற்றுவிடுவேன் என்ற எண்ணம் மட்டுமே என் மனத்தில் ஓடிக் கொண்டிருந்தது. பார்வையாளர்கள் என்னுடைய நகைச்சுவையைக் கேட்டுச் சிரிக்க மாட்டார்கள், அந்த இடத்தில் ஒரு மயான அமைதி நிலவும், எல்லோரும் என்னை வெறித்துப் பார்ப்பார்கள், அவர்கள் என்னை எள்ளி நகையாடுவார்கள் என்று நான் நினைத்தேன். சிலர் குடிபோதையில் தங்கள் மதுக்கோப்பைகளைக்கூட என்மீது எறியக்கூடும் என்று நான் பயந்தேன். நான் மிகுந்த அழுத்தத்தில் இருந்தேன்.

மேடை நகைச்சுவை வகுப்பில் சேர்வதற்கு என் தந்தை எனக்கு உத்வேகமளித்திருந்தார். தன்னுடைய எழுபதுகளில் அவர் மேடை நகைச்சுவை நிகழ்ச்சிகளில் கலந்து கொண்டு பங்களித்திருந்தார். அந்த அனுபவங்கள் பரவசமூட்டியதாக அவர் என்னிடம் கூறினார். மேடை நகைச்சுவை அனுபவம் என்னுடைய தொழிலில் எனக்கு உதவக்கூடும் என்று அவர் நினைத்தார். நான் ஏகப்பட்ட விற்பனை செய்து கொண்டிருந்தேன். என் தந்தை என்னிடம், "தங்களைச் சிரிக்க வைக்கக்கூடிய மக்களை எல்லோரும் விரும்புகின்றனர். மற்றவர்கள் விரும்பத்தக்க ஒருவனாக நீ இருந்தால், விற்பனையில் நீ இன்னும் சிறப்பாகச் செயல்படுவாய்," என்று கூறினார். மேடை நகைச்சுவைக்காக என்னுடைய முழுநேர வேலையைத் துறக்க நான் விரும்பவில்லை என்றாலும், என் வாழ்வில் நான் சிறிது மெத்தனமாக இருந்து வந்திருந்தேன். என்னுடைய சௌகரிய வட்டத்திலிருந்து என்னை வெளியே கொண்டுவரக்கூடிய ஏதேனும் ஒரு சவாலான காரியத்தில் ஈடுபட நான் விரும்பினேன். அது உணர்ச்சிரீதியாகவும் எனக்கு நன்மை பயக்கும் என்று நான் நினைத்தேன். வானில் வெகு உயரத்தில் ஒரு விமானத்திலிருந்து கீழே குதித்தல், மேடை நகைச்சுவை ஆகிய இரண்டில் ஒன்றில் துணிந்து இறங்குவதென்று நான் தீர்மானித்தேன். நான் அந்த நகைச்சுவை மன்றத்தில் மேடைக்குப் பின்னால் நின்று கொண்டிருந்த அக்கணத்தில், விமானத்திலிருந்து கீழே குதிப்பதை நான் தேர்ந்தெடுத்திருந்தால் எவ்வளவு நன்றாக இருந்திருக்கும் என்று நான் நினைத்தேன்.

அப்போது, என் பெயர் சத்தமாக அறிவிக்கப்பட்டது. அக்குரல் அந்தக் கட்டடம் முழுவதையும் நிறைத்தது: "நம்முடைய அடுத்த நகைச்சுவையாளரான ஜோ ஹார்ட்டுக்குக்

கைதட்டி உற்சாகமாக வரவேற்பு தாருங்கள்!" நான் கதவைத் திறந்து, மேடைக்கு நடந்து சென்று, ஒலிவாங்கியைக் கையில் எடுத்து, எனக்கு ஒதுக்கப்பட்டிருந்த ஆறு நிமிடங்களுக்குள் அடியெடுத்து வைத்தேன். என்னுடைய பேச்சு பெரும்பாலும் என்னுடைய குடும்பத்தைப் பற்றியே இருந்தது. "எனக்கு ஆறு குழந்தைகள் இருக்கின்றனர். நான்கு மகள்கள் மற்றும் இரண்டு மகன்கள். என் மகள்களுக்குப் பதினைந்து, பதினான்கு, பன்னிரண்டு மற்றும் பத்து வயது. என் மகன்கள் இரட்டைக் குழந்தைகள். ஒருவனுக்கு எட்டு வயது ... இன்னொருவனுக்கும் எட்டு வயது ..." அது மிக மோசமான ஒரு தொடக்கமாக இருந்தபோதிலும், ஒரு சிலர் சிரித்தனர். அது குறித்து நான் மிகுந்த நன்றியுணர்வு கொண்டேன். நான் அதிக சௌகரியமாக உணர உணர, என்னுடைய நகைச்சுவை மேம்பட்டது, மக்கள் பெரிதாகச் சிரித்தனர். ஒட்டுமொத்தத்தில், என்னுடைய பேச்சு சிறப்பாகவே அமைந்தது. என்னவெல்லாம் நடக்கும் என்று நினைத்து நான் பயந்து போயிருந்தேனோ, அவற்றில் எதுவுமே நடக்கவில்லை. உண்மையில் அந்த அனுபவம் எனக்குக் குதூகலமானதாக இருந்தது. அது எனக்குப் பரவசமூட்டியது. அன்று நான் அனுபவித்த உணர்ச்சிப்பெருக்கும் தன்னம்பிக்கையும் அசாதாரணமானவையாக இருந்தன.

அந்த இரவுக்குப் பிறகு நான் எவ்வளவு அதிகமான மேடை நகைச்சுவைகளில் பங்கெடுத்தேனோ, அவ்வளவு அதிகத் தன்னம்பிக்கையுடையவனாக ஆனேன் – அந்நிகழ்ச்சிகளில் என்னுடைய நகைச்சுவைப் பேச்சு சிறப்பாக அமைந்திருக்காதபோதுகூட. சில சமயங்களில் என் பேச்சு சிறிதுகூட எடுபடவே இல்லை. ஒரு நகைச்சுவையை ஒரே இரவில் இரண்டு வெவ்வேறு இடங்களில் நான் கூறியிருப்பேன். ஓர் இடத்தில், பார்வையாளர்கள் அதைக் கேட்டுச் சிரித்திருப்பர், இன்னோர் இடத்தில் ஒரு பேரமைதி நிலவியிருக்கும். இரண்டு முறை மக்கள் என்னை எள்ளி நகையாடினர். ஒரு முறை, எனக்கு ஒதுக்கப்பட்ட நேரத்தைத் தாண்டி நான் என் பேச்சைத் தொடர்ந்ததால் நான் மேடையிலிருந்து இழுத்துச் செல்லப்பட்டேன். இத்தனை சூழ்நிலைகளில், நான் கற்பனை செய்திருந்த அளவு மோசமாக ஒருபோதும் எதுவும் நடக்கவில்லை. காலப்போக்கில், பார்வையாளர்களின் மனநிலையை உணர்ந்து கொள்வதற்கும் அவர்களோடு உரையாடுவதற்குமான என்னுடைய திறனை நான் மேம்படுத்தினேன். கையாளக் கடினமான பார்வையாளர்கள், சுலபமான பார்வையாளர்களைவிட அதிகமாக என்னுடைய

திறன்களைக் கூர்தீட்டிக் கொள்ள உதவினர். ஒரு ‘மோசமான’ நிகழ்ச்சி, பல ‘நல்ல’ நிகழ்ச்சிகளுக்கு இட்டுச் சென்றது. இவை எல்லாம் சேர்ந்து என்னுடைய சௌகரிய வட்டத்தை விரிவுபடுத்தின. அந்தத் தன்னம்பிக்கை என் வாழ்வின் மற்ற அனைத்து அம்சங்களிலும் பிரதிபலித்தது.

நம்முடைய வாழ்க்கையை நம்முடைய கட்டுப்பாட்டில் எடுத்துக் கொள்வதற்கு, முதலில் நம்மை நாம் நம்முடைய கட்டுப்பாட்டிற்குள் கொண்டுவர வேண்டும். அதற்கு நமக்குத் தன்னம்பிக்கை தேவை. உண்மையான தன்னம்பிக்கைதான் பாதகமான சூழ்நிலைகளை நாம் கடந்து செல்ல நம்மை உந்தித் தள்ளுகின்ற எரிபொருளே அன்றி, தற்செருக்கு அல்ல. மற்றவர்களிடம் ஓர் ஆரோக்கியமான வழியில் கலந்துறவாடவும், துணிகரச் செயல்களில் ஈடுபடவும், வாய்ப்புகளைப் பயன்படுத்தவும் அது நமக்கு உதவக்கூடும். மனநிறைவுடன்கூடிய ஒரு வாழ்க்கையை வாழ்வதிலுள்ள மிக முக்கியமான விஷயங்களில் தன்னம்பிக்கையும் ஒன்று. இதற்கு நேரெதிரான பயம், சந்தேகம், பாதுகாப்பின்மை உணர்வு, கவலை ஆகியவற்றுடன் வாழ்வது நம்மைச் சீரழித்துவிடும்.

தன்னம்பிக்கையை நாம் எப்படி வளர்த்தெடுப்பது? நாம் இப்போது இருக்கும் இடத்திலிருந்து, நாம் சென்றடைய விரும்புகின்ற இடத்திற்குப் போய்ச் சேர்வதற்கு நாம் என்ன செய்ய வேண்டும்? இரண்டு விஷயங்கள் தனித்து நிற்கின்றன: சுயதிறன் விசுவாசம் மற்றும் சுயமதிப்பு.

சுயதிறன் விசுவாசம்

சுயதிறன் விசுவாசம் என்பது ஒன்றைச் செய்வதற்கான திறன் நமக்கு இருக்கிறது என்ற நம்முடைய நம்பிக்கையாகும். அது, நமக்கு நாமே நிர்ணயிக்கின்ற ஓர் இலக்கை அடைவதற்கான திறனுடன் நேரடித் தொடர்புடையது. உயர்ந்த சுயதிறன் விசுவாசம் கொண்ட மக்கள், சிரமங்களை அச்சுறுத்தல்களாகப் பார்ப்பதற்குப் பதிலாகச் சவால்களாகப் பார்க்கின்றனர். ஏனெனில், தாங்கள் செயல்வல்லமை மிக்கவர்கள் என்று அவர்கள் நம்புகின்றனர். எவ்வளவு கடினமான வேலையாக இருந்தாலும் சரி, அதைச் செய்து முடிப்பதற்கான திறன் தங்களுக்கு இருப்பதாக அவர்கள் நம்புகின்றனர். அவர்கள் தங்களுடைய இலக்கை அடையாவிட்டால்கூட, தாங்கள் வளர்ச்சியடைந்து சிறப்புறுவோம் என்பதை அவர்கள் அறிந்துள்ளனர்.

நம்மை நாம் சந்தேகிக்கும்போது, கடினமானவை

என்று நாம் கருதுகின்ற வேலைகளை நாம் தவிர்க்கக்கூடும், நம்முடைய தோல்விகள் மற்றும் எதிர்மறை விளைவுகளைப் பற்றிய சிந்தனையில் மூழ்கிக் கிடக்கக்கூடும். நம் திறன்மீது நாம் கொள்ளும் ஆரோக்கியமான விசுவாசம், சவால்களை, நாம் நிபுணத்துவம் பெற வேண்டிய காரியங்களாகப் பார்க்கவும், நம்முடைய ஆர்வங்கள் குறித்து அதிக வலிமையான அர்ப்பணிப்பை வளர்த்துக் கொள்ளவும், ஏமாற்றமளிக்கும் அனுபவங்களிலிருந்து விரைவாக மீண்டெழவும் நமக்கு உதவுகிறது. சரி, சுயதிறன் விசுவாசத்தை எவ்வாறு வளர்த்தெடுப்பது? அந்தப் பண்புநலன் இப்போது நம்மிடம் இல்லையென்று நமக்குத் தோன்றினாலும், துணிகரமான நடவடிக்கைகளை மேற்கொள்வதன் மூலமாகவும், சிறிய வெற்றிகளைக்கூடக் கொண்டாடுவதன் மூலமாகவும், நம்மைச் சுற்றிலும் உள்ள உத்வேகமூட்டும் மக்களின் செயல்களை அப்படியே நகலெடுப்பதன் மூலமாகவும் அதை நம்மிடம் வளர்த்துக் கொள்ள முடியும்.

துணிகரமான நடவடிக்கைகளை மேற்கொள்ளுங்கள்

முதலில், துணிகரமான நடவடிக்கைகளை மேற்கொள்வதன் மூலம் நம்முடைய சுயதிறன் விசுவாசத்தை நம்மால் வளர்த்தெடுக்க முடியும். நான் அந்த நகைச்சுவை மேடைமீது ஏறியபோது நான் ஒரு துணிகரமான நடவடிக்கையை மேற்கொண்டேன். என்னுடைய பேச்சுக்குக் கிடைத்த அந்த முதல் சிறிய சிரிப்பு, என்னால் அதில் ஓர் உயர்ந்த நிலையை எட்ட முடியும் என்ற நம்பிக்கையை என் மனத்தில் ஊன்றியது. எந்த விஷயத்தை நீங்கள் செய்ய விரும்புவதில்லையோ, எந்த விஷயம் உங்களை பயமுறுத்துகிறதோ, அந்த விஷயம்தான் உங்களுடைய தன்னம்பிக்கையை வளர்த்தெடுக்க உதவுகிறது. உங்களால் செய்ய முடியாது என்று நீங்கள் நினைக்கின்ற ஒரு விஷயத்தை நீங்கள் செய்யும்போது, அது அந்தத் தசையை வலுப்படுத்துகிறது.

எது ஒரு துணிகரச் செயல் என்பதைக் கண்டுபிடிப்பதுதான் இங்குள்ள பிரச்சனை. எனக்கு, ஒரு மராத்தான் போட்டியில் கலந்து கொள்வதற்கான பயிற்சியைத் தொடங்குவதும், மேடை நகைச்சுவை செய்வதும் துணிகரமான செயல்கள்போலத் தோன்றின. வேறொருவருக்கு இவை சவாலான காரியங்களாக இல்லாதிருக்கலாம். தங்களுடைய வளர்ப்பு, திறன்கள், கடந்தகால அனுபவங்கள், உடற்கட்டு ஆகியவற்றின் அடிப்படையில், துணிகரச் செயல்களை,

ஒவ்வொருவரும் வெவ்வேறு கண்ணோட்டங்களில் பார்க்கின்றனர். விளையாட்டுத் திடலில் உள்ள ஒரு பெரிய சறுக்கில் சறுக்கிச் செல்வதை ஒரு சிறு குழந்தை ஒரு பெரிய துணிகரச் செயலாக நினைக்கக்கூடும், ஆனால் ஒரு வளர்ந்த குழந்தை எந்தத் தயக்கமும் இன்றி அதில் வேகமாகச் சறுக்கிச் சென்றுவிடும். சிலர் தன்னிச்சையாகச் செயல்பட அஞ்சுகின்றனர், மற்றவர்கள் கட்டமைப்பைக் கண்டு பயப்படுகின்றனர். பாறையேற்றத்தில் அனுபவம் வாய்ந்த ஒருவருக்கு ஒரு சிறு குன்றின்மீது ஏறிச் செல்வது அவ்வளவு ஆபத்தான காரியமாகத் தோன்றாமல் இருக்கலாம், ஆனால் கீழே நின்று அதை வேடிக்கை பார்க்கின்ற எனக்கு அது ஒரு துணிகரச் செயலாகத் தோன்றும். துணிகர நடவடிக்கைகளை நீங்கள் எந்தக் கண்ணோட்டத்தில் பார்த்தாலும் சரி, சுயதிறன் விசுவாசத்தையும் தன்னம்பிக்கையையும் வளர்த்தெடுப்பது என்பது, பல சமயங்களில், விளைவைப் பற்றி உங்களுக்கு உறுதியாகத் தெரியாவிட்டாலும்கூடச் செயலில் இறங்குவது என்று அர்த்தமாகும்.

சில நேரங்களில், தன்னம்பிக்கையை வளர்த்தெடுப்பது என்பது, உங்களுடைய தனிப்பட்ட வளர்ச்சியைப் பின்தொடர்வதற்காக நீங்கள் உங்கள் குடும்பத்தாரின் நம்பிக்கைகளுக்கு எதிராகச் செல்வதைப்போலத் தோன்றுகிறது. தாரா வெஸ்டோவர், ஐடஹோ மாநிலத்தில் ஒரு மலைப் பகுதியில் வளர்ந்தார். அவருடைய பெற்றோர்கள் ஒரு வனாந்திரத்தில் வாழ்வதில் நம்பிக்கை கொண்டிருந்தனர். அரசாங்கம் தங்களுடைய வாழ்க்கைமுறையில் குறுக்கிடுமோ என்று அவர்கள் மிகவும் பயந்தனர். இது, தாரா வளர்க்கப்பட்ட விதத்தை ஆழமாக பாதித்தது. தாராவும் அவருடைய சகோதர சகோதரிகளும் பள்ளிக்குச் செல்லவும், பிறப்புச் சான்றிதழ்கள் பெறவும், மருத்துவச் சிகிச்சை பெறவும் அனுமதிக்கப்படவில்லை. தாரா தன்னுடைய பெற்றோரின் விருப்பங்களுக்கு மாறாக நடந்து கொள்ள முயன்றபோது, திட்டுகளும் அடிகளும் மட்டுமே அவருக்குக் கிடைத்தன. அவர்களுடைய விதிமுறைகளை மீறிய எதுவொன்றையும் செய்ய மேற்கொள்ளப்பட்ட எந்தவொரு முயற்சியும், நம்புதற்கரிய தீவிரப் பின்விளைவுகளுடன்கூடிய ஒரு மாபெரும் துணிகரச் செயலாகவே தாராவுக்குத் தோன்றியது. “என்னுடைய வாழ்க்கை மற்றவர்களால் எனக்கு விவரிக்கப்பட்டது. அவர்களுடைய குரல்கள் அதிகாரமிக்கவையாகவும், வலுவானவையாகவும், உறுதியானவையாகவும் இருந்தன. என்னுடைய குரல் அவர்களுடைய குரல்களைப்போலவே

வலிமையானதாக இருக்கக்கூடும் என்ற எண்ணம் ஒருபோதும் எனக்குத் தோன்றவே இல்லை," என்று, 'எஜுகேட்டட்' என்ற தன்னுடைய சுயசரிதை நூலில் தாரா குறிப்பிட்டுள்ளார்.

திருமணம் செய்து கொண்டு குழந்தைகளைப் பெற்றெடுத்து வளர்ப்பதுதான் ஒரு பெண்ணின் முதன்மை இலக்கு என்று தாராவின் தந்தை நம்பினார். உருவத்தை வெளிக்காட்டாத தொளதொள ஆடைகளை அணிவதற்கு மட்டுமே அவர் தன் மகளை அனுமதித்தார்; படிக்க அனுமதிப்பதற்குப் பதிலாக, தாராவை அவர் எடுபிடி வேலைகள் செய்ய வைத்தார். தாரா சில பழைய புத்தகங்களின் உதவியுடன், வாசிப்பதற்குத் தனக்குத் தானே இரகசியமாகக் கற்றுக் கொடுத்துக் கொண்டார். பிறகு அவர் அல்ஜிப்ராவும் கற்றார். இறுதியில், பல்கலைக்கழக நுழைவுத் தேர்வான 'ஏசிடி' தேர்வு எழுதப் போதுமான அளவுக்கு அவர் கற்றுத் தேர்ந்தார். தன்னால் கல்லூரியில் சேர முடிந்தால் நிரந்தரமாகத் தன் வீட்டிலிருந்து தன்னால் வெளியேறிவிட முடியும் என்பதைத் தாரா அறிந்திருந்தார். ஆனால், அம்முயற்சி கடினமானதாகவும் பயங்கரமானதாகவும் இருந்தது. "நான் கற்றுக் கொண்டிருந்த திறமை மிக முக்கியமான ஒன்று. என்னால் புரிந்து கொள்ள முடியாத விஷயங்களைப் படிப்பதற்கான பொறுமைதான் அது," என்று அவர் கூறுகிறார்.

கடினமாக உழைத்ததன் மூலமும், தன்னுடைய குடும்பத்திற்கு எதிராகச் சென்றதன் மூலமும், அவர் பிர்மிங்காம் யங் பல்கலைக்கழகத்தில் கல்வியுதவித் தொகையுடன் பயில்வதற்கான வாய்ப்பைப் பெற்று, தன்னுடைய வீட்டிலிருந்து தப்பினார். இறுதியில் அவர் கேம்பிரிட்ஜ் பல்கலைக்கழகத்திலும் கல்வியுதவித் தொகை பெற்று அங்கு வரலாற்றில் ஒரு முனைவர் பட்டம் பெற்றார். தாரா மேற்கொண்ட ஒவ்வொரு துணிகர நடவடிக்கையும், அவருடைய சுயதிறன் விசுவாசத்தை மேன்மேலும் வலிமையாக்கியது. அவருடைய குடும்பத்தினருக்கு அவர்மீது நம்பிக்கை இருக்கவில்லை என்றாலும், அவர் தன்னுடைய சொந்தத் திறன்கள்மீது நம்பிக்கை வைத்து, தன்னுடைய சூழ்நிலையை மாற்றுவதற்கான சிறிய நடவடிக்கைகளை மேற்கொள்ளக் கற்றுக் கொண்டார்.

நூலாசிரியர் கீத் ஃபெராட்சியை நான் என்னுடைய வலையொலிபரப்பு நிகழ்ச்சிக்காகப் பேட்டி கண்டபோது, பயத்திற்கும் தன்னம்பிக்கைக்கும் இடையேயான உறவைப் பற்றி நாங்கள் பேசினோம். "ஒவ்வொரு பாதுகாப்பின்மை உணர்வையும் பயத்தையும் பயிற்சியின் மூலம் நம்மால்

முறியடித்துவிட முடியும். 'என்னால் அதைச் செய்ய முடியாது. நான் செத்துவிடுவேன்,' என்று சிலர் கூறக்கூடும். நீங்கள் நிச்சயமாகச் சாக மாட்டீர்கள். நீங்கள் சாக மாட்டீர்கள் என்பதை நீங்கள் உணர்வதற்கான ஒரே வழி, நீங்கள் எந்த விஷயத்தைச் செய்ய பயப்படுகிறீர்களோ அதை முயற்சித்துப் பார்த்து, அது ஒன்றும் அவ்வளவு மோசமாக இருக்கவில்லை என்பதை உணர்வதுதான். எல்லாமே பயிற்சியைப் பற்றியது," என்று கீத் கூறினார்.

சிறிய வெற்றிகளை உருவாக்கி அவற்றைக் கொண்டாடுங்கள்

துணிகரச் செயல்களை மேற்கொள்ள நாம் பயிற்சி செய்யத் தொடங்கிய பிறகு, நாம் ஒரு சில சிறிய வெற்றிகளை உருவாக்க வேண்டும். உங்கள்மீதான உங்கள் நம்பிக்கையை ஆட்டங்காணச் செய்துள்ள ஒரு மாபெரும் சவாலை நீங்கள் எதிர்கொண்டிருந்தால், ஒரு யானையை நீங்கள் எப்படிச் சாப்பிடுவீர்கள் என்பது பற்றிச் சிந்தியுங்கள் – ஒரு நேரத்தில் ஒரு கடி. ஒவ்வொரு கடியும், அதை உங்களால் செய்ய முடியும் என்ற நம்பிக்கையைச் சிறிது சிறிதாக வளர்த்தெடுக்கும். ஒரு புதிய திறமையைக் கற்றுக் கொள்ள நீங்கள் போராடி வந்துள்ளீர்கள் என்றால், எளிதாகச் சாதிக்கப்படக்கூடிய சிறு பகுதிகளாக அதைக் கூறுபோட்டுக் கொள்ளுங்கள். நீங்கள் ஒரு புதிய மொழியைக் கற்றுக் கொள்ள விரும்புவதாக வைத்துக் கொள்வோம். அதற்கு ஏகப்பட்ட நேரம் தேவை. அம்மொழியில் சரளமாகப் பேசுவதற்கு, சில சமயங்களில், பல ஆண்டுகள் ஆகக்கூடும். எனவே, அந்த இலக்கு அடையப்பட முடியாத ஒன்றுபோலத் தோன்றும். ஆனால், நீங்கள் அதைக் கூறுபோட்டுக் கொண்டு, முதலில், அம்மொழியில் மிக அதிகமாகப் பயன்படுத்தப்படுகின்ற இருநூறு வார்த்தைகளைக் கற்றுக் கொள்வதென்று நீங்கள் தீர்மானித்தால், அந்த இலக்கு அடையப்படக்கூடியதாக இருக்கும். இதை ஒரு சில வாரங்களில் நீங்கள் சாதித்துவிடலாம். அச்சுறுத்துகின்ற அல்லது கடினமான எதுவொன்றையும் சிறிய இலக்குகளாகக் கூறுபோட்டுக் கொள்வது, அதை அணுகப்படக்கூடியதாக ஆக்குகிறது.

அடுத்து, நாம் அந்த வெற்றிகளைச் சாதிக்கும்போது, நாம் அவற்றை அங்கீகரிக்கவும் கொண்டாடவும் வேண்டும். கடந்தகாலத்தில், சாத்தியமற்றதாகத் தோன்றிய ஒரு விஷயத்தில் நீங்கள் வெற்றி பெற்றதை நினைத்துப் பாருங்கள்.

அந்த வெற்றி உங்களுக்கு எப்படி இருந்தது? பல நேரங்களில், நாம் அதைக் கண்டுகொள்ளாமல் அடுத்த இலக்கை நோக்கி நகர்ந்துவிடுகிறோம். நம்முடைய சிறிய வெற்றிகளை அர்த்தமுள்ள ஒரு விதத்தில் கொண்டாடுவதற்கு நாம் நேரம் ஒதுக்கிக் கொள்ள வேண்டும். நம்மில் சிலருக்கு, அது, நம்முடைய நண்பர்களுடன் வெளியே சென்று ஒரு சிறப்பு விருந்து உண்ணுவதாக இருக்கலாம். மற்றவர்களுக்கு, ஒரு நாள் விடுப்பு எடுத்துக் கொண்டு, நாம் விரும்புகின்ற எதையேனும் செய்வதாக இருக்கலாம்.

மேலும், அந்தச் சிறிய வெற்றியை நீங்கள் எப்படி அடைந்தீர்கள் என்பதைப் பற்றிச் சிந்தித்துப் பாருங்கள். அதை அடைவதற்கு நீங்கள் என்ன செய்தீர்கள்? அதை எவ்வாறு அணுகினீர்கள், அதை அடைவதற்கு உங்களை நீங்கள் எவ்வாறு பயிற்றுவித்தீர்கள்? உங்கள் வெற்றியை நீங்கள் எவ்வாறு அடைந்தீர்கள் என்பது பற்றிய ஒரு தெளிவான பார்வை, வருங்காலத்தில் மீண்டும் அதைச் சாதிக்க உங்களுக்கு உதவும்.

உங்களுடைய முன்மாதிரிகளைப் பாருங்கள்

தங்கள்மீது வலிமையான நம்பிக்கை கொண்டுள்ளவர்களை நகலெடுப்பது பற்றிச் சிந்தித்துப் பாருங்கள். மற்றவர்கள் தன்னம்பிக்கையுடன் நடந்து கொள்வதை நாம் பார்க்கும்போது, நம்மாலும் அதைச் செய்ய முடியும் என்ற நம்முடைய சொந்த நம்பிக்கையை நாம் அதிகரித்துக் கொள்கிறோம். இதை அதிகத் தாக்கம் ஏற்படுத்தக்கூடியதாக ஆக்குவதற்கான ஒரு வழி, உங்களை ஒத்த ஒருவரை நகலெடுப்பது. அனுபவத்தில் நீங்கள் இருவரும் எவ்வளவு அதிகமாக ஒத்திருக்கிறீர்களோ, உங்கள்மீதான உங்கள் நம்பிக்கை அவ்வளவு அதிகமாக வளரும். நாம் பார்த்து பிரமிக்கின்ற நபர்களின், குறிப்பாக நம்மை அறிந்துள்ள மற்றும் நம்மை நேசிக்கின்ற நபர்களின், ஆதரவை நாடுவதும் இதில் உதவும். உங்களால் சாதிக்க முடியும் என்று அவர்கள் ஏன் நம்புகிறார்கள் என்று உங்களுக்கு எடுத்துரைக்கும்படி அவர்களிடம் கேளுங்கள்.

இறுதியாக, நேர்மறையான வலியுறுத்தல்களைப் பயன்படுத்துங்கள். முதல் அத்தியாயத்தில் நாம் உருவாக்கிய சுயபிரகடனங்கள் உங்களுக்கு நினைவிருக்கக்கூடும். நீங்கள் செய்ய முயற்சிக்கின்ற கடினமான காரியத்தைச் செய்வதற்கான திறன் உங்களிடம் முழுமையாக இருக்கிறது என்பதை உங்களுக்கு நினைவூட்டக்கூடிய ஒரு சுயபிரகடனத்தை உருவாக்கி அதை மீண்டும் மீண்டும் கூறி வருவது சக்தி

வாய்ந்த ஒரு பயிற்சியாக இருக்கும்.

சுயமதிப்பு

நம்முடைய தன்னம்பிக்கையை வளர்த்தெடுப்பதற்கான இன்னொரு வழி நம்முடைய சுயமதிப்பின்மீது கவனம் செலுத்துவதாகும். சுயதிறன் விசுவாசமும் சுயமதிப்பும் ஒரே விஷயம்போலத் தோன்றக்கூடும், ஆனால் அவற்றுக்கிடையே முக்கியமான வேறுபாடுகள் உள்ளன. சுயதிறன் விசுவாசம் என்பது சாதிப்பதற்கான உங்கள் திறனின்மீதான உங்கள் நம்பிக்கையாகும்; சுயமதிப்பு என்பது நீங்கள் எல்லா விதத்திலும் போதுமானவர், அன்பிற்குத் தகுதியானவர் என்ற உணர்வாகும். சுயதிறன் விசுவாசம் என்பது உங்களால் என்ன செய்ய முடியும் என்பதைப் பற்றியது; சுயமதிப்பு என்பது நீங்கள் யாராக இருக்கிறீர்களோ அதைப் பற்றியது. சுயமதிப்பு பல சமயங்களில் தன்னம்பிக்கையோடு போட்டுக் குழப்பிக் கொள்ளப்படுகிறது. தன்னம்பிக்கையானது, வெற்றிகள், தோல்விகள் போன்ற, நமக்கு வெளியே உள்ள விஷயங்களைச் சார்ந்துள்ளது. நம்முடைய சுயமதிப்பு நமக்கு உள்ளிருந்து மட்டுமே வருகின்ற ஒன்று. அகராதி இதை 'மதிப்போடும் மரியாதையோடும் நடத்தப்படத் தகுதி வாய்ந்த ஒரு நல்ல மனிதர் நீங்கள் என்ற உணர்வு' என்று விவரிக்கிறது.

நாம் வளர்ந்து வந்த காலத்தில் நாம் நடத்தப்பட்ட விதம், நமக்கு வேதனையூட்டிய மற்றும் நம்மை ஊக்கமிழக்கச் செய்த வாழ்க்கை நிகழ்வுகள், நம்முடைய ஆளுமைப் பண்புகள் (கச்சிதத்தின்மீதான தீவிர வெறி, பிறரோடு சகஜமாகக் கலந்துறவாட முடியாமை, எப்போதும் பிறரை மகிழ்விக்க முயற்சித்தல்) போன்றவை நம்முடைய குறைவான சுயமதிப்பிற்கான காரணங்களாக இருக்கலாம். மூல காரணம் எதுவாக இருந்தாலும், குறைவான சுயமதிப்பு என்பது நீங்கள் போதுமானவர் அல்லர் என்ற உள்ளார்ந்த நம்பிக்கையாகும். நாம் நம்முடைய வாழ்வில் தொடர்ந்து புதிய சவால்களை எதிர்கொள்ளும்போதும் புதிய பாத்திரங்களை வகிக்கும்போதும், காலப்போக்கில், நம்முடைய தன்னம்பிக்கையும் சுயதிறன் விசுவாசமும் மாறக்கூடும், ஆனால் நம்முடைய சுயமதிப்பு மாறாமல் நிலையாக இருக்கிறது என்று நாங்கள் நம்புகிறோம். ஏனெனில், நாம் அனைவருமே மரியாதைக்கும் அன்பிற்கும் இயல்பாகவே தகுதியானவர்கள்தாம்.

நம்முடைய சுயமதிப்பு நிலையாக இருப்பதாக நாம் நம்பினாலும், எதிர்மறைச் செய்திகளால் நிரம்பி வழிகின்ற

இன்றைய உலகத்தில் அதை அப்படியே தக்கவைத்துக் கொள்வது கடினமானதாக இருக்கிறது. சமூக ஊடகங்களின் தாக்கம் திக்குமுக்காட வைப்பதாக இருக்கிறது. நாம் பதிவிடுகின்ற ஒரு விஷயத்திற்கு யாரேனும் ஒருவர் கடுமையான அல்லது விமர்சனரீதியான பதில் கொடுக்கும்போது, அது நம் மனத்தைக் குத்திக் கிழிக்க நாம் அனுமதிக்கிறோம். இரக்கமற்றப் பலர் இவ்வுலகில் இருக்கத்தான் செய்கின்றனர். மற்றவர்களிடம் கொடூரமாக நடந்து கொள்வதற்கான இடத்தையும் வாய்ப்பையும் இணையம் வழங்குகிறது, ஆனால் அது நம்முடைய சுயமதிப்பை பாதிக்க நாம் அனுமதிக்க வேண்டியதில்லை.

அன்மோல் ரோட்ரிகெஸுக்கு இரண்டு வயதாக இருந்தபோது, அவளுடைய தந்தை, அவளையும் அவளுடைய தாயாரையும் கடுமையாகத் தாக்கினார். தன் மனைவி தனக்கு ஒரு மகனைப் பெற்றுக் கொடுத்திருக்கவில்லை என்ற காரணத்தால் கடுங்கோபத்தில் இருந்த அவர், அவர்கள் இருவர்மீதும் அமிலத்தை வீசியெறிந்தார். அன்மோலின் தாயார் தன்னுடைய காயங்களால் இறந்துவிட்டார். அன்மோலின் முகமும் உடலும் நிரந்தரமாக உருக்குலைந்துவிட்டன. அவளுடைய தந்தை கைது செய்யப்பட்டார். அன்மோலின் உறவினர்கள் அவளைக் கைவிட்டனர். அன்மோல் தன்னுடைய எஞ்சிய இளம்பருவத்தை மும்பையில் உள்ள ஓர் அநாதை விடுதியில் கழித்தாள். அங்கு அவளுக்குக் கிடைத்தத் தோழிகள் அவளைக் கவனித்துக் கொண்டனர். அங்கு அவள் பாதுகாப்பாக உணர்ந்தாள்.

அவளுடைய குழந்தைப்பருவம் பெரும்பாலும் மகிழ்ச்சிகரமானதாக இருந்தது, ஆனால் அவள் கல்லூரிக்குச் சென்றபோது, பிற மாணவர்கள் அவளைப் பற்றியும் அவளுடைய விநோதமான தோற்றத்தைப் பற்றியும் தங்களுக்கிடையே கிசுகிசுத்தனர். கல்லூரிப் பட்டம் பெற்றப் பிறகு, அன்மோலுக்குக் கணினித் துறையில் ஒரு வேலை கிடைத்தது, ஆனால் இரண்டு மாதங்களுக்குப் பிறகு அவர் அந்த வேலையிலிருந்து நீக்கப்பட்டாள். அதற்கான காரணம்? அதற்கான எந்தக் காரணமும் அவளுக்குக் கொடுக்கப்படவில்லை. தன்னுடைய முகம் சிலரை அசௌகரியமாக உணரச் செய்திருந்தது என்பதை அவள் பின்னர் தன்னுடைய சக ஊழியர்களிடமிருந்து தெரிந்து கொண்டாள்.

பலருக்கு, இது உலகத்திடமிருந்து ஒளிந்து கொள்வதற்கு விடுக்கப்பட்ட ஓர் அழைப்பாக இருந்திருக்கக்கூடும். ஆனால்

அன்மோலுக்கு, அவள் எதிர்கொண்ட பிரச்சனைகள் அவளுக்குள் ஓர் அடிப்படை மாற்றம் ஏற்பட வழிவகுத்தன. மற்றவர்களின் அபிப்பிராயங்களுக்கு அவள் பலிகடா ஆக விரும்பவில்லை. அவளுடைய உள்ளார்ந்த சுயமதிப்பு வலிமையானதாக இருந்தது. அவள் தன்னுடைய சூழல்களைத் தன்னுடைய கட்டுப்பாட்டின் கீழ் கொண்டுவர விரும்பினாள். எனவே, *2016*-ல், தன்னுடைய கதையைச் சமூக ஊடகத்தில் பகிர்ந்து கொள்வதென்று அவள் தீர்மானித்தாள்.

தொடக்கத்தில், அவளுடைய தோழிகள் அவளுடைய விருப்பத்திற்கு எதிராக அவளை எச்சரித்தனர். ஏனெனில், மக்கள் அவளை அவமானப்படுத்தக்கூடும் என்றும், வார்த்தைகளால் அவளை வதைக்கக்கூடும் என்றும் அவர்கள் நினைத்தனர். "அமிலத்தாக்குதலில் உயிர்பிழைத்துள்ளவர்களில், சமூக ஊடகத்தில் தன்னுடைய புகைப்படங்களைப் பகிர்ந்து கொண்ட முதல் பெண் நான்தான்," என்று அன்மோல் கூறினாள். அவளுடைய பதிவுகளுக்கு விமர்சனரீதியான அல்லது வெறுப்பை உமிழ்ந்த பதில் பதிவுகள் வரவில்லை; மாறாக, அவளுடைய பதிவுகளை மக்கள் தங்களுக்குத் தெரிந்தவர்களிடம் பகிர்ந்து கொண்டனர், நேர்மறையான கருத்துகளைப் பதிவு செய்தனர்.

அன்மோல் தன்னுடைய புகைப்படங்களில் எந்த ஒட்டுவேலையோ அல்லது வெட்டுக் குத்தோ செய்வதில்லை. மக்கள் தன்னை உள்ளது உள்ளபடியே பார்க்க வேண்டும் என்று அவள் விரும்புகிறாள். "சில சமயங்களில் மக்கள் என்னை ஏளனம் செய்கின்றனர், எதிர்மறையான கருத்துகளைப் பதிவு செய்கின்றனர். ஆனால், இது ஒரு மெய்நிகர் வெளி என்பதை நான் அறிவேன். எனவே, எதுவும் என் இதயத்தைக் காயப்படுத்த நான் ஒருபோதும் அனுமதிப்பதில்லை," என்று அன்மோல் கூறுகிறாள். அன்மோல் இப்போது சமூக ஊடகத்தில் பெரும் செல்வாக்குடையவளாகத் திகழ்கிறாள். அமிலத் தாக்குதலில் உயிர்பிழைத்துள்ளவர்களுக்கு உதவுவதற்காக 'சஹாஸ் அமைப்பு' என்ற ஓர் அமைப்பை அன்மோல் உருவாக்கியிருக்கிறாள். அவள் உலகம் நெடுகிலும் ஃபேஷன் நிகழ்ச்சிகளில் கலந்து கொண்டு ஃபேஷன் மேடைகளில் ஒரு மாடலாக வலம் வந்திருக்கிறாள், 'டெட் எக்ஸ்' மேடையில் பேசியிருக்கிறாள், ஒரு குறும்படத்தில் நடித்திருக்கிறாள். அப்படத்தில் அவளுடைய சிறப்பான நடிப்பிற்காக, *2018* இல் 'காஸ்ட் ட்ரீ திரைப்பட விழாவில்' சிறந்த நடிகைக்கான விருது அவளுக்கு வழங்கப்பட்டது. விமர்சனங்கள், கருத்துகள், எடைபோடுதல்கள் போன்ற எதுவுமே அன்மோலின்

சுயமதிப்பின்மீது எந்தத் தாக்கமும் ஏற்படுத்துவதில்லை. அவள் தன்னை எந்த அடிப்படைக் கண்ணோட்டத்தில் பார்க்கிறாளோ, அந்தக் கண்ணோட்டத்தை எதுவும் மாற்றுவதில்லை.

சுயமதிப்பின் பண்புக்கூறுகள் நுட்பமானவை மற்றும் உள்ளார்ந்தவை. ஒரு வலிமையான சுயமதிப்புணர்வு, நம்மீது நாம் காட்டும் இரக்கத்திலிருந்து முளைப்பதாக ஆராய்ச்சியாளர்கள் நம்புகின்றனர். நம்முடைய சுயமதிப்பானது, நம்முடைய வேலையில் கிடைக்கின்ற ஒரு பதவி உயர்வு, நம்முடைய பணித்திட்டங்களை வெற்றிகரமாக நிறைவு செய்வது போன்ற சாதனைகளையோ அல்லது சூழ்நிலைகளையோ அடிப்படையாகக் கொண்டது அல்ல. அது நம்முடைய உணர்ச்சிரீதியான நிலைத்தன்மையுடன் நெருக்கமாகப் பிணைக்கப்பட்டுள்ளது (அதனால்தான், நம்முடைய எண்ணங்களையும் உணர்ச்சிகளையும் சரியாகக் கையாள்வது நமக்கு மிக முக்கியமானதாக இருக்கிறது!). நாம் தோற்பதாலோ அல்லது ஒரு தவறு செய்வதாலோ அது மாறுவதில்லை. நம்மை நாம் மற்றவர்களுடன் ஒப்பிட்டு முதலிடத்தைப் பிடிப்பதையும் அது சார்ந்திருப்பதில்லை.

சுயமதிப்பை வளர்த்தெடுப்பதற்கு நீங்கள் செய்ய வேண்டியவை:

- **உங்களிடம் பரிவோடு நடந்து கொள்ளுங்கள்:** உங்களுடைய நெருங்கிய நண்பருடன் நீங்கள் எவ்விதத்தில் பேசுவீர்களோ, உங்களிடமும் அவ்விதத்திலேயே பேசுங்கள். உங்களுடைய உடலையும் மனத்தையும் சரியாகப் பராமரிப்பதற்கு உங்களுடைய சுயபிரகடனங்களைக் கூறுங்கள், உங்களுடைய ஆரோக்கியமான தினசரி வழக்கங்களைக் கடைபிடியுங்கள்.
- **ஒப்புதலை உள்முகமாகத் தேடுங்கள்:** உங்களைப் பற்றி நல்லவிதமாக உணர்வதற்கு வெளியிலிருந்து மற்றவர்களுடைய ஒப்புதலை நாடுவதைத் தவிருங்கள். புற வெற்றிகளின் மூலம் சுயதிறன் விசுவாசத்தை வளர்த்துக் கொள்வது சிறந்தது, ஆனால் சுயமதிப்பு உள்ளிருந்து மட்டுமே வருகின்ற ஒன்று.
- **நீங்கள் யாராக இருக்கிறீர்களோ அதற்கும், நீங்கள்** செய்கின்றவற்றுக்கும் இடையே சிறிது இடைவெளி அமைத்துக் கொள்ளுங்கள். நம்மில் பலர், நம்முடைய

சுயமதிப்பை, நம்முடைய வேலை, நம்முடைய அடையாளம், அல்லது நம்முடைய சமூக அந்தஸ்தை அடிப்படையாகக் கொண்டு தீர்மானிக்கிறோம். வலிமையான சுயமதிப்பு புறச் சாதனைகளைப் பற்றியது அல்ல, மாறாக, அது உங்களுடைய உள்ளார்ந்த மதிப்பைப் பற்றியது.

- **உங்களை மற்றவர்களுடன் ஒப்பிடாதீர்கள்.** நாம் சிக்கிக் கொள்ளக்கூடிய மிகவும் ஆபத்தான மற்றும் நச்சான விஷயங்களில் 'ஒப்பீட்டுப் பொறியும்' ஒன்று. குறிப்பாக ஆன்லைனைச் சொல்லலாம். ஒப்பிடுவது நம்மை ஓர் எதிர்மறையான எண்ணச் சுழற்சிக்குள் இட்டுச் சென்று, நம்முடைய வாழ்வின் நோக்கத்திலிருந்து நம்முடைய கவனத்தைச் சிதறடிக்கிறது. நம்மை மற்றவர்களோடு ஒப்பிடுவது ஒருபோதும் ஆரோக்கியமானதல்ல. அந்த ஒப்பீட்டுப் பொறியை எந்த விலை கொடுத்தேனும் தவிர்த்துவிடுங்கள்!

தன்னம்பிக்கை

நம்முடைய சுயமதிப்பையும் சுயதிறன் விசுவாசத்தையும் நாம் ஒன்றிணைக்கும்போது, தன்னம்பிக்கையை நம்மால் வளர்த்தெடுக்கத் தொடங்க முடியும். நம்மால் நம்மைச் சார்ந்திருக்க முடியும் என்ற உணர்வு அல்லது நம்பிக்கைதான் தன்னம்பிக்கை. ஒரு வலிமையான தன்னம்பிக்கையைக் கொண்டிருப்பது என்பது, ஒரு நண்பரை, குடும்ப உறுப்பினரை அல்லது சக ஊழியரைப் பற்றி நீங்கள் கொண்டுள்ள வலிமையான நம்பிக்கையை ஒத்தது. அவர்கள் என்ன செய்தாலும் சரி, அவர்கள் உள்ளார்ந்த சுயமதிப்பைக் கொண்டுள்ளனர் என்பதை நீங்கள் அறிவீர்கள், அவர்களிடம் உள்ள நல்லவற்றை நீங்கள் பார்ப்பீர்கள். இந்த சுய உறுதிப்பாட்டுடன், என்ன நிகழ்ந்தாலும் சரி, நீங்கள் எப்போதும் உங்களுக்கு ஆதரவாக நடந்து கொள்வீர்கள் என்று நீங்கள் உணர்கிறீர்கள்.

மார்க்கெட்டிங் வல்லுநரான போர்ஷியா மவுன்ட் தன் வேலையின் காரணமாகச் சில காலம் ஷாங்காய் நகரில் தங்கி வேலை செய்ய நேர்ந்தபோது, அவர் தன்னைக் குறித்து மிகவும் தாழ்வாக உணர்ந்தார். அவர் தன் திறன்களைச் சந்தேகித்தார். தான் அங்கு வந்திருப்பதற்குத் தகுதியற்றவர் என்று அவர் நினைத்தார். அக்கணத்தில் அவர் தன்னுடைய

சுயதிறன் விசுவாசத்தையும் சுயமதிப்பையும் முற்றிலுமாகச் சந்தேகித்தார். அவர் தன்னுடைய வேலையில் அந்த உயர்ந்த நிலையை எட்டுவதற்கு அவருக்கு ஏராளமான தன்னம்பிக்கை தேவைப்பட்டிருந்தது, ஆனால் இப்புதிய பாத்திரம் அந்தத் தன்னம்பிக்கையை ஆட்டம் காணச் செய்து கொண்டிருந்தது. அவருடைய நிறுவனத்தில் வேலை செய்து கொண்டிருந்த இரண்டே இரண்டு அமெரிக்கர்களில் அவரும் ஒருவர். இத்தகைய ஒரு புதிய சூழ்நிலையில் வேலை செய்வதற்குத் தான் சிறிதுகூடத் தயாராக இல்லை என்று அவர் உணர்ந்தார். அவருடைய வாடிக்கையாளர்கள் பொதுவாக மகிழ்ச்சியாக இருந்தனர், ஆனால் தான் சிறப்பாகச் செயல்பட்டுக் கொண்டிருக்கவில்லை என்றும், ஷாங்காயில் இருந்த பெருநிறுவனங்களின் அதிவேகச் செயல்வேகத்திற்குத் தன்னால் ஈடுகொடுக்க முடியாது என்றும் போர்ஷியா உறுதியாக நம்பினார். “கலாச்சார அதிர்ச்சியால் ஏற்பட்டத் திக்குமுக்காடல் உணர்வும், நான் கஷ்டப்பட்டுச் சாதித்திருந்த இந்த வெளிநாட்டுப் பணித்திட்டத்தில் நான் தோற்றுவிடுவேன் என்ற கவலையும் சேர்ந்து என்னை முடக்கிப் போட்டன. இப்போது அதைத் திரும்பிப் பார்க்கும்போது, வெற்றி பெறுவதற்கு நான் தேவையின்றி அளவுக்கதிகமான அழுத்தத்தை என்மீது சுமத்தியிருந்ததை நான் உணர்கிறேன்,” என்று போர்ஷியா கூறினார்.

ஒரு நாள் இரவு பத்து மணியளவில் போர்ஷியாவின் அலைபேசி ஒலித்தது. அழைத்தவர் அவருடைய நிறுவனத்தின் தலைமை நிர்வாக அதிகாரி. ‘இவர் ஏன் இந்த நேரத்தில் என்னை அழைக்கிறார்?’ என்று நினைத்தவாறு போர்ஷியா அந்த அழைப்பை ஏற்று பதிலளித்தார். அப்போது அந்த அதிகாரி இவ்வாறு கூறினார்: “போர்ஷியா, நான் கிறிஸ் பேசுகிறேன். நீங்கள் நலமாக இருக்கிறீர்களா என்று நான் தெரிந்து கொள்ள விரும்பினேன், அவ்வளவுதான். நீங்கள் பிரமாதமாகச் செயல்பட்டுக் கொண்டிருப்பதாக நான் கேள்விப்பட்டேன். உங்களுக்கு ஏதேனும் உதவி தேவைப்பட்டால், நீங்கள் தாராளமாக என்னைத் தொடர்பு கொள்ளலாம்.” போர்ஷியா அது குறித்து எங்களிடம் இவ்வாறு கூறினார்: “அவர் பேசி முடித்தவுடன் என் எண்ணம் இப்படி ஓடியது: ‘இவர் ஏன் திடீரென்று என்னை அழைத்தார்? என்னை வேலையைவிட்டுத் தூக்குவதற்காக என்னை உளவு பார்ப்பதற்கு உளவாளிகளை இங்கே அனுப்பி வைத்திருக்கிறாரா?’ நீங்கள் 100 சதவீதம் தகுதியானவராக இருந்தாலும், சுயசந்தேகம், உங்களுடைய தகுதிகள் மற்றும்

திறன்கள் குறித்து உங்களை நீங்களே சந்தேகிக்கச் செய்துவிடும்." அந்தத் தொலைபேசி அழைப்புக்குப் பிறகு, அந்த அதிகாரி கூறியிருந்தவற்றைப் பற்றிப் போர்ஷியா சிந்தித்தார். பிறகு, அந்த அதிகாரியின் ஆதரவு உண்மையிலேயே தனக்கு இருந்ததை அவர் உணர்ந்தார். அந்த அதிகாரி, போர்ஷியா வெற்றி பெற வேண்டும் என்று மட்டும் விரும்பவில்லை, அவரால் வெற்றி பெற முடியும் என்று நம்பவும் செய்தார். "நான் என்னுடைய பயத்தைக் கைவிடவும், எனக்குத் தெரியாதவற்றை ஏற்றுக் கொள்ளவும், உதவி கோரவும், கச்சிதம் எனும் யோசனையை விட்டுத்தள்ளவும் வேண்டியிருந்தது," என்று போர்ஷியா கூறினார்.

போர்ஷியாவின் சுயசந்தேகம் இரவோடு இரவாக மாயமாய் மறைந்துவிடவில்லை. ஆனால், காலப்போக்கில், அவர் சீனாவில் வாழப் பழகிக் கொண்டதோடு, தயங்காமல் உதவி கேட்கவும் கற்றுக் கொண்டார். நியூயார்க்கிலிருந்த அவருடைய நண்பர்களின் ஊக்குவிப்பும் அவருக்குக் கிடைத்தது. ஷாங்காயில் தன்னுடைய புதிய சக ஊழியர்களுடன் அவர் நல்லுறவை வளர்த்துக் கொண்டார். அவருடைய திறன்கள்மீதான அவருடைய நம்பிக்கை வளரத் தொடங்கியது. அவருடைய வாடிக்கையாளர்களுடன் அவருக்கு நல்ல அனுபவங்கள் கிடைத்தன. போர்ஷியா தன்னிடம் பரிவோடு பேசத் தொடங்கினார். "என்னை நான் வருத்திக் கொள்வதை நான் நிறுத்தினேன். நான் என்னுடைய நாட்டிலிருந்து வெகுதூரத்தில் ஒரு புத்தம்புதிய நகரத்தில் வாழ்ந்து கொண்டிருந்தேன். அங்குப் பேசப்பட்ட மொழி எனக்குத் தெரியவில்லை. அப்புதிய வேலைச் சூழலில் என்னிடம் எல்லா விடைகளும் இருக்க வேண்டும் என்று யாரும் என்னிடம் எதிர்பார்க்கவில்லை."

போர்ஷியா தன்னுடைய சுயபேச்சையும் மாற்றினார். "நிறுவனங்கள் பெரும் பணம் முதலீடு செய்து மக்களை வெளிநாடுகளுக்கு அனுப்பி வைக்கும்போது, தகுதியற்றவர்களை அவர்கள் அனுப்புவதில்லை. அவ்வாறு ஒருபோதும் நிகழ்வதில்லை," என்று அவர் தனக்குத் தானே கூறிக் கொண்டார். அவர் எப்போதெல்லாம் தன்னம்பிக்கைக் குறைவால் போராடினாரோ, அப்போதெல்லாம் அவர் தன்னுடைய கடந்தகாலச் சாதனைகளை நினைவுகூர்ந்தார்.

போர்ஷியா தன்னுடைய தன்னம்பிக்கையை வளர்த்தெடுப்பதற்கு நேர்மறையான சுயபேச்சைப் பயன்படுத்திக் கொண்டிருந்தார். விஷயங்களை மாற்றியமைப்பதற்கு இக்கணத்தில் நீங்கள் செய்யக்கூடிய ஒரு

விஷயம் இருக்கிறது: நீங்கள் நேசிக்கவும் மதிக்கவும் செய்கின்ற ஒருவரிடம் நீங்கள் எதைச் சொல்ல மாட்டீர்களோ, அதை உங்களிடமும் சொல்லாதீர்கள். உங்கள் வாழ்வில் இக்கணத்தில் ஒருவரைத் தேர்ந்தெடுத்துக் கொள்ளுங்கள். நீங்கள் யாரிடம் மரியாதைக்குறைவாக ஒரு வார்த்தைகூடப் பேச மாட்டீர்களோ, அவரைப் பற்றி நினைத்துக் கொள்ளுங்கள். அவர் செய்த ஒரு தவறு உங்களை மிகவும் பாதித்ததாகப் பாசாங்கு செய்யுங்கள். நீங்கள் அவரிடம் என்ன சொல்வீர்கள்? "நீ ஒரு முட்டாள்," அல்லது, "நீ ஓர் உதவாக்கரை," என்று நீங்கள் நிச்சயமாக அவரிடம் கூற மாட்டீர்கள். ஆனால், நம்மில் பெரும்பாலானோர், நம்மிடம் அவ்வாறு சர்வசாதாரணமாகப் பேசிவிடுகிறோம். அதற்கு மாறாக, நீங்கள் கற்பனை செய்து கொண்டிருக்கின்ற நபரிடம் நீங்கள் எப்படிப் பேசுவீர்களோ, உங்களிடம் அப்படிப் பேசுங்கள். எடுத்துக்காட்டாக, "நீ தவறு செய்துவிட்டாய் என்பது எனக்குத் தெரியும். நாம் எல்லோரும் தவறு செய்கிறோம். அந்தத் தவற்றை எவ்வாறு சரி செய்வது என்பது பற்றி நாம் பேசலாம்," என்று நீங்கள் கூறலாம். எதிர்மறையான சுயபேச்சைக் கட்டுப்படுத்தத் தீர்மானிப்பதன் மூலம், புதிய விஷயங்களை முயற்சித்துப் பார்ப்பதும், துணிகர நடவடிக்கைகளை மேற்கொள்வதும், தவறு செய்வதும் ஏற்றுக் கொள்ளப்படுகின்ற ஒரு சூழலை நமக்காக நம்மால் உருவாக்கிக் கொள்ள முடியும்.

நீங்கள் உங்களைச் சந்தேகிக்கத் தொடங்கும்போது, உங்கள் வலிமைகள் பக்கம் உங்கள் கவனத்தைத் திருப்புங்கள். எடுத்துக்காட்டாக, நீங்கள் ஒரு பணித்திட்டம் குறித்துக் கவலை கொண்டிருந்து, அப்பணித்திட்டத்தை எவ்வாறு நிறைவேற்றுவது என்பது உங்களுக்குத் தெரியாது என்று நீங்கள் பயந்து கொண்டிருந்தால், உங்களுக்கு எது தெரியுமோ அதன்மீது உங்கள் கவனத்தைக் குவியுங்கள். ஒரு மாபெரும் சவாலாகத் தோன்றுகின்ற ஒன்றை நீங்கள் எதிர்கொண்டிருந்தால், உங்களுடைய தீர்வு ஏன் வேலை செய்யும் என்பதற்கான காரணங்களைப் பற்றிச் சிந்தியுங்கள். நீங்கள் வாழ்வில் தளர்ந்து போயிருந்தால், இக்கணத்தில் நீங்கள் நன்றியுணர்வு கொள்ளத்தக்க விஷயங்களின் பக்கம் உங்கள் சிந்தனையை மடைமாற்றுங்கள். நம்முடைய பிரச்சனைகளுக்கான தீர்வுகளைப் பற்றிப் பேசுவதன் மூலம், எதிர்மறை எண்ணங்களில் மூழ்கிக் கிடப்பதற்குப் பதிலாக நேர்மறை எண்ணங்களை நாம் வலியுறுத்துகிறோம்.

நீங்கள் கைவசப்படுத்த வேண்டிய அறிவோ அல்லது அனுபவமோ உண்மையில் இருப்பதாக நீங்கள் தீர்மானித்தால்,

உடனே செயலில் இறங்குங்கள். மைக்கேல் ஒரு கிளை மேலாளராக இருந்தபோது அவர் வெறும் இருபத்தைந்து வயது இளைஞராக இருந்ததால், அப்பதவிக்குத் தான் தகுதியானவன் அல்லன் என்று அவர் நினைத்தார். தான் தகுதியற்றவன் என்று தன்னுடைய சக ஊழியர்கள் கருதிவிடுவரோ என்று அவர் கவலைப்பட்டார். "நான் வயது குறைவானவனாக இருந்தேன். எனக்குப் பல விஷயங்கள் தெரிந்திருக்கவில்லை என்று எனக்குத் தோன்றியது. எனவே, நான் தேர்ந்தெடுப்பதற்கு என் முன் இரண்டு தெரிவுகள் இருந்ததை நான் உணர்ந்தேன். 'போதிய விஷயம் ஞானம் இல்லாமைதான் என்னுடைய பிரச்சனை என்றால், என்னால் முடிந்த அளவு கற்றுக் கொள்வதன் மூலம் அப்பிரச்சனையை என்னால் தீர்த்துவிட முடியும்,' என்று எனக்கு நானே கூறிக் கொண்டேன். விற்பனைப் பிரதிநிதிகள் தங்களுடைய வாடிக்கையாளர்களுடன் தொலைபேசியில் உரையாடியபோது, நான் அவர்களோடு சேர்ந்து கொள்ளலாமா என்று நான் அவர்களிடம் கேட்டேன். அவர்கள் எல்லோரும் அதற்கு ஒப்புக் கொண்டனர். எங்களுடைய விற்பனைப் பயிற்றுவிப்பாளர்கள் மற்றவர்களுக்கு வகுப்புகள் நடத்திக் கொண்டிருந்தபோது, நானும் அங்குச் சென்று அவர்கள் கற்றுக் கொடுத்துக் கொண்டிருந்தவற்றைக் கேட்டேன். விற்பனை அழைப்புகள், பயிற்சி வகுப்புகள் ஆகிய இவ்விரு சூழ்நிலைகளிலும், அவர்கள் என்னவெல்லாம் செய்து கொண்டிருந்தனர் என்பது பற்றியும், அவர்கள் ஏன் அவற்றைச் செய்து கொண்டிருந்தனர் என்பது பற்றியும் அந்த விற்பனைப் பிரதிநிதிகளிடமும் பயிற்றுவிப்பாளர்களிடமும் நான் ஏகப்பட்டக் கேள்விகள் கேட்டேன். ஆறு மாதங்களில் நான் நிறையக் கற்றுக் கொண்டேன். நான் எவ்வளவு அதிகமாகக் கற்றேனோ, என்னுடைய தன்னம்பிக்கை அவ்வளவு அதிகமாக அதிகரித்தது. வெகு விரைவில், என் வேலையில் நான் கைதேர்ந்தவனாக ஆனேன். நான் தகுதியற்றவனோ என்ற சந்தேகமும் என்னிடமிருந்து காணாமல் போயிற்று," என்று மைக்கேல் கூறினார்.

உங்களிடத்திலும் உங்களுடைய தனித்துவமான திறன்களிலும் நம்பிக்கை கொள்வதிலிருந்துதான் தன்னம்பிக்கை வருகிறது. துல்லியமாக அதே காரணத்திற்காகத்தான், ஒப்பீட்டால் நம்முடைய தன்னம்பிக்கையை அழித்துவிட முடியும். நாம் நம்மைத் தவிர வேறு யாராகவும் இருக்க முடியாது. எனவே, நாம் நம்முடைய ஆகச் சிறந்த வடிவமாக இருப்பதை நம்மால் தேர்ந்தெடுக்க முடியும்.

பொறுப்பேற்றுக் கொள்ளுங்கள்

தன்னம்பிக்கை என்பது நாம் நிரந்தரமாக அடைகின்ற ஒன்றல்ல. பல ஆண்டுகால அனுபவங்களுக்குப் பிறகும், அவ்வப்போது, நாம் நம்பிக்கை இழக்கின்ற காலகட்டங்களை நாம் எல்லோருமே எதிர்கொள்ளத்தான் செய்வோம். அக்கணங்கள் வரும்போது, குறிப்பாகத் தோல்விகளுக்கு அல்லது இன்னல்களுக்குப் பிறகு, நம்மை ஒருமுகப்படுத்திக் கொண்டு, நம்முடைய சுயசெயல்திறனையும் சுயமதிப்பையும் நாம் மீண்டும் வளர்த்தெடுக்க வேண்டும். இது ஒரு தொடர்ச்சியான நடவடிக்கையாகும்.

தன்னம்பிக்கையை வளர்த்தெடுப்பதற்கு நேரமும் ஆற்றலும் பயிற்சியும் தேவை, ஆனால், தன்னம்பிக்கை குறித்து ஒரு வளர்ச்சி மனப்பான்மையை நாம் சுவீகரித்துக் கொண்டால், அது சாத்தியம்தான். நம்முடைய திறன்கள் குறித்தும், நாம் யார் என்பது குறித்தும், நம்முடைய முந்தைய தோல்விகள் மற்றும் சாதனைகள் குறித்தும் நாம் கொண்டுள்ள நம்பிக்கைகளின் அடிப்படையில்தான் நாம் நம்மீதான நம்பிக்கையை வளர்த்தெடுக்கிறோம் அல்லது நம்மீது நம்பிக்கை இழக்கிறோம்.

கொள்கை

உங்களுடைய உள்ளார்ந்த மகத்துவத்தை
உணர்ந்து கொண்டு அதை மெச்சுங்கள்.

செயல்முறை நடவடிக்கைகள்

- சுயதிறன் விசுவாசத்தை வளர்த்தெடுங்கள்.
  - துணிகரமான நடவடிக்கைகளை மேற்கொள்ளுங்கள். உங்களுடைய சௌகரிய வட்டத்திற்கு வெளியே உங்களைத் தன்னம்பிக்கை உடையவராக உணரச் செய்யக்கூடிய எந்தச் சிறிய துணிகர நடவடிக்கைகளை உங்களால் மேற்கொள்ள முடியும்?
  - உங்களுக்கு ஒரு சில சிறிய வெற்றிகளை உருவாக்கிக் கொள்ளுங்கள். உங்களுக்கு எளிதில்

வசப்படக்கூடிய விஷயங்களைச் செய்வதற்கு முதலில் பயிற்சி செய்யுங்கள். அப்போது, ஒருவிதமான சாதனையுணர்வை உங்களால் உணர முடியும்.

- உங்களுடைய வெற்றிகளைக் கொண்டாடுங்கள். ஒவ்வொரு நாளின் முடிவிலும், அன்று நீங்கள் செய்து முடித்துள்ள விஷயங்களைக் கொண்டாடுங்கள்.

• சுயமதிப்பைப் பயிற்சி செய்யுங்கள்.
  - உங்களிடம் பரிவோடு நடந்து கொள்ளுங்கள்.
  - ஒப்புதலை உங்களுக்குள் தேடுங்கள்.
  - நீங்கள் வேறு, நீங்கள் செய்கின்ற வேலை வேறு என்பதைப் புரிந்து கொள்ளுங்கள், உங்கள் சுயமதிப்பு உங்கள் வேலையையோ அல்லது உங்கள் பதவியையோ சார்ந்தது அல்ல.
  - உங்களை மற்றவர்களுடன் ஒப்பிடாதீர்கள்.
  - உங்கள் அன்புக்குரிய ஒருவரிடம் நீங்கள் எப்படிப் பேசுவீர்களோ, அப்படியே உங்களிடமும் பேசுங்கள்.

• தன்னம்பிக்கையை வளர்த்தெடுங்கள்.
  - உங்களைப் பற்றி உயர்வாகப் பேசுங்கள்.
  - தங்கள்மீது ஒரு வலிமையான நம்பிக்கை கொண்டுள்ளவர்கள் நடந்து கொள்வதைப்போல நடந்து கொள்ளுங்கள்.
  - நேர்மறையான சுயபிரகடனங்களைப் பயன்படுத்துங்கள்.
  - உங்களை அறிந்துள்ள மற்றும் உங்களை நேசிக்கின்ற மக்களின் ஆதரவையும் நேர்மறையான பின்னூட்டக்கருத்துகளையும் நாடுங்கள்.

அத்தியாயம் 5

மாற்றத்தை மனமுவந்து ஏற்றுக் கொள்ளுங்கள்

நிகழ்கின்ற ஒரு நிகழ்வால் ஒருவன் வேதனையடைவதைவிட, அந்நிகழ்வைப் பற்றிய அவனுடைய அபிப்பிராயத்தால்தான் அவன் அதிகமாக வேதனையடைகிறான்.

– டேல் கார்னகி

அது அதிகாலை மூன்று மணி. லூக் மெக்வயர் ஆம்ஸ்ட்ராங், மடத்தின் மணியோசை காற்றில் அதிர்ந்ததை உணர்ந்தார். அந்த மணியோசை, அதிகாலை தியானத்திற்கான நேரத்தை உணர்த்தியது. அமைதியாகத் தங்களுடைய அறைகளிலிருந்து வெளியே வந்து கோவிலை நோக்கி நடந்து சென்று கொண்டிருந்த, அங்கி அணிந்த துறவிகளை லூக் பின்தொடர்ந்தார். தன்னுடைய ஆசியப் பயணம், தாய்லாந்திலுள்ள தேரவாத புத்த மடத்திற்குத் தன்னை இட்டு வந்திருக்கக்கூடாது, ஆனால் ஏன் அப்படி நடந்தது என்று அவர் எண்ணற்ற முறை யோசித்திருந்தார்.

அவர் தன்னுடைய புத்தகத்தைப் பிரபலப்படுத்துவதற்காக பேங்காக்கிலிருந்து நேபாளத்திற்குச் செல்லத் திட்டமிட்டிருந்தார். ஆனால், திடீரென்று ஏற்பட்டத் தீவிரக் கழுத்து வலியால் அவர் தன்னுடைய திட்டங்களை மாற்ற வேண்டியதாயிற்று. பல முறை மருத்துவமனைக்குச் சென்று சிகிச்சை எடுத்துக் கொண்ட பிறகும் அவருடைய வலி தீரவில்லை, அதற்கான காரணமும் கண்டறியப்படவில்லை. தன்னுடைய வலியைப் போக்கக்கூடிய எந்தவொரு வலிநிவாரணியையும் அவரால் கண்டுபிடிக்க முடியவில்லை. பல தொடர் நிகழ்வுகள் இறுதியில் அவரை அந்த புத்த

மடத்திற்குக் கொண்டு வந்து சேர்த்திருந்தன. அங்கு ஒரு வாரகாலம் தியானம் செய்தால் அது தன்னுடைய நிலைமையை மேம்படுத்தும் என்று அவர் நினைத்தார். ஆனால் அது அவருடைய அனுபவத்தின் தொடக்கம் மட்டுமே.

அந்த மடத்தில், தியானத்தின் ஊடாக லூக் தனக்குள் ஆழமாகச் சென்று பார்த்தார். ஒரு நாள், அவர் தியானம் செய்து கொண்டிருந்தபோது, தான் எதிர்கொண்டிருந்தது உடல்ரீதியான வலி அல்ல என்பதை அவர் உணர்ந்தார். அவருடைய அந்தத் திடீர் வலி கிளப்பிவிட்டிருந்த உணர்ச்சிகளுடன்தான் அவர் அதிகமாகப் போராடிக் கொண்டிருந்தார். “கவலை, பயம், ஏமாற்றம், நம்பிக்கைத் துரோகம் போன்ற பல்வேறு உணர்ச்சிகள் என்னுள் அடியாழத்தில் புதைந்து கிடந்ததை நான் உணர்ந்தேன். அவை அங்கு இருந்ததை நான் ஒருபோதும் அறிந்திருக்கவில்லை,” என்று லூக் கூறினார்.

லூக் ஓர் எழுத்தாளராக ஆவதற்கு மிகக் கடினமாக உழைத்திருந்தார். அவர் ஒரு புத்தகத்தை எழுதியிருந்தார், ஒரு வீடியோ வலைப்பதிவையும் அவர் நடத்தி வந்தார். கூடவே, ஒரு வெற்றிகரமான எழுத்தாளராக ஆவதற்குத் தேவையான எண்ணற்ற வேலைகளையும் அவர் செய்து கொண்டிருந்தார். இப்போது, தீவிர வலியை உணராமல் தன்னுடைய கணினியின் முன்னால் ஒரு சில நிமிடங்கள்கூட அவரால் உட்கார முடியவில்லை. அவருடைய வலி அவருடைய வாழ்க்கையைத் தன்னுடைய கட்டுப்பாட்டில் எடுத்துக் கொண்டிருந்ததால், அவர் எது குறித்துக் கடினமாக உழைத்து வந்திருந்தாரோ அது படிப்படியாக அழிக்கப்பட்டுக் கொண்டிருந்ததுபோல அவர் உணர்ந்தார். “நான் எந்த உணர்ச்சிகளுடன் போராடிக் கொண்டிருந்தேனோ, அவை, நான் என்னுடைய திட்டங்களில் ஏற்பட்டிருந்த மாற்றத்தை ஏற்றுக் கொண்டிருக்கவில்லை என்றும், நான் தோற்றுவிட்டிருந்ததாக நான் உணர்ந்தேன் என்றும் என்னிடம் கூறிக் கொண்டிருந்தன,” என்று லூக் கூறினார்.

லூக் அதலபாதாளத்தைத் தொட்டிருந்தார். ஆனால், எது தன்னை அந்தப் படுகுழிக்குள் தள்ளியிருந்தது என்பது பற்றிய விழிப்புணர்வை அவர் வளர்த்துக் கொண்டிருந்தார்.

நாஜி வதைமுகாமிலிருந்து உயிர் தப்பியவரும் நூலாசிரியருமான விக்டர் ஃபிராங்க்கெல் இவ்வாறு எழுதினார்: “ஒரு சூழ்நிலையை நம்மால் இனியும் மாற்ற முடியாமல் போகும்போது, நம்மை மாற்றிக் கொள்வதற்கு நமக்கு சவால் விடப்படுகிறது.” தன்னுடைய சூழல்கள் குறித்து லூக்கால்

அவ்வளவாக எதுவும் செய்ய முடியவில்லை. எனவே, அவர் அவற்றைப் பார்த்த விதத்தை அவர் மாற்ற வேண்டியிருந்தது. லூக் முதலில் எதார்த்தத்திடம் சரணடைந்தார். தன்னுடைய பயணம் எவ்விதத்தில் அமைய வேண்டும் என்று அவர் விரும்பியிருந்தாரோ, அதை அவர் உடும்புப் பிடியாகப் பிடித்துக் கொண்டிருந்தார். அது, அவருடைய காயப்பட்டக் கழுத்து எவ்வளவு வலியை அவருக்குக் கொடுத்துக் கொண்டிருந்ததோ, அதே அளவு வலியைக் கொடுத்துக் கொண்டிருந்தது. "உங்கள் வாழ்க்கை எப்படி இருக்க வேண்டும் என்று நீங்கள் விரும்புகிறீர்களோ, அதை நீங்கள் விட்டுத்தள்ளும்போது, நீங்கள் எதார்த்தத்திற்குள் மறுபிரவேசம் செய்கிறீர்கள், இக்கணத்தில் நீங்கள் இருக்கும் இடத்திலிருந்து நீங்கள் மீண்டும் தொடங்குகிறீர்கள்," என்று லூக் கூறினார். யோகப் பயிற்சி, தியானம் ஆகியவற்றை உள்ளடக்கிய ஒரு தினசரி வழக்கத்தை லூக் உருவாக்கினார். அது, அவருடைய வாழ்க்கையில் ஏற்பட்ட மாற்றங்கள் பற்றிய ஒரு நம்பிக்கையூட்டும் மனநிலையை வளர்த்துக் கொள்ள அவருக்கு உதவியது. 'உன்னதமான மௌனம்' என்ற ஒரு புத்தமதக் கோட்பாட்டை அவர் கடைபிடிக்கத் தொடங்கினார். அதன்படி, இரவு பத்து மணியிலிருந்து காலை எட்டு மணிவரை யாரிடமும் பேசக்கூடாது, எந்த நடவடிக்கையிலும் ஈடுபடக்கூடாது. தான் செய்ய முயற்சித்துக் கொண்டிருந்த வேலைகளின் எண்ணிக்கையைக் குறைத்துவிட்டு, ஒரு சில விஷயங்களை மிகச் சிறப்பாகச் செய்வதன்மீது அவர் கவனம் செலுத்தினார். அவர் அதிகமான விடுமுறைகளுக்குச் சென்றார். அது, ஆழ்ந்து சிந்திப்பதற்கு அவருக்கு அதிக நேரத்தைக் கொடுத்தது. இந்த வழக்கங்கள் அனைத்தும், மாற்றம் குறித்துத் திறந்த மனத்துடன் இருப்பதற்கும், வாழ்க்கை தன் முன் எதைக் கொண்டுவந்து வீசினாலும் தன்னால் முடிந்த அளவு தன்னால் சிறப்பாகச் செயல்பட முடியும் என்ற தன்னம்பிக்கையை வளர்த்துக் கொள்ளவும் அவருக்கு உதவின.

அவர் மாற்றத்தை ஏற்றுக் கொண்டது சிறப்பாகப் பலனளித்தது. கடந்த நான்கு ஆண்டுகளில், அவர், குவாத்தமாலாவில் கருணா அடிட்லன் என்ற ஒரு யோகா விடுதியைத் தோற்றுவித்துள்ளார், நான்கு புத்தகங்களை எழுதியுள்ளார், பிற எழுத்தாளர்களுடைய புத்தகங்கள் வெளியிடப்படுவதற்கு உதவியுள்ளார், ஆறு இசை ஆல்பங்களை வெளியிட்டுள்ளார், குவாத்தமாலாவைச் சேர்ந்த எண்பத்தைந்து மாணவர்களுக்காக 1 இலட்சம் டாலர்கள் நிதி திரட்டியுள்ளார். சூழ்நிலைக்கு ஏற்பத் தன்னைத் தகவமைத்துக்

கொள்கின்ற அவருடைய திறனின் காரணமாக, தனக்கும் மற்றவர்களுக்கும் நன்மை பயனளிக்கின்ற ஒரு வழியில் அவர் தன்னுடைய வருங்காலத்தை முற்றிலுமாக மறுகற்பனை செய்திருந்தார்.

நம்முடைய எண்ணங்கள்மீது எவ்வாறு கவனம் செலுத்துவது, நம்முடைய உணர்ச்சிகளை எவ்வாறு கையாள்வது, வெற்றிக்கு நம்மை எவ்வாறு தயார்படுத்துவது, நம்முடைய தன்னம்பிக்கையை எவ்வாறு வளர்த்தெடுப்பது ஆகியவற்றைக் கற்றுக் கொள்வதில் முந்தைய நான்கு அத்தியாயங்களை நாம் செலவிட்டுள்ளோம். அந்த நடவடிக்கைகள் அனைத்தும் நமக்கு வலுவூட்டுகின்றன, ஆனால் நாம் ஒரு மாற்றத்தை அனுபவிக்கும்போது, நாம் நம் பாதையிலிருந்து தூக்கியெறியப்பட்டுள்ளதுபோல நாம் உணர்கிறோம். மாற்றத்தால் நம்முடைய திட்டங்களைத் தடம்புரளச் செய்யவும் முடியும், நம்மை ஊக்கமிழக்கச் செய்யவும் முடியும்.

மாற்றத்தை நீங்கள் மனமுவந்து ஏற்றுக் கொள்வதும், அந்த மாற்றத்தில் வாய்ப்புகளைத் தேடுவதும்தான் இந்த அத்தியாயத்தில் உங்களுக்கு எங்கள் இலக்காகும்.

விற்பனையில் சாதனை படைத்த ‘கிரிட்: த பவர் ஆஃப் பேஷன் அன்ட் பெர்சிவியரென்ஸ்’ என்ற நூலின் ஆசிரியரும் கல்வியாளருமான ஏஞ்சலா டக்வொர்த் இவ்வாறு கூறியுள்ளார்: “உங்கள் கட்டுப்பாட்டிற்கு அப்பாற்பட்ட எதிர்மறையான நிகழ்வுகள் உங்கள் வாழ்வில் மீண்டும் மீண்டும் நிகழும்போது, துன்பத்தை எதிர்கொள்வதில் நீங்கள் ஒப்பீட்டளவில் கையாலாகாதவராக இருக்கிறீர்கள் என்பதை நீங்கள் கற்றுக் கொள்கிறீர்கள். இதற்கு நேர்மாறாக, மீள்திறன் சார்ந்த ஒரு செயல்விடை எப்படி இருக்குமென்றால், எல்லாவற்றையும் உங்களால் கட்டுப்படுத்த முடியும் என்ற மாயைக்குள் சிக்கிக் கொள்வதை விடுத்து, உங்களால் கட்டுப்படுத்தப்படக்கூடிய சிறிய விஷயங்களை நீங்கள் துரத்திச் செல்வீர்கள். மீள்திறன் கொண்ட நபர்களின் சிந்தனைப் போக்கு இப்படி இருக்கும்: “இது வேலை செய்யவில்லை, அது பலனளிக்கவில்லை, இது சரிப்பட்டு வரவில்லை. ஆனால், இதை நான் இன்னும் முயற்சித்துப் பார்க்கவில்லையே?”

நாம் மாற்றத்தை எதிர்பார்க்கிறோமா இல்லையா என்பது விரக்திக்கும் எதிர்ப்புக்குமான சாத்தியக்கூறுகளைக் குறைப்பதில்லை. திடீர் மாற்றத்தை எதிர்கொள்ளும்போது பீதியடைவதோ அல்லது மிகவும் உணர்ச்சிவசப்படுவதோ இயல்பானதுதான். நம்முடைய உணர்ச்சிரீதியான

செயல்விடை பல நேரங்களில் நம்முடைய எதிர்பார்ப்புகளுடன் தொடர்புடையதாக இருக்கிறது. மீள்திறன் என்பது நம்முடைய வாழ்வின் திருப்பங்களை, சுய ஏற்புடனும், ஒரு தெளிவான பார்வையுடனும், ஒரு திறந்த மனத்துடனும் கடந்து செல்ல நமக்கு உதவுகின்ற ஒரு திறன் என்று டாக்டர் சூசன் டேவிட் கூறுகிறார்.

அடுத்த முறை நீங்கள் ஒரு மாற்றத்தை எதிர்கொள்ளும்போது இதை முயற்சித்துப் பாருங்கள்:

1. உங்களுடைய எதிர்ப்புணர்வை அங்கீகரியுங்கள்.
2. தவிர்க்கப்பட முடியாத விஷயத்துடன் ஒத்துழையுங்கள் (உங்களால் மாற்ற முடியாததை ஏற்றுக் கொள்ளுங்கள்).
3. உங்களால் செய்ய முடிவதைச் செய்யுங்கள்.

குழப்பமெனும் அலைகளைச் சமாளித்து, மாற்றத்தை ஏற்றுக் கொள்ள முடிவது என்பதற்கு, ஒவ்வொரு மோசமான அனுபவத்தையும் எந்த எதிர்ப்பும் காட்டாமல் ஏற்றுக் கொள்வது என்பது அர்த்தமல்ல. டாக்டர் டேவிட் இவ்வாறு கூறுகிறார்: "ஏற்றுக் கொள்ளுதல் என்பது மாற்றத்திற்கான ஒரு முன்தேவையாகும். அதாவது, உலகம் உள்ளது உள்ளபடி இருக்க அதை அனுமதிப்பது என்று அர்த்தம். ஏனெனில், பிரபஞ்சத்தைக் கட்டுப்படுத்த முயற்சிப்பதை நாம் நிறுத்தும்போதுதான் நாம் அதனோடு சமாதானம் செய்து கொள்கிறோம். சண்டை முடிந்தவுடன் மாற்றம் தொடங்குகிறது."

உங்களுடைய எதிர்ப்புணர்வை அங்கீகரியுங்கள்

ஒரு சமயப் பல்கலைக்கழகத்தில் பயின்று கொண்டிருந்த ஃபெயித் ஸ்மித்-பிளேஸ், படித்துப் பட்டம் பெறுவதற்கு முன்பே தான் கருவுறுவோம் என்று எதிர்பார்க்கவில்லை. ஆனால், 2019-ம் ஆண்டின் இலையுதிர்காலத்தின்போது அவர் கருவுற்றுவிட்டார். தனக்கு எதிராகப் பல முட்டுக்கட்டைகள் அணிவகுத்து நின்று கொண்டிருந்ததுபோல அவர் உணர்ந்தார்: அவர் இன்னும் தன்னுடைய கல்லூரிப் படிப்பை முடித்திருக்கவில்லை, அவர் ஒரு விடுதியில் தங்கியிருந்தார், அவருடைய குழந்தையின் அப்பாவை அவர் இன்னும் மணமுடித்திருக்கவில்லை, அவருக்கு உடல்நலக் காப்பீடும்

இருக்கவில்லை. அவர் தன்னுடைய கல்லூரி வாழ்க்கையின் கடைசி ஆண்டையும் தன்னுடைய வாழ்க்கையையும் இந்த விதத்தில் நிச்சயமாகக் கற்பனை செய்திருக்கவில்லை.

அக்கணத்தில் அவரால் கையாள முடியாத ஒரு சவாலாக அது அவருக்குத் தோன்றியது. போதாக்குறைக்கு, இது நீண்டகாலப் பின்விளைவுகளையும் கொண்டிருந்தது: அவர் கல்லூரிப் படிப்பை முடிக்காவிட்டால், அவருடைய தொழில்வாழ்க்கையை அது எவ்வாறு பாதிக்கும்? அவர் கருவுற்றிருந்தது அவருக்கு ஒரு வேலை கிடைப்பதற்கான வாய்ப்புகளை பாதித்தால், அவரால் எப்படித் தன்னுடைய குழந்தையைக் கவனித்துக் கொள்ள முடியும்? “என் வாழ்க்கைக்கு நான் ஒரு திட்டம் வைத்திருந்தேன். நான் கருவுற்றபோது, அத்திட்டம் என்னிடமிருந்து திடீரென்று பறிக்கப்பட்டிருந்ததைப்போல நான் உணர்ந்தேன்,” என்று ஃபெயித் கூறினார்.

ஃபெயித் திக்குமுக்காடிப் போயிருந்தார், தன்னுடைய வருங்காலம் குறித்துக் கோபமும் கவலையும் கொண்டிருந்தார். தொடக்கத்தில், தன்னுடைய புதிய எதார்த்தத்திற்குத் தன்னுள் ஒரு வலிமையான எதிர்ப்பு கிளம்பியதை அவர் உணர்ந்தார். ஆனால், இந்த அழுத்தமான சூழ்நிலைக்கும் தன்னுடைய மசக்கைப் பிரச்சனைகளுக்கும் நடுவே, தனக்கு ஒரு தெரிவு இருந்ததை அவர் உணர்ந்தார்: ‘சரி’ என்று தோன்றாத விஷயங்கள்மீது அவர் தன் கவனத்தைக் குவிக்கலாம், அல்லது தன் வாழ்வில் சிறப்பாகப் போய்க் கொண்டிருக்கின்ற விஷயங்கள்மீது அவர் கவனம் செலுத்தலாம். இன்னோர் உணர்வைப் பற்றிய பிரக்ஞையும் அவருக்கு இருந்தது – அன்புணர்வு. ஃபெயித்தின் வயிற்றில் வளர்ந்து கொண்டிருந்த குழந்தையின் அப்பா, ஃபெயித்திடம் வந்து, “நான் எங்கேயும் போகப் போவதில்லை. நாம் இருவருமாகச் சேர்ந்து இந்தக் குழந்தையை வளர்க்கலாம். நாம் ஒரு குடும்பமாக ஆகலாம்,” என்ற உத்தரவாதத்தைக் கொடுத்தபோது, ஃபெயித் தன்னுள் அன்பு ஊற்றெடுத்ததை உணர்ந்தார். தான் கருவுற்றிருந்த செய்தியை அவர் தன்னுடைய பெற்றோருடன் பகிர்ந்து கொண்டபோது, அவருடைய தந்தை அமைதியாக அவருடைய கையைப் பிடித்தபோதும், அவருடைய தாயார் அவரிடம், “எங்களிடம் அதிகமாக எதுவும் இல்லை, ஆனால் எங்களிடம் இருப்பது உனக்குத்தான்,” என்று கூறியபோதும், ஃபெயித் அன்பை உணர்ந்தார். அவருடைய குழந்தை முதன்முறையாக அவருடைய வயிற்றுக்குள் நகர்ந்தபோது, அதில் அவர் அன்பை உணர்ந்தார். “ஒரு கட்டத்தில், என்னுடைய சூழ்நிலையை

என்னால் மாற்ற முடியாது என்பதை நான் உணர்ந்தேன். அதே நேரத்தில், அதிலுள்ள நல்ல விஷயங்களைப் பார்ப்பதை என்னால் தேர்ந்தெடுக்க முடியும் என்பதையும் நான் உணர்ந்தேன்," என்று ஃபெயித் கூறினார்.

தன்னுடைய குழந்தை பிறப்பதற்கு முன் தான் சாதிக்க முயற்சித்துக் கொண்டிருந்தவற்றைச் சாதிப்பதற்குத் தன்னுடைய அணுகுமுறையைத் தான் மாற்றியாக வேண்டியிருந்ததையும் அவர் உணர்ந்தார். இறுதித் தேர்வுகள் நடைபெறுவதற்குச் சில நாட்களுக்கு முன், கோவிட் பெருந்தொற்றின் காரணமாக அவருடைய பல்கலைக்கழகம் மூடப்பட வேண்டியதாயிற்று. பல மாணவர்களுக்கு ஒரு மாபெரும் தடையாக இருந்த ஒன்று, ஃபெயித்துக்கு ஓர் ஆசிர்வாதமாக அமைந்தது. தன்னுடைய கர்ப்பகாலத்தின் கடைசி இரண்டு வாரங்களை அவர் தனியாகக் கழித்தார். அப்போது, தான் செய்து முடிக்க வேண்டியிருந்த பணித்திட்டங்களை அவர் செய்து முடித்தார், ஆன்லைனில் தேர்வுகளை எழுதினார், தன்னுடைய இறுதி விளக்கவுரைகளைத் தயாரித்தார். இவை எல்லாவற்றையும் செய்து முடித்தப் பிறகு, அவருக்குப் பிரசவ வலி ஏற்பட்டது. அவர் தன்னுடைய குழந்தையை வீட்டுக்குக் கொண்டுவந்து பத்து நாட்களுக்குப் பிறகு, அவர் தன்னுடைய பட்டப்படிப்பை நிறைவு செய்தார்.

"இன்று, என் கனவு வேலை என் வசமாகியுள்ளது. அதை நான் வசதியாக வீட்டிலிருந்தே செய்கிறேன். நான் என்னுடைய நாட்களை என் மகனோடும் என் கணவரோடும் கழிக்கிறேன். இவ்வுலகில் நான் மிகவும் நேசிக்கின்ற இரண்டு பேர் அவர்கள்தாம். உங்களால் கட்டுப்படுத்த முடியாத எக்கச்சக்கமான விஷயங்கள் இருக்கின்றன, ஆனால் உங்களுக்கு மகிழ்ச்சியைக் கொண்டுவருகின்ற விஷயங்கள்மீது நீங்கள் கவனம் செலுத்தினால், எந்தவொரு சூழ்நிலையையும் கடந்து செல்வதற்கு அதனால் உங்களுக்கு உதவ முடியும். சில சமயங்களில், அந்த வேதனைகரமான விஷயங்கள் உண்மையிலேயே அழகான விஷயங்களாக மாறுகின்றன. அதற்கு வழிவிடுங்கள்."

ஃபெயித் தன் வாழ்வில் நிகழ்ந்த நிகழ்வுகளை எதிர்த்துக் கொண்டே இருந்திருக்கலாம், 'விஷயங்கள் இப்படித்தான் இருந்தாக வேண்டும்' என்ற யோசனையைப் பிடித்துத் தொங்கிக் கொண்டிருந்திருக்கலாம், ஆனால் அவர் அவற்றைச் செய்வதைத் தேர்ந்தெடுக்கவில்லை. அவருடைய வாழ்வின் பெரும் மாற்றங்களுக்கான செயல்விடையாக,

அவர் தன்னுடைய சூழ்நிலை குறித்தத் தன்னுடைய கண்ணோட்டத்தையும் தன்னுடைய அணுகுமுறையையும் மாற்றினார்.

பெரும்பாலான நேரங்களில், மாற்றத்திற்கு நாம் காட்டும் எதிர்ப்புதான் நமக்குள் 'போரை' உருவாக்குகிறது. ஹூக் பல வாரங்களாகத் தன்னுடைய சூழ்நிலையின் எதார்த்தத்தை எதிர்த்துப் போராடினார், ஆனால் இறுதியில் அச்சூழ்நிலையை ஏற்றுக் கொண்டு, அடுத்து ஆக வேண்டியதைப் பார்க்கப் போய்விட்டார். ஃபெயித் தன்னுடைய எதிர்ப்பை உணர்ந்தார், பிறகு தன் வாழ்வில் ஏற்பட்டிருந்த மாற்றங்களை ஏற்றுக் கொள்வதென்று தீர்மானித்தார். அதன் பிறகு, அந்த மாற்றத்திற்குத் தன்னை எளிதாகத் தகவமைத்துக் கொள்ளத் தேவையான நடவடிக்கைகளை அவர் மேற்கொண்டார். எதிர்ப்பதை நாம் நிறுத்தும்போது, ஒரு திட்டத்தை உருவாக்கி, அடுத்து என்ன நடக்க வேண்டும் என்பதை நம்மால் தீர்மானிக்க முடியும்.

தவிர்க்கப்பட முடியாத விஷயத்துடன் ஒத்துழையுங்கள்

நான் இப்புத்தகத்தை எழுதிக் கொண்டிருந்தபோது, மாநில அளவிலான ஒரு முக்கியமான கருத்தரங்கில் சிறப்புரை ஆற்றுவதற்காக நான் கலிபோர்னியாவுக்குச் சென்றேன். கோவிட் பெருந்தொற்று தொடங்கியதிலிருந்து அதுதான் என்னுடைய முதல் நேரடிச் சொற்பொழிவாகும். எனவே, எல்லாம் சரியாக நடைபெறுவதை நான் உறுதி செய்ய விரும்பினேன். சொற்பொழிவுக்கு முதல் நாளன்று, நான் அந்தக் கருத்தரங்கு நடைபெறவிருந்த இடத்திற்குச் சென்று, அந்நிகழ்ச்சியின் ஒருங்கிணைப்பாளர்களைச் சந்தித்தேன். என்னுடைய சொற்பொழிவிற்குத் தேவைப்பட்ட ஒலிவாங்கிகள், கணித்திரை போன்ற சாதனங்கள் அனைத்தும் சரியாக இருந்தனவா என்று நான் சோதித்தேன். எல்லாம் சரியாக இருந்தது.

மறுநாள் காலையில், நான் உரையாற்றுவதற்கான நேரம் வந்தபோது, மேடைக்குப் பின்னால் ஒரு திரைக்குப் பின் நான் நின்று கொண்டிருந்தேன். என்னுடைய பெயர் அறிவிக்கப்பட்டவுடன், மேடைக்குச் செல்வதற்கான படிக்கட்டுகளில் நான் வேகமாக ஏறியபோது, நான் தடுமாறி அந்த மேடையின்மீது குப்புற விழுந்துவிட்டேன். எனக்கு வலி எதுவும் ஏற்படவில்லை. பார்வையாளர்களும் நான் விழுந்ததைப் பார்க்கவில்லை. ஏனெனில், நான் இன்னும்

திரைக்குப் பின்னால் இருந்தேன். ஆனால், நான் விழுந்த சத்தம் அவர்களுக்குக் கேட்டிருக்குமோ என்று நான் யோசித்தேன். நான் எழுந்து கொண்டு என்னுடைய கைகளை உதறிவிட்டு, என்னுடைய உடையைச் சரிப்படுத்திக் கொண்டு, ஒரு பெரிய புன்னகையுடன் மேடையில் தோன்றினேன். "நீ வியர்வையில் குளித்திருப்பதை மற்றவர்கள் பார்க்க ஒருபோதும் அனுமதிக்காதே," என்று எனக்கு நானே கூறிக் கொண்டு, பிறகு என் உரையைத் தொடங்கினேன்: "தலைவர்கள் என்ற முறையில், முன் எப்போதையும்விட இப்போது நீங்கள் உங்கள் நிறுவனங்களுக்கு அதிக முக்கியமானவர்களாக இருக்கிறீர்கள்." நான் அந்த வாக்கியத்தைக் கூறி முடித்தவுடனேயே, நான் அணிந்திருந்த லேபல் மைக் வேலை செய்யவில்லை என்பதை நான் உணர்ந்தேன். நான் ஒரு கணம் காத்திருந்துவிட்டு, மீண்டும் முயற்சித்தேன். "தலைவர்கள் என்ற முறையில், முன் எப்போதையும்விட இப்போது நீங்கள் உங்கள் நிறுவனங்களுக்கு அதிக முக்கியமானவர்களாக இருக்கிறீர்கள்!" முதல் முறையைவிட இப்போது அதிக வலியுறுத்தலோடு நான் அதைச் சொன்னேன். பார்வையாளர்கள் என்னைப் பார்த்தனர், பிறகு ஒருவரையொருவர் பார்த்தனர். "நீங்கள் பேசுவது எங்களுக்குக் கேட்கவில்லை!" என்று யாரோ ஒருவர் கத்தினார். நான் மேடையில் தர்மசங்கடத்தோடு ஒரு நிமிடம் நின்ற பிறகு, ஒலி-ஒளி நிர்வாகக் குழுவினரில் ஒருவர் வந்து ஒரு பெரிய ஒலிவாங்கியை என்னிடம் கொடுத்தார். அது கையில் பிடித்துக் கொண்டு பேசுவதற்கானது. நான் மிகவும் வெறுக்கின்ற ஒலிவாங்கி அது. இருந்தாலும், எந்தவொரு கணத்திலும் நெகிழ்வுத்தன்மையுடன் இருப்பதன் முக்கியத்துவத்தை நினைவுகூர்ந்த நான், எதுவுமே நிகழ்ந்திராததுபோல என் உரையை மீண்டும் முதலிலிருந்து தொடங்கினேன். நான் ஏறிட்டுப் பார்த்தபோது, முதல் நாள் மேடையின் முன்பகுதியில் பொருத்தப்பட்டிருந்த கணித்திரை இப்போது காணாமல் போயிருந்தது. "இது என்ன சோதனை!" என்று நான் நினைத்தேன். முந்தைய நாள் தயாரிப்பு ஏற்பாடுகள் அனைத்தும் வீணாகியிருந்தன.

இப்போது நான் ஒரு பெரிய கூட்டத்தின் முன்னால் மேடையில் நின்று கொண்டிருந்தேன். இரண்டு ஆண்டுகளில் என்னுடைய முதல் நேரடிச் சொற்பொழிவு அது. நான் உள்ளூர விரக்தியாகவும் ஏமாற்றமாகவும் கோபமாகவும் உணர்ந்தேன். பிறகு நான் என்னை ஆசுவாசப்படுத்திக் கொண்டு, "பின்னர் என்றேனும் ஒரு நாள் இது ஒரு பெரிய கதையாக ஆகப் போகிறது. இப்போது இந்தச் சொற்பொழிவை நிகழ்த்தி

அசத்தலாம்," என்று எனக்கு நானே கூறிக் கொண்டேன்.

'தவிர்க்கப்பட முடியாத விஷயத்துடன் ஒத்துழையுங்கள்' என்பது எனக்கு மிகவும் பிடித்த டேல் கார்னகி கொள்கைகளில் ஒன்று. நம்மால் மாற்ற முடியாத ஒன்றை எவ்வாறு ஏற்றுக் கொள்வது என்பதைக் கற்றுக் கொண்டு, பிறகு அச்சூழ்நிலையை அணுகுவதற்கான வழியை நாம் மாற்ற வேண்டும். தவிர்க்கப்பட முடியாததை ஏற்றுக் கொண்டு, தொடர்ந்து முன்னோக்கிச் செயல்படுவதை நான் தேர்ந்தெடுத்தேன். இறுதியில், என்னுடைய சொற்பொழிவு சிறப்பாக நடந்தேறியது. நான் மேடையிலிருந்து இறங்கியபோது, ஒலி-ஒளி குழுவின் தலைவர் என்னிடம் பெரிதாக மன்னிப்புக் கேட்டார். நான் அவரிடம், "டாம், உங்களுக்கு ஒரு விஷயம் தெரியுமா? என்னுடைய ஒலிவாங்கி வேலை செய்யாததுதான் இன்று எனக்கு நிகழ்கின்ற மிக மோசமான சம்பவம் என்றால், இன்றைய நாள் எனக்கு ஒரு நல்ல நாள்," என்று கூறினேன்.

இக்கதை, விஷயங்கள் நாம் விரும்புகின்ற விதத்தில் நிகழ்வதில்லை என்பதற்கான ஒரு சிறிய எடுத்துக்காட்டாக இருந்தாலும், நாம் நெகிழ்வுத்தன்மையுடன் இருக்க வேண்டும் என்பதை விளக்கிக் காட்டுகிறது.

உங்களால் என்ன செய்ய முடியுமோ அதைச் செய்யுங்கள்

எல்லா மாற்றங்களும் பூதாகரமானவையாக இருப்பதில்லை. எல்லா மாற்றங்களும் நம்மீது திணிக்கப்படுவதில்லை. மேலும், வாழ்க்கை என்பது, நாம் யார் என்பதை வரையறுக்கின்ற 'வெற்றி-அல்லது-வீழ்ச்சி' கணங்களால் மட்டுமே ஆனது அல்ல. சில நேரங்களில், மாறுவதற்கான ஒரு விருப்பம் தேவைப்படுகின்ற சாதாரணமான கணங்களை நாம் எதிர்கொள்கிறோம்.

ஜான் மாப்ஸூம் பெட்டி மாப்ஸூம் ஐடஹோவில் உள்ள ஹவுசர் நகரத்தில் ஒரு வேளாண் பண்ணையை நிர்வகித்து வருகின்றனர். அவர்கள் மீளுருவாக்க விவசாய முறையைக் கடைபிடிக்கின்றனர். அவர்கள் தங்கள் நிலத்தில் வேதி உரங்களையோ, வேதிப்பொருட்களையோ, பூச்சிக்கொல்லிகளையோ, அல்லது களைக்கொல்லிகளையோ பயன்படுத்துவதில்லை. அவர்களுடைய விலங்குகள் எல்லாமே அதே பண்ணையில்தான் பிறக்கின்றன. அவர்கள் தங்களுடைய நிலத்தை இயற்கையின் பராமரிப்பில் விட்டுவிடுகின்றனர். ஜானின் தாத்தாவும், பாட்டியும், பெற்றோரும் அந்தப் பண்ணையை 1972-ல் நிறுவினர். தங்களுக்குத் தெரிந்த

எல்லாவற்றையும் அவர்கள் ஜானுக்குக் கற்றுக் கொடுத்தனர்.

2018-ல், ஜானும் பெட்டியும் மீளுருவாக்க விவசாயக் கருத்தரங்கில் கலந்து கொண்டபோது, செயற்கை இரசாயனம் (உரங்கள், வேதிப்பொருட்கள், மற்றும் களைக்கொல்லிகள்), மண்ணின் ஆரோக்கியத்தை மேம்படுத்துகின்ற நுண்ணுயிரிகளையும் பூச்சிகளையும் கொல்கிறது என்பதைத் தெரிந்து கொண்டனர். இருபதாம் நூற்றாண்டின் முற்பகுதியில் கடைபிடிக்கப்பட்டு வந்த விவசாய முறைகள்தாம் நிலங்களுக்குச் சிறந்தவை என்பதை ஜான் உணர்ந்தார். ஏனெனில், அவருடைய தாத்தாவும் பாட்டியும் வேதிப்பொருட்களைப் பயன்படுத்தவில்லை, மாறாக, கோழி எரு உரத்தைப் பயன்படுத்தினர்.

கன்று ஈனும் பருவத்தை இயற்கைக்கு ஏற்றவாறு மாற்றிக் கொள்ளும்படி அந்தக் கருத்தரங்கில் வலிமையாகப் பரிந்துரைக்கப்பட்டது. ஜானும் பெட்டியும் எப்போதுமே தங்களுடைய கன்று ஈனும் பருவத்தைப் பிப்ரவரி மாதத்தில் தொடங்கியிருந்தனர். ஏனெனில், ஜானின் குடும்பம் அவருக்கு அப்படிச் செய்யும்படிதான் கற்றுக் கொடுத்திருந்தது. ஜானும் பெட்டியும் இன்னொரு மீளுருவாக்க விவசாயியுடன் கலந்து பேசியபோது, அவர் அவர்களிடம், "இது குளிர்காலம். வெப்பநிலை பூஜ்ஜியத்திற்கும் கீழே போகிறது. அடுத்து, மண் பருவம் தொடங்குகிறது. இயற்கையைப்போலவே, புல் முளைக்கும்போது கன்று ஈனும் பருவத்தைத் தொடங்கினால் என்ன?" என்று கூறினார்.

"நாங்கள் அந்தத் தகவல்களை உள்வாங்கிக் கொண்டு, 'என்னுடைய தாத்தாவும் அப்பாவும் கற்றுக் கொடுத்த வழியை நாம் பின்பற்ற வேண்டுமா, அல்லது அந்தப் பாரம்பரியத்திலிருந்து விலக வேண்டுமா?' என்று எங்களை நாங்களே கேட்டுக் கொண்டோம்," என்று ஜான் கூறினார். விஷயங்களைச் செய்வதற்கு இதைவிடச் சிறந்த வழி ஒன்று இருக்க வேண்டும் என்பதை அவர்கள் ஒருபோதும் கருதியிருக்கவே இல்லை. அவர்கள் ஜானின் தாத்தா மற்றும் அப்பாவின் ஞானத்தை மதிக்க விரும்பினர். எனவே, மாற்றத்திற்கு அவர்கள் எதிர்ப்பை உணர்ந்தனர். ஆனால், சூழலியல் விவசாயத்தைப் பற்றி அவர்கள் அதிகமாகத் தெரிந்து கொண்டபோது, தங்கள் முறையில் இருந்த குறைபாடுகளை அவர்கள் கண்டுகொண்டனர். எனவே, அவர்கள் சூழலியல் விவசாயத்தையும் மீளுருவாக்கச் செயல்முறைகளையும் சுவீகரித்துக் கொண்டனர். சில பழைய வழிமுறைகள் இனியும் அர்த்தம் வாய்ந்தவையாக இருக்கவில்லை என்பதையும்

அவர்கள் ஒப்புக் கொண்டனர்.

அவர்கள் இருவருமாகச் சேர்ந்து, தாங்கள் விவசாயம் செய்த விதத்தை மாற்றுவதென்று தீர்மானித்தனர். “நிலம், விலங்குகள், மற்றும் எங்கள் வாடிக்கையாளர்களின் காப்பாளர்கள் நாங்கள். நாங்கள் எவ்வாறு நடத்தப்பட வேண்டும் என்று நாங்கள் விரும்புகிறோமோ, மக்களை நாங்கள் அவ்வாறே நடத்துகிறோம்,” என்று பெட்டி கூறினார். மாற்றத்தை மனமுவந்து ஏற்றுக் கொண்டதன் மூலம், ஜானும் பெட்டியும் தங்களுடைய உலகத்தை அதிக ஆரோக்கியமான மற்றும் அதிக மகிழ்ச்சியான இடமாக ஆக்கியுள்ளனர்.

சில சமயங்களில், நமக்கு வசதியானதைச் செய்வதை நாம் தொடர வேண்டுமா, அல்லது நம்மை மாற்றிக் கொண்டு, நமக்கும் நம்மைச் சுற்றி இருப்பவர்களுக்கும் நன்மை பயக்கக்கூடிய ஒரு புதிய வாழ்க்கைமுறையை ஏற்றுக் கொள்ள வேண்டுமா என்ற ஒரு தேர்ந்தெடுப்பை நாம் மேற்கொள்ள வேண்டியிருக்கும் என்பதைப் புரிந்து கொள்வது மாற்றத்தை ஏற்றுக் கொள்வதன் ஒரு பகுதியாகும். மாற்றம் எப்போதும் உங்களைத் தேடி வராது. சில சமயங்களில், நீங்கள் வெளியே போய் அதை நேருக்கு நேர் எதிர்கொள்ள வேண்டியிருக்கும்.

மாற்றம் ஓர் ஆரோக்கியமற்றப் பழக்கமாக ஆகவும் ஒரு வழி உள்ளது. மாற்றத்தைக் கையாள்வதில் தான் கைதேர்ந்தவர் என்று யூரி குரூமன் நினைத்தார். அவருக்கு ஒன்பது வயதாக இருந்தபோது, அவர் இரஷ்யாவிலிருந்து அமெரிக்காவுக்கு இடம்பெயர்ந்து, ஒரு புதிய மொழியையும் கலாச்சாரத்தையும் கற்றிருந்தார். அவர் ஒரு பிரெஞ்சுப் பொறியாளரைத் திருமணம் செய்தார், நரம்பியல் துறையை விட்டுவிட்டு சட்டம் பயிலச் சென்றார். வாழ்வின் மாற்றங்களைத் தன்னால் திறமையாகக் கையாள முடியும் என்று அவர் மிகுந்த தன்னம்பிக்கை கொண்டிருந்தார். அவருடைய வாழ்க்கை, மாற்றத்தால் வரையறுக்கப்பட்டிருந்ததுபோலத் தோன்றியது – ஒரு நல்ல வழியில். ஆனால், அவர் இளைஞனாக இருந்தபோது, தொடர்ச்சியான மாற்றங்கள் அவரைப் பந்தாடின. 2009-ல் ஏற்பட்டப் பொருளாதார நெருக்கடியின்போது அவர் சட்டக் கல்லூரியிலிருந்து பட்டம் பெற்றார். அப்போது அவருக்கு இரண்டரை இலட்சம் டாலர்கள் கல்விக் கடன் இருந்தது. மிகச் சில வேலைகளே இருந்தன. எனவே, தன்னுடைய செலவுகளைச் சமாளிப்பதற்காக, வேறு வழியின்றி அவர் நிதித் துறையில் ஒரு வேலையில் சேர்ந்தார். ஆனால், அவர் அத்துறையை வெறுத்தார். எனவே, உடல்நலப் பராமரிப்பு, ஆலோசனை வழங்குதல், துளிர் நிறுவனங்கள், பொருள்

தயாரிப்பு மேலாண்மை, மனிதவளத் துறை என்று அவர் ஒவ்வொரு வேலையாகத் தாவினார், ஆனால் அவர் ஒருபோதும் திருப்தியடையவில்லை.

அவருடைய இரண்டு வயது மகளுக்குப் புற்றுநோய் இருந்தது கண்டுபிடிக்கப்பட்டபோது, யூரியின் வாழ்க்கை திடுதிப்பென்று ஸ்தம்பித்தது. "நான் எல்லாவற்றையும் நிறுத்திவிட்டு, 'நான் என்ன செய்து கொண்டிருக்கிறேன்? என்னைச் சக்கையாகப் பிழிந்து கொண்டிருக்கிறேன். என் மணவாழ்க்கை பிரச்சனைகரமானதாக இருக்கிறது. என் மகள் புற்றுநோயால் துன்புற்றுக் கொண்டிருக்கிறாள். மாறுகின்ற விஷயங்களுக்கு வெறுமனே எதிர்வினையாற்றுவதை நான் உடனடியாக நிறுத்திவிட்டு, அவை குறித்து முன்கூட்டியே யோசித்து நடவடிக்கை எடுக்கத் தொடங்க வேண்டும். தேவையில்லாதவற்றைக் கைவிட்டுவிட்டு, எது முக்கியமோ அதன்மீது என் கவனத்தைக் குவிக்க வேண்டும்,' என்ற ரீதியில் நான் சிந்தித்தேன்," என்று யூரி கூறினார்.

மாற்றத்தைக் கையாள்வதில் தான் 'வல்லவன்' என்று தான் நினைத்துக் கொண்டிருந்ததை அவர் உணர்ந்தார். உண்மையில், நின்று நிதானித்து, தனக்கும் தன்னுடைய குடும்பத்திற்கும் தேவையானவற்றைப் பற்றிச் சிந்திப்பதற்குப் பதிலாக, தன்னுடைய வாழ்க்கையை அசுர வேகத்தில் உந்தித் தள்ளுவதற்கு அவர் மாற்றத்தைப் பயன்படுத்திக் கொண்டிருந்தார். யூரி தன்னுடைய தேர்ந்தெடுப்புகளைப் பிரக்ஞையோடு மேற்கொண்டு கொண்டிருக்கவில்லை. மாறாக, மாற்றம், அசௌகரியத்திற்கான ஓர் எதிர்வினையாக ஆகியிருந்தது. மாற்றத்தை ஓர் ஊன்றுகோலாகப் பயன்படுத்துவதற்குப் பதிலாக, அவர் தன் வாழ்க்கைக்குப் பொறுப்பேற்றுக் கொண்டு, வாழ்வில் தனக்கு வேண்டியவற்றைத் தேர்ந்தெடுப்பதென்று தீர்மானித்தார்.

அந்த நேரத்தில், அவர் தன்னுடைய குடும்பத்தாருடன் நியூயார்க்கில் வாழ்ந்து கொண்டிருந்தார். அவர்கள் தங்கள் ஆரோக்கியத்திற்கும் பாதுகாப்பிற்கும் முன்னுரிமை கொடுப்பதென்று தீர்மானித்தனர். அதற்காக அவர்கள் இஸ்ரேலுக்குக் குடிபெயர்வதென்று முடிவு செய்தனர். இஸ்ரேல் அதிகப் பாதுகாப்பான ஓர் இடமாகவும், தங்களுக்குக் கட்டுப்படியாகக்கூடிய ஒன்றாகவும், அதிக ஆசுவாசமளிப்பதாகவும் இருக்கும் என்று யூரி நினைத்தார். "மாற்றம் வந்து கொண்டிருந்தது என்பதை நான் அறிந்திருந்தேன். எனவே, மாற்றம் நம்மை நோக்கி வருவதற்காகக் காத்திருப்பதற்குப் பதிலாக, நாம் ஏன் அது

குறித்து ஏதேனும் செய்யக்கூடாது? நாம் இஸ்ரேலுக்கு இடம்பெயர்ந்தால் என்ன?' என்று நாங்கள் நினைத்தோம்," என்று யூரி கூறினார். அவர் ஒவ்வொரு வேலையாகத் தாவுவதை நிறுத்திவிட்டு, அவருக்கு மிகவும் பிடித்தமான, அவர் சிறந்து விளங்கிய ஒரு வேலையை அவர் செய்யத் தொடங்கினார். கதைகளைச் சொல்லி மக்களுக்கு உத்வேகமளிப்பதுதான் அது. 'பீ யுவர் ஓன் கமான்டர் இன் சீஃப்' என்ற அவருடைய புதிய புத்தகத்தில், ஒரு குழப்பமான உலகில் ஓர் அர்த்தமுள்ள வாழ்க்கையை வாழ்வதைப் பற்றித் தான் புதிதாகப் புரிந்து கொண்டுள்ளவற்றை அவர் பகிர்ந்து கொள்கிறார்.

இன்று, யூரி, 'எச்ஆர், டேலன்ட் & சிஸ்டம்ஸ்' நிறுவனத்தின் தலைமை நிர்வாக அதிகாரியாக இருக்கிறார். அவர் ஒரு முன்னணி தலைமைத்துவப் பயிற்றுவிப்பாளராகவும் செயல்படுகிறார். அவர் தன்னுடைய அனுபவங்களிலிருந்து கற்றுக் கொண்டவற்றை மற்றவர்களுடன் பகிர்ந்து கொள்கிறார்.

"வாழ்வில் உங்கள் இலக்கு, பரிசுகளை வெல்வதாக இருக்கக்கூடாது, மாறாக, உண்மையைக் கண்டுபிடிப்பதாக இருக்க வேண்டும். உண்மையைக் கண்டுபிடித்தல் என்றால் வெறுமனே மாற்றத்தை ஏற்றுக் கொள்வது என்று மட்டும் அர்த்தமல்ல, மாறாக, கவனமாக அதை வழிநடத்துவதும்கூட என்பதை நான் கற்றுக் கொண்டிருக்கிறேன். நீங்கள் யார் என்பதையும், நீங்கள் எதில் வல்லவர் என்பதையும் கண்டுபிடியுங்கள். உங்கள் வாழ்வில் ஏற்படும் மாற்றத்தை அந்த இலக்கை நோக்கிச் செலுத்துங்கள்," என்று யூரி கூறினார். மாற்றத்தை ஏற்றுக் கொள்வது குறித்து நீங்கள் தீவிரமாக இருந்தால், தோல்வியையும் நீங்கள் ஏற்றுக் கொள்ள வேண்டும் என்பதை அவர் விரைவில் கற்றுக் கொண்டார். சில சமயங்களில், நம் வாழ்வில் ஏற்படும் ஒரு மாற்றத்தை ஒரு தோல்வியாக நாம் பார்க்கக்கூடும். வேலையைவிட்டு நீக்கப்படுதல், ஓர் உறவு முறிதல், ஒரு வாய்ப்பை இழத்தல் போன்றவை அதற்கான எடுத்துக்காட்டுகள். ஆனால், யூரி கூறியதுபோல, "உங்கள் வாழ்வின் ஆச்சரியங்களையும் ஏமாற்றங்களையும் திட்டமிடப்படாத நிகழ்வுகளையும் எடுத்துக் கொண்டு, நீங்கள் சென்றடைய விரும்புகின்ற இடத்திற்கு உங்கள் வாழ்க்கையை வழிநடத்துவதற்கு அவற்றைப் பயன்படுத்திக் கொள்ளுங்கள்." அந்த மாற்றங்களை மனமுவந்து ஏற்றுக் கொள்ளுங்கள். அந்த மாற்றங்களை, புதிய எதையேனும் நோக்கி உந்தித் தள்ளுங்கள். அதன் ஊடாக, உண்மையையும் வளர்ச்சியையும் தேடிக் கண்டறியுங்கள்.

பொறுப்பேற்றுக் கொள்ளுங்கள்

இந்தக் கதைகள் அனைத்தின் மையத்தில் இருப்பது என்னவென்றால், எதிர்ப்பின் ஊடாக நகர்வது, மாற்றத்தை ஏற்றுக் கொள்வது, கடினமான சூழ்நிலைகளில்கூட மகிழ்ச்சியையும் அர்த்தத்தையும் அனுபவிப்பது ஆகியவற்றை உள்ளடக்கிய அனுபவம்தான். மாற்றம் நம் எல்லோருக்கும் கடினமானதாக இருந்தாலும்கூட, அது வேதனையூட்டுவதாக இருக்க வேண்டியதில்லை. உண்மையில், மாற்றங்களைப் பிரக்ஞையோடு நாம் அணுகினால், நாம் எதிர்பார்த்திராத, வளர்ச்சிக்கான ஒரு வாய்ப்பை நாம் கண்டுபிடிக்கக்கூடும். நம் வாழ்வின் மிக முக்கியமான கணங்கள்தாம் மிகவும் கடினமானவை என்றுகூட நாம் சொல்லலாம். அதற்கு ஓர் அர்த்தத்தை உருவாக்கிக் கொண்டு முன்னோக்கி நகர்வதுதான் நாம் வெற்றி பெறுவதற்கான வழியாகும். அதைச் செய்வதற்கு, நாம் ஒரு திறந்த மனத்தோடும், நம்மை நோக்கி வந்து கொண்டிருப்பதை எதிர்கொள்ளத் தயாராகவும் இருப்பதுதான்.

கொள்கை

மாற்றத்தில் வாய்ப்பைக் கண்டுபிடியுங்கள்.

செயல்முறை நடவடிக்கைகள்

இக்கணத்தில் நீங்கள் எதிர்கொண்டுள்ள, அகரீதியான அல்லது புறரீதியான மாற்றம் தேவைப்படுகின்ற ஒரு சூழ்நிலையைப் பற்றி நினைத்துப் பாருங்கள். பின்வரும் பயிற்சியை மேற்கொள்ளுங்கள்:

- **உங்களுடைய எதிர்ப்புணர்வை அங்கீகரியுங்கள்.** மாற்றம் குறித்த உங்கள் எதிர்ப்புதான் அதை அதிகக் கடினமானதாக ஆக்குகிறதா? தேவையான மாற்றத்தை நீங்கள் எதிர்த்துக் கொண்டிருக்கிறீர்களா? அந்த எதிர்ப்பு உங்கள் மனநிலையிலும், எண்ணங்களிலும், உணர்வுகளிலும், செயல்நடவடிக்கைகளிலும் எவ்விதத்தில் பிரதிபலிக்கிறது?

- தவிர்க்கப்பட முடியாத விஷயங்களுடன் ஒத்துழையுங்கள் (உங்களால் மாற்ற முடியாததை ஏற்றுக் கொள்ளுங்கள்). இந்தச் சூழ்நிலையில் எது தவிர்க்கப்பட முடியாதது என்பது பற்றிச் சிந்தியுங்கள். என்ன நிகழப் போகிறது – அது நிகழக்கூடாது என்று நீங்கள் எவ்வளவுதான் விரும்பினாலும்? எந்தக் காரணிகள்மீது உங்களுக்கு எந்தக் கட்டுப்பாடும் இல்லை? நீங்கள் தொடர்ந்து முன்னோக்கி நகர்வதற்கு நீங்கள் எதை ஏற்றுக் கொண்டாக வேண்டும்?
- **உங்களுடைய நடவடிக்கைகளைத் தேர்ந்தெடுங்கள், உங்களால் செய்ய முடிவதைச் செய்யுங்கள்.** தவிர்க்கப்பட முடியாததை நீங்கள் ஏற்றுக் கொண்டவுடன், என்ன செய்யப்பட முடியும் என்பது பற்றிச் சிந்தியுங்கள். வரவிருப்பதை நீங்கள் ஏற்றுக் கொள்ளும்போது, அச்சூழ்நிலையைச் சிறப்பாகப் பயன்படுத்திக் கொள்வதற்கு நீங்கள் மேற்கொள்ளக்கூடிய நடவடிக்கைகள் இன்னும் இருக்கின்றன. அவற்றை எழுதி வைத்துக் கொண்டு, ஒரு திட்டம் வகுத்து, அதை உடனடியாகச் செயல்படுத்துங்கள்.

அத்தியாயம் 6

பின்வருத்தத்தைக் கடந்து செல்லுங்கள்

அமிலத்தைச் சுரக்க வைக்கும் கவலைகளும் வெறுப்பேற்றும் பின்வருத்தங்களும் அரித்துச் சீரழிக்கக்கூடாத அளவுக்கு இன்றைய நாள் மிகவும் பொன்னானது. தலை நிமிர்ந்து நில்லுங்கள், உங்கள் எண்ணங்கள் ஜொலிக்கும்படி பார்த்துக் கொள்ளுங்கள். ஒரு மலை நீரோடை வசந்தகாலச் சூரிய ஒளியில் குதித்தோடிக் கொண்டிருக்கிறது. இந்த நாளைக் கைவசப்படுத்துங்கள். இது ஒருபோதும் மீண்டும் வராது.

– டேல் கார்னகி

ஆலியின் தாயார் ஒரு கறுப்பினத்தவர், அவருடைய தந்தை ஒரு வெள்ளையர். அமெரிக்கக் கலாச்சாரத்தில் கலப்பினத் தம்பதியர் அவ்வளவாக ஏற்றுக் கொள்ளப்படாத ஒரு காலகட்டம் அது.

ஆலி ஒரு சிறுமியாக இருந்தபோது, ஒவ்வொரு விடுமுறையும் இரண்டாகப் பிரிக்கப்பட்டதை அவர் அறிந்திருந்தார். அன்றைய நாளின் காலைப் பொழுதை அவர் தன் தந்தையின் பெற்றோர் வீட்டிலும், மதியப் பொழுதைத் தன் தாயின் பெற்றோர் வீட்டிலும் கழிப்பார். இது அவருக்கு விநோதமானதாகத் தோன்றவில்லை – அவருக்குப் பத்து வயது ஆகும்வரை. ஒரு கிறிஸ்துமஸ் நாளன்று, ஆலியும் அவருடைய குடும்பத்தினரும் அவருடைய தந்தைவழித் தாத்தா-பாட்டியின் வீட்டிற்குக் காரில் வந்து நின்றனர். ஆலியின் தாயார்தான் காரோட்டி வந்திருந்தார். அவர் இன்னும் தன் இருக்கையிலேயே அமர்ந்திருந்தார். ஆலியும், அவருடைய சகோதரியும், அவருடைய தந்தையும் மட்டும் காரிலிருந்து இறங்கினர். அவர்கள் தங்கள் தாயாருக்கு விடைகொடுத்தனர். இதை அவர்கள் முந்தைய ஒவ்வோர் ஆண்டும் ஒவ்வொரு

விடுமுறையின்போதும் செய்திருந்தனர்.

ஆனால் அன்று, ஆலிக்கு அது சரியானதாகத் தோன்றவில்லை. “என் இதயம் வலித்தது. ஏனெனில், என் தாயார் தன்னுடைய குடும்பத்தினரை விட்டுவிட்டுக் காரோட்டிச் சென்று கொண்டிருந்தபோது, என் தந்தையின் பெற்றோர் தங்கள் வீட்டு வாசலில் நின்று கொண்டு இருகரம் நீட்டிப் புன்னகைகளோடு எங்களை வரவேற்றனர்,” என்று ஆலி கூறினார். தன்னுடைய குடும்பம் விடுமுறைகளின்போது இரண்டு குழுக்களாகப் பிரிந்தது குறித்து ஆலி ஒருபோதும் கேள்வி கேட்டிருக்கவில்லை. “திடீரென்று எனக்கு அது அர்த்தமற்றதாகத் தோன்றியது. என்னுடைய பெற்றோர் திருமணம் செய்து கொண்டு ஒன்றாகச் சேர்ந்து வாழ்ந்து கொண்டிருந்தனர், ஆனால் விடுமுறைகளை மட்டும் சேர்ந்து கழிக்கவில்லை. எனவே, எங்களுடையது உறவுகள் அறுந்து போன ஒரு குடும்பம்போல இருந்தது. இதற்கான காரணமும் எனக்குப் புரியவில்லை, இதற்கான அர்த்தமும் எனக்குப் புரியவில்லை,” என்று அவர் கூறினார்.

ஆலியின் தாயார் தன்னுடைய பெற்றோரையும் உறவினர்களையும் பார்க்கச் சென்றுவிட்டார். அன்றைய நாளின் பிற்பகுதியில் ஆலியும் அவர்களைப் பார்க்கச் செல்வார் என்றாலும், அவருடைய தாயார் அவருடன் இல்லை என்பது அவருடைய உணர்வுகளைக் காயப்படுத்தியது. “அவர் எங்களுடன் வராதது குறித்து நான் அவர்மீது கோபப்படவில்லை. அவர் ஏன் எங்களுடன் வரவில்லை என்று என்னுடைய அப்பாவழித் தாத்தாவும் பாட்டியும் கேட்காதது குறித்து நான் அவர்கள்மீதும் கோபம் கொள்ளவில்லை. என்னுடைய அம்மாவும் என்னுடைய தாத்தா-பாட்டியும் ஒன்றாகச் சேர்ந்து விடுமுறையைக் கழிக்காதது குறித்து ஒட்டுமொத்தத்தில் நான் வேதனையுற்றேன். என்ன நடந்து கொண்டிருந்தது என்பதைப் புரிந்து கொள்வதற்கான திறன் இல்லாத மிகவும் இளம் வயது அது,” என்று ஆலி கூறினார்.

அவருக்கு அப்போது தெரியாத விஷயம் என்னவென்றால், ஆலியின் தந்தை ஒரு கறுப்பினப் பெண்ணை மணமுடிப்பதென்று மேற்கொண்டிருந்த தீர்மானத்துடன் அவருடைய பெற்றோர் உடன்படவில்லை. ஆலியின் தாயாரை அவர்கள் ஒருபோதும் தங்கள் வீட்டுக்குள் வரச் சொன்னதில்லை.

ஆலி கல்லூரியில் படித்துக் கொண்டிருந்தபோது அவருடைய தந்தைவழித் தாத்தா காலமாகிவிட்டார். இது அவருடைய வாழ்வின் முதல் பெரிய பின்வருத்தத்திற்கு வழிவகுத்தது. “எனக்கு ஏராளமான பின்வருத்தங்கள்

இல்லை, ஆனால் இது என்னை பலமாகத் தாக்கியது. என் தாத்தாவின் நிலைப்பாடு குறித்தும், அவர் என் தாயாரை ஏன் ஏற்றுக் கொள்ளவில்லை என்பது குறித்தும் அவரிடம் கேள்வி கேட்கவும் அதிலிருந்து உள்நோக்கைப் பெறவும் நான் நேரம் ஒதுக்கியிருந்திருக்க வேண்டும். ஆனால் நான் அவ்வாறு செய்யவில்லை. அவரிடம் அக்கேள்விகளைக் கேட்கக்கூடிய அளவுக்கு நான் அதில் போதிய ஆர்வம் கொண்டிருக்கவில்லை என்பதுதான் என்னுடைய பின்வருத்தம். நான் என்னுடைய பெற்றோரையும் தாத்தா-பாட்டியையும் நம்பினேன், அவர்கள் என்னிடமும் என் சகோதரியிடமும் அன்பு காட்டியிருந்தனர். ஆனால், "நீங்கள் ஏன் என் தாயாரிடம் அப்படி நடந்து கொண்டீர்கள்?" என்று அவர்களிடம் கேட்பதற்கான வாய்ப்பு எனக்கு ஒருபோதும் கிடைக்கவில்லை. என்னுடைய தாத்தாவுக்கு விஷயங்களை விளக்கவும், அவருடைய கண்ணோட்டத்தைப் புரிந்து கொள்ளவும், அமெரிக்காவில் ஒரு கலப்பினத் தம்பதியருக்குப் பிறந்த ஒரு கறுப்பினப் பெண்ணாக இருப்பது என்பது எப்படிப்பட்ட விஷயம் என்பது குறித்த என்னுடைய அனுபவத்தை அவருடன் பகிர்ந்து கொள்ளவும் நான் தவறிவிட்டேன். அது குறித்து நான் பின்வருத்தம் கொள்கிறேன்," என்று ஆலி கூறினார்.

ஆலியால் காலச்சக்கரத்திற்குள் நுழைந்து பின்னோக்கிப் போக முடியாது என்றாலும், அவருடைய பின்வருத்தம், இப்போது வாழ்ந்து கொண்டிருக்கின்ற உறவினர்களுடனான அவருடைய உறவைப் பற்றி அவர் சிந்திக்கும் விதத்தை வடிவமைத்துள்ளது; தன்னுடைய குடும்ப உறுப்பினர்களுடன் கடினமான உரையாடல்களை மேற்கொள்வதற்கான துணிச்சலை அவருக்குக் கொடுத்துள்ளது. அவருடைய உறவினர்களின் கண்ணோட்டங்களில் அவருக்கு உடன்பாடு இல்லாவிட்டால்கூட அவற்றைப் புரிந்து கொள்ள அவர் முயற்சிக்கின்றபோது, தன்னுடைய கண்ணோட்டத்தைப் பற்றியும் அவரால் துணிச்சலாகவும் வெளிப்படையாகவும் பேச முடிகிறது. "எங்களுடைய குடும்பங்கள் இறுதியில் ஒன்றிணைந்தன. என் பாட்டி இன்னும் உயிரோடு இருக்கிறார். அவர் என் வாழ்வின் ஒரு பகுதியாக இருக்கிறார். இன்றைய காலகட்டத்தில் நாங்கள் ஒரு குடும்பமாக அதிகமாக ஒருங்கிணைந்திருக்கிறோம், நாங்கள் ஒன்றாகச் சேர்ந்து வளர்ந்துள்ளோம். என்னுடைய தந்தையைக் குறித்து நான் பெருமைப்படுகிறேன். மேலும், எங்கள் குடும்பத்தின் வளர்ச்சியையும், துணிச்சலையும், ஒரே குடும்பமாக இருப்பதை நோக்கிச் செயல்படுவதற்கும், அடுத்தவரின் பேச்சைக்

காதுகொடுத்துக் கேட்பதற்கும், மாறுவதற்கும் எல்லோரும் தயாராக இருந்ததையும் கருத்தில் கொள்ளும்போது, என் ஒட்டுமொத்தக் குடும்பம் குறித்தும் நான் பெருமிதம் கொள்கிறேன்," என்று ஆலி கூறினார்.

நாம் எல்லோருமே தவறுகள் செய்கிறோம். சில சமயங்களில், அது குறித்தப் பின்வருத்தமும், அதனோடு வருகின்ற குற்றவுணர்வும் அல்லது அவமான உணர்வும், முன்னோக்கி நகரவிடாமல் நம்மைத் தடுக்கின்றன. பின்வருத்தம், அவமானம், குற்றவுணர்வு ஆகியவை வெவ்வேறு உணர்ச்சிகள் என்றாலும்கூட, நாம் தவறு செய்கின்ற கணங்களை நாம் எவ்வாறு கையாண்டு அக்கணங்களைக் கடந்து செல்கிறோம் என்பதன்மீது அவை மூன்றுமே ஒரு தாக்கம் ஏற்படுத்துகின்றன.

வேலையில் நாம் ஒரு சிறு தவறு செய்தாலோ, அல்லது இன்னொரு சூழ்நிலையில் நாம் நடவடிக்கை எடுக்கத் தவறினாலோ அல்லது தவறான தீர்மானம் மேற்கொண்டாலோ, நாம் பின்வருத்தம் கொள்ளக்கூடும், அவற்றின் பின்விளைவுகள் நமக்குப் பிடிக்காமல் இருக்கக்கூடும். அது, நீங்கள் அதிகமாகச் சாப்பிட்டுவிட்டது குறித்த ஒரு சிறிய பின்வருத்தமாக இருக்கலாம். அல்லது, உங்கள் அன்புக்குரிய ஒருவருடைய மனம் புண்படும்படி பேசி அவரைக் காயப்படுத்தியது குறித்த ஒரு பெரிய பின்வருத்தமாக இருக்கலாம். பல்வேறு அளவுகளிலான பின்வருத்தங்கள் உள்ளன, ஆனால் இங்கு முக்கியமான விஷயம் என்னவென்றால், நீங்கள் செய்த அல்லது செய்யாத ஏதோ ஒன்று நீங்கள் விரும்பாத ஒரு தாக்கத்தை ஏற்படுத்தியிருந்தது என்பதுதான். கடந்தகாலப் பின்வருத்தங்கள் உங்களை முடக்கிப் போடக்கூடும். அவை, நீங்கள் வாழ விரும்புகின்ற வாழ்க்கைக்கும் உங்களுக்கும் இடையே தடைகளாக வந்து நிற்கக்கூடும், உங்களுடைய தன்னம்பிக்கையை வேரோடு அழிக்கக்கூடும், உங்களுடைய மன அழுத்தத்தை எப்போதும் அதிகமாக வைத்திருக்கக்கூடும். நீங்கள் உங்களுடைய கடந்தகாலப் பின்வருத்தங்களைத் தாண்டி வந்துவிட்டால், பிறகு, உங்களுடைய எண்ணங்களையும் உணர்ச்சிகளையும் உங்களுடைய கட்டுப்பாட்டின் கீழ் கொண்டுவருவது எளிதாகிவிடும்.

நூலாசிரியர் டேன் பிங்க், உலக அளவில் பின்வருத்தங்கள் பற்றிய ஒரு கணிப்பை மேற்கொண்டார். 150 நாடுகளைச் சேர்ந்த 17,000 நபர்களிடமிருந்து அவர் தகவல்களைத் திரட்டினார். அதைப் பற்றி, 'த பவர் ஆஃப் ரிக்ரெட்' என்ற தன்னுடைய நூலில் அவர் பகிர்ந்து கொண்டுள்ளார். அந்த

ஆய்வுக்குப் பிறகு, பின்வருத்தத்தை, மிகவும் தவறாகப் புரிந்து கொள்ளப்பட்டுள்ள, பெரும் மாற்றங்களைத் தோற்றுவிக்கக்கூடிய உணர்ச்சியாக அவர் பார்த்தார். பின்வருத்தத்திற்கான மேலோட்டமான காரணத்திற்கு அடியில் (எடுத்துக்காட்டாக, கிடைத்த ஒரு வாய்ப்பைப் பயன்படுத்தி உங்களுடைய சொந்தத் தொழிலைத் தொடங்காமல் விட்டது), மையப் பின்வருத்தங்கள் இருப்பதை அவருடைய ஆய்வு வெளிப்படுத்தியது. மையப் பின்வருத்தங்களை அவர் நான்கு வகைகளாகப் பிரிக்கிறார்:

- **அடித்தளப் பின்வருத்தங்கள்:** வாழ்க்கைக்கான ஒரு முறையான அடித்தளத்தைக் கட்டியெழுப்புவதன்மீது கவனத்தைக் குவிக்கின்ற பின்வருத்தங்கள் இவை. பள்ளிப்படிப்பை முடிக்காதது குறித்தோ அல்லது பணி ஓய்வுக் காலத்திற்குப் பணத்தைச் சேமிக்காமல் இருந்தது குறித்தோ நீங்கள் வருந்தினால், நீங்கள் ஓர் அடித்தளப் பின்வருத்தம் கொண்டிருப்பீர்கள்.
- **துணிவுப் பின்வருத்தங்கள்:** ஒரு தொழிலைத் தொடங்குவதற்குக் கிடைத்த ஒரு வாய்ப்பை ஒதுக்கித் தள்ளியது, நீங்கள் விரும்பிய ஒருவரிடம் உங்கள் காதலை வெளிப்படுத்தத் தவறியது போன்ற, நீங்கள் செய்யாத விஷயங்களைச் சுற்றி அமைந்தவை இவை.
- **ஒழுக்கப் பின்வருத்தங்கள்:** சரியான விஷயத்தைச் செய்வதற்குக் கிடைத்த வாய்ப்பை நீங்கள் தவறவிட்டுள்ளதாக நீங்கள் உணரும்போது, அல்லது, நீங்கள் நடவடிக்கை எடுத்தபோது தவறான விஷயத்தைச் செய்தது உங்களுக்கு இத்தகைய பின்வருத்தத்தைக் கொடுக்கக்கூடும்.
- **தொடர்புப் பின்வருத்தங்கள்:** சீர்கெட்டுப் போன உறவுகளைச் சுற்றியோ, அல்லது, ஓர் உறவில் நீங்கள் முழுமையாக உங்களை அர்ப்பணித்துக் கொள்ளத் தவறியதால் அது முறிந்து போனதாலோ ஏற்படுகின்ற பின்வருத்தங்கள் இவை.

"இந்த நான்கு பின்வருத்தங்களும் ஒரு நல்ல வாழ்க்கைக்கான புகைப்பட நெகடிவ்களாகச் செயல்படுகின்றன. மக்கள் எது குறித்து மிகுந்த பின்வருத்தம் கொள்கின்றனர் என்பதை நாம் புரிந்து கொள்ளும்போது, எதை அவர்கள் மிகவும் மதிப்பு வாய்ந்ததாகக் கருதுகின்றனர்

என்பதையும் நம்மால் புரிந்து கொள்ள முடியும். எனவே, பின்வருத்தம் என்ற இந்த எதிர்மறை உணர்ச்சி, வாழ்க்கையை எது மதிப்பு வாய்ந்ததாக ஆக்குகிறது என்பது பற்றிய ஒரு யோசனையை நமக்குக் கொடுக்கிறது," என்று பிங்க் எழுதியுள்ளார்.

பின்வருத்தம் நாம் நினைப்பதைவிட அதிகப் பலனளிப்பதாக இருக்க முடியும். பின்வருத்தமும், அதனோடு சேர்ந்து வருகின்ற மற்ற உணர்ச்சிகளும் நமக்கு அசௌகரியமூட்டக்கூடும் என்றாலும் (நம்மில் பெரும்பாலானோர் அந்த உணர்ச்சிகளை உணர்வதைத் தவிர்க்கவே விரும்புவோம்), நாம் திருத்த விரும்புகின்ற அல்லது சரிசெய்ய விரும்புகின்ற ஏதோ ஒரு காரியத்தை நாம் செய்துள்ளோம் என்று அவற்றால் நமக்கு உணர்த்த முடியும். நாம் செய்துள்ள காரியத்திற்கு நாம் பிராயச்சித்தம் செய்ய வேண்டும், மன்னிப்புக் கேட்க வேண்டும், அல்லது நாம் செல்ல விரும்புகின்ற திசையில் நம்மை நகர்த்தக்கூடிய ஏதோ ஒரு நடவடிக்கையை மேற்கொள்ள வேண்டும் என்று இந்த உணர்ச்சிகள் நம்மிடம் கூறக்கூடும். பின்வருத்தமும் குற்றவுணர்வும், நாம் அவற்றை மீண்டும் உணர்வதைத் தவிர்க்க நமக்கு உதவக்கூடிய வகையான நடத்தையை நமக்குச் சுட்டிக்காட்டுகின்ற சுட்டிகளாகவும் செயல்படக்கூடும்.

மேலே குறிப்பிடப்பட்டுள்ள மையப் பின்வருத்தங்களைச் சற்றுக் கூர்ந்து கவனியுங்கள். நீங்கள் என்ன பார்க்கிறீர்கள்? நீங்கள் அவற்றைப் பற்றிச் சிந்திக்கும்போது, நாம் செய்த காரியங்களால் நமக்கு ஏற்பட்டப் பின்வருத்தங்களைவிட, நாம் செய்யாமல் விட்டக் காரியங்களால் ஏற்பட்டப் பின்வருத்தங்கள் மிகவும் அதிகமாக இருப்பது வெளிப்படையாகத் தெரிகிறது. நாம் செய்தவற்றைவிட, நாம் செய்யாதவை குறித்துத்தான் நாம் அதிகமாகப் பின்வருத்தம் கொள்வோம்.

நாம் மற்ற உணர்ச்சிகளைக் கையாள்வதைப்போலவே பின்வருத்தத்தையும் கையாள வேண்டும். எப்படி நாம் எந்தவோர் உணர்ச்சியையும் அடக்கி வைக்கவோ அல்லது உதாசீனப்படுத்தவோ கூடாதோ, அதுபோலவே, நம்முடைய பின்வருத்தங்களையும் நாம் மறுக்கக்கூடாது. பின்வருத்தங்களே இருக்கக்கூடாது என்ற தத்துவம், உணர்ச்சிகளே இருக்கக்கூடாது என்று சொல்வது எவ்வளவு பயனுள்ளதோ அல்லது எவ்வளவு எதார்த்தமானதோ, அதைப் போன்றதுதான். நாம் பின்வருத்தம் கொள்ள வேண்டுமா என்பது கேள்வியல்ல; மாறாக, அவை தோன்றும்போது நாம் என்ன செய்ய வேண்டும் என்பதுதான் கேள்வி.

பின்வருத்தக் கட்டமைப்பு

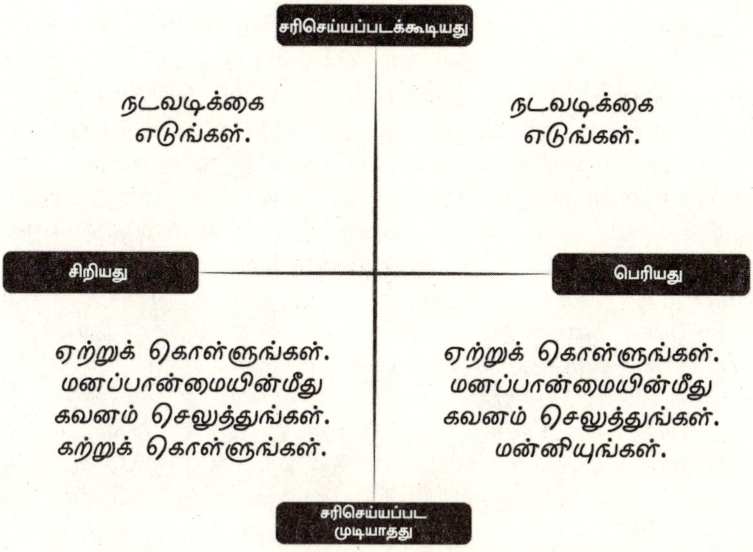

உங்களிடத்தில் ஒரு குற்றவுணர்வையும் பின்வருத்தத்தையும் தோற்றுவிக்கின்ற சூழ்நிலைகளைப் பற்றி நீங்கள் நினைக்கும்போது, பின்வரும் பயிற்சியைச் செய்யுங்கள்: உங்கள் சூழ்நிலையை முழுமையாகப் புரிந்து கொள்வதற்கு அதை முதலில் பரிசீலனை செய்யுங்கள். மேலே கொடுக்கப்பட்டுள்ள படத்தைப் பார்க்கும்போது, பின்வரும் கேள்விகளைக் கருத்தில் கொள்ளுங்கள்:

1. நான் செய்ததன் அல்லது செய்யாததன் தாக்கம் பெரியதா அல்லது சிறியதா?
2. அது சரிசெய்யப்படக்கூடியதா இல்லையா?

மேலே கொடுக்கப்பட்டுள்ள கட்டமைப்பைப் பயன்படுத்தி, ஒரு விஷயம் பெரியது மற்றும் சரிசெய்யப்படக்கூடியது, சிறியது மற்றும் சரிசெய்யப்படக்கூடியது, பெரியது மற்றும் சரிசெய்யப்பட முடியாது, அல்லது சிறியது மற்றும் சரிசெய்யப்பட முடியாதது என்று நம்மால் ஒரு முடிவுக்கு வர முடியும். ஒரு நிகழ்வோ அல்லது சூழலோ இந்தக்

கட்டமைப்பில் எந்தக் கட்டத்திற்குள் விழுகிறது என்பது அடுத்து நீங்கள் செய்ய வேண்டிய காரியத்திற்கு உங்களை வழிநடத்தும்.

அந்த நிகழ்வு எந்தக் கட்டத்திற்குள் விழுகிறது என்பதைத் தீர்மானித்தப் பிறகு, செய்யப்பட வேண்டிய நடவடிக்கைகளை முடிவு செய்து நாம் அவற்றைச் செய்ய வேண்டும். ஒரு சூழ்நிலையைச் சீராக்குவதற்கு அல்லது மேம்படுத்துவதற்கு நாம் செய்யக்கூடிய பல விஷயங்கள் இருக்கக்கூடும். நாம் தாமதிக்காமல் அவற்றைச் செய்ய வேண்டும். பிறகு, அந்தச் சூழ்நிலையில் நாம் என்ன கற்றுக் கொண்டோம் என்பதைப் பற்றிச் சிந்தித்துப் பார்த்து, அது மீண்டும் நிகழாமல் இருப்பதை நாம் உறுதி செய்ய வேண்டும். அதற்கு நாம் என்ன செய்ய வேண்டும் என்பதைப் பற்றி நாம் யோசிக்க வேண்டும். இறுதியாக, வருத்தம், குற்றவுணர்வு, அவமானம் போன்ற, மிச்சமிருக்கின்ற உணர்ச்சிகளை நாம் கையாள வேண்டும்.

எடுத்துக்காட்டாக, ஒரு முறை நான் என்னுடைய சக ஊழியருடன் அலைபேசியில் பேசிக் கொண்டிருந்தேன். அந்த உரையாடல் நெடுகிலும் நான் பதற்றமாக இருந்தேன். என் பொறுமையும் காணாமல் போயிருந்தது. நான் அவரிடம் முறையாகப் பேசவில்லை. அந்த உரையாடலின்போது அது அவ்வளவாகத் தாக்கம் ஏற்படுத்தவில்லை, ஆனால் நான் அந்த அழைப்பை முடித்தவுடன் வருந்தினேன். உடனே நான் அந்த உரையாடலைப் பற்றி ஒரு கணம் சிந்தித்துப் பார்த்தேன். மேற்குறிப்பிடப்பட்டப் பயிற்சியை நான் செய்தேன். அந்த உரையாடல் நிகழ்வு சிறியதாக இருந்தபோதிலும், அதைச் சரிசெய்வதற்கு என்னால் ஏதேனும் செய்ய முடியும் என்பதை நான் உணர்ந்தேன். மறுநாள் நான் அந்நபரை மீண்டும் அழைத்து, முந்தைய நாள் நான் அவரிடம் முறை தவறிப் பேசியிருந்தது குறித்து அவரிடம் மன்னிப்புக் கேட்டேன். மன்னிப்பு எதுவும் தேவையில்லை என்று அவர் என்னிடம் கூறியபோதிலும், நான் மன்னிப்புக் கேட்டதை அவர் நிச்சயமாக மெச்சியிருப்பார் என்று நான் நம்புகிறேன். அந்த நிகழ்வு சிறியதாகவும் சரிசெய்யப்படக்கூடியதாகவும் இருந்தது. எனவே, விரைவாக என்னால் அதிலிருந்து நகர முடிந்தது.

மறுபுறம், சிறிய, ஆனால் சரிசெய்யப்பட முடியாத சூழ்நிலைகளையும் நாம் எதிர்கொள்கிறோம். அவற்றின் தாக்கம் சிறியதாக இருந்தால்கூட, நாம் அதைப் பற்றிய சிந்தனையிலேயே மூழ்கிக் கிடக்கிறோம். எது செய்யப்பட வேண்டுமோ, அதை நாம் செய்தாக வேண்டும். வென்டி வேங் அப்போதுதான் தன்னுடைய முதல் முழுநேர வேலையில் சேர்ந்திருந்தார்.

அவருடைய நிறுவனத்திற்கு வெளியேயிருந்து பங்கு கொண்ட ஒரு குழுவினரோடு ஒரு வீடியோ கருத்தரங்கை வழிநடத்தும் பொறுப்பு அவரிடம் ஒப்படைக்கப்பட்டிருந்தது. அவருடைய மேலாளர் அவரை முழுமையாக நம்பி அப்பொறுப்பை அவருக்குக் கொடுத்திருந்தார். ஆனால், அந்நிகழ்ச்சிக்கான ஒரு கால அட்டவணையோ அல்லது ஒரு செயல்முறையோ வென்டியிடம் இருக்கவில்லை. அதைவிட மோசமான விஷயம் என்னவென்றால், வென்டி கடந்தகாலத்தில் பயன்படுத்தியிருந்த வீடியோ கருத்தரங்கு மென்பொருளிலிருந்து வேறுபட்ட ஒன்றைப் பயன்படுத்துமாறு அவருடைய வாடிக்கையாளர்கள் அவரிடம் கோரினர். இது அவருக்குக் கவலையளித்தது. அவர் முன்னதாகவே அந்த மென்பொருளைத் தன்னால் முடிந்த அளவு சிறப்பாகச் சோதித்து, அதைப் பயன்படுத்தப் பழகிக் கொண்டார். ஆனாலும், அந்த மென்பொருள் தொடர்ந்து தொடர்பு அறுபட்டுக் கொண்டே இருந்தது. அவருடன் சேர்ந்து அக்கருத்தரங்கை நடத்தவிருந்தவருக்கும் அவருடைய உபகரணங்களில் தொழில்நுட்பப் பிரச்சனைகள் இருந்தன. இவை எல்லாம் சேர்ந்து, விளக்கவுரையின்போது அவர் பெரிய தவறுகள் செய்யும்படி செய்துவிட்டன. அவற்றைச் சரிசெய்வதற்குத் தேவையான மாற்றுத் திட்டம் எதுவும் வென்டியிடம் இருக்கவில்லை. எனவே, பங்கேற்பாளர்கள் மிகுந்த ஏமாற்றமடைந்தனர். இப்படி ஒரு குழுவை வழிநடத்தியது அவருக்கு இதுதான் முதல் முறை. அக்கருத்தரங்கு நடைபெற்றிருந்த விதம் குறித்து அவர் தர்மசங்கடமாக உணர்ந்தார், பெரிதும் வருந்தினார்.

வென்டியால் திரும்பிச் சென்று மீண்டும் அதே கருத்தரங்கை நடத்த முடியாது, ஆனால் அந்த அனுபவத்திலிருந்து கற்றுக் கொண்டு, வருங்காலத்தில் அவர் வழங்கக்கூடிய விளக்கவுரைகளுக்குத் தேவையான மாற்றங்களை அவர் இப்போது செய்து கொள்ளலாம். அவர் பல மணிநேரம் செலவிட்டு அடுத்தப் பயிற்சி வகுப்புகளுக்கு ஒரு புதிய செயல்முறையையும் ஒரு கால அட்டவணையையும் உருவாக்கினார். பிறகு, நிகழ்ச்சிகளின்போது எதிர்பாராமல் நிகழக்கூடிய தொழில்நுட்பப் பிரச்சனைகளை எவ்வாறு கையாள்வது என்பதைப் புரிந்து கொள்ளத் தேவையான முயற்சிகளை அவர் மேற்கொண்டார். அடுத்த வகுப்பின்போது, தான் முற்றிலும் தயாராக இருந்ததாக அவர் உணர்ந்தார். அவருடைய பின்வருத்தம் வெகுமதியளித்திருந்தது. ஏனெனில், அவர் அதிலிருந்து கற்றுக் கொண்டு தன்னுடைய செயல்திறனை மேம்படுத்தியிருந்தார்.

பெரிய மற்றும் சரிசெய்யப்பட முடியாத பின்வருத்தங்கள், நாம் எதிர்பார்க்கின்ற விதத்தில் சரிசெய்யப்பட முடியாதவையாக இருக்கக்கூடும். நம்முடைய வீடுகளைப் பாதுகாப்பாக வைத்துக் கொள்வதற்கான விதத்தை மாற்றியுள்ள, வீடியோ அழைப்புமணிகளுக்கான ஸ்டிரீமிங் தொழில்நுட்பத்தை ரான் கார்ட்டர் உருவாக்கினார். ரானை என்னுடைய வலையொலி நிகழ்ச்சிக்காக நான் பேட்டி கண்டபோது, தன்னுடைய மிகப் பெரிய வருத்தங்களில் ஒன்றைப் பற்றிய கதையையும், அச்சூழ்நிலையைத் தான் கையாண்ட விதத்தையும் அவர் என்னிடம் பகிர்ந்து கொண்டார்: "2003 மற்றும் 2004-ம் ஆண்டுகளில், வீடியோவை ஸ்டிரீம் செய்வதற்கான வழி இருக்கவில்லை. அக்காலத்தில், வீடியோக்கள் ஒரு ஆன்டெனா மூலமாகவோ அல்லது ஒரு கம்பி வழியாகவோ ஒளிபரப்பப்பட்டுக் கொண்டிருந்தன." ரானின் தாயாருக்கு இரண்டு இடுப்பு அறுவை சிகிச்சைகள் செய்யப்பட்டிருந்த நேரத்தில், யாரேனும் வந்தால் நடந்து சென்று வாசற்கதவைத் திறக்க முடியாத நிலையில் அவர் இருந்தார். அப்போது, ஒரு பிளாக்பெர்ரி அலைபேசியை ஒரு பேனசோனிக் வீடியோ ரெக்கார்டருடன் இணைத்தால், வாசலில் யார் வந்திருக்கிறார்கள் என்பதைத் தன்னுடைய தாயாரால் பார்க்க முடியும், பிறகு அந்நபருக்கு பதிலளிக்க வேண்டுமா வேண்டாமா என்பதை அவரால் தீர்மானிக்க முடியும் என்ற யோசனை ரானுக்கு உதித்தது. "அந்த வீடியோவைப் பெறுவதற்கு ஒன்றரை நாட்கள் ஆயின, ஆனால் இறுதியில் அது வேலை செய்தது," என்று ரான் நினைவுகூர்கிறார். இன்று நாம் பயன்படுத்துகின்ற பல சாதனங்களுக்கு சக்தியூட்டுகின்ற ஸ்ட்ரீமிங் தொழில்நுட்பத்தை உருவாக்குவதற்கு ரான் தன்னுடைய வாழ்நாள் சேமிப்பையும் பல ஆண்டுகளையும் செலவிட்டார். "இந்தத் தொழில்நுட்பத்திற்கு நான் காப்புரிமம் பெற்றதற்கான காரணம், எல்லோரையும்விட மிக முன்னதாகவே அதை நான் கண்டுபிடித்திருந்ததுதான்," என்று அவர் கூறினார்.

ஒரு மாபெரும் தொழில் வாய்ப்பு இருந்ததைக் கண்ட ரான், தன்னுடைய கண்டுபிடிப்பை வர்த்தகமயமாக்குவதற்காக ஒரு தொழிற்கூட்டாளியைத் தன்னுடன் சேர்த்துக் கொண்டார். "அவர் மிகுந்த சாமர்த்தியம் கொண்டவர். நான் அவரை முழுமையாக நம்பினேன். அதுதான் என்னுடைய தவறு. அவர் என்னை அழிக்கவிருந்தார் என்பதை நான் உணரவில்லை. பல்வேறு வழிகளைக் கையாண்டு அவர் எங்கள் தொழிலைத் தன்னுடைய முழுமையான கட்டுப்பாட்டின் கீழ்

கொண்டுவந்தார். பிறகு அவர் என்னை அங்கிருந்து எட்டி உதைத்து வெளியே தள்ளிவிட்டார். நான் நிலைகுலைந்து போனேன். நான் அவரை நம்பினேன், ஆனால் அவர் என்னிடமிருந்து எல்லாவற்றையும் எடுத்துக் கொண்டார். நான் என் நிறுவனத்தை இழந்தேன். அடிப்படையில், நான் திவாலாகியிருந்தேன். ஆனால் அப்படி ஒரு சூழ்நிலை வரும் என்று நான் ஒருபோதும் எதிர்பார்த்திருக்கவில்லை," என்று ரான் கூறினார். இந்த நம்பிக்கைத் துரோகம் ரானைப் பெரிதும் தாக்கியது. அவர் மாதக்கணக்கில் வேதனையை அனுபவித்தார். அவருடைய வாழ்வில் இருந்த பிற மக்களை நம்புவதற்கான அவருடைய திறனையும் அது பாதித்தது. தன்னால் எதுவும் செய்ய முடியாது, தான் தேர்ந்தெடுப்பதற்கு வேறு எந்தத் தெரிவுகளும் இல்லை என்று நினைக்கும் அளவுக்கு ரான் சக்தியற்றவராக உணர்ந்தார்.

ரான் தன்னுடைய சேமிப்புகள் அனைத்தையும் இழந்திருந்ததால், வாழ்க்கை நடத்துவதற்காக, யுனைட்டெட் பார்சல் சர்வீஸ் நிறுவனத்தில் ஓர் ஓட்டுநராக அவர் வேலையில் சேர்ந்தார். பொருட்களை வீடுகளுக்கே சென்று பெற்றுக் கொள்கின்ற மற்றும் பட்டுவாடா செய்கின்ற ஒரு நிறுவனம் அது. அந்த வேலையில் இருந்தபோதுதான், மின்-வர்த்தகம் கொழிக்கத் தொடங்கிக் கொண்டிருந்ததை ரான் கண்டறிந்தார். துல்லியமாக அதே காலகட்டத்தில்தான், பட்டுவாடா செய்யப்பட்டப் பொருட்கள் மக்களின் வீட்டு வாசல்களிலிருந்து திருடுபோவதும் அதிகரிக்கத் தொடங்கியிருந்தது. "நான் ஆராய்ச்சி செய்தபோது, மின்-வர்த்தகம் ஓர் ஐந்து டிரில்லியன் டாலர்கள் தொழிற்துறை என்பதை நான் உணர்ந்தேன். எனவே, வீட்டு வாசல்களில் சேர்ப்பிக்கப்படுகின்ற பொருட்களைப் பாதுகாப்பதையும் திருடர்களைத் தடுத்து நிறுத்துவதையும் உறுதி செய்யக்கூடிய, செயற்கை நுண்ணறிவை அடிப்படையாகக் கொண்ட ஒரு ட்ரோன் பாதுகாப்புக் கருவியை உருவாக்கும் யோசனை எனக்குத் தோன்றியது. பல ஆண்டுகால முயற்சிக்குப் பிறகு, ரான் இப்போது ஒரு புதிய தொழில்நுட்பத்தின்மீது ஒரு காப்புரிமம் பெற்றுள்ளார். அது விரைவில் பொதுமக்களுக்கு அறிமுகப்படுத்தப்படவிருக்கிறது. வீட்டுப் பாதுகாப்புத் தொழிற்துறையில் அது ஒரு புரட்சிகரமான மாற்றத்தைத் தோற்றுவிக்கும் என்பது உறுதி. தன்னுடைய தொழிற்கூட்டாளியை நம்பி மோசம் போனது குறித்துத் தான் கொண்டிருந்த பின்வருத்தத்திலிருந்து ரான் எப்படி மீண்டார்? ஏற்றுக் கொள்ளுதல் மற்றும் நடவடிக்கை

எடுத்தல்தான் அதற்கான பதில் என்று ரான் கூறுகிறார். "நான் புற்றுநோயிலிருந்து உயிர்பிழைத்தவன். கடவுள் நம்பிக்கைதான் அதற்கான வலிமையை எனக்குக் கொடுத்தது. எனவே, கடவுள் நம்பிக்கை எனக்கு மிகவும் முக்கியமானது. என்னுடைய முதல் தொழில் தொடங்கப்பட்ட நேரம் சரியானதாக இருக்கவில்லை. கடவுள் எனக்காக அதைவிடச் சிறப்பான திட்டங்களை வைத்திருந்ததாக நான் நம்பினேன். எனவே, என்னுடைய முதல் நிறுவனத்தைவிடச் சிறந்த ஒன்றைப் பெறுவதற்கு நான் ஒரு திறந்த மனத்துடன் இருந்தேன். மேலும், நடந்த சம்பவத்தை நான் விட்டுத்தள்ளியாக வேண்டும் என்பதையும் நான் அறிந்திருந்தேன். ஏனெனில், அது என்னை வதைத்துக் கொண்டிருந்தது."

நம்பிக்கைத் துரோகத்தை நம்மால் அவ்வளவு சீக்கிரமாக மறந்துவிட முடியாது. ரானும் தன்னுடைய பின்வருத்தம், கோபம், மற்றும் சோகத்திடம் அடிபணிந்திருக்கக்கூடும், ஆனால் அவருடைய நம்பிக்கைகளும் மனப்பான்மையும் அவர் அந்த அனுபவத்திலிருந்து மீண்டு முன்னோக்கி நகர்வதற்கு அவருக்கு உதவின.

இறுதியாக, பெரிய மற்றும் சரிசெய்யப்பட முடியாத சூழ்நிலைகளை நாம் பார்க்கலாம். தன்னுடைய தாயாரின் இறுதிக் காலம் குறித்து மைக்கேல் பின்வருத்தம் கொண்டிருந்தார். அவரும் அவருடைய தாயார் ரோஸ்மேரியும் ஒரு கருத்தரங்கில் கலந்து கொண்டிருந்தபோது, திடீரென்று ரோஸ்மேரி நோய்வாய்ப்பட்டார். அவர் உடனடியாக ஒரு மருத்துவமனைக்குக் கொண்டு செல்லப்பட்டார். அங்கே, அவருடைய கருப்பையில் புற்றுநோய் இருந்தது கண்டுபிடிக்கப்பட்டது. உடனடியாக அவருக்குச் சிகிச்சை தொடங்கப்பட்டது. அவர் ஒவ்வொரு வாரமும் மருத்துவமனைக்குச் சென்றார்.

"என் தாயாருக்கு அப்படி ஒரு நோய் வந்திருந்ததை என்னால் ஏற்றுக் கொள்ளவே முடியவில்லை. அது மிக மோசமான புற்றுநோய். அதற்கான ஒரு சுலபமான தீர்வைக் கண்டுபிடிக்க நான் தொடர்ந்து முயற்சித்தேன், ஆனால் சுலபமான தீர்வு எதுவும் இருக்கவில்லை," என்று மைக்கேல் கூறினார். அச்சமயத்தில், மைக்கேல் சராசரியாக வாரத்திற்குத் தொண்ணூற்று ஐந்து மணிநேரம் வேலை செய்து கொண்டிருந்தார். அவர் தன்னுடைய தாயாருடன் நேரம் செலவிடுவதற்குப் பதிலாக, வேலை தன்னுடைய நேரத்தை எடுத்துக் கொள்ள அவர் அனுமதித்தார். ரோஸ்மேரி நியூயார்க்கில் வசித்தார், மைக்கேல் கலிஃபோர்னியாவில்

வசித்தார். எனவே, மாதத்திற்கு ஒரு முறை மட்டுமே மைக்கேல் தன் தாயாரைப் பார்க்கச் சென்றார், அவருடன் ஓரிரு நாட்கள் செலவிட்டார். தன் தாயார் குணமடைந்துவிடுவார் என்று மைக்கேல் இன்னும் தனக்குத் தானே கூறிக் கொண்டிருந்தார்.

ஆனால், அவருக்குப் புற்றுநோய் இருந்தது கண்டுபிடிக்கப்பட்டு வெறும் நான்கு மாதங்களுக்குப் பிறகு, அந்நோய் குணப்படுத்தப்பட முடியாதது என்பதை ரோஸ்மேரி ஏற்றுக் கொண்டார். அதைத் தொடர்ந்து, சிகிச்சையை நிறுத்துவதென்று அவர் தீர்மானித்தார். இந்தத் திடீர் திருப்பம் மைக்கேலை நிலைகுலையச் செய்தது. அதை ஏற்றுக் கொள்ள முடியாமல் அவர் தவித்தார். அவர் அச்சூழ்நிலையின்மீது கோபம் கொண்டார், இருப்பினும் தன்னுடைய வேலையிலிருந்து அவரால் தன்னை விடுவித்துக் கொள்ள முடியவில்லை. ரோஸ்மேரி தன்னுடைய குடும்ப உறுப்பினர்கள் சிலருடன் கடைசியாக ஒரு முறை ஐரோப்பாவிற்குப் பயணம் மேற்கொண்டிருந்தபோது, மைக்கேல் வழக்கம்போலத் தன் வாழ்க்கையைத் தொடர்ந்தார்.

ஒரு கட்டத்தில், மைக்கேல் தன்னுடைய மறுப்பிலிருந்து தன்னை விடுவித்துக் கொண்டார். தன்னுடைய தாயாரின் முடிவு நெருங்கிக் கொண்டிருந்தது என்பதை அவர் ஏற்றுக் கொண்டவுடன், அவருடன் தான் செலவிடாமல் போன நேரம் குறித்து அவர் வருந்தினார். இது ஒரு மிகப் பெரிய பின்வருத்தம், அவர் இழந்திருந்த நேரம் சரிசெய்யப்பட முடியாதது. ஆனால், தன் தாயாரின் எஞ்சிய வாழ்நாளை அவருடன் சேர்ந்து கழிப்பதற்கான நடவடிக்கைகளை மேற்கொள்வதென்று மைக்கேல் தீர்மானித்தார். "அவருடைய வாழ்வின் கடைசி சில வாரங்களை நான் அவருடன் கழித்தேன். ஐந்து ஆண்டுகளில் நான் வேலையிலிருந்து அவ்வளவு நேரம் ஒதுக்கியதில்லை, அதுவும் ஒரே சமயத்தில்," என்று மைக்கேல் கூறினார். "என் தாயார் ஒவ்வொரு கணத்தையும் வாழ முயற்சித்ததை நான் கண்டேன். அவர் மற்றவர்களிடம் அன்பாகவும் கனிவாகவும் நடந்து கொண்டார். அவருக்கு வந்த ஒவ்வொரு தொலைபேசி அழைப்பையும், அவரைப் பார்க்க வந்த ஒவ்வொருவரையும் அவர் உற்சாகத்தோடு கையாண்டார். அவர் ஒருபோதும் குறை கூறவில்லை. இறுதியில் அவர் என் கையைப் பிடித்துக் கொண்டே இறந்து போனார். நான் அங்கு இருந்தது குறித்து மகிழ்ந்தேன். எவ்வாறு சிறப்பாக இறப்பது என்பதற்கான ஓர் எடுத்துக்காட்டாக அவர் திகழ்ந்தார்."

மைக்கேல் தன்னுடைய பின்வருத்தங்கள் குறித்துத் தன்னைத் தானே வசைபாடியிருக்கலாம் அல்லது நொந்து

கொண்டிருக்கலாம், ஆனால் அது அவருடைய கவனத்தை அவருடைய தாயாரின் கடைசி சில வாரங்களிலிருந்து திசைதிருப்பியிருக்கக்கூடும். தான் தன்னுடைய நிகழ்கணத்தின்மீது கவனம் செலுத்த வேண்டியிருந்ததை அவர் ஏற்றுக் கொண்டு, இறுதியில் தன்னை மன்னிக்கவும் செய்தார். இதன் விளைவாக, அவரால் தன் தாயாருடன் இருக்க முடிந்தது.

சில நேரங்களில் நாம் நம்முடைய அனுபவங்களிடம் சரணடைய வேண்டியுள்ளது. இங்கு எனக்கு அமைதிப் பிரார்த்தனைதான் நினைவுக்கு வருகிறது. வாழ்வில் கடினமான அனுபவங்களிலிருந்து மீண்டு முன்னோக்கி நகர்வதற்கு ஏராளமானோருக்கு உதவியுள்ள ஒரு பிரார்த்தனை அது: "இறைவா, என்னால் மாற்ற முடியாத விஷயங்களை ஏற்றுக் கொள்வதற்கான மன அமைதியையும், என்னால் மாற்றக்கூடிய விஷயங்களை மாற்றுவதற்கான துணிச்சலையும், இவை இரண்டுக்கும் இடையேயான வேறுபாட்டை அறிந்து கொள்வதற்கான ஞானத்தையும் எனக்குக் கொடுத்தருள்க!" முந்தைய அத்தியாயத்தில் நாங்கள் கூறியதுபோல, நிகழ்ந்துள்ளதை ஒரு பொருமலோடு ஏற்றுக் கொள்ள வேண்டும் என்று நாங்கள் பரிந்துரைத்துக் கொண்டிருக்கவில்லை. நம்முடைய கடந்தகாலத் தவறுகளை உணர்ந்து அவற்றை ஏற்றுக் கொள்வது என்றால், நாம் அவற்றிலிருந்து பாடங்கள் கற்றுக் கொண்டு முன்னோக்கிச் செல்வது என்று பொருள். பின்வருத்தம், குற்றவுணர்வு, அல்லது அவமானத்திற்குள் சிக்கி முடங்கிக் கிடப்பது யாருக்கும் உதவப் போவதில்லை.

இங்கேதான் நம்முடைய கண்ணோட்டம் நம்புதற்கரிய அளவு முக்கியத்துவம் பெறுகிறது. எண்ணங்களையும் உணர்ச்சிகளையும் கையாள்வது குறித்து நாம் கற்றுக் கொண்டுள்ள எல்லாமே இங்கேதான் தாக்கம் ஏற்படுத்துகிறது. விஷயங்கள் எப்போதும் இறுதியில் சிறப்பான விளைவுகளைத் தோற்றுவிக்கும் என்று நான் நம்புகிறேன். அந்தக் கண்ணோட்டம், ஒரு கடினமான சூழ்நிலையிலிருந்து முன்னோக்கி நகர்வதற்கு எனக்கு உதவுகிறது. என்னால் அந்தத் தவற்றைச் சரிசெய்ய முடியாவிட்டால்கூட, இக்கணத்திலிருந்து என்னால் என்ன செய்ய முடியும் என்றும், விஷயங்களை என்னால் எப்படிச் சிறப்பாக்க முடியும் என்றும் என்னை நானே கேட்டுக் கொள்கிறேன்.

நீங்கள் உங்களையும் மற்றவர்களையும் மன்னித்துவிட வேண்டும் என்று சொல்வது எளிது, ஆனால் அதைச் செய்வது கடினம். நம்மில் பலர் அதனோடு போராடுகிறோம்.

என்னுடைய ஒரு வலையொலி நிகழ்ச்சியில், நூலாசிரியர் மார்ஷல் கோல்ட்ஸ்மித், நிலையாமை குறித்துப் பேசினார். "நான் மூச்சை ஆழமாக உள்ளிழுக்கின்ற ஒவ்வொரு முறையும் நான் ஒரு புதிய நானாக ஆகிறேன்," என்ற புத்தரின் போதனை அவருக்குப் பிடித்திருக்கிறது. ஒவ்வொரு சுவாசத்துடனும் நாம் மீண்டும் முதலிலிருந்து தொடங்குகிறோம் என்று மார்ஷல் என்னிடம் கூறினார். ஒவ்வொரு புதிய கணமும், நாம் மீண்டும் புதிதாகத் தொடங்குவதற்கான ஒரு வாய்ப்பைக் கொடுக்கிறது. "இது குறித்த ஓர் ஆரோக்கியமான விஷயம் இருக்கிறது. உங்களுடைய கடந்தகாலத் தவறுகள் உங்களுடைய முந்தைய வடிவம் ஒன்றால் செய்யப்பட்டவை என்று நீங்கள் நினைக்கும்போது, உங்களை மன்னிப்பதில் நீங்கள் சிறப்புறுகிறீர்கள்," என்று அவர் கூறினார். இதை வேறு வார்த்தைகளில் கூற வேண்டுமென்றால், நீங்கள் செய்த அல்லது செய்யாத செயல்களுக்கும் உங்களுக்கும் இடையே ஓர் இடைவெளியை ஏற்படுத்திக் கொள்ளுங்கள். அவை உங்களை ஒரு மோசமான மனிதராக ஆக்கவில்லை. நீங்கள் உங்களுடைய ஒரு சிறப்பான வடிவமாக ஆவதற்கு அவை பங்களித்துள்ளன, அவ்வளவுதான். "அந்த மனநிலையைப் பற்றிய இன்னொரு விஷயம் என்னவென்றால், நீங்கள் கடந்தகாலத்தில் வாழ்வதிலிருந்து அது உங்களைத் தடுக்கிறது," என்று மார்ஷல் கூறினார். பின்வருத்தமோ அல்லது குற்றவுணர்வோ, நாம் செய்கின்ற தவிர்க்கப்பட முடியாத தவறுகளைக் கடந்து செல்வதிலிருந்து நம்மைத் தடுப்பதை நாம் யாருமே விரும்ப மாட்டோம்.

பொறுப்பேற்றுக் கொள்ளுங்கள்

நம்முடைய பின்வருத்தங்களிலிருந்து நகர்ந்து செல்லக் கற்றுக் கொள்வது நாம் வளர்த்துக் கொள்ள வேண்டிய ஒரு திறமை. நம் வாழ்க்கையை நம்முடைய கட்டுப்பாட்டின் கீழ் கொண்டுவருவதற்கு அத்திறமை இன்றியமையாதது. கடந்தகாலத்தை நம்மால் மாற்ற முடியாது என்றாலும், நாம் தீர்மானித்தால், வருங்காலத்தை நம்மால் வடிவமைக்க முடியும்.

கொள்கை

உங்களுடைய பின்வருத்தங்களை நேருக்கு நேர் எதிர்கொள்ளுங்கள், அவற்றைச் சரிசெய்யுங்கள், பிறகு முன்னோக்கி நகருங்கள்.

செயல்முறை நடவடிக்கைகள்

உங்களுக்குச் சிறிது பின்வருத்தம் இருக்கின்ற ஒரு சூழ்நிலையைப் பற்றிச் சிந்தியுங்கள். பின்வரும் கேள்விகளுக்கு பதிலளியுங்கள்:

- **உங்களுடைய சூழ்நிலையை முழுமையாகப் புரிந்து கொள்வதற்கு அதை மறுபரிசீலனை செய்யுங்கள்.** என்ன நிகழ்ந்தது? நிகழ்ந்த சம்பவத்தையும், அது குறித்து நீங்கள் கொண்டுள்ள உணர்வையும் நீங்கள் பிரித்துக் கொள்ள வேண்டும்.
- **பின்வருத்தக் கட்டமைப்பைப் பயன்படுத்துங்கள்.**
  - நான் செய்ததன் அல்லது செய்யாததன் தாக்கம் பெரியதா அல்லது சிறியதா? சம்பந்தப்பட்ட அனைவர்மீதும் அந்தத் தாக்கம் எப்படி இருந்தது என்பதைப் பற்றிச் சிந்தியுங்கள். உங்களுடைய நடவடிக்கைகள் அடுத்தவரை எவ்வாறு பாதித்தன? அவர்கள் உங்கள்மீது எத்தகைய தாக்கம் ஏற்படுத்தினர்?

- அது சரிசெய்யப்படக்கூடியதா இல்லையா? சூழ்நிலையை மேம்படுத்துவதற்கு உங்களால் ஏதேனும் செய்ய முடியுமா? முடியாது என்றால், அது குறித்து உங்களிடம் நேர்மையாக நடந்து கொள்ளுங்கள்.

- **அதைச் செய்வதற்கு நீங்கள் மேற்கொள்ளக்கூடிய நடவடிக்கைகளைத் தீர்மானியுங்கள்.** ஒரு மன்னிப்புக் கோருதல், ஒரு பழுதுபார்ப்பு, அல்லது உங்களை நீங்களே மன்னித்தல் என்று, நீங்கள் செய்யக்கூடியவை எப்போதும் ஏதேனும் இருக்கத்தான் செய்கின்றன. சூழ்நிலையைக் கையாள்வதற்கு உங்களால் என்ன செய்ய முடியும் என்று தீர்மானித்துவிட்டு, பிறகு அதைச் செய்யுங்கள்.

- **சூழ்நிலையிலிருந்து நீங்கள் என்ன கற்றுக் கொண்டுள்ளீர்கள் என்பதைத் தீர்மானித்துக் கொண்டு, இனி அது மீண்டும் நிகழாமல் பார்த்துக் கொள்ளுங்கள்.** சரிசெய்ய வேண்டியதைச் சரிசெய்த பிறகு, இச்சூழ்நிலையிலிருந்து நீங்கள் என்ன கற்றுள்ளீர்கள் என்பதைப் பற்றிச் சிந்தித்துப் பாருங்கள். இது மீண்டும் நிகழாமல் இருப்பதை உறுதி செய்வதற்கு உங்களால் என்ன செய்ய முடியும்? உங்களுடைய புதிய புரிதலைப் பிரதிபலிப்பதற்கு உங்கள் நடத்தையிலும் மனப்பான்மையிலும் நீங்கள் எதை மாற்ற வேண்டும்?

- **உங்களை நீங்களே மன்னித்துவிட்டு, பின்வருத்தத்திலிருந்து முளைக்கின்ற உணர்ச்சிகளைக் கையாளுங்கள்.**

அத்தியாயம் 7

மன அழுத்தத்தைக் கையாளுங்கள்

நம்முடைய களைப்பு பெரும்பாலும் வேலையால் விளைவதில்லை, மாறாக, கவலை, விரக்தி மற்றும் கோபத்தால்தான் விளைகிறது.

– டேல் கார்னகி

என்னுடைய கழுத்தின்மீதும் இடது தோள்பட்டையின்மீதும் பரவியிருந்த தடிப்புகளைச் சுட்டிக்காட்டி, என்னுடைய தோல் மருத்துவரிடம், "என்ன கண்றாவி இது?" என்று நான் கேட்டேன்.

"உங்களுக்கு அக்கி அம்மை வந்திருக்கிறது என்று நான் நினைக்கிறேன்," என்று அந்த மருத்துவர் கூறினார்.

"என்ன? அக்கி அம்மையா? அது எப்படிச் சாத்தியம்? அது வயதானவர்களை மட்டுமே தாக்கியதாக அல்லவா நான் நினைத்தேன்? எனக்கு ஒன்றும் அவ்வளவு வயதாகவில்லையே?"

"இளம் வயதினருக்குக்கூட அது வரக்கூடும். சமீப காலமாக நீங்கள் அதிக மன அழுத்தத்திற்கு ஆளாகி வந்துள்ளீர்களா?"

அந்தக் கேள்வி ஒரு சம்மட்டி அடிபோல என்னைத் தாக்கியது. முந்தைய பன்னிரண்டு வாரங்களில், தாய்பேய், ரியோ டி ஜெனீரோ, ஏதென்ஸ் ஆகிய நகரங்களுக்கும், அமெரிக்காவில் தெற்குக் கேரலைனா, மிச்சிகன், இல்லினாய், வாஷிங்டன், ஆரகன், வடக்குக் கேரலைனா, மிசூரி ஆகிய மாநிலங்களுக்கும் நான் பயணித்திருந்தேன். அவற்றில் பெரும்பாலான பயணங்கள், சந்திப்புக்கூட்டங்களையும் விளக்கவுரைகளையும் உள்ளடக்கியிருந்தன. சில பயணங்கள் உயர் அழுத்தம் தரக்கூடியவையாக இருந்தன. இடத்திற்கு இடம் நேரம் மாறுபட்டதும் ஒரு பெரிய சவாலாக இருந்தது. தினமும் ஒரு குறிப்பிட்ட நேரத்தில் உடற்பயிற்சி

செய்வது கிட்டத்தட்டச் சாத்தியமற்றதாக இருந்தது. நான் பெரும்பாலும் வெளியேதான் சாப்பிட்டேன். காலையிலும் பின்மதியத்திலும் ஏற்பட்ட அசுரக் களைப்பிலிருந்து மீள்வதற்கு ஊக்க பானங்களை நான் சார்ந்திருந்ததை நான் கண்டேன். என்னுடைய அனைத்துச் சந்திப்புக்கூட்டங்களிலும் என்னால் முடிந்த அளவு சிறப்பாகச் செயல்படுவதற்கு என்மீது நானே எக்கச்சக்கமான அழுத்தத்தைச் சுமத்தியிருந்தேன். கூடவே, ஒரு சிறந்த கணவனாகவும் ஒரு சிறந்த தந்தையாகவும் இருப்பதற்கும் நான் கடுமையாக முயற்சித்துக் கொண்டிருந்தேன். உண்மையைச் சொன்னால், என் உடலில் இருந்த ஆற்றல் முழுவதும் வடிந்துவிட்டிருந்தது.

“கடந்த சில மாதங்களாக என்னை நான் கடுமையாக உந்தித் தள்ளி வந்துள்ளேன் என்பது உண்மைதான். மன அழுத்தத்தால் இதயப் பிரச்சனைகளையும் உடல்ரீதியான பிற பிரச்சனைகளையும் தோற்றுவிக்க முடியும் என்பதையும் நான் அறிவேன், ஆனால் அக்கி அம்மை? அந்த நோய் ஒரு நச்சுயிரியால் விளைந்ததாக நான் நினைத்தேன். மன அழுத்தத்தால் எப்படி ஒரு நச்சுயிரியை உருவாக்க முடியும்?” என்று நான் கேட்டேன்.

“இது ஒரு நச்சுயிரியால்தான் விளைகிறது, ஆனால் மன அழுத்தத்தால் உங்களுடைய நோயெதிர்ப்பு அமைப்புமுறையை பலவீனப்படுத்த முடியும். அது, ஒரு நச்சுயிரி நோய்த்தொற்றுக்கு அதிக எளிதாக உட்படக்கூடிய ஒருவராக உங்களை ஆக்கிவிடும். அல்லது, உங்கள் உடலில் அந்த நச்சுயிரி ஏற்கனவே இருந்திருந்தால் (செயலற்ற நிலையில்), அது மீண்டும் தூண்டப்படக்கூடும்.”

இது என் கண்களைத் திறந்தது. எனக்கு அப்போது வெறும் நாற்பத்தொன்பது வயதுதான் என்றாலும்கூட, என்மீது நான் சுமத்திக் கொண்டிருந்த அழுத்தம் நம்புதற்கரியதாக இருந்தது. வேலை மற்றும் பயணத்தால் ஏற்பட்ட உடல்ரீதியான அழுத்தம் மட்டுமல்லாமல், எப்போதும் ஓர் உயர்ந்த நிலையில் செயல்பட வேண்டும் என்று நானாக ஏற்படுத்திக் கொண்ட அழுத்தமும், ஒரு தவறு செய்து அதனால் பிறருடைய பார்வையில் நான் தாழ்ந்து போய்விடுவேனோ என்ற பயமும், மற்றவர்கள் என்ன சொல்வார்களோ என்ற கவலையும் சேர்ந்து என்னை அழுத்தின. உணர்ச்சிரீதியான அழுத்தத்தால் அக்கி அம்மை போன்ற ஓர் எதிர்வினையை உடலில் தோற்றுவிக்க முடியும் என்ற உண்மை, மன அழுத்தத்தை நான் சிறப்பாகக் கையாள வேண்டும் என்று என்னிடம் கூறியது. அதைத் தொடர்ந்து, மின்னஞ்சல், வேலை, மற்றும் பிற பொறுப்புகளை விடுமுறை

நாட்களில் நான் முற்றிலுமாகத் தவிர்த்தேன். என்னுடைய மன அழுத்தத்தின் அளவின்மீது நான் தீவிர கவனம் செலுத்தினேன். அது பலனளிக்கத் தொடங்கியது. ஆனால், இது ஒரு தொடர்ச்சியான முயற்சி.

நம்முடைய ஆரோக்கியத்தையும் உறவுகளையும் வாழ்க்கையையும் பெரிதும் பாதிக்கின்ற, மன அழுத்தம் தருகின்ற சூழ்நிலைகளை நாம் எல்லோருமே எதிர்கொள்கிறோம். நம்முடைய மன அழுத்தத்திற்குப் பொறுப்பேற்றுக் கொள்வது என்றால், அதை உணர்ந்து கொண்டு, அது நம்மையோ அல்லது மற்றவர்களையோ தாக்குவதற்கு முன்பாக அதன்மீது நடவடிக்கை எடுத்தல் என்று பொருள். “சொல்வதற்கு அது எளிதாக இருக்கலாம், ஆனால் அதைச் செய்வது மிகவும் கடினம்,” என்று நீங்கள் கூறக்கூடும். நீங்கள் சொல்வது சரிதான். சில சமயங்களில், நம்மால் அதிலிருந்து விடுபட முடியாத அளவுக்கு நம்முடைய மன அழுத்தம் நம்மைத் திக்குமுக்காடச் செய்யக்கூடும். அது சில சமயங்களில் அப்படித் தோன்றக்கூடும். ஆனால், நமக்கு ஒரு தெரிவு எப்போதும் இருக்கிறது என்பதை நினைவில் கொள்ளுங்கள். அழுத்தம் தரும் சூழ்நிலைகளில் நம்முடைய எண்ணங்களையும் உணர்ச்சிகளையும் குறித்து நல்ல தீர்மானங்களை மேற்கொள்வது கடினமானதுதான், ஆனால் அது இன்றியமையாதது. இந்த அத்தியாயம் அதைப் பற்றியதுதான்: மன அழுத்தம் நம்மைத் தாக்குவதற்கு முன்பாக அது குறித்து நடவடிக்கை எடுக்கக் கற்றுக் கொள்வது.

மன அழுத்தம் என்றால் என்ன?

மன அழுத்தம் என்பது ஓர் இயல்பான மனித எதிர்வினை. இது நம்முடைய உள்ளார்ந்த நிகழ்வுகளுக்கான (எ.கா. ஓர் எண்ணம் அல்லது நினைவு) அல்லது ‘அழுத்திகள்’ என்று அழைக்கப்படுகின்ற புற நிகழ்வுகளுக்கான ஒரு செயல்விடையாகும். அந்தத் தூண்டுதல் நமக்கு உள்ளிருந்தோ அல்லது நமக்கு வெளியிலிருந்தோ வரக்கூடும். அது நம்மை உணர்ச்சிவசப்படுத்தவும் கூடும். மன அழுத்தம் ஓர் எதிர்மறை உணர்ச்சிபோலத் தோன்றக்கூடும், ஆனால் அது உண்மையில் உடல்ரீதியான ஒரு செயல்விடையே. சவால்களை அல்லது அச்சுறுத்தல்களை எதிர்கொள்ளும்போது நாம் மன அழுத்தத்தை அனுபவிப்பது இயல்புதான். புதிய சூழ்நிலைகளுக்கு ஏற்ப நம்மைத் தகவமைத்துக் கொள்ளவும், நம்மை விழிப்போடும் ஊக்கத்தோடும் வைத்துக் கொள்ளவும் அது நமக்கு உதவக்கூடும். நாம் மன அழுத்தத்தை அனுபவிக்கும்போது, நம்முடைய

இதயம் அதிக வேகமாகத் துடிப்பதை நாம் உணரக்கூடும், நாம் அதிகக் கனமாக சுவாசிக்கக்கூடும், நம்முடைய உள்ளங்கைகள் வியர்க்கக்கூடும், அல்லது தெளிவாகச் சிந்திப்பது நமக்குக் கடினமாக இருக்கக்கூடும். இந்தச் ‘சண்டையிடுதல் அல்லது ஓட்டமெடுத்தல்’ செயல்விடையை நாம் எல்லோருமே உணர்ந்திருப்போம்.

அழுத்திகள் எல்லா வடிவங்களிலும் அளவுகளிலும் வருகின்றன. பெரிய அழுத்திகளில், வேலை இழப்பு, இடப்பெயர்ச்சி, அன்புக்குரிய ஒருவரின் மரணம், ஓர் உறவு முறிவு போன்றவை அடங்கும். சிறிய அழுத்திகளில், அலுவலகத்தில் கடினமான உரையாடல்கள், செய்யப்பட வேண்டிய வேலைகளால் திக்குமுக்காடுதல், கல்லூரிக்கு நேரமாதல் போன்றவை அடங்கும்.

மன அழுத்தமும் பதற்றமும்

நாம் தொடர்ந்து பேசுவதற்கு முன், மன அழுத்தத்திற்கும் பதற்றத்திற்கும் இடையேயான வேறுபாட்டை நாம் புரிந்து கொள்ளலாம். இவ்விரண்டு வார்த்தைகளையும் நாம் அடிக்கடி ஒன்றுக்கொன்று மாற்றாகப் பயன்படுத்துகிறோம். மன அழுத்தத்தையும் பதற்றத்தையும் பற்றியும், அவை செயல்படுகின்ற விதம் பற்றியும் நாம் தொடர்ந்து அதிகமாகத் கற்றுக் கொண்டிருக்கிறோம் என்றாலும்கூட, அவ்விரு அனுபவங்களுக்கும் இடையேயான வேறுபாட்டை நம்மால் அறிந்து கொள்ள முடிகிறது.

அழுத்திகள் மறைந்த பிறகுகூட, எதார்த்தமற்ற அல்லது மிகைப்படுத்தப்பட்டக் கவலைகள் தொடர்ந்து நீடிக்கும்போது நாம் பதற்றத்தை அனுபவிக்கிறோம். நிகழ்கின்ற நிஜமான விஷயங்கள் குறித்து நாம் மன அழுத்தத்தை அனுபவிக்கிறோம். செலுத்தப்பட வேண்டிய கட்டணங்களைச் செலுத்துவதற்கான பணத்திற்காக நம்முடைய சம்பள நாளை எதிர்பார்த்துக் காத்திருப்பது இதற்கான ஓர் எடுத்துக்காட்டு. அந்த நிஜமான விஷயங்களை ஒரு மிகைப்படுத்தப்பட்ட விதத்தில் நாம் அர்த்தப்படுத்தும்போது நாம் பதற்றத்தை உணர்கிறோம். எடுத்துக்காட்டாக, நாம் அனைத்துக் கட்டணங்களையும் செலுத்திய பிறகும்கூட, நம்மால் நம்முடைய செலவுகளைச் சமாளிக்க முடியாது என்றும், போதிய பணம் நம்மிடம் ஒருபோதும் இருக்காது என்றும் நாம் கவலைப்படுகிறோம்.

சூழ்நிலை ஓர் உண்மையான அச்சுறுத்தலாக இல்லாதபோதுகூட, பதற்றம், பயத்தைப்போலவோ அல்லது

பீதியைப்போலவோ உணரக்கூடும். மன அழுத்தத்தைத் தோற்றுவித்த நிகழ்வு முடிந்துவிட்டப் பிறகும்கூடப் பதற்றம் தொடர்ந்து நீடிக்கக்கூடும். அது தீவிரமாகும்போது, அது ஒரு மனக் கோளாறாக உருவெடுக்கக்கூடும். ஒரு விஷயத்தை நாங்கள் இங்குத் தெளிவுபடுத்திக் கொள்ள விரும்புகிறோம். (இந்த அத்தியாயத்தின் எஞ்சிய பகுதி முழுவதும், பொதுவான மன அழுத்தத்தையும் பதற்றத்தையும் பற்றி மட்டுமே நாங்கள் பேசவிருக்கிறோம். தீவிரமான பதற்றக் கோளாறுகளைப் பற்றி நாங்கள் பேசப் போவதில்லை. ஏனெனில், அவற்றைக் கையாள்வதற்கு மருத்துவ உதவி தேவை.) உங்கள் தவறுகள் குறித்தோ, அல்லது 'தவறாக' இருப்பதாக நீங்கள் நினைக்கின்ற விஷயங்கள் குறித்தோ நீங்கள் அதிகமாக உணர்ச்சிவசப்படும்போது நீங்கள் பதற்றத்தை உணர்கிறீர்கள்.

பொதுவாக, மன அழுத்தம் ஒரு குறுகியகாலம் மட்டுமே நீடிக்கின்ற ஒன்று. ஆனால், பதற்றம் நீடிக்கக்கூடும். மன அழுத்தம் என்பது நீங்கள் உணர்ந்துள்ள ஓர் அச்சுறுத்தலுக்கான ஒரு செயல்விடையாகும். ஆனால், பதற்றத்திற்கு, அடையாளம் காணப்படக்கூடிய ஒரு தூண்டு காரணி இல்லாதிருக்கலாம்.

மன அழுத்தம் எப்படி வெளிப்படுகிறது

நாம் எல்லோரும் மன அழுத்தத்திற்கு வெவ்வேறு விதங்களில் எதிர்வினையாற்றுகிறோம். குறித்த நேரத்தில் ஓர் இடத்திற்குச் செல்வது பற்றி நான் மன அழுத்தத்தை உணரக்கூடும், ஆனால் அந்த விஷயங்களில் நீங்கள் அதே வகையான மன அழுத்தத்தை உணராமல் இருக்கக்கூடும். பலர் முன்னிலையில் ஒரு சொற்பொழிவாற்றுவது குறித்த எண்ணம் உங்களுக்கு மன அழுத்தத்தைக் கொடுக்கக்கூடும், ஆனால் வேறொருவருக்கு அது அவர்கள் வழக்கமாகச் செய்கின்ற இன்னுமொரு விஷயமாக இருக்கும். இரவு முழுதும் உங்களைத் தூங்கவிடாமல் செய்கின்ற அளவுக்கு, சொற்பொழிவாற்றும்போது நீங்கள் சொதப்பிவிடக்கூடும் என்ற பயம் உங்களை ஆட்கொண்டிருந்து, அந்நிகழ்ச்சி நடந்து முடிந்த பிறகும் நீங்கள் அது குறித்து அசௌகரியமாக உணர்ந்தால், நீங்கள் பதற்றத்தை அனுபவித்துக் கொண்டிருக்கக்கூடும்.

எது நமக்கு மன அழுத்தத்தைத் தோற்றுவிக்கிறது என்பதைப் புரிந்து கொண்டு, அது நம்மை முடக்கிப் போடக்கூடிய அளவுக்குத் தீவிரமடைவதற்கு முன்பே அதைக் கையாள்வதற்கான வழிகளைக் கண்டுபிடிப்பதுதான் இங்கு முக்கியமான விஷயம். குறிப்பிடத்தக்க மன அழுத்தத்தை

நீங்கள் அனுபவித்த ஒரு நேரத்தைப் பற்றி நினைத்துப் பாருங்கள். அது எப்படி இருந்தது? உங்களுடைய மன அழுத்த அளவு உங்கள் வாழ்க்கையை எவ்வாறு பாதித்தது? எடுத்துக்காட்டுகளைப் பற்றி நீங்கள் சிந்திக்கும்போது, மன அழுத்தம் சில நேரங்களில் உதவிகரமாக இருப்பதை நீங்கள் கவனிக்கக்கூடும். காலக்கெடுவுக்குச் சற்று முன்னதாக ஒரு கட்டுரையை எழுதி முடிப்பதென்று தீர்மானித்த எந்தவொரு மாணவரும், விஷயங்களை நிறைவேற்றுவதற்குச் சிறிதளவு மன அழுத்தம் உதவுவதை அறிவார். நாம் தொடர்ந்து பேசுவதற்கு முன், சாதாரண மன அழுத்தத்திற்கும் நாட்பட்ட மன அழுத்தத்திற்கும் இடையேயான வேறுபாட்டை நாம் புரிந்து கொள்ளலாம்.

சாதாரண மன அழுத்தம்

நாம் செயல்படுவதற்கு ஓரளவு அழுத்தம் நமக்கு உண்மையிலேயே தேவை. 'நல்ல' மன அழுத்தம் நன்மை பயக்கிறது. நாம் புதிதாக எதையேனும் கற்றுக் கொள்ளும்போது அல்லது நம்முடைய சௌகரிய வட்டத்திற்கு வெளியே உள்ள ஒரு செயலைச் செய்யும்போது நாம் நல்ல மன அழுத்தத்தை உணர்கிறோம்.

டிம் ரைல் ஓர் அரசு நிறுவனத்தில் ஒரு வழக்கறிஞராகத் தன் தொழில்வாழ்க்கையைத் தொடங்கியிருந்தார். ரேச்சல் என்ற தன்னுடைய சக ஊழியருடன் ஒரு வழக்கிற்காக அவர் பேச்சுவார்த்தை குறித்து விவாதித்துக் கொண்டிருந்தார். அவர்கள் அந்த வழக்கு தொடங்குவதற்காக நீதிமன்ற அறைக்கு வெளியே நின்று கொண்டிருந்தனர். ரேச்சல் டிம்மைப் பார்த்து, "சில நேரங்களில், இத்தகைய வழக்குகள் தொடங்குவதற்குச் சற்று முன் நான் மிகவும் பதற்றமடைகிறேன். ஏதேனும் தவறாகப் போய்விட்டால் என்னவாகும் என்ற பயம் என்னைத் தொற்றிக் கொள்ளும்," என்று கூறினார். அதற்கு டிம் இவ்வாறு பதிலளித்தார்: "எனக்கு எப்போதுமே அடிவயிற்றுக்குள் பட்டாம்பூச்சிகள் சிறகடிக்கும் ... ஆனால் அந்தப் பட்டாம்பூச்சிகளால் மன அழுத்தத்திற்கு உள்ளாவதற்குப் பதிலாக, நிகழ்ந்து கொண்டிருக்கின்ற விஷயத்தின்மீது நான் அக்கறை கொண்டிருப்பதற்கான ஓர் அறிகுறியாக அதை நான் எடுத்துக் கொள்கிறேன்." டிம் தன்னுடைய உணர்ச்சிரீதியான அனுபவத்தைத் துன்பத்திற்கான ஓர் அறிகுறியாக அன்றி, அக்கறைக்கான ஓர் அறிகுறியாக மறுவரையறை செய்தார், பிறகு அந்தச் சவாலை நேருக்கு நேர் எதிர்கொண்டார்.

தான் அனுபவித்துக் கொண்டிருந்த உணர்ச்சியை உணர்ந்து கொண்டு, அதை ஆக்கபூர்வமாக அவரால் பயன்படுத்த முடிந்ததன் காரணமாக, கவலையால் ஏற்படும் எதிர்மறைத் தாக்கங்களை அவர் தவிர்த்ததோடு, ஓர் உயர்ந்த நிலையில் செயல்படவும் செய்தார். சரியான வகையான மன அழுத்தம், நாம் சிறப்பாகச் செயல்பட்டு நம்முடைய இலக்குகளை அடைவதற்கு நமக்கு உதவுகிறது.

நாட்பட்ட மன அழுத்தம்

மன அழுத்தத்திற்கு நாம் ஆற்றும் எதிர்வினைகள் நம்மைத் தொடர்ந்து நீண்ட காலம் ஒரு பதற்றமான அல்லது அசௌகரியமான நிலையில் வைக்கும்போது, மன அழுத்தம் ஒரு பிரச்சனையாக ஆகிறது. நாட்பட்ட மன அழுத்தத்தின் விஷயத்தில், ஒருபோதும் நிவாரணம் கிடைப்பதில்லை, நம்முள் இருக்கும் அழுத்தம் நம்மைவிட்டு ஒருபோதும் வெளியேறப் போவதில்லை என்ற உணர்வு நமக்கு ஏற்படுகிறது. நாம் நிரந்தர மன அழுத்தத்தால் ஆட்கொள்ளப்பட்டிருக்கும்போது, அதிலிருந்து மீள்வதற்கு நம்முடைய மனத்திற்கும் உடலுக்கும் நேரம் இருப்பதில்லை. நம்முடைய நோயெதிர்ப்பு அமைப்புமுறையைப் பற்றிச் சிந்தித்துப் பாருங்கள். தான் வலுவாக இருப்பதற்கு, வெளியிலிருந்து வருகின்ற பற்றுயிரிகளையும் கிருமிகளையும் அது எதிர்த்துப் போராட வேண்டியுள்ளது. நல்ல மன அழுத்தத்திற்கான ஓர் எடுத்துக்காட்டு அது. இருப்பினும், ஓர் ஆரோக்கியமான நோயெதிர்ப்பு அமைப்புமுறைகூட, தன்னால் கையாள முடியாத அளவுக்குக் கிருமிகளும் நுண்ணுயிரிகளும் இடைவிடாமல் தொடர்ந்து தாக்கிக் கொண்டே இருக்கும்போது தடுமாறிவிடும்.

சிறிதளவு மன அழுத்தத்தைக் கையாள்வதற்கான திறன் நம் உடலுக்கு இருக்கிறது, ஆனால் நாட்பட்ட மன அழுத்தம் நம்முடைய நோயெதிர்ப்பு அமைப்புமுறையைக் கடுமையாக பாதிக்கிறது. இதயத்துடிப்பின் வேகம் அதிகரித்தல், உயர் இரத்த அழுத்தம், நோய்த்தொற்றுக்கு எளிதில் பலியாதல், நீரிழிவு நோய் ஏற்படுவதற்கான ஆபத்து, முடி கொட்டுதல், தலைவலி, செரிமானப் பிரச்சனைகள் போன்றவை நாட்பட்ட மன அழுத்தத்தால் ஏற்படக்கூடிய பாதிப்புகளில் சில. அதனால்தான், நம்முடைய மன அழுத்தத்தைக் கையாள்வது மிக முக்கியமானதாக இருக்கிறது. நாம் அதைக் கையாளத் தவறினால், நீண்டகாலப் பின்விளைவுகளால் நாம்

துன்புறக்கூடும்.

மன அழுத்தத்தை எவ்வாறு மறுவரையறை செய்வது

ஒரு சுவாரசியமான ஆய்வு, அமெரிக்காவில் முப்பதாயிரம் நபர்களை எட்டு ஆண்டுகளாகத் தொடர்ந்து கண்காணித்தது. பங்கேற்பாளர்களிடம் பின்வரும் கேள்வி கேட்கப்பட்டது: "கடந்த ஆண்டு நீங்கள் எவ்வளவு மன அழுத்தத்தை அனுபவித்தீர்கள்?" அவர்கள் அனுபவித்த மன அழுத்தம் அவர்களுடைய ஆரோக்கியத்திற்குத் தீங்கானது என்று அவர்கள் நம்பினார்களா என்பதையும் அந்தப் பங்கேற்பாளர்கள் பகிர்ந்து கொள்ள வேண்டியிருந்தது. காலப்போக்கில் அந்த ஆய்வின் ஊடாக, யாரெல்லாம் இறந்திருந்தார்கள் என்பதைத் தீர்மானிப்பதற்கு ஆய்வாளர்கள் 'இறப்புப் பதிவு ஆவணங்களை' எடுத்துப் பார்த்தனர். துரதிர்ஷ்டவசமாக, முந்தைய ஆண்டில் தாங்கள் எக்கச்சக்கமான மன அழுத்தத்தை அனுபவித்திருந்ததாகக் கூறிய பங்கேற்பாளர்கள் இறப்பதற்கான ஆபத்து 43 சதவீதம் அதிகரித்தது. இதில் நல்ல செய்தி என்னவென்றால், மன அழுத்தம் தங்கள் ஆரோக்கியத்திற்குத் தீங்கானது என்று நம்பியவர்களின் விஷயத்திற்கு மட்டுமே இது பொருந்தியது. மன அழுத்தத்தைத் தீங்கானதாகப் பார்க்காதவர்களுக்கு அந்தக் கூடுதல் ஆபத்து இருக்கவில்லை. இதில் வியப்புக்குரிய விஷயம் என்னவென்றால், அந்த ஆய்வில் பங்கு பெற்ற மற்றக் குழுவினரைவிட, இவர்கள் இறப்பதற்கான ஆபத்து குறைவாக இருந்தது. மன அழுத்தம் பற்றியும், அது நம்மீது ஏற்படுத்தும் தாக்கம் பற்றியும் நாம் கொண்டுள்ள நம்பிக்கைகள், நம்முடைய மன அழுத்தத்தைவிட அதிகத் தாக்கம் ஏற்படுத்துவதை அந்த ஆய்வு வெளிப்படுத்தியது.

ஹார்வர்டு பல்கலைக்கழகம் மேற்கொண்ட இன்னோர் ஆய்வு, தங்களுடைய மன அழுத்தம் உதவிகரமாக இருப்பதாகப் பங்கேற்பாளர்கள் நினைத்தபோது என்ன நிகழ்ந்தது என்பதை அளவிட்டது. வேகமான இதயத்துடிப்பையும் வேகமான சுவாசத்தையும் நடவடிக்கையில் இறங்கத் தயாராகிக் கொண்டிருப்பதற்கான அறிகுறிகளாகப் பார்க்கும்படி அந்தப் பங்கேற்பாளர்களிடம் கூறப்பட்டது. தங்களுடைய மன அழுத்தத்தைத் தங்களுடைய ஒட்டுமொத்தச் செயல்பாட்டிற்குப் பயனுள்ளதாகப் பார்க்கும்படி பயிற்றுவிக்கப்பட்டவர்கள் அதிகத் தன்னம்பிக்கையையும், குறைவான மன அழுத்தத்தையும், குறைவான பதற்றத்தையும்

உணர்ந்தனர்.

ஸ்டேன்ஃபோர்டு பல்கலைக்கழகத்தைச் சேர்ந்த ஆரோக்கிய உளவியலாளரும் பேராசிரியருமான டாக்டர் கெல்லி மெக்கோனிகல் இவ்வாறு கூறுகிறார்: "உங்களுடைய மன அழுத்தத்தை உதவிகரமானதாகப் பார்ப்பதை நீங்கள் தேர்ந்தெடுக்கும்போது, நீங்கள் துணிச்சலை வளர்த்துக் கொள்கிறீர்கள். நீங்கள் மன அழுத்தத்தில் இருக்கும்போது மற்றவர்களுடன் தொடர்பு கொள்வதை நீங்கள் தேர்ந்தெடுக்கும்போது, மீள்திறனை உங்களால் உருவாக்கிக் கொள்ள முடியும். மன அழுத்தத்தை இவ்விதத்தில் பார்ப்பதை நீங்கள் தேர்ந்தெடுக்கும்போது, அதைக் கையாள்வதில் நீங்கள் சிறப்புறுவதோடு கூடவே, ஓர் ஆழமான பிரகடனத்தையும் நீங்கள் தெரிவிக்கிறீர்கள். வாழ்வின் சவால்களை உங்களால் கையாள முடியும் என்று நீங்கள் நம்புகிறீர்கள் என்று நீங்கள் கூறுகிறீர்கள்."

மன அழுத்தத்தைக் குறைப்பதற்கான ஓர் எளிய கருவி: பிரச்சனைகளைத் தீர்ப்பதற்கான உத்தி

நீங்கள் பெரும் மன அழுத்தத்திற்கு ஆளாகியிருக்கும்போது, உங்களால் அது குறித்து எதுவும் செய்ய முடியாது என்ற உணர்வை எவ்வளவு அடிக்கடி நீங்கள் அனுபவிக்கிறீர்கள்? பல சமயங்களில், ஒரு குறிப்பிட்டச் சூழ்நிலையை நாம் கையாளும் விதம், நம்முடைய உண்மையான பிரச்சனையைவிட அதிகமான மன அழுத்தத்தை விளைவிக்கிறது. மன அழுத்தம் மற்றும் பதற்றத்தின் மிகவும் குறிப்பிடத்தக்க அம்சங்களில் ஒன்று கட்டுப்பாடின்மை. ஒரு குறிப்பிட்டச் சூழ்நிலையின் விளைவு குறித்து நாம் பயந்தால், தீர்மானங்கள் மேற்கொள்வதை நாம் தவிர்ப்போம், அது நம்முடைய பதற்றத்தை மேலும் மோசமாக்குகிறது. என்ன செய்ய வேண்டும் என்பது நமக்கு உறுதியாகத் தெரியாவிட்டால், நமக்கு இருக்கும் வழிகளைப் பற்றிச் சிந்திப்பதற்கு நாம் அளவுக்கதிகமான நேரத்தைச் செலவிடக்கூடும், செயல்படுவதற்கு நாம் போதுமான நேரம் செலவிடாமல் போகக்கூடும். இது ஓர் எதிர்மறைச் சுழற்சியை உருவாக்குகிறது. இங்கு, அழுத்தி மட்டுமே பிரச்சனைகளைத் தோற்றுவிப்பதில்லை, மாறாக, அது குறித்து உங்களால் எதுவும் செய்ய முடியாது என்ற நம்பிக்கையும் அதனோடு சேர்ந்து பிரச்சனைகளை உருவாக்குகிறது.

நம்முடைய மனப்பான்மையின் சக்தியைப் பற்றி முந்தைய அத்தியாயங்களில் நாம் பார்த்தோம். நம்முடைய

உணர்ச்சிரீதியான அனுபவங்களைப் பற்றி நாம் சிந்திக்கும் விதமும் அதில் அடங்கும். நம்மில் சிலர் மற்றவர்களைவிட அதிகமாக உணர்ச்சிவசப்படுபவர்களாக இருக்கிறோம். நாம் மன அழுத்தத்தில் இருக்கும்போது உணர்ச்சிவசப்படுவது முற்றிலும் இயல்பானதுதான். ஆனால், நாம் அதிலேயே முடங்கிக் கிடந்துவிடக்கூடாது. பிரச்சனையைப் பற்றி எவ்வாறு சிந்திக்கவும் செயல்படவும் வேண்டும் என்பதை அறிந்திருப்பது மன அழுத்தத்தைக் கையாள்வதற்கான ஒரு முக்கிய வழியாகும். இக்கணத்தில் நமக்கு அப்படித் தோன்றினால்கூட, நாம் ஒருபோதும் சக்தியற்றவர்களாக இருப்பதில்லை.

'கவலையை விட்டொழித்து மகிழ்ச்சியாக வாழ்வது எப்படி' என்ற தன்னுடைய நூலில், மன அழுத்தத்தைக் கையாள்வதற்கு டேல் கார்னகி பரிந்துரைக்கின்ற 'பிரச்சனைகளைத் தீர்ப்பதற்கான உத்தியை' மைக்கேலும் நானும் எல்லா நேரங்களிலும் பயன்படுத்துகிறோம். இந்த அணுகுமுறை, நம்முடைய மன அழுத்தத்திற்கான மூல காரணத்தைக் கண்டுபிடிக்க நமக்கு உதவுகிறது. நீங்கள் மன அழுத்தத்திற்கு ஆளாகியிருக்கும்போது, பின்வரும் கேள்விகளை ஒரு குறிப்பேட்டில் எழுதிக் கொண்டு அவற்றுக்கு பதிலளியுங்கள்:

1. **பிரச்சனை என்ன?** சில நேரங்களில், எது பிரச்சனை என்று நாம் நினைக்கிறோமோ, அது உண்மையான பிரச்சனையாக இருப்பதில்லை. உங்கள் மனத்திற்குள் வந்து குதிக்கின்ற முதல் விஷயத்தை ஏற்றுக் கொள்வதற்குப் பதிலாக, உண்மையான பிரச்சனையை நீங்கள் கண்டுபிடித்துள்ளீர்களா என்பதை உறுதி செய்து கொள்ளுங்கள்.
2. **உங்களுடைய பிரச்சனைக்கான காரணங்கள் எவை?** நீங்கள் ஒரு சில விஷயங்களை அல்லது பல விஷயங்களைப் பட்டியலிடக்கூடும். அவற்றின் எண்ணிக்கை என்னவாக இருந்தாலும், அவற்றைத் தொகுத்து, பிறகு அவற்றை வரிசைப்படுத்துங்கள்.
3. **உங்கள் பிரச்சனைக்கான சாத்தியமுள்ள தீர்வுகள் எவை?** சாத்தியமுள்ள ஒவ்வொரு தீர்வையும் எழுதிக் கொள்ளுங்கள் – அது சாதாரணமானதாகத் தோன்றினாலும் சரி, அல்லது கடுமையானதாகத் தோன்றினாலும் சரி.

4. ***சிறந்த தீர்வுகள் எவை?*** கவனத்தை ஒருமுகப்படுத்துவதற்கான நேரம் இது. சிறந்த தீர்வைத் தேர்ந்தெடுங்கள். பிறகு, அத்தீர்வை நோக்கி நகர்வதற்கு இக்கணத்தில் நீங்கள் செய்யக்கூடிய குறைந்தபட்சம் ஒரு விஷயத்திற்கு உங்களை அர்ப்பணித்துக் கொள்ளுங்கள். நடவடிக்கை எடுப்பதுதான் இங்கு முக்கியம். ஏனெனில், ஒன்றைச் செய்வது, கவலையைக் குறைப்பதன் ஒரு முக்கியமான பகுதியாகும்.

தன்னுடைய மன அழுத்தத்தைப் புரிந்து கொண்டு அது குறித்து நடவடிக்கை எடுப்பதற்குப் ‘பிரச்சனைகளைத் தீர்ப்பதற்கான உத்தியைச்’ செயல்படுத்தியவர்களில் ஒருவர் அகமது கமல். எகிப்திலுள்ள அலெக்சான்ட்ரியா நகரத்தில் அவரும் அவருடைய குடும்பத்தினரும் வாழ்ந்து வருகின்ற ஒரு குடியிருப்பு வீட்டில், அந்தக் குடியிருப்பு வாரியத்தில் அவர் ஓர் உறுப்பினராகச் செயல்பட்டார். அந்தப் பணியில் அவர் நம்புதற்கரிய மன அழுத்தத்தை அனுபவித்தார். அதன் பொருளாளர் என்ற முறையில், ஐந்நூற்றுக்கும் மேற்பட்ட வீடுகளை நிர்வகிக்க அவர் உதவினார். அதாவது, அந்தக் குடியிருப்பில் வசித்த நூற்றுக்கணக்கான வாடகைதாரர்களின் குறைகளை அவர் கையாள வேண்டியிருந்தது. ஒழுகிய குழாய்கள், சத்தமாகப் பேசிய அண்டைவீட்டுக்காரர்கள், எரியாத பல்புகள், தேங்கிய தண்ணீர் என்று பல்வேறு பிரச்சனைகளை அவர் தினமும் கையாள வேண்டியிருந்தது. கூடவே, விற்பனைத் துறையில் அவர் ஒரு முழுநேர வேலையிலும் இருந்தார். ஒரு நாள், வாடகைதாரர்கள் தங்களுடைய வாட்ஸ்அப் குழுவில் தங்களுக்கிடையே பரிமாறிக் கொண்ட கோபமான செய்திகளால் அகமது திக்குமுக்காடிப் போனார். பொருளாளராகச் செயல்பட்டுக் கொண்டிருந்ததால் விளைந்த மன அழுத்தம் அவருடைய உறக்கத்தை பாதித்துக் கொண்டிருந்தது. அந்த மன அழுத்தத்தை, பிரக்ஞையின்றி அவர் தன்னுடைய குடும்ப வாழ்க்கைக்குள்ளும் கொண்டுவந்தார். அவருடைய மன அழுத்தம் தன்னையும் தங்களுடைய இரண்டு மகள்களையும் பாதித்துக் கொண்டிருந்ததாக அகமதின் மனைவி அவரிடம் கூறினார். தன்னுடைய மன அழுத்தத்தால் தன்னுடைய குடும்பம் பாதிக்கப்படுவதை விரும்பாத அவர், தான் மாற்றங்களை ஏற்படுத்தியாக வேண்டியிருந்ததை அறிந்தார். அப்போதுதான், பிரச்சனைகளைத் தீர்க்கும் உத்தியைப்

பயன்படுத்த அவர் முடிவு செய்தார்.

முதலில், "பிரச்சனை என்ன?" என்று அவர் தன்னைத் தானே கேட்டுக் கொண்டார். தன்னுடைய பிரச்சனையை வரையறுப்பது அவருக்கு எளிதாக இருந்தது: பொருளாளராக அவருடைய வேலை அவருக்கு மன அழுத்தத்தை ஏற்படுத்திக் கொண்டிருந்தது, அவருடைய தூக்கத்தையும், அவருடைய ஆரோக்கியத்தையும், அவருடைய குடும்பத்தையும் பாதித்துக் கொண்டிருந்தது. அது குறித்து அவர் ஏதேனும் செய்யாவிட்டால், இந்த அனைத்து விஷயங்களும் மோசமடையும். அகமது அதைப் பற்றி நினைக்கக்கூட விரும்பவில்லை. இரண்டாவதாக, அந்தப் பிரச்சனைக்கான காரணங்களைப் பற்றி அவர் யோசித்தார். ஒரு விஷயம் அவருக்குத் தெளிவாகப் புலப்பட்டது. அந்தக் குடியிருப்பில் வசித்த அனைவரும் தங்களுக்கிடையே பேசிக் கொள்வதற்குப் பயன்படுத்திய வாட்ஸ்அப் சங்கிலி முற்றிலும் எதிர்மறையானதாகவும் கடுமையாக விமர்சிப்பதாகவும் இருந்ததை அவர் அறிந்திருந்தார். அவர் அந்தப் பதிவுகளைப் படித்த ஒவ்வொரு முறையும், பல மணிநேரம் அவர் ஒரு மோசமான மனநிலையில் இருந்தார். தான் மிகவும் அதிகமாக எதிர்பார்த்த, தன்னுடைய குடியிருப்பு வாரியத்தின் சக உறுப்பினர்களுடனான உரையாடல்களையும் அவர் நினைவுகூர்ந்தார். தான் மட்டுமே அதிகமாகப் பங்களித்துக் கொண்டிருந்ததுபோல அவர் உணர்ந்தார். அவர்கள் இன்னும் அதிகமாகப் பங்களிக்க வேண்டும் என்று அவருக்குத் தோன்றியது. இவைதாம் தன்னுடைய மன அழுத்தத்திற்கான இரண்டு மாபெரும் காரணிகள் என்பதை அவர் அடையாளம் கண்டார்.

பிறகு, சாத்தியமுள்ள தீர்வுகளை அவர் ஒரு நீண்ட பட்டியலிட்டார். இறுதியில், மூன்று 'சிறந்த தீர்வுகளை' அவர் தேர்ந்தெடுத்தார். முதலில், அந்த வாட்ஸ்அப் சங்கிலியில் பங்கு கொள்வதை அவர் நிறுத்தினார். பிறகு அவர் அந்தக் குழுவைவிட்டு விலகினார். மக்களுடைய பிரச்சனைகளை ஒவ்வொருவருடனும் தனிப்பட்ட முறையில் கலந்து பேசி அதற்குத் தீர்வு காண்பதென்று அவர் தீர்மானித்தார். தன்னை அவமானப்படுத்துகின்ற விதமான குழு அரட்டையில் பங்கு கொள்ள அவர் மறுத்துவிட்டார். அடுத்து, தன்னுடைய சக உறுப்பினர்களின் பங்களிப்பை எதிர்பார்ப்பதை விட்டுவிட்டுத் தன்னுடைய சொந்த வேலையின்மீது கவனம் செலுத்துவதென்று அகமது தீர்மானித்தார். இறுதியில், தன்னுடைய பொருளாளர் வேலையை இம்முறை சிறப்பாகச் செய்து முடித்துவிட்டு, அடுத்த முறை அப்பதவிக்குத் தான்

போட்டியிடப் போவதில்லை என்று அவர் தீர்மானித்தார். தன்னுடைய வாரியக் குழுவிலிருந்த அனைவரையும் தன்னால் திருத்த முடியாது, ஆனால் தன்னை அச்சூழ்நிலையிலிருந்து தன்னால் விலக்கிக் கொள்ள முடியும் என்பதை அவர் அறிந்தார். அவர் தன்னுடைய சூழ்நிலையைத் தன்னால் முடிந்த அளவு சிறப்பாகக் கையாண்டார்.

இந்த நடவடிக்கைகள் உடனடியாக அகமதின் மனநிலையையும் கண்ணோட்டத்தையும் மாற்றின. அவர் ஆசுவாசமாக உணர்ந்தார். குறிப்பாக, அவர் தன் வீட்டில் தன் குடும்பத்தினருடன் இருந்தபோது பெரும் நிம்மதியை உணர்ந்தார். மேலும், தன்னுள் மன அழுத்தம் தோன்றிய உடனேயே அது குறித்து அதிக விழிப்புணர்வுடன் இருப்பதை அவர் உறுதி செய்தார்.

நாம் நம்முடைய வேகத்தைக் குறைத்துக் கொள்ள வேண்டும் என்று நம்முடைய உடல் கூறுவதை நாம் காது கொடுத்துக் கேட்கத் தவறும்போது, நம் ஆற்றல் முழுவதும் வற்றிப் போகும் நிலையை நாம் அனுபவிக்கக்கூடும். ஆற்றலிழந்த நிலை வெறுமனே ஒரு மனநிலையோ அல்லது நாட்பட்ட மன அழுத்தத்திற்கான ஓர் உணர்ச்சிரீதியான செயல்விடையோ அல்ல. ஆற்றல் வற்றிப் போவது நம்முடைய தனிப்பட்டச் செயல்பாடுகள்மீதும் சமூகச் செயல்பாடுகள்மீதும் பாதிப்பு ஏற்படுத்த முடியும், நம்முடைய அறிவுசார் செயல்பாடுகளைத் திணறடிக்க முடியும், நம்முடைய ஹார்மோன் அமைப்புமுறைகளைத் தாக்க முடியும் என்றும், இவை எல்லாம் சேர்ந்து, நம்முடைய மூளை செயல்படும் விதத்தில் மாற்றங்கள் ஏற்பட வழிவகுக்கின்றன என்றும் ஆராய்ச்சிகள் காட்டுகின்றன. உளரீதியான மற்றும் உணர்ச்சிரீதியான தாக்கங்களோடு கூடவே, தூக்கமின்மை, குமட்டல், தலைவலி, படபடப்பு, மூச்சுவாங்குதல், பீதித் தாக்குதல் போன்றவையும் ஆற்றல் இழப்பால் ஏற்படும்.

கேலப் நிறுவனம் சமீபத்தில் நடத்திய ஓர் ஆய்வு, ஜெர்மனியில் *27* இலட்சம் ஊழியர்கள் ஆற்றலிழப்பை அனுபவிக்கின்றனர் என்று காட்டியது. பிரிட்டனில் மனிதவள இயக்குநர்களிடம் நடத்தப்பட ஓர் ஆய்வில், அவர்களுடைய நிறுவனங்கள் நெடுகிலும் ஊழியர்களிடையே முழுமையான ஆற்றலிழப்பு பரவலாக இருந்ததாக *30* சதவீதப் பங்கேற்பாளர்கள் தெரிவித்தனர்.

நெகின் அஸிமி என்ற இளம்பெண் ஓர் உணர்ச்சிகரமான வழியில் ஆற்றலிழப்பை அனுபவித்தார். ஈரானில் பிறந்த அவர், தன்னுடைய மூன்றாவது வயதில் தன் தாயாருடன் சுவீடனுக்குக்

குடிபெயர்ந்தார். வாழ்க்கை அங்கே சுலபமானதாக இருக்கும் என்று அவர்கள் நினைத்திருந்தபோதிலும், பல ஆண்டுகளாக அவர்கள் பொருளாதாரரீதியாகத் திண்டாடினர். நெகின் தன்னுடைய பதினான்காவது வயதில் ஒரு டேல் கார்னகி பயிற்சி வகுப்பில் கலந்து கொண்டதைத் தொடர்ந்து, மக்களின் முன்னால் நின்று பேசுவது எப்படி என்பதைக் கற்றுக் கொண்டார், அவர் அதைப் பெரிதும் விரும்பினார். ஆனால் அவரால் தனக்கு ஒரு வேலை தேடிக் கொள்ள முடியவில்லை. எனவே, தன்னுடைய பதினாறாவது வயதில் அவர் தன்னுடைய சொந்த ஆலோசனை நிறுவனத்தைத் தொடங்கினார். அவர் அதில் கைதேர்ந்தவராக ஆனார். சுவீடனில் இருந்த பெரிய நிறுவனங்கள், தங்கள் ஊழியர்களிடையே சொற்பொழிவாற்றுமாறு அவருக்கு அழைப்பு விடுத்தன. முற்றிலும் வேறுபட்ட ஒரு பின்புலத்திலிருந்து வந்திருந்த ஓர் இளம்பெண், வாழ்க்கையைப் பற்றிப் பேசியதை அவர்கள் கேட்க விரும்பினர். டெட்எக்ஸ் நிகழ்ச்சி ஒன்றை ஏற்பாடு செய்த, உலகிலேயே மிகவும் இளையவர் அவர்தான். சுவீடனில் டெட்எக்ஸ் நிகழ்ச்சிகளை ஏற்பாடு செய்ததற்காக அவர் விருதுகளை வென்றார். அவர் அந்நிகழ்ச்சிகளைப் பல ஆண்டுகளாக நடத்தினார். 'எஸ்ஓஎஸ் சில்ட்ரன்ஸ் வில்லேஜஸ்' அமைப்பின் இயக்குநர் குழும உறுப்பினர்களில் ஒருவராகவும் அவர் நான்கு ஆண்டுகள் பணியாற்றினார்.

இவை எல்லாம் சிறப்பாகப் போய்க் கொண்டிருந்தபோது, திடீரென்று அவர் ஒரு முட்டுச்சந்தில் போய் நின்றார். தன்னுடைய பதினெட்டாவது வயதில், அவர் முழுமையான ஆற்றலிழப்பை அனுபவித்தார். அது மிகத் தீவிரமான ஆற்றலிழப்பாக இருந்தது. இரண்டு ஆண்டுகளாக அவர் தன்னுடைய படுக்கையைவிட்டு எழுந்திருக்கவே இல்லை. உயர்நிலைப் பள்ளிப் படிப்பின் கடைசி ஆண்டில் அவர் மிகவும் நோயுற்றிருந்ததால், அவர் அதிலிருந்து பாதியிலேயே விலகிவிட்டார்.

படுக்கையில் ஏகப்பட்ட நேரம் அவர் வசம் இருந்ததால், தான் எப்படி இந்த நிலைமைக்கு வந்து சேர்ந்திருந்தோம் என்பது பற்றி நெகின் யோசித்தார். அவர் தன் வாழ்க்கையைத் திரும்பிப் பார்த்தபோது, தன்னுடைய முழு ஆற்றலிழப்பு அவருக்கு முற்றிலும் வியப்பூட்டும் ஒரு விஷயமாக இருக்கவில்லை. அவர் மன அழுத்தத்திற்கு ஆளாகியிருந்ததாகவும் களைப்புற்றிருந்ததாகவும் அவருடைய உடல் பல முறை அவரிடம் கூறியிருந்தது, ஆனால் அவர் அதைக் காது கொடுத்துக் கேட்கவில்லை. தன்னுடைய இந்த

அனுபவம்தான் தன் வாழ்க்கையில் தனக்கு ஏற்பட்ட மிக மோசமான மற்றும் மிகச் சிறந்த விஷயம் என்று நெகின் கருதுகிறார். அவர் தன்னுடைய நோயையும் மிதமிஞ்சிய களைப்பையும் எதிர்த்துப் போராட வேண்டியிருந்தபோதிலும், தன்னுடைய மனத்துடனும் உடலுடனும் எவ்வாறு ஒரு சிறந்த தொடர்பைக் கொண்டிருப்பது என்பதை அது அவருக்குக் கற்றுக் கொடுத்தது. தான் விரும்பிய அனைத்தையும் தன்னால் சாதிக்க முடிந்தது குறித்து அவர் உற்சாகமடைந்தார், ஆனால் தன்னுடைய ஆரோக்கியம் சீர்கெட்டிருந்தால் அவை எதுவுமே ஒரு பொருட்டல்ல என்பதையும் அவர் உணர்ந்து கொண்டார். நெகினுக்குக் கிடைத்த மாபெரும் படிப்பினை இதுதான்: "எல்லாமே தண்ணீரைப் போன்றது – எல்லாமே எல்லா நேரமும் மாறுகிறது. நீ அந்த ஓட்டத்தின் போக்கில் போக வேண்டும். உன்னுடைய உடலும் ஆன்மாவும் சொல்வதைக் காது கொடுத்துக் கேட்க வேண்டும்." நெகின் மெள்ள மெள்ளத் தன்னுடைய வலிமையை மீட்டெடுத்தார், கடுமையாக உழைத்து மீண்டும் தன் தொழிலுலகிற்குள் நுழைந்தார். இம்முறை அவர் தன்னை அதிகச் சிறப்பாகக் கவனித்துக் கொள்கிறார். இப்போதெல்லாம், நாட்பட்ட மன அழுத்தத்திற்கான அறிகுறிகளை அவர் கவனித்து, முழு ஆற்றலிழப்புக்கான ஒரு முன்னெச்சரிக்கையாக அவற்றைப் பார்த்து, தேவையான மாற்றங்களைச் செய்து கொள்கிறார். நெகின் தற்போது 'பர்சன் கோன் & உல்ஃப்' என்ற உலகளாவிய நிறுவனத்தில் மக்கட்தொடர்பு மற்றும் தகவல் தொடர்பு ஆலோசகராகப் பணியாற்றுகிறார். 'ஃபைட் ஸ்மார்ட் அன்ட் டிரீம் பிக்' என்ற ஒரு புத்தகத்தையும் அவர் எழுதியுள்ளார்.

மன அழுத்தத்தைக் கையாள்வதற்கான வழிகள்

மன அழுத்தம் நேருக்கு நேர் எதிர்கொள்ளப்பட வேண்டிய ஒன்று. எனவே, மன அழுத்தத்தால் நாம் திக்குமுக்காடுவதைத் தவிர்ப்பதற்கு, அதைக் கையாள்வதற்கான ஒரு சில வழிகளை நாம் இப்போது பார்க்கலாம்:

- **பேசுங்கள்.** நாம் மனம் திறந்து பேசுவதற்கு, ஓர் ஆலோசகர், பொறுப்புக்கூட்டாளி, குடும்ப உறுப்பினர், நண்பர் போன்ற, நம்முடைய நம்பிக்கைக்குரிய யாரோ ஒருவர் நம் எல்லோருக்குமே தேவை. ஒருவரிடம் பேசுவது நம்முடைய மன அழுத்தத்தையும் உணர்ச்சிரீதியான பிற இன்னல்களையும் சமாளிக்க

நமக்கு உதவும்.

- **நகருங்கள்.** மன இறுக்கத்திலிருந்தும் மன அழுத்தத்திலிருந்தும் விடுபடுவதற்கு உடற்பயிற்சி உதவுகிறது என்றும், நம்முடைய ஒட்டுமொத்த நலனுக்கும் அது நன்மை பயக்கிறது என்றும் காட்டுகின்ற ஆயிரக்கணக்கான ஆய்வுகள் உள்ளன. நான் உடற்பயிற்சி செய்யத் தவறியிருக்கும்போது, என்னுடைய மனைவி கேட்டியால் எப்போதும் அதைக் கண்டுபிடித்துவிட முடியும். நான் அப்போது வேறொரு நபர்போல ஆகிவிடுவதாக அவர் கூறுகிறார். நகர்தல் என்றால் நீங்கள் ஒரு பத்து மைல் தூரம் ஓட வேண்டும் என்று அர்த்தமில்லை. அது ஒரு சிறு நடைப்பயிற்சியாக இருக்கலாம், அல்லது சிறிது தூரம் சைக்கிள் ஓட்டிச் செல்வது, ஒரு விளையாட்டில் ஈடுபடுவது, நீச்சலடிப்பது, அல்லது உடல்ரீதியான வேறு ஏதேனும் பயிற்சி செய்வதாக இருக்கலாம். எது உங்களுக்குச் சிறப்பாகப் பலனளிக்கிறதோ, அதைச் செய்வதுதான் முக்கியம்.
- **திரைகளிடமிருந்து ஓய்வெடுத்துக் கொள்ளுங்கள்.** ஒரே ஒரு நாளாவது நீங்கள் உங்கள் தொலைக்காட்சியின் பக்கம் போகாமலும், செய்திகளைப் படிக்காமலும், சமூக ஊடகங்களில் நேரத்தைத் தொலைக்காமலும் இருந்திருக்கிறீர்களா? ஆமாம் என்றால், அது உங்களுக்கு எப்படி இருந்தது? நாட்டில் என்ன நடந்து கொண்டிருக்கிறது என்பதைத் தெரிந்து கொள்வது நல்லதுதான் என்றாலும், தொடர்ச்சியாக வந்து தாக்குகின்ற மோசமான செய்திகள், ஒருதலைபட்சமான கண்ணோட்டங்கள், அவமதிக்கும் விதமான சமூக ஊடகப் பதிவுகள் போன்றவற்றால் குறிப்பிடத்தக்க மன அழுத்தத்தை உண்டாக்க முடியும். நாட்கணக்கில், செய்திகள் மற்றும் சமூக ஊடகங்களின் பக்கம் போகாமல் நான் இருந்திருக்கிறேன். இதை நான் பல ஆண்டுகளாகச் செய்து வந்துள்ளேன். நான் அப்படிச் செய்யும்போது எப்போதுமே சிறப்பாக உணர்கிறேன். ஒரு நாளைக்கோ அல்லது ஒரு வாரத்திற்கோ நீங்களும் அவற்றிலிருந்து ஓர் இடைவேளை எடுத்துக் கொண்டு, உங்களால் வித்தியாசத்தை உணர முடிகிறதா என்று பாருங்கள்.

- **சுவாசியுங்கள்**. ஆசுவாசம், மன அழுத்தத்திலிருந்து நிவாரணம், சுயவிழிப்புணர்வு ஆகியவை சுவாசப் பயிற்சிகளால் விளைகின்ற முக்கியமான உடல்நல நன்மைகளாகும். நாம் நிகழ்கணத்தில் இலயித்திருப்பதற்கும், நம்மை அமைதிப்படுத்திக் கொள்வதற்கும் சுவாசப் பயிற்சிகளால் நமக்கு உதவ முடியும். எடுத்துக்காட்டாக, நான்கு-கட்ட சுவாசப் பயிற்சியில், முதலில் நான்குவரை எண்ணியபடி நம்முடைய மூக்கின் வழியாக மூச்சை உள்ளிழுத்து, மீண்டும் நான்குவரை எண்ணியபடி மூச்சை அடக்கி வைத்து, பிறகு நான்குவரை எண்ணியபடி மூச்சை வெளிவிட்டு, மீண்டும் நான்குவரை எண்ணியபடி மூச்சை அடக்கிக் கொள்கிறோம். இன்னோர் எளிய பயிற்சி, *4-7-8* உத்தியாகும். இதில், நான்கு நொடிகளுக்கு மூச்சை உள்ளிழுக்க வேண்டும், ஏழு நொடிகளுக்கு மூச்சை அடக்கிக் கொள்ள வேண்டும், பிறகு எட்டு நொடிகளுக்கு மூச்சை வெளியே விட வேண்டும். சுவாசித்தல் நம்முடைய இதயத்துடிப்பைச் சீராக்கி, நம்முடைய பதற்றத்தைக் குறைக்கிறது.

ஓய்வு

நமக்குப் போதிய ஓய்வு கிடைத்திருக்கும்போது நாம் எல்லோருமே சிறப்பான தேர்ந்தெடுப்புகளை மேற்கொள்கிறோம். 'ஓய்வு' என்ற வார்த்தையை நீங்கள் படிக்கும்போது, அதைப் பற்றி நீங்கள் என்ன நினைக்கிறீர்கள்? நீங்கள் எங்களில் பெரும்பாலானோரைப் போன்றவர் என்றால், நீங்கள் உறக்கத்தைப் பற்றிச் சிந்திக்கக்கூடும். டாக்டர் சான்ட்ரா டால்ட்டன்-சுமித் ஒரு பேச்சாளர், எழுத்தாளர், மற்றும் உடல்நல வல்லுநர். அவர் ஓய்வையும் குணமாதலையும் பற்றிக் கற்றுக் கொடுக்கிறார். நமக்குப் பாதகமான விதத்தில் நாம் ஓய்வையும் உறக்கத்தையும் குழப்பிக் கொள்வதாக அவர் கூறுகிறார். ஓய்வின் பல வடிவங்கள் இருக்கின்றன. தூக்கம் அவற்றில் ஒன்றுதான். பல்வேறு வகையான ஓய்வுகள் இதோ:

1. **உடல்ரீதியான ஓய்வு**: முறையான தூக்கம், குட்டித் தூக்கம், யோகா, மசாஜ் போன்றவை இதில் அடங்கும்.
2. **மனரீதியான ஓய்வு**: நாம் ஒரு கணம் நம்முடைய வேகத்தைக் குறைத்துக் கொள்வதற்கு நமக்கு

நினைவூட்டுவதற்காக நாள் முழுவதும் சிறு இடைவேளைகள் எடுப்பது இதில் அடங்கும்.

3. **புலன்ரீதியான ஓய்வு:** பிரகாசமான விளக்குகள், திரைகள், சத்தங்கள், உரையாடல்கள் (நேரில் அல்லது அலைபேசியில்) போன்றவற்றிலிருந்து நம்மை நாம் துண்டித்துக் கொள்வதை உள்ளடக்கியது இது.
4. **படைப்புரீதியான ஓய்வு:** இயற்கையின் மூலமாகவோ அல்லது கலையின் மூலமாகவோ நம்முடைய ஆச்சரிய உணர்வைத் தட்டியெழுப்புகின்ற ஓய்வு இது.
5. **உணர்ச்சி ஓய்வு:** யாரையும் மகிழ்ச்சிப்படுத்த வேண்டிய தேவை இல்லாமல் நம்முடைய உணர்ச்சிகளை சுதந்திரமாக வெளிப்படுத்துவதற்கான நேரத்தையும் இடத்தையும் பெற்றிருப்பதை இது குறிக்கிறது.
6. **சமூகரீதியான ஓய்வு:** கேளிக்கை விருந்துகளில் கலந்து கொள்வது போன்ற, ஒரு சமூகமாக இணைந்து நாம் செய்கின்ற விஷயங்களிலிருந்து ஓர் இடைவேளை எடுத்துக் கொள்வதை, குறிப்பாக, நம்முடைய ஆற்றல் முழுவதையும் வற்றச் செய்கின்ற உறவுகளிடமிருந்து நம்மைத் தற்காலிகமாக விலக்கிக் கொள்வதை உள்ளடக்கியது இது.
7. **ஆன்மிகரீதியான ஓய்வு:** வாழ்வில் ஓர் உயர்ந்த குறிக்கோளுடன் பிணைப்பு ஏற்படுத்திக் கொள்வதற்கான இடமும் நேரமும் இது. அது நம் ஒவ்வொருவருக்கும் ஒவ்வொரு விதமாக இருக்கும்.

ஓய்வு என்பது சோம்பேறித்தனம் அல்ல. அது நம்முடைய செயல்திறனை அதிகரிக்கிறது. தினமும் இரவில் குறைந்தபட்சம் ஏழு மணிநேரம் தூங்குகின்ற ஒருவரை நோய் எளிதில் அண்டாது, அவரால் ஓர் ஆரோக்கியமான உடல் எடையைத் தக்கவைத்துக் கொள்ள முடியும், அதிகத் தெளிவாகச் சிந்திக்க முடியும், அதிக நேர்மறையான சமூகத் தொடர்புகளைப் பெற்றிருக்க முடியும், அதிகச் சிறப்பான தீர்மானங்கள் மேற்கொள்ள முடியும், ஒட்டுமொத்தத்தில் ஒரு மகிழ்ச்சியான மனநிலையில் இருக்க முடியும் என்று அமெரிக்க நோய்த்தடுப்பு மற்றும் ஆரோக்கியப் பேணல் அமைப்பு தெரிவிக்கிறது. இது எல்லா வகையான ஓய்வுகளுக்கும் பொருந்தும்.

மைக்கேலுக்குப் பதினைந்து வயதாக இருந்தபோது,

அவர் தனியாக ஐரோப்பா நெடுகிலும் ஒரு விடுமுறைப் பயணம் மேற்கொண்டார். வழியில் எங்கோ அவர் மிகவும் நோய்வாய்ப்பட்டார். எனவே, அவர் தன்னுடைய பயணத்தை நிறுத்திவிட்டு, பிரான்ஸில் உள்ள லவார் சமவெளியில் தங்கினார். ஓர் இளம் பயணிக்கே உரிய, தொடர்ந்து பயணித்துக் கொண்டே இருக்க வேண்டும் என்ற மனப்போக்கிற்கு அவர் பழகிப் போயிருந்ததால், இந்தத் திடீர் நிறுத்தம் அவருக்கு ஒரு கடினமான அனுபவமாக இருந்தது. எதுவும் செய்யாமல் நாற்பத்தெட்டு மணிநேரம் வெறுமனே ஓய்வெடுக்கும் கட்டாயத்திற்கு ஆளாகியிருந்த மைக்கேல், எதுவும் செய்யாமல் இருப்பதில் தவறில்லை என்பதை முதல் முறையாக உணர்ந்தார். ஒவ்வொரு கணமும் தான் எதையேனும் படித்துக் கொண்டோ அல்லது ஆக்கபூர்வமாகவோ இருக்கத் தேவையில்லை என்பதை அவர் உணர்ந்தார். அந்த அனுபவம், ஓய்வைப் பற்றிய அவருடைய கண்ணோட்டத்தை இன்றுவரை தொடர்ந்து செதுக்கி வடிவமைத்துக் கொண்டிருக்கிறது, குறிப்பாக, நிலையான உற்பத்தித்திறனை மதிக்கின்ற ஒரு சமூகத்தில்!

பொறுப்பேற்றுக் கொள்ளுங்கள்

மன அழுத்தம் தவிர்க்கப்பட முடியாதது. பெரும்பாலான மக்கள் அதை ஓர் எதிர்மறையான அனுபவமாகப் பார்க்கின்றனர். ஆனால், உண்மை என்னவென்றால், நாம் தொடர்ந்து முன்னோக்கி நகர்வதை உறுதி செய்வதற்கு மன அழுத்தம் நமக்குத் தேவைப்படுகிறது. நல்ல மன அழுத்தம் இல்லாமல், சாப்பிடுதல், குளித்தல் போன்ற அடிப்படை வேலைகளைக்கூட நாம் செய்ய மாட்டோம். மன அழுத்தம் நம்மைத் திணறடிக்காதபடி பார்த்துக் கொள்வதுதான் முக்கியம். மன அழுத்தத்தினால் விளையும் எதிர்மறை அனுபவம், பெரும்பாலும் நாம் எதிர்கொள்கின்ற பிரச்சனைகளைப் பற்றிய கவலையுடனும் பதற்றத்துடனும் தொடர்புடையதாக இருக்கிறதே அன்றி, அந்தப் பிரச்சனைகளுடன் தொடர்புடையது அல்ல என்பதை நினைவில் கொள்ளுங்கள். மன அழுத்தத்திற்கான நம்முடைய எதிர்வினைகளை நாம் குறைத்துக் கொள்வதை நோக்கி நாம் செயல்பட்டால், அதை நமக்குச் சாதகமாக நம்மால் பயன்படுத்திக் கொள்ள முடியும்.

கொள்கை

மன அழுத்தத்தை உங்களுக்குச் சாதகமாகப் பயன்படுத்திக் கொள்ளுங்கள்.

செயல்முறை நடவடிக்கைகள்

- *பிரச்சனையிலேயே உழன்று கொண்டு, உணர்ச்சிரீதியாக அதலபாதாளத்திற்குள் விழுவதற்குப் பதிலாக, பிரச்சனைகளைத் தீர்ப்பதற்கான உத்தியைப் பயன்படுத்துங்கள், உங்களுடைய பதில்களை எழுதிக் கொள்ளுங்கள்.*
    - ***பிரச்சனை என்ன?*** *பிரச்சனையின் உண்மையான சூழல்களை, அச்சூழல்கள் குறித்த உங்களுடைய எண்ணங்களிலிருந்தும் உணர்வுகளிலிருந்தும் பிரித்துக் கொள்ளுங்கள்.*

- **உங்களுடைய பிரச்சனைக்கான காரணங்கள் எவை?** அவற்றின் ஆணிவேர்வரை செல்லுங்கள். எந்தக் காரணிகள் அந்தப் பிரச்சனைக்கு இட்டுச் சென்றன?
- **உங்கள் பிரச்சனைக்கான சாத்தியமுள்ள தீர்வுகள் எவை?** சாத்தியமுள்ள ஒவ்வொரு தீர்வையும் எழுதிக் கொள்ளுங்கள் – அது சாதாரணமானதாகத் தோன்றினாலும் சரி, அல்லது கடுமையானதாகத் தோன்றினாலும் சரி.
- **சிறந்த தீர்வுகள் எவை?** எந்தத் தீர்வுகள் மிகச் சிறந்த விளைவை உங்களுக்குக் கொடுக்கும்? நீங்கள் ஒன்றிணைக்கக்கூடிய ஏதேனும் தீர்வுகள் உள்ளனவா? தீர்வுகளை முடிவு செய்தவுடன், அவற்றைச் செயல்படுத்துவதற்கான நடவடிக்கைகளில் இறங்குங்கள்.

• **மன அழுத்தத்தை விடுவிப்பதற்கான வழிமுறைகளை உருவாக்குங்கள்.** உங்களுக்கு மகிழ்ச்சியைக் கொண்டுவந்து, நீங்கள் ஆசுவாசம் கொள்ள உங்களுக்கு உதவுகின்ற விஷயங்களைப் பற்றிச் சிந்தித்துப் பாருங்கள். அவற்றை ஒரு பட்டியலிட்டுக் கொண்டு, அந்த நடவடிக்கைகளில் ஏதேனும் ஒன்றையாவது உங்களுடைய அன்றாட வாழ்விற்குள் புகுத்துவதை உறுதி செய்து கொள்ளுங்கள். சில யோசனைகள் இதோ:
  - உங்கள் நம்பிக்கைக்குரிய ஒருவருடன் பேசுங்கள்.
  - தினமும் உடற்பயிற்சி செய்யுங்கள்.
  - தொலைக்காட்சி மற்றும் சமூக ஊடகங்களிலிருந்து இடைவேளைகள் எடுத்துக் கொள்ளுங்கள்.
  - சுவாசப் பயிற்சிகளை முயற்சித்துப் பாருங்கள்.
  - ஓய்வெடுங்கள்.

அத்தியாயம் 8

மீள்திறனையும் துணிச்சலையும் வளர்த்தெடுங்கள்

செயல்படாமை சந்தேகத்தையும் பயத்தையும் வளர்க்கிறது. செயல்படுதல் தன்னம்பிக்கையையும் துணிச்சலையும் உற்பத்தி செய்கிறது.

– டேல் கார்னகி

ஜென்னி சூ தன்னுடைய குடும்பத்தோடு ஒரு விடுமுறைக்குச் சென்றிருந்தார். அவர் டைம்ஸ் சதுக்கத்தில் நின்று கொண்டிருந்தபோது, அவருடைய தொழில்வாழ்க்கையின் மிக மோசமான செய்தி அவருக்கு வந்து சேர்ந்தது. மக்கட்கூட்டமும் உயரமான விளம்பரப் பதாகைகளும் சூழ நின்று கொண்டிருந்த அவர், தன்னுடைய அலைபேசி அதிர்ந்ததை உணர்ந்தார். அவர் அதை எடுத்துப் பார்த்தபோது, தன்னுடைய ஒரே முதலீட்டாளரிடமிருந்து ஒரு குறுஞ்செய்தி வந்திருந்ததை அவர் கண்டார். ஜென்னியின் ஸ்டூடியோ வேறொரு நிறுவனத்துடன் சேர்ந்து ஒரு சமூக உடற்பயிற்சி விளையாட்டை உருவாக்கிக் கொண்டிருந்தது. எனவே, அவர் உடனடியாக அந்த முதலீட்டாளருக்கு அழைப்பு விடுத்தார். அப்போது அந்த முதலீட்டாளர், "நாம் பேசியாக வேண்டும். உங்களுடைய பணித்திட்டம் இரத்து செய்யப்பட்டுள்ளது. இது மிக அதிகச் செலவு கொண்டதாக இருக்கிறது. எனவே, நாங்கள் எங்கள் முதலீட்டை விலக்கிக் கொள்கிறோம்," என்று கூறினார். எந்தவிதமான விளக்கமும் கொடுக்கப்படாமல், ஜென்னியும் அவருடைய குழுவினரும் கடந்த ஆண்டு முழுவதும் கடுமையாக உழைத்து வடிவமைத்திருந்த விளையாட்டிற்கான நிதியுதவி திரும்பப் பெற்றுக் கொள்ளப்பட்டது. ஜென்னி

அந்த டைம்ஸ் சதுக்கத்தின் நடுவே அதிர்ச்சியில் உறைந்து சிலையாக நின்றார்.

ஜென்னிக்குத் தன்னுடைய துறையில் ஏராளமான அனுபவம் இருந்தது. அவர் தன்னுடைய பதினாறாவது வயதில் ஒரு விளையாட்டு நிறுவனத்தைத் தோற்றுவித்தார். அவர் உருவாக்கிய அலைபேசி விளையாட்டுகள் 92 இலட்சத்திற்கும் அதிகமான முறை தரவிறக்கம் செய்யப்பட்டுள்ளன. 'மசாசூசெட்ஸ் இன்ஸ்டிடியூட் ஆஃப் டெக்னாலஜி' பல்கலைக்கழகத்தில் அவர் கணினி அறிவியல் பட்டப்படிப்பை முடித்தப் பிறகு, 'தலோஃபா கேம்ஸ்' என்ற ஒரு விளையாட்டு ஸ்டூடியோவை அவர் இன்னொருவருடன் சேர்ந்து தொடங்கினார், பல விருதுகளையும் வென்றார். இவை அனைத்தையும் தன்னுடைய இருபத்தைந்தாவது வயதிற்குள் அவர் சாதித்திருந்தார். விளையாட்டுத் தொழிற்துறை கடுமையான போட்டி நிறைந்த ஒன்று என்பதை ஜென்னி அறிந்திருந்தபோதிலும், அவர் தனிப்பட்ட முறையில் அதை ஒருபோதும் அனுபவித்திருக்கவில்லை. யாரோ தன்னை வலுக்கட்டாயமாக அந்தப் போட்டியிலிருந்து வெளியே தள்ளியிருந்ததுபோல அவர் உணர்ந்தார். அவர் தன்னுடைய சொந்த வீட்டிலிருந்து வலுக்கட்டாயமாக வெளியேற்றப்பட்டிருந்ததுபோல இருந்தது அது. தன்னுடைய முதலீட்டாளருடனான தொழிலுறவு முடிவுக்கு வந்ததற்கு, தன்னுடைய கட்டுப்பாட்டிற்கு அப்பாற்பட்டப் புறக் காரணிகளுக்கு ஒரு பெரும் பங்கு இருந்தது என்பதை அடுத்தச் சில நாட்களின் ஊடாக ஜென்னி தெரிந்து கொண்டார். இரண்டு நிறுவனங்களுக்கும் இடையே கருத்து முரண்பாடுகளும் தகவல் தொடர்புப் பிரச்சனைகளும் இருந்தன. ஜென்னி தன்னுடைய வழிகாட்டிகளிடம் பேசியபோது, தன்னுடைய முதலீட்டாளர் மனசாட்சியின்றித் திடுதிப்பென்று தங்கள் உறவை முறித்திருந்தபோதிலும், இத்தகைய திடீர் விலகல்கள் தன்னுடைய தொழிற்துறையில் பரவலானதுதான் என்பதை அவர் புரிந்து கொண்டார்.

மறுவாரம் அவர் தன்னுடைய குழுவினரைச் சந்தித்தபோது, தாங்கள் ஒரு கடினமான சூழ்நிலையில் இருந்ததை அவர் அவர்களுடன் பகிர்ந்து கொண்டார். அவர்களில் பாதிப் பேரைத் தான் வேலையிலிருந்து நீக்க வேண்டியிருக்கும் என்று அவர் அவர்களிடம் கூறியபோது அவர் மிகவும் உணர்ச்சிவசப்பட்டார். அது மிகக் கடினமான ஒரு தருணமாக இருந்தது. ஆனால், ஜென்னி தன்மீது நம்பிக்கை கொள்வதற்கு அவருக்கு விடுக்கப்பட்டிருந்த ஓர் அழைப்பு

அது. தன்னைச் சுற்றி நிகழ்ந்து கொண்டிருந்த எல்லாவற்றையும் கண்டுகொள்ளாமல் ஓர் ஓரமாக முடங்கிக் கிடப்பது அவருக்கு எளிதானதாக இருந்திருக்கும், ஆனால் தொடர்ந்து நடைபோடுவதற்கான வலிமையையும் மீள்திறனையும் அவர் கண்டுகொண்டார்.

என்ன நிகழவிருந்தது என்பது அவருக்குத் தெரியவில்லை. எனவே, தனக்குத் தெரிந்திருந்ததைப் பற்றி அவர் யோசித்தார். அவருக்கு அப்போது வெறும் இருபத்து மூன்று வயதுதான், ஆனால் அவர் ஏழெட்டு ஆண்டுகளாக விளையாட்டுகளை உருவாக்கி வந்திருந்தார். அந்த அறிவு, தோல்வியுணர்வுக்கு ஒத்தடம் கொடுத்தது. இதில் தான் தனியாக இல்லை என்பதை அவர் அறிந்திருந்தார். ஏனெனில், அவருடைய குழுவில் நீடித்த உறுப்பினர்கள், தாங்கள் எதிர்கொண்டிருந்த சவாலை நேருக்கு நேர் எதிர்கொள்ள ஆர்வமாக இருந்தனர். தன்னுடைய முன்னோக்கில் அந்த முதலீட்டாளருக்கு நம்பிக்கை இல்லை என்பதைக் கேள்விப்பட்டபோது ஜென்னி கடுங்கோபம் கொண்டார், மனம் தளர்ந்தார். ஆனால், தன்னுடைய தொழில் தழைக்க வேண்டுமென்றால், தன்னால் தோல்வியை ஏற்றுக் கொள்ள முடியாது என்பதை அவர் அறிந்திருந்தார்.

ஜென்னியும் அவருடைய குழுவினரும் செயலில் இறங்கினர். தாங்கள் உருவாக்கிக் கொண்டிருந்த விளையாட்டை, தாங்கள் தொடர்ந்து அந்த முதலீட்டாளரோடு இணைந்து வேலை செய்திருந்தால் எவ்வளவு நாட்களில் சந்தையில் வெளியிட்டிருக்க முடியுமோ, அதைவிட முன்னதாகவே தங்களால் அதை வெளியிட முடியும் என்பதை ஜென்னியும் அவருடைய குழுவினரும் உணர்ந்தனர். அது சாத்தியம்தான் என்று ஜென்னி உறுதியாக நம்பினார். ஒரு நெடுந்தூர ஓட்டக்காரரர் என்ற முறையில், களைப்பு ஒன்றும் அவருக்குப் புதிதல்ல. "விளையாட்டிலும் உடற்பயிற்சியிலும் உள்ள மீள்திறன் எனும் அம்சம், நம்முடைய எஞ்சிய வாழ்விற்குள்ளும் ஊடுருவுகிறது என்று நான் நினைக்கிறேன். நான் ஒரு பந்தயத்தில் கலந்து கொண்டிருக்கும்போது கிட்டத்தட்டச் செத்துப் போகும் அளவுக்கு நான் களைப்பை உணர்ந்தால், என் விஷயத்தில் அப்பந்தயம் அத்துடன் முடிந்துவிடுகிறது. பிறகு நான் அதிலிருந்து மீண்டு, அடுத்தப் பந்தயத்தில் நான் அதிக வலிமையானவளாகக் கலந்து கொள்கிறேன்," என்று அவர் கூறுகிறார். வாழ்வில் தொடர்ந்து நடைபோடுவதற்கான மீள்திறனையும், தன்னுடைய முன்னோக்கை உயிர்த்துடிப்புடன் வைத்திருப்பதற்கான துணிச்சலையும் தனக்குள் ஆழமாகச்

சென்று தேடிக் கண்டுபிடிப்பதற்கு அவர் அந்தப் புரிதலைப் பயன்படுத்திக் கொண்டார். நாங்கள் இதை எழுதிக் கொண்டிருக்கின்ற இந்நேரத்தில், அவருடைய குழுவினர் அவர்களுடைய விளையாட்டை மீண்டும் உருவாக்கிக் கொண்டிருக்கின்றனர். அது விரைவில் வெளியிடப்பட உள்ளது.

மீள்திறனும் துணிச்சலும் மிக நெருக்கமான தொடர்புடையவை. மீள்திறன் என்பது பாதகமான அனுபவங்களிலிருந்து 'மீண்டு வந்து', நாம் அனுபவித்தத் துன்பங்களிலிருந்து அர்த்தம் வாய்ந்த எதையேனும் சாதிப்பதற்கான நம்முடைய திறனாகும். இது ஒரு முக்கியமான பேசுபொருள், குறிப்பாக, நம்முடைய உலகம் பல சவால்களை எதிர்கொண்டுள்ள இக்கணத்தில்! மீள்திறன் என்பது வாழ்வின் ஊடாக எல்லோரையும் இடித்துத் தள்ளிக் கொண்டு சென்று நம்முடைய வழியைக் கண்டுபிடிப்பது அல்ல, மாறாக, நம்முடைய சொந்த அனுபவங்களிலிருந்து வளர்வதற்கான இலக்கை மனத்தில் வைத்துப் பாதகமான சூழ்நிலைகளை நேருக்கு நேர் எதிர்கொள்வதாகும்.

துணிச்சல் என்பது ஆபத்தையும் பயத்தையும் இன்னலையும் தாங்கிக் கொள்வதற்கான மன வலிமையாகும். துணிச்சலான ஒருவர் தானும் பயப்பட மாட்டார், எளிதில் பயமுறுத்தலுக்கு ஆளாகவும் மாட்டார். நாம் துணிச்சலைப் பற்றி நினைக்கும்போது, இணையத்தில் அல்லது வரலாற்றுப் புத்தகங்களில் நாம் படிக்கின்ற மாபெரும் வீரதீர சாகசங்களைப் பற்றியே பெரும்பாலும் நாம் நினைக்கிறோம். ஆனால் துணிச்சல் என்பது வெறும் வீரதீர சாகசங்கள் மட்டுமல்ல. அது நாம் வளர்த்துக் கொள்ளக்கூடிய ஓர் அன்றாடப் பழக்கமாகும். நம்மை நாம் அர்ப்பணித்துக் கொள்ள வேண்டிய ஒன்று அது. மீள்திறனுக்கும் துணிச்சலுக்கும் வலிமையும் செயல்வேகமும் தேவை. நாம் நம்முடைய பயத்தை எதிர்கொள்வதும் அவற்றுக்கு இன்றியமையாதது.

'ஆன் கரேஜ்' என்ற தன்னுடைய புத்தகத்தில், ரயன் ஹாலிடே இவ்வாறு எழுதியுள்ளார்: "கோழைத்தனத்தின் மூலாதாரம் எது? பயம். உங்களால் புரிந்து கொள்ள முடியாத ஓர் எதிரியை வீழ்த்துவது சாத்தியமற்றது. பயம்தான் துணிச்சலின் எதிரி. கிலி, அக்கறையின்மை, வெறுப்பு, பொறுப்புகளைத் தவிர்த்தல் போன்ற பல வடிவங்களைக் கொண்டுள்ள பயத்திற்கு எதிரான ஒரு போரில் நாம் ஈடுபட்டிருக்கிறோம்."

கடினமான மற்றும் சவாலான சூழ்நிலைகளில்

துணிச்சலையும் மீள்திறனையும் நாம் எவ்வாறு வளர்த்தெடுப்பது?

1. உங்களுடைய உணர்ச்சிகளைப் பக்குவமாகக் கையாளுங்கள், உங்களுக்கு உத்வேகமூட்டக்கூடிய எண்ணங்களைத் தேர்ந்தெடுங்கள்.
2. முன்னோக்கிப் பார்ப்பதற்குப் பின்னால் திரும்பிப் பாருங்கள்.
3. உங்கள்மீதான உங்கள் நம்பிக்கையை வலுப்படுத்துங்கள்.

முதலில், நாம் உணர்ச்சிகளாலும் பயமுறுத்தும் எண்ணங்களாலும் ஆட்கொள்ளப்பட்டிருக்கும்போது, ஒரு சூழ்நிலையைத் துல்லியமாக மதிப்பிடுவது கடினம். மூன்றாம் அத்தியாயத்தில் கொடுக்கப்பட்டுள்ள செயல்முறையைப் பயன்படுத்தி நம்முடைய உணர்ச்சிகளைக் கையாள்வதற்கு நாம் நேரம் எடுத்துக் கொள்ள வேண்டும். பிறகு, எதிர்மறை எண்ணங்களைப் புறந்தள்ளிவிட்டு, உத்வேகமூட்டும் எண்ணங்களால் அவற்றை இட்டு நிரப்புவதை நாம் தேர்ந்தெடுக்க வேண்டும்.

அடுத்து, நாம் எவ்வாறு முன்னோக்கி நகர வேண்டும் என்பதைப் புரிந்து கொள்வதற்கு நாம் பின்னோக்கிப் பார்க்க வேண்டும். ஒரு கடினமான சூழ்நிலையை நீங்கள் வெற்றிகரமாகச் சமாளித்த ஒரு நேரத்தைப் பற்றி நினைத்துப் பாருங்கள். அச்சூழ்நிலையில் என்ன நிகழ்ந்தது? அது எவ்வளவு கடினமாக இருந்தது? நீங்கள் எத்தகைய உணர்வை அனுபவித்தீர்கள்? மிக முக்கியமாக, நீங்கள் அதை எப்படிச் சமாளித்தீர்கள் – குறிப்பிட்ட என்ன நடவடிக்கைகள் மேற்கொண்டீர்கள், நீங்கள் கொண்டிருந்த எந்த மனநிலை அச்சூழ்நிலையைச் சமாளிக்க உங்களுக்கு உதவியது? நாம் எல்லோருமே கடினமான நேரங்களை எதிர்கொண்டிருக்கிறோம். நம்முடைய கடந்தகால மீள்திறனையும் துணிச்சலையும் நாம் திரும்பிப் பார்த்தால், எதையும் தாக்குப்பிடிப்பதற்கான திறன் நமக்கு இருப்பதை நம்மால் பார்க்க முடியக்கூடும். அதே மனநிலையை அல்லது அதே போன்ற நடவடிக்கைகளை உங்களுடைய தற்போதைய சவாலைச் சமாளிக்க உங்களால் பயன்படுத்திக் கொள்ள முடியுமா என்று பாருங்கள்.

கோவிட் பெருந்தொற்றின் தொடக்க நாட்களின்போது டேல் கார்னகி நிறுவனத்தை நடத்துவதற்கான துணிச்சலை

நான் வளர்த்துக் கொண்டதற்கான வழிகளில், கடந்தகாலத்தில் நான் எதிர்கொண்ட மாபெரும் சவால்களில் ஒன்றை நான் திரும்பிப் பார்த்ததும் ஒன்று. 2001 செப்டம்பர் 11 அன்று அமெரிக்காவின் இரட்டைக் கோபுரங்கள் தாக்கப்பட்டபோது, என்னுடைய பலவீனமான துளிர் நிறுவனம் தோற்றுவிடுமோ என்று நான் பயந்தேன். நாங்கள் அப்போதுதான் எங்களுடைய முதல் விற்பனைப் பொருளை வெளியிட்டிருந்தோம். எங்கள் வருமானம் மிகக் குறைவாக இருந்தது. ஒரு முக்கியமான முதலீட்டாளர் பின்வாங்கியபோது, நாங்கள் பிழைத்திருக்கத் தேவைப்பட்ட இன்னொரு சுற்று நிதியுதவி சாத்தியமில்லாததுபோலத் தோன்றியது. ஏதேனும் விரைவாக நிகழவில்லை என்றால், ஒரு சில வாரங்களில் நாங்கள் எங்கள் நிறுவனத்தை இழுத்து மூட வேண்டிய நிலையில் இருந்தோம். ஆனால் எப்படியோ நாங்கள் அந்த நாட்களைச் சமாளித்துவிட்டோம். செலவைக் கட்டுப்படுத்தியதன் மூலமும், கூடுதல் வருவாயைக் கொண்டுவருவதற்குப் புதிய பொருட்களின் வெளியீட்டைத் துரிதப்படுத்திய அற்புதமான குழுப்பணியின் மூலமும், எங்களுடைய அப்போதைய முதலீட்டாளர்களின் உதவியுடனும் நாங்கள் அதைச் சாதித்தோம். மக்கள் ஒன்றிணைந்து தியாக மனப்பான்மையுடனும் மன உறுதியுடனும் செயல்படும்போது, அவர்களால் எந்தக் கடினமான சூழ்நிலையையும் வெற்றிகரமாகச் சமாளித்துவிட முடியும் என்பதை அப்போது நான் கற்றுக் கொண்டேன். அந்த அனுபவத்தைப் பற்றி நான் நினைத்துப் பார்த்தது, கோவிட் பெருந்தொற்றின் தொடக்க நாட்களின்போது எனக்கு உத்வேகமூட்டியது. அது எனக்குத் தன்னம்பிக்கையூட்டியது. எங்களுடைய டேல் கார்னகி நிறுவனத்தின் பங்குதாரர்களிடமும், இயக்குநர் குழுமத்திடமும், குழு உறுப்பினர்களிடமும், "நம்மால் இதைச் சமாளிக்க முடியும். அதற்கு என்ன தேவைப்பட்டாலும் அதை நாம் செய்வோம். தோல்வி என்ற பேச்சுக்கே இங்கு இடமில்லை," என்று நான் கூறியபோது, நான் உண்மையில் அதை உணர்ந்தே கூறினேன். அந்தக் குறிப்பிட்டக் கணத்தில் எங்கள் நிறுவனத்தை வழிநடத்துவதற்கு என்னுடைய கடந்தகால அனுபவங்கள் என்னைத் தயார்படுத்தியிருந்தன.

இறுதியாக, உங்கள்மீதான உங்கள் நம்பிக்கையை உறுதிப்படுத்த உதவக்கூடிய எதையேனும் செய்யுங்கள். நீங்கள் ஒரு சுயபிரகடனத்தை எழுதலாம். நீங்கள் அந்தக் கடினமான சூழ்நிலையைச் சமாளித்த நேரத்தில் உங்களோடு இருந்தவர்களிடம் நீங்கள் பேசலாம். ஆபத்தான காலங்களில்

நீங்கள் அடைந்த வெற்றியை உங்கள் மனத்திரையில் ஓடவிட்டுப் பார்க்கலாம். எது உதவுகிறதோ அதைச் செய்யுங்கள். உங்களுடைய வலிமையை உங்களுக்கு நினைவூட்டிக் கொள்ளுங்கள். பயமும் நிச்சயமின்மையும் மீண்டும் மேலெழும்போது, இந்த வெற்றியைச் சார்ந்திருங்கள்.

பயம் எப்போதும் வெளிப்படையாகத் தெரிவதில்லை. நம்முடைய பயம் மிக நுட்பமான வழிகளில் தலைகாட்டக்கூடும். ஒருவருடனான ஒரு கடினமான உரையாடலைத் தவிர்ப்பது அல்லது எதிர்ப்பது, ஓர் உறவிலோ அல்லது வேலைச் சூழலிலோ பிரச்சனைகள் எதுவும் இல்லை என்பதுபோலப் பாசாங்கு செய்வது போன்றவை அதற்கான எடுத்துக்காட்டுகளாகும். காலம் தாழ்த்துதல் அல்லது அக்கறையின்மை எனும் மாறுவேடம் தரித்துக்கூட அது தோன்றக்கூடும். தவிர்த்தல் ஒரு சூழ்நிலையை மேலும் மோசமாக்கவே செய்கிறது. ஏனெனில், நாம் அதைக் கையாள மறுக்கிறோம்.

லியா கேபிரியல் தன்னுடைய தொழில்வாழ்க்கையில் பல்வேறு பாத்திரங்களை வகித்துள்ளார். கடற்படைப் போர் விமானி, இரகசிய உளவுத்துறைச் செயல்பாட்டாளர், பத்திரிகையாளர் போன்றவை அவற்றில் சில. ஆனால், அவருடைய தொழில்வாழ்க்கையில் முக்கியமான திருப்புமுனைகளை ஏற்படுத்திய தருணங்கள், மிகவும் ஆபத்தான சூழல்களை அவர் மீண்டும் மீண்டும் எதிர்கொள்ள வேண்டியிருந்தபோதுதான் நிகழ்ந்தன. பின்விளைவுகள் பயங்கரமாக இருக்கும் என்ற அறிதலுடன் அவர் துணிச்சலாக அக்காரியங்களுக்குத் தன்னை அர்ப்பணித்துக் கொண்ட தருணங்கள் அவை. லியா ஒரு எஃப்/ஏ-18சி ஒற்றை இருக்கை போர்விமானத்தை, அணுசக்தியால் எரியூட்டப்பட்ட ஒரு விமானம் தாங்கிக் கப்பலிலிருந்து ஓட்டிச் சென்றார். அவர் ஒரு போர்ப் பணியில் ஈடுபட்டிருந்தபோது, அவர் மிகவும் மதித்த ஒரு மூத்த விமானியான லெஃப்டினன்ட் கமான்டர் இரண்டாம் ராபர்ட் இ. ‘டிரே’ கிளக்கி, கடலில் இரவுநேரப் பயிற்சி ஒன்றை நடத்திக் கொண்டிருந்தபோது அவருடைய எஃப்/ஏ-18சி விமானம் மோதி விபத்துக்குள்ளானதில் கொல்லப்பட்டார். “ராபர்ட்டையோ அல்லது அவருடைய விமானத்தையோ எங்களால் ஒருபோதும் கண்டுபிடிக்க முடியவில்லை,” என்று லியா நினைவுகூர்ந்தார். “அவர் ஓர் அற்புதமான மனிதர், ஓர் அற்புதமான விமானி.” அந்த விமானம் தாங்கிக் கப்பல் தன்னுடைய செயல்பாடுகளைத் தற்காலிகமாக நிறுத்திவிட்டு, கடலில் முழு இராணுவ

மரியாதையுடன் லெஃப்டினன்ட் கமான்டர் ராபர்ட்டுக்கு ஒரு முறையான நினைவேந்தல் நிகழ்ச்சியை நடத்தியது. "விமானம் தாங்கிக் கப்பலிலிருந்து இயங்கிய கடற்படை ஜெட் விமானிகள் என்ற முறையில், கப்பலிலிருந்து விமானத்தை வேகமாகக் கிளப்பி விண்ணில் தாவுவது, பயிற்சிகள், ஆப்கானிஸ்தானில் எங்கள் போர்ப் பணிகள், விமானத்தை மீண்டும் கப்பலின் மேற்தளத்தில் வந்து இறக்குவது ஆகியவை உட்பட, நாங்கள் செய்த எல்லாமே மிகவும் ஆபத்தானது என்பதற்கான ஒரு துயரமான நினைவூட்டலாக அது இருந்தது." ராபர்ட் முறையாக கௌரவிக்கப்பட்டவுடன், விமானிகள் வேகமாகத் தங்களுடைய வழக்கமான வேலைகளைப் பார்க்கப் போய்விட்டனர்.

லியா தன்னுடைய விமானத்தை விண்ணை நோக்கிச் செலுத்திய ஒவ்வொரு முறையும், பயங்கரமான சூழல்களை எதிர்கொள்வதற்கான தினசரி மீள்திறனையும் துணிச்சலையும் கண்டுகொண்டார். அர்ப்பணிப்பும் கவனக்குவிப்பும் அவர் அந்த ஆபத்தான கணங்களைச் சமாளிக்க உதவின. "ஒவ்வொரு முறையும், அதைச் செய்வதற்குத் துணிச்சல் தேவைப்படுகிறது. ஒரு மனிதப் பிறவியாக நான் யார் என்பதை நான் அப்போதுதான் உணர்ந்தேன் என்று நான் நினைக்கிறேன். சவாலான காரியங்களுக்கு என்னை உட்படுத்திக் கொண்டு என்னை முன்னோக்கி உந்தித் தள்ளுவதற்கான வாய்ப்பு எனக்குக் கிடைத்த ஒவ்வொரு முறையும், நான் அதைச் செய்தாக வேண்டும் என்பதை நான் உணர்ந்தேன்," என்று லியா கூறினார். தன்னுடைய துணிச்சலைப் பயன்படுத்திக் கொள்வதற்கான திறன் அவருக்கு இருந்ததால், அவருடைய தொழில்வாழ்க்கை சிறப்பானதாக அமைந்தது. அவருக்குத் தன்னுடைய திறனின்மீது சந்தேகம் ஏற்பட்டக் கணங்களில், வில்லியம் எர்னஸ்ட் ஹென்லீ எழுதிய 'இன்விக்டஸ்' என்ற கவிதையின் வரிகளை அவர் நினைத்துப் பார்க்கிறார்: "நானே என் தலைவிதியின் எஜமான், நானே என் ஆன்மாவின் தலைவன்."

எங்கள் அனுபவத்தில், பயத்திலிருந்து மீண்டு உங்களுடைய உள்ளார்ந்த துணிச்சலையும் மீள்திறனையும் கண்டுகொள்வது என்பது உணர்ச்சிரீதியாகத் துணிச்சலாக இருப்பதற்கான அர்ப்பணிப்பைச் சார்ந்தது. உணர்ச்சிரீதியான துணிச்சல் என்பது நீங்கள் உங்களுடைய உணர்ச்சிகளை உணர்கின்ற அதே நேரத்தில் செயல்படுவதற்கும் தயாராக இருப்பதாகும். நாம் பயப்படுகின்ற அதே நேரத்தில் ஆழ்ந்து சிந்தித்து உத்திபூர்வமாகச் செயல்படுவதற்கான திறனை நம்மால்

வளர்த்துக் கொள்ள முடியும்.

நம்முடைய பயத்திலிருந்து 'மீள்வது' மட்டும் போதுமானதல்ல. அது எதார்த்தமானதல்ல. நாம் அந்த பயத்தோடு சேர்ந்து செயல்படக் கற்றுக் கொள்ள வேண்டும். நம்முடைய உணர்ச்சிகளைக் கையாள்வதற்கு மூன்றாம் அத்தியாயத்தில் நாம் பார்த்தச் செயல்முறையை நாம் பயன்படுத்தும்போது, நம்மை பயம் கொள்ளச் செய்கின்ற சில விஷயங்களை அடையாளம் கண்டுகொண்டு அவை குறித்து நம்மால் ஏதேனும் செய்ய முடியும். பயம் நம்முடைய உடலில் எங்கு முளைக்கிறது என்பதைக் கவனிக்க நாம் பயிற்சி செய்யும்போது, அந்த பயத்தில் தொலைந்து போகாமல் அதை எப்படி அனுபவிப்பது என்பதை நம்மால் கற்றுக் கொள்ள முடியும். முந்தைய அத்தியாயத்தில், நம்முடைய மன அழுத்தத்தை நமக்கு உதவிகரமான ஒன்றாகப் பார்ப்பதைப் பற்றி நாம் பேசியது உங்களுக்கு நினைவிருக்கும். பயத்தின் விஷயத்தில் அதை நாம் செய்யலாம். நாம் பதற்றமாகவோ, நிச்சயமின்றியோ, அல்லது பயந்தோ இருக்கும்போது நாம் அனுபவிக்கின்ற உடல்ரீதியான உணர்வுகள் என்னவாக இருந்தாலும், நமக்கு உதவக்கூடிய விதத்தில் அவற்றை நம்மால் அர்த்தப்படுத்திக் கொள்ள முடியும். அதைத் தாண்டி, நாம் பயத்தை உணரும்போது செயல்படவும் நாம் கற்றுக் கொள்ள வேண்டும். நாம் போய்ச் சேர விரும்புகின்ற இடத்திற்கு நம்மை இட்டுச் செல்கின்ற செயல்முறையின்மீதுதான் நம் கவனம் இருக்க வேண்டுமே தவிர, நம்முடைய வழியில் குறுக்கே நிற்கின்றவற்றின்மீது அல்ல.

பீனா வெங்கடராமன் 'பாஸ்டன் குளோப்' பத்திரிகையில் புதிதாக வேலைக்குச் சேர்ந்தபோது, தன்னைச் சுற்றி இருந்த மக்களைக் கண்டு பயமும் பதற்றமும் கொண்டார். அவர் தன்மீது வைத்திருந்த நம்பிக்கையைவிட, மற்றவர்களுடைய பேச்சுகளையும் எண்ணங்களையும் அவர் அதிகமாக நம்பினார். அவர்களில், அந்தச் செய்திப் பத்திரிகையின் வாசகர்களும், தாங்கள் பிரசுரித்தவற்றோடு உடன்பட மறுத்த அவநம்பிக்கையாளர்களும் அடங்குவர்.

ஒரு பணியின்போது, கடலோரமாக இருந்த ஒரு காற்றாலையைப் பற்றி பீனாவுக்குத் தெரிய வந்தது. அந்தத் தகவல் அவருக்கு மிகவும் உத்வேகமூட்டியதால், மசாசூசெட்ஸைச் சேர்ந்த, அதிகார பலம் வாய்ந்த ஒரு செனட்டரை எதிர்த்து அவர் குரல் கொடுத்தார். காலஞ்சென்ற டெட் கென்னடிதான் அந்த செனட்டர். அந்தக் காற்றாலையின் உருவாக்கத்தைத் தடுப்பதற்கு டெட் கென்னடி

மேற்கொண்ட அரசியல்ரீதியான முயற்சிகளைப் பற்றிய ஒரு விலாவாரியான கதையை பீனா எழுதினார். அந்தக் கட்டுரை ஒரு வார இறுதியில் வெளிவந்தது. அன்று சனிக்கிழமையாக இருந்தபோதிலும், கென்னடி அந்தச் செய்திப் பத்திரிகையின் பதிப்பாசிரியர்கள் ஒவ்வொருவரையும் அழைத்து பீனாவைப் பற்றிக் குறை கூறினார். அந்தப் பதிப்பாசிரியர்கள் ஒவ்வொருவரும் பீனாவை அழைத்துப் பேசியபோது, அவர் அதே விஷயத்தை அவர்களிடம் தெரிவித்தார். தான் எழுதிய விஷயங்கள் குறித்த உண்மைத் தகவல்களும் அறிக்கைகளும் தன்னிடம் இருந்ததாக பீனா அவர்களிடம் கூறினார்.

பீனா பயத்தில் இருந்தார். நாட்டின் மிகவும் சக்திவாய்ந்த அரசியல்வாதிகளில் ஒருவர் முன்வைத்தக் குற்றச்சாட்டுகளை எதிர்கொள்ளும்போது பின்வாங்குவது அதிக எளிதானதாக இருந்திருக்கும், ஆனால் பீனா துணிச்சலாக இருப்பதைத் தேர்ந்தெடுத்து, தன்னுடைய நிலைப்பாட்டில் உறுதியாக இருந்தார். “எங்கள் பத்திரிகையின் பதிப்பாசிரியர்களிடம் கென்னடியைப் பற்றிய கேள்விகளுக்கு நான் பதிலளித்த அச்சிறு கணம் என் தொழில்வாழ்க்கையில் மிக முக்கியமானதாக இருந்தது. எனக்காக நான் துணிச்சலாக வாதாடிய ஒரு கணம் அது. துணிச்சல் இப்போதும் எனக்கு அவ்வளவு சுலபமாக வருவதில்லை. ஆனால், நான் ஒரு நியாயமான காரணத்திற்காகச் சண்டையிட்டுக் கொண்டிருக்கிறேன் என்பதை நான் அறிந்திருக்கும்போது, துணிச்சலை என்னுள் என்னால் கண்டுபிடிக்க முடியும் என்பதை நான் கண்டறிந்துள்ளேன்,” என்று பீனா கூறினார்.

அவருடைய துணிச்சல் அவருக்கு வெகுமதியளித்தது. 2010 முதல் 2019 வரை, எம்ஐடி மற்றும் ஹார்வர்டின் பிராட் இன்ஸ்டிடியூட்டில் சர்வதேசக் கொள்கை முன்னெடுப்புக் குழுவின் இயக்குநராக அவர் பணியாற்றினார். அறிவியல் மற்றும் தொழில்நுட்பத்திற்கான ‘அதிபரின் ஆலோசனைக் குழுவின்’ துணைத் தலைவராக இருந்த எரிக் லேண்டருக்கு அவர் மூத்த ஆலோசகராகச் செயல்பட்டார். பின்னர், வெள்ளை மாளிகையில், காலநிலை மாற்றப் புதுமைப் புனைவுக்கான ஒரு மூத்த ஆலோசகராக அவர் செயல்பட்டார்.

பீனாவைப் பொறுத்தவரை, அவர் ஓர் உயர்ந்த நோக்கத்தைக் கொண்டிருந்ததும், சரி என்று தான் கருதிய ஒன்றைக் குறித்து – அதாவது, தன்னுடைய விழுமியங்கள் குறித்து – அவர் அர்ப்பணிப்புடன் இருந்ததும், அவர் அழுத்தத்தை எதிர்கொண்டபோதும் பின்வாங்காமல் இருக்க அவருக்கு உதவியது.

உங்களிடம் அதிக வலிமையை எதிர்பார்க்கின்ற, நீங்கள் எதிர்கொண்டுள்ள அல்லது எதிர்கொண்ட ஒரு சவாலைப் பற்றி நினைத்துப் பாருங்கள். அச்சூழ்நிலையை நீங்கள் எவ்வாறு கையாண்டீர்கள்? அதை அதைவிடச் சிறப்பாக நீங்கள் கையாண்டிருக்க வேண்டும் என்று நீங்கள் நினைக்கிறீர்களா?

எங்களுடைய சொந்த டேல் கார்னகி ஆராய்ச்சியில் நாங்கள் கண்டுகொண்ட விஷயம் என்னவென்றால், மிக உயர்ந்த அளவிலான மீள்திறன் கொண்ட மக்கள் பொதுவாக ஒரு நேர்மறையான மனப்போக்கைக் கொண்டிருக்கின்றனர், தங்களுடைய திறன்களில் நம்பிக்கை கொண்டுள்ளனர், சவால்களைச் சிறப்பாகச் சமாளிக்கின்றனர், நெருக்கடிகளிலிருந்து விரைவாக மீண்டுவிடுகின்றனர், மோசமான அனுபவங்களிலிருந்து பாடங்கள் கற்றுக் கொண்டு அவற்றை வருங்காலத்தில் பயன்படுத்துகின்றனர். ஓர் உயர்ந்த அளவிலான வலிமையையும் மீள்திறனையும் கொண்ட மக்கள், பின்வருவன போன்ற கேள்விகளைத் தங்களிடம் கேட்டுக் கொள்கின்றனர்: “இதிலிருந்து என்னால் என்ன கற்றுக் கொள்ள முடியும்? இச்சூழ்நிலையைச் சமாளிப்பது என்னுடைய வளர்ச்சிக்கு எவ்வாறு உதவும்? முன்னோக்கி நகர்வதற்கு இப்போது நான் என்ன செய்ய வேண்டும்? இது எவ்வளவு மோசமாகப் போய்க் கொண்டிருக்கிறது என்பதன்மீது நான் மிக நீண்ட காலம் கவனம் செலுத்தினால் என்ன நிகழும்?”

மீள்திறனில் கண்ணோட்டம் ஒரு பெரிய பங்கு வகித்ததையும் நாங்கள் பார்த்தோம்: மிகுந்த மீள்திறன் கொண்ட மக்கள், அதே நிகழ்வை, குறைவான மீள்திறன் கொண்ட தங்களுடைய சக ஊழியர்களைவிட, குறைவான அழுத்தம் கொடுத்ததாகப் பார்த்தனர். அவ்விரு குழுவினரும் ஒரு சவாலான காரியத்தில் ஈடுபடுத்தப்பட்டபோது, மிகுந்த மீள்திறன் கொண்ட குழுவினரில் வெறும் 16 சதவீதத்தினரே ஓர் உயர்ந்த அளவிலான மன அழுத்தத்தை அனுபவித்ததாகக் கூறினர்; குறைவான மீள்திறன் கொண்ட குழுவினரில் 31 சதவீதத்தினர் ஓர் உயர்ந்த அளவிலான மன அழுத்தத்தை அனுபவித்ததாகக் கூறினர். மீள்திறன் என்பது எந்த அளவுக்கு ஒரு பாதகமான சூழ்நிலைக்கு நாம் எதிர்வினையாற்றும் விதத்தைப் பற்றியதாக இருக்கிறதோ, அதே அளவுக்கு அதை நாம் எப்படிப் பார்க்கிறோம் என்பதைப் பற்றியதாகவும் இருக்கிறது என்பதை இது காட்டுகிறது. மிகுந்த மீள்திறன் கொண்ட குழுவில் இருக்கவே நாம் விரும்புவோம் என்பது வெளிப்படை. எனவே, ஒரு சூழ்நிலையை நாம் எவ்வாறு

பார்க்கிறோம் என்பது பற்றி நாம் கேள்வி கேட்கத் தொடங்க வேண்டும்.

பென்சில்வேனியா பல்கலைக்கழகத்தில் மீள்திறன் பற்றிப் படித்தப் பிறகு, லூசி ஹோான், நியூசிலாந்திலுள்ள கிரைஸ்ட்சர்ச் நகரிலுள்ள தன்னுடைய வீட்டிற்குத் திரும்பிச் சென்று, தன்னுடைய முனைவர் பட்டப்படிப்பிற்கான ஆராய்ச்சியைத் தொடங்கினார். அந்நேரத்தில், பயங்கரமான நிலநடுக்கங்கள் அப்பகுதியை முற்றிலுமாகச் சீரழித்தன. நிலநடுக்கத்திற்குப் பிந்தைய காலகட்டத்தைத் தன்னுடைய சமூகத்தினர் சமாளிக்க அவர்களுக்கு உதவுவதற்காக லூசி அவர்களோடு சேர்ந்து வேலை செய்யத் தொடங்கினார். தன்னுடைய ஆராய்ச்சியைச் செயல்படுத்துவதற்கான மிகச் சரியான கணம் அதுதான் என்று அவர் நினைத்தார். ஆனால், வருத்தகரமாக, அவருடைய எண்ணம் தவறாக இருந்தது.

மூன்று ஆண்டுகளுக்குப் பிறகு, லூசியும் அவருடைய குடும்பத்தினரும் நியூசிலாந்தின் தெற்குப் பகுதியில் அமைந்துள்ள ஓஹாவ் ஏரிக்குச் சென்றனர். அப்போது, அவருடைய மகள் ஆபி, லூசியின் நெருங்கிய தோழியான சாலியுடனும் அவருடைய மகள் எல்லாவுடனும் சாலியின் காரில் ஒரு சுற்று சுற்றி வருவதென்று தீர்மானித்தாள். அவர்கள் அந்தச் சாலையில் போய்க் கொண்டிருந்தபோது, போக்குவரத்து விதிகளை மீறி, சிவப்பு விளக்கிற்கு நிற்காமல் வேகமாகப் பாய்ந்து வந்த ஒரு கார் அவர்கள்மீது மோதியதில், அம்மூவரும் அந்த இடத்திலேயே கொல்லப்பட்டனர்.

லூசி இப்போது சமன்பாட்டின் மறுபக்கத்தில் இருந்தார் – மீள்திறன் கொண்டவராக இருப்பது பற்றி மற்றவர்களிடமிருந்து அவர் அறிவுரை பெற்றுக் கொண்டிருந்தார். அவரிடம் கூறப்பட்டுக் கொண்டிருந்த விஷயங்கள் அவருக்குப் பிடிக்கவில்லை. மற்றவர்களிடமிருந்து அவருக்குக் கிடைத்த அனைத்துப் பரிந்துரைகளும், தன் வாழ்வில் நிகழ்ந்த துயரத்திலிருந்து மீண்டு வர முடியாத ஒரு பலிகடாபோல அவரை உணரச் செய்தன. அவர் ‘சக்தியற்றவராகவும்’, தன்னுடைய அனுபவத்தின்மீது ‘எந்தவொரு தாக்கமும் ஏற்படுத்த’ முடியாதவராகவும் உணர்ந்தார்.

தனக்குத் தேவை நம்பிக்கை என்று லூசி நினைத்தார். துக்கம் எப்படி அனுசரிக்கப்பட வேண்டும் என்பதில் தனக்கு ஓரளவு கட்டுப்பாடு இருக்க வேண்டும் என்று அவர் விரும்பினார். எனவே, அவர் தனக்குக் கொடுக்கப்பட்டிருந்த அறிவுரைகளைப் புறந்தள்ளிவிட்டு, துயரத்திலிருந்து மீண்ட மக்களைப் பற்றிய தன்னுடைய ஆராய்ச்சியிலிருந்து

தான் கற்றுக் கொண்டிருந்த மூன்று உத்திகள்மீது கவனம் செலுத்தினார்.

முதலாவதாக, துயரம் வாழ்வின் ஒரு பகுதி என்பதை மீள்திறன் கொண்ட மக்கள் ஏற்றுக் கொள்கின்றனர். கடினமான நேரங்கள் வரும் என்ற சாத்தியக்கூறுக்கு இடமளிக்கின்ற ஒரு மனநிலையை அவர்கள் சுவீகரிக்கின்றனர். " 'எனக்கு ஏன் இப்படி நிகழ்ந்தது?' என்று நான் ஒருபோதும் யோசிக்கவில்லை. மற்றவர்களுக்கு நிகழ்வதைப்போலவே பயங்கரமான விஷயங்கள் உங்களுக்கும் நிகழ்கின்றன. இப்போது அதுதான் உங்கள் வாழ்க்கை. நீரில் மூழ்குவதற்கு அல்லது நீந்திக் கரையேறுவதற்கான நேரம் இது," என்று லூசி கூறினார். அவர் கூறியது சரிதான். பயங்கரமான விஷயங்கள் நிகழ்கின்றன; துரதிர்ஷ்டவசமாக, அவை வாழ்வின் ஒரு பகுதியாகும். நம் வாழ்நாள் நெடுகிலும் நாம் சவாலான காலகட்டங்களை எதிர்கொள்வோம் என்பதை நாம் ஏற்றுக் கொள்வது நல்லது. ஆனால், மகிழ்ச்சியான, கச்சிதமாகத் திட்டமிடப்பட்டத் தருணங்கள் சமூக ஊடகங்களில் பகிர்ந்து கொள்ளப்பட்டிருப்பதை நாம் பார்க்கும்போது, அந்த உண்மையை நாம் மறந்துவிடுகிறோம்.

இரண்டாவதாக, உணர்ச்சிரீதியாக வலிமையான மக்கள், தங்களுடைய கவனத்தை எங்கே குவிப்பது என்பதைத் தேர்ந்தெடுப்பதில் கைதேர்ந்தவர்களாக ஆகின்றனர். அவர்கள் தங்களுடைய எண்ணங்களையும் தங்களுடைய கவனத்தையும் தங்களால் மாற்ற முடிகின்ற விஷயங்கள்மீது குவிப்பதைத் தேர்ந்தெடுக்கின்றனர். அதே நேரத்தில், தங்களால் மாற்ற முடியாதவற்றை அவர்கள் ஏற்றுக் கொள்கின்றனர். லூசியின் உணர்ச்சிகள் அவரை விழுங்கப் போவதாக அச்சுறுத்தியபோது, எந்தக் காரணங்களுக்காகத் தான் வாழ்ந்தாக வேண்டும் என்பதை அவர் தனக்கு நினைவுபடுத்திக் கொண்டார். முதலில், அவருக்கு இரண்டு மகன்கள் இருக்கின்றனர். அவர்கள் தங்களுடைய தாய் மற்றும் தந்தையின் அன்பிற்கு முற்றிலும் தகுதியானவர்கள். அந்தத் துயர நிகழ்விலிருந்து மீள்வதற்குத் தங்களுக்குக் கிடைத்திருந்த சமூக ஆதரவையும் அன்பையும் பற்றி லூசி நினைத்துப் பார்த்தார். "உங்களுடைய கவனத்தை நல்ல விஷயங்கள்மீது குவிப்பதற்கான திறன் உண்மையிலேயே சக்திவாய்ந்த ஓர் உத்தி என்று அறிவியல் காட்டியுள்ளது," என்று லூசி கூறினார்.

அவருக்குக் கிடைத்திருந்த மூன்றாவது உள்நோக்கு என்னவென்றால், உணர்ச்சிரீதியாக வலிமையான மக்கள், "நான் செய்து கொண்டிருக்கின்ற விஷயம் எனக்கு

உதவிக் கொண்டிருக்கிறதா அல்லது தீங்கு விளைவித்துக் கொண்டிருக்கிறதா?” என்று தொடர்ந்து தங்களைத் தாங்களே கேட்டுக் கொள்கின்றனர். லூசி அந்தத் துயர நிகழ்வுக்குப் பிறகு இந்தக் கேள்வியைச் சிக்கெனப் பிடித்துக் கொண்டார். தன் மகளைக் கொன்ற ஓட்டுநரின் வழக்கு விசாரணைக்குத் தான் நேரில் போக வேண்டுமா என்பதைத் தீர்மானிப்பதற்கும், தன் மகளின் புகைப்படங்களைப் புரட்டிப் பார்த்துக் கொண்டிருந்ததை அவர் கண்டபோதும், அவர் இந்தக் கேள்வியைப் பயன்படுத்தினார். கழிவிரக்கத்தில் ஈடுபடுவதைத் தவிர்ப்பதற்கு லூசி தன்னைப் பயிற்றுவித்துக் கொண்டார். தன்னுடைய எண்ணங்களும் செயல்களும் தனக்கு உதவுமா அல்லது தீங்கு விளைவிக்குமா என்பதன்மீதும், அவை நேர்மறையான அனுபவங்களை உருவாக்கிக் கொண்டிருந்தனவா அல்லது எதிர்மறையான அனுபவங்களை உருவாக்கிக் கொண்டிருந்தனவா என்பதன்மீதும் அவர் கவனம் செலுத்த வேண்டியிருந்தது. காலப்போக்கில், இந்த அணுகுமுறைகள், அவர் தன்னுடைய துயரத்திலிருந்து ஆரோக்கியமான வழிகளில் மீண்டு நம்பிக்கையைக் கண்டுகொள்ள அவருக்கு உதவின.

தன் இடுப்புக்குக் கீழே முற்றிலும் செயலிழந்துவிட்ட ஒரு தொழிலதிபரான ரயன் சென், மைக்கேலும் நானும் அறிந்துள்ள மிகவும் துணிச்சலான, மிகுந்த மீள்திறன் கொண்ட நபர்களில் ஒருவர். அவர் தன் வாழ்வில் நம்புதற்கரிய கஷ்டங்களை அனுபவித்து அவற்றிலிருந்து மீண்டுள்ளார். இவ்வளவு கஷ்டங்களுக்குப் பிறகும், வாழ்க்கை குறித்து ஒரு நல்ல மனப்போக்கை அவர் கொண்டுள்ளார். ரயன் தன்னுடைய இளமைப் பருவம் முழுவதையும் எந்தக் கவலையுமின்றிக் கழித்தார். சாகசங்களில் ஈடுபட அவர் எப்போதுமே ஆர்வமாகவும் தயாராகவும் இருந்தார். அவருடைய பத்தொன்பதாவது வயதில், ஒரு பனிச்சறுக்கு விளையாட்டின்போது அவர் தன்னுடைய சறுக்குப் பலகையில் ஒரு மலைமீதிருந்து எம்பிக் குதித்தபோது, அவர் காற்றில் மிக உயரம் பறந்து சென்று, பிறகு வேகமாகக் கீழ் நோக்கி வந்து முதுகு குப்புற விழுந்தார்.

அவர் அந்தப் பனியின்மீது படுத்துக் கிடந்தபோது, ஏதோ தவறாகப் போயிருந்ததை அவர் அறிந்தார். அவரால் தன்னுடைய கால்களை உணர முடியவில்லை, அவரால் எழுந்திருக்க முடியவில்லை. ஒரு மிகப் பெரிய பனிப்புயலுக்கு இடையேயும், பனிச்சறுக்கு ரோந்துக் குழுவினர் ரயனை ஒரு மருத்துவமனைக்குக் கொண்டு

சென்றனர். எட்டு மணிநேர அறுவை சிகிச்சைக்குப் பிறகு ரயன் கண்விழித்தபோது, அவருடைய முதுகுத் தண்டு தீவிரமாக பாதிக்கப்பட்டிருந்ததாகவும், அவரால் இனி ஒருபோதும் நடக்க முடியாது என்றும் மருத்துவர்கள் அவரிடம் கூறினர். அச்செய்தியை நம்ப முடியாமல் ரயன் திகைத்துப் போனார். மருத்துவர்களின் கணிப்பு தவறு என்று அவர் தனக்குத் தானே கூறிக் கொண்டார். என்ன ஆனாலும் சரி, தான் அந்த மருத்துவமனையிலிருந்து வெளியேறும்போது நடந்து செல்வதென்றும், மருத்துவர்களின் கணிப்பைப் பொய்யாக்குவதென்றும் அவர் உறுதி பூண்டார்.

அடுத்த ஆறு மாதங்கள், அவர் தீவிர மறுவாழ்வுப் பயிற்சிகளைத் தாக்குப்பிடித்தார். எழுந்து உட்காரவும், ஒரு சக்கரநாற்காலியைப் பயன்படுத்தவும் அவர் கற்றுக் கொண்டார். அவருக்கு மேற்கொள்ளப்பட்டப் பல அறுவை சிகிச்சைகள் பலனளிக்காமல் போனதால், அவருடைய கண்ணோட்டம் படிப்படியாக இருளடைந்தது. “என்னைப் பற்றி என்னவெல்லாம் எனக்குத் தெரியும் என்று நான் நினைத்திருந்தேனோ, அதுவும், என்னுடைய அடையாளமும் என்னிடமிருந்து பறிக்கப்பட்டிருந்தன,” என்று ரயன் கூறினார். இனி அவரால் செய்ய முடியாத விஷயங்களைப் பற்றி மட்டுமே அவர் நினைத்தார். அவருடைய விபத்துக்கு முன்பு, அவர் மிகவும் துடிப்பாகச் செயல்பட்டுக் கொண்டிருந்தார். கென்டோ தற்காப்புக் கலையைக் கற்றுத் தேர்ந்து அதற்கான போட்டிகளிலும் அவர் கலந்து கொண்டிருந்தார்; தன்னுடைய உயர்நிலைப் பள்ளியின் நெடுந்தூர ஓட்டப்பந்தய அணியின் தலைவராக அவர் இருந்திருந்தார்; பனிச்சறுக்கு விளையாட்டில் தொடர்ந்து ஈடுபட்டுக் கொண்டிருந்தார். இனி தன்னால் நடக்க முடியாவிட்டால் தன்னுடைய வாழ்க்கை எப்படி இருக்கும் என்ற கேள்வி அவருக்குள் எழுந்தது.

ரயன் இறுதியில் ஒருவழியாக அந்த மருத்துவமனையிலிருந்து வீடு திரும்பியபோது, அவர் மீண்டும் பள்ளிக்குச் சென்றார், மீண்டும் காரோட்டக் கற்றுக் கொண்டார், ஒரு வேலை தேடிக் கொண்டார். ஆனால், தான் இழந்திருந்தவற்றைப் பற்றி மட்டுமே அவரால் நினைக்க முடிந்தது. அவர் பல்வேறு வலி நிவாரணி மாத்திரைகளை உட்கொண்டார். அதன் விளைவாக, இரண்டு ஆண்டுகளாக அவர் மூளை மூடுபனியால் பாதிக்கப்பட்டார், போதைப் பொருட்களுக்கும் அடிமையானார். அவர் மருந்து மாத்திரைகளிலிருந்து விடுபடுவதற்குப் பல ஆண்டுகள் ஆயின. ஆனால், அவர் அவற்றிலிருந்து விடுபட்டவுடன், அவருடைய

மனம் தெளிவடைந்தது. தான் மீண்டும் தன்னுடைய பழைய நிலைக்குத் திரும்பியிருந்ததாக ரயன் உணர்ந்தார். தனக்கு விபத்து நேர்ந்த நேரத்திலிருந்து தனக்கு ஆதரவாக இருந்து வந்திருந்த தன்னுடைய நண்பர்களையும் குடும்பத்தினரையும் அவர் கவனிக்கத் தொடங்கினார். உயிரோடு இருப்பதற்குத் தான் எவ்வளவு அதிர்ஷ்டம் செய்திருக்க வேண்டும் என்பதை அவர் உணர்ந்தார். அவருடைய சூழ்நிலையில் உள்ள பெரும்பாலான மக்களுக்கு ஓர் இரண்டாவது வாய்ப்பு கிடைத்திருக்காது. ரயன் தன் படிப்பில் அதிக கவனம் செலுத்தினார். "நான் வாழ்க்கையை வாழப் போகிறேன் என்றால், அதை ஏன் நான் அரைகுறையாக வாழ வேண்டும்? என்னால் முடிந்த அளவு சிறப்பாக வாழ்ந்தால் என்ன?" என்று அவர் யோசித்தார்.

ஒரு நாள், ரயனின் நெருங்கிய நண்பரான மார்க், தன்னுடைய ஒரு பயணத்தில் கலந்து கொள்ளும்படி ரயனை அழைத்தார். அவர் ஓர் ஆவணப்படம் எடுத்துக் கொண்டிருந்தபோது, ஒரு பிரபலமான இசைக் குழுவினருடன் மார்க் பயணம் செய்து வந்திருந்தார். தொடக்கத்தில் ரயன் சற்றுத் தயங்கினார். விபத்து ஏற்பட்டதிலிருந்து அவர் எங்கும் பயணித்திருக்கவில்லை, ஆனால் மார்க்கின் யோசனை அவரை ஈர்த்தது. தன்னுடன் வரும்படி மார்க் அவரை வற்புறுத்தி இறுதியில் அவரைச் சம்மதிக்க வைத்தார். அந்தப் பயணம் ரயனின் கண்ணோட்டத்தை மாற்றியது. உலகத்தை, சாத்தியக்கூறுகளற்ற ஓர் இடமாகப் பார்ப்பதை விடுத்து, முடிவில்லாத சாத்தியக்கூறுகளைக் கொண்ட ஓர் இடமாக அவர் பார்க்கத் தொடங்கினார்.

ரயன் தன்னுடைய கண்ணோட்டத்தை மாற்றிக் கொண்டு, வருங்காலம் நோக்கித் தன் கவனத்தைத் திருப்பியவுடன், திடீரென்று, தன்னால் செய்ய முடிந்த அனைத்து விஷயங்களையும் அவர் பார்த்தார். அவருடைய விபத்துக்கு முன்பு, அவர் ஒரு மராத்தான் போட்டியில் கலந்து கொள்ள விரும்பியிருந்தார். ஆனால், அந்த விபத்துக்குப் பிறகு அது சாத்தியமில்லை என்று அவர் நினைத்தார். பின்னர், சக்கரநாற்காலிப் பந்தயம் பற்றியும், கை சைக்கிள் பந்தயம் பற்றியும் அவர் தெரிந்து கொண்டார். வெறும் மூன்று வார காலம் ஒரு பயிற்றுவிப்பாளருடன் இணைந்து பயிற்சி மேற்கொண்ட பிறகு, ஒரு மராத்தானில் கலந்து கொள்ளத் தான் தயாராக இருந்ததாக அவர் உணர்ந்தார். "அந்த யோசனை பைத்தியக்காரத்தனமாக இருந்தது, ஆனால் அந்தப் போட்டியை நான் வெற்றிகரமாக நிறைவு செய்தேன்! எனக்கு

அதற்கு நான்கு மணிநேரம் ஆயிற்று. நான் திணறினேன், ஆனாலும் அது என்னைப் பெரிதும் கவர்ந்தது," என்று ரயன் கூறினார்.

அவர் ஒரு புதிய வாய்ப்பைப் பயன்படுத்திக் கொண்ட ஒவ்வொரு முறையும், அதிக வலிமையானவராகவும் அதிகத் திறன் வாய்ந்தவராகவும் அவர் உணர்ந்தார். அவர் ஈடுபட்டு வெற்றி பெற்ற ஒவ்வொரு சவாலான காரியமும் அவருடைய சுயதிறன் விசுவாசத்தை அதிகரித்தது. தான் கற்றுக் கொண்டிருந்த விஷயங்களை அவர் தன் தொழிலில் செயல்படுத்திப் பார்க்க விரும்பினார். வலி நிவாரணி மாத்திரைகளுடனான அவருடைய எதிர்மறையான அனுபவத்தின் காரணமாக, அறிவியலை அடிப்படையாகக் கொண்ட ஒரு பாதுகாப்பான வழியில் மக்களுக்கு ஆற்றலையும் தெளிவையும் கொடுப்பதற்கான ஓர் இயற்கையான பொருளை அவர் உருவாக்க விரும்பினார். தன்னுடைய கல்லூரி நண்பரான கென்ட்டுடன் சேர்ந்து, நியூரோ என்ற நிறுவனத்தை ரயன் தொடங்கினார். புதினா, வைட்டமின்கள், மற்றும் சில மருந்துகளின் ஒரு கலவைப் பொருளை அந்நிறுவனம் தயாரித்தது.

அந்த மலைமீதிருந்து குதித்ததில் ரயனுக்கு எந்தப் பின்வருத்தமும் இல்லை. ஏனெனில், தன்னுடைய வாழ்க்கையையும் உலகத்தைப் பற்றிய தன்னுடைய கண்ணோட்டத்தையும் மீண்டும் கட்டியெழுப்பியதன் ஊடாக அவர் ஏராளமான விஷயங்களைக் கற்றுள்ளார். "நீங்கள் ஒரு முட்டுச்சந்தில் நின்று கொண்டிருப்பதுபோலவும், வாய்ப்புகள் அனைத்தும் மூடப்பட்டுவிட்டதுபோலவும் நீங்கள் உணர்ந்தால், ஒரு கணம் உங்களைச் சுற்றிலும் பாருங்கள் – அப்போது வேறு வாய்ப்புகளும் கதவுகளும் திறக்கும். முயற்சியை மட்டும் ஒருபோதும் கைவிடாதீர்கள்," என்று ரயன் கூறினார்.

தன் வாழ்வின் எந்தப் பகுதிகளைத் தன்னால் கட்டுப்படுத்த முடியுமோ அவற்றின்மீது அவர் கவனம் செலுத்தத் தீர்மானித்தபோது, அவருடைய மனப்போக்கு நல்லவிதமாக மாறியது. அவர் அவ்வப்போது அமெரிக்க மாற்றுத்திறனாளிகள் அணியுடன் சேர்ந்து பயிற்சி செய்கிறார், ஸ்கூபா டைவிங் கற்றுக் கொண்டார், உரிமம் பெற்ற ஒரு விமானியாக ஆவதற்கான முயற்சியில் ஈடுபட்டுள்ளார். அவர் தன்னுடைய தடைகளிலிருந்து மீண்டதோடு மட்டுமல்லாமல், அவருடைய குறைபாடுகள், உலகத்தை ஒரு புதிய வழியில் பார்ப்பதற்கு அவருக்கு உதவின, அவருக்கே தெரியாமல் அவரிடம் இருந்த வலிமையை அவருக்குக் கொடுத்தன.

பொறுப்பேற்றுக் கொள்ளுங்கள்

மீள்திறனையும் துணிச்சலையும் வளர்த்தெடுப்பது இந்தக் கட்டம்வரை நாம் மேற்கொண்டு வந்துள்ள முயற்சிகளின் சங்கமம் என்பதை நினைவில் கொள்ளுங்கள். வலிமையாக இருப்பதற்கான நம்முடைய திறனானது, சரியான எண்ணங்களைத் தேர்ந்தெடுத்தல், நம்முடைய உணர்ச்சிகளைப் பக்குவமாகக் கையாளுதல், தன்னம்பிக்கையை வளர்த்தெடுத்தல், மாற்றத்தை ஏற்றுக் கொள்ளுதல், பின்வருத்தங்களை விட்டுத்தள்ளுதல், மன அழுத்தத்தைக் கையாளுதல் ஆகியவற்றின் ஒரு நேரடி விளைவாகும். வாழ்க்கை நிகழ்வுகள் நம்முடைய கட்டுப்பாட்டிற்கு அப்பாற்பட்டு இருப்பதைப்போலத் தோன்றக்கூடும் என்றாலும், நாம் எவ்வாறு எதிர்வினையாற்றுகிறோம் என்பதைத் தேர்ந்தெடுப்பதற்கான வாய்ப்பு நமக்கு எப்போதும் இருக்கிறது: வலிமை, துணிச்சல், மற்றும் மீள்திறனைக் கொண்டு நாம் எதிர்வினையாற்ற வேண்டும்.

கொள்கை

உங்களுடைய கஷ்டங்களைப் பயன்படுத்தி உங்களுடைய உள்ளார்ந்த வலிமையை வளர்த்தெடுங்கள்.

செயல்முறை நடவடிக்கைகள்

- துணிச்சலையும் மீள்திறனையும் வளர்த்தெடுங்கள்.
  - உங்களுடைய உணர்ச்சிகளைப் பக்குவமாகக் கையாளுங்கள், உங்களுக்கு உத்வேகமூட்டும் எண்ணங்களைத் தேர்ந்தெடுங்கள்.
    - இந்நூலின் முதல் மூன்று அத்தியாயங்களில் கொடுக்கப்பட்டுள்ள கட்டமைப்புகளைப் பயன்படுத்தி, உங்களுடைய சூழ்நிலையைப் பற்றி நீங்கள் சிந்திக்கும் விதத்தையும் உணரும் விதத்தையும் மேம்படுத்துங்கள்.

- **முன்னோக்கிப் பார்ப்பதற்குப் பின்னோக்கிப் பாருங்கள்.**
    - கடந்தகாலத்தில் நீங்கள் எதிர்கொண்ட ஒரு சவாலைப் பற்றி நினைத்துப் பாருங்கள். அது என்ன சூழ்நிலையாக இருந்தது?
    - துணிச்சலை, மீள்திறனை, அல்லது வலிமையை வெளிப்படுத்திய எந்தக் காரியத்தை நீங்கள் செய்தீர்கள்?
    - அந்த நேரத்தில் உங்கள் மனநிலை எப்படி இருந்தது? என்ன எண்ணங்களும் உணர்ச்சிகளும் உங்களுக்குள் ஓடிக் கொண்டிருந்தன?
    - அந்தக் கடந்தகாலச் சூழ்நிலையிலிருந்து நீங்கள் எதை எடுத்து நிகழ்காலத்தில் பயன்படுத்தலாம்?

• **உங்கள்மீதான உங்கள் நம்பிக்கையை வலுப்படுத்துங்கள்.**

- உங்களுடைய உணர்ச்சிரீதியான வலிமையை வளர்த்தெடுப்பதற்கு இக்கணத்தில் உங்களால் என்ன நடவடிக்கை எடுக்க முடியும்? உடனே அதைச் செய்யுங்கள்.
- நீங்கள் வலிமையும் திறனும் கொண்டவர் என்பதை உங்களுக்கு நினைவுபடுத்த உதவக்கூடிய ஒரு சுயபிரகடனத்தைப் பயன்படுத்துவதைப் பற்றி யோசித்துப் பாருங்கள்.

• நீங்கள் உங்களுடைய மீள்திறனை வளர்த்தெடுக்க வேண்டியிருக்கும்போது, உயர்ந்த மீள்திறன் கொண்ட மக்கள் கடினமான காலகட்டங்களைச் சமாளித்து அவற்றிலிருந்து வெளிவருவதற்குத் தங்களுக்கு உதவக்கூடிய சில குறிப்பிட்ட விஷயங்களைச் செய்கின்றனர் என்பதை நினைவில் கொள்ளுங்கள்.

- **துன்பம் வாழ்வின் ஒரு பகுதி என்பதை ஏற்றுக் கொள்ளுங்கள்:** 'தவிர்க்கப்பட முடியாததோடு ஒத்துழைத்தல்' என்ற கோட்பாட்டைப்போலவே, வாழ்க்கை அவ்வப்போது சில 'கூக்ளி' பந்துகளை நம்மை நோக்கி எறியும் என்ற யோசனை நமக்குக் கலக்கம் ஏற்படுத்தாமல் பார்த்துக் கொள்வது எப்படி?
- **உங்கள் கவனத்தை எங்கே குவிப்பது என்பதைத் தேர்ந்தெடுங்கள்.** நமக்கு நிகழ்பவற்றை நம்மால் கட்டுப்படுத்த முடியாது, ஆனால் நம்முடைய

கவனத்தை நாம் எங்கே குவிக்கிறோம் என்பதை நம்மால் தேர்ந்தெடுக்க முடியும். நீங்கள் உங்கள் கவனத்தை எங்கே குவிப்பீர்கள் என்பதை இப்போது தீர்மானியுங்கள். உங்கள் கவனம் உங்கள் இலக்குகளின்மீதும் நீங்கள் மேற்கொள்ளக்கூடிய நடவடிக்கைகள்மீதும் குவிந்திருக்கட்டும்.

- **"நான் செய்து கொண்டிருக்கின்ற விஷயம் எனக்கு உதவிக் கொண்டிருக்கிறதா அல்லது எனக்குத் தீங்கு விளைவித்துக் கொண்டிருக்கிறதா?"** என்று உங்களிடம் நீங்கள் கேளுங்கள். நம்முடைய பயத்தையும் உணர்ச்சிகளையும் பற்றிய சிந்தனையில் நாம் மூழ்குவதால் பொதுவாக எந்தப் பயனும் விளைவதில்லை. வாழ்வில் கடினமான காலகட்டங்களின்போது, கவலைக்கு உதவாத நடவடிக்கைகளைக் கைவிட்டுவிட்டு முன்னோக்கி நகர்வதற்கு எந்தக் கருவிகளை உங்களால் பயன்படுத்த முடியும்?

பகுதி II

உங்கள் உறவுகளுக்குப் பொறுப்பேற்றுக் கொள்ளுங்கள்

நீங்கள் உங்களை ஒரு தனிமைவாதி என்று கருதினாலும் சரி, கலகலப்பானவர் என்று கருதினாலும் சரி, அல்லது அவை இரண்டுக்கும் இடைப்பட்ட ஏதோ ஒன்றாகக் கருதினாலும் சரி, உண்மையுடனும் மரியாதையுடனும் மக்களுடன் தொடர்பு ஏற்படுத்திக் கொள்வது நீங்கள் பெற்றிருக்க வேண்டிய மிக முக்கியமான திறமைகளில் ஒன்று. மைக்கேலும் நானும் எங்கள் வாழ்க்கையைப் பற்றிச் சிந்திக்கும்போது, வாழ்வின் சிறந்த பகுதிகள் உறவுகளை உள்ளடக்கியவை என்பதை நாங்கள் உணர்கிறோம்.

மக்களோடு நாம் உறவாடும் விதம் கலாச்சாரத்திற்குக் கலாச்சாரம் வேறுபட்டிருந்தாலும், பிறரோடு தொடர்பு ஏற்படுத்திக் கொள்வது இன்றியமையாதது என்பதில் நாம் எல்லோரும் உடன்படுகிறோம். நம்முடைய நெருக்கமான உறவுகளின் இயல்பு காலப்போக்கில் மாறுகிறது. முதலில், பள்ளியின் மூலமாகவோ அல்லது நாம் ஈடுபட்டுள்ள காரியங்களின் மூலமாகவோ நாம் சந்திக்கும் நபர்களுடன் நாம் சாதாரணமான நட்புறவுடன் தொடங்குகிறோம். நமக்கு வயது ஏற ஏற, நம்முடைய நெருக்கம் குறையக் குறைய, அந்தத் தொடர்புகள் மங்கி மறைந்துவிடுவதை நாம் காண்கிறோம். நம்முடைய வேலையின் மூலமாகச் சிலரை நாம் அறியக்கூடும். அர்த்தமுள்ள, நெடுங்காலம் நீடிக்கின்ற உறவுகளை நாம் வளர்த்தெடுக்கக்கூடும். நம்முடைய வாழ்வின் ஊடாக, நம்முடைய உறவுகள் பரிணாம வளர்ச்சி அடையவும் மாறவும் செய்கின்றன, ஆனால் அவற்றுக்கு எப்போதுமே முயற்சியும் கவனமும் தேவைப்படும்.

இப்பகுதியில், மற்றவர்களுடன் தொடர்பை வளர்த்துக் கொள்வதன் முக்கியத்துவம் பற்றியும், ஒரு வலிமையான உறவை வளர்த்தல் என்பதற்கு என்ன அர்த்தம் என்பதைப் பற்றியும் நாம் பேசவிருக்கிறோம். எந்தவோர் உறவுக்குமான (அது நம்முடைய சிறந்த நண்பனுடனானதாக இருந்தாலும்

சரி அல்லது ஒரு சக ஊழியருடனானதாக இருந்தாலும் சரி) அடித்தளமாக இருக்கின்ற நம்பிக்கையை வளர்த்தெடுப்பது எப்படி என்பதை நாம் ஆய்வு செய்வோம். அடுத்து, விமர்சனம் என்ற பயங்கரமான வார்த்தையை நாம் கையாள்வோம். நாம் கொடுத்துக் கொண்டிருந்தாலும் சரி அல்லது பெற்றுக் கொண்டிருந்தாலும் சரி, விமர்சனம் ஒருபோதும் குதூகலமளிப்பதில்லை. நாம் சில சூழ்நிலைகளை எடுத்துக்காட்டுகளாகக் கொண்டு, விமர்சனத்திற்கும் பின்னூட்டக்கருத்துக்கும் இடையேயான வேறுபாடுகளைப் பார்ப்போம். ஒவ்வோர் உறவும் பிணக்கத்தை அனுபவிக்கிறது. நம்மால் மற்றவர்களைக் கட்டுப்படுத்த முடியாது, ஆனால் நம்மை நம்மால் கட்டுப்படுத்த முடியும். கடினமான உரையாடல்களைச் சுலபமாகக் கையாள்வது எப்படி என்பதை நாம் கற்றுக் கொள்வோம். இறுதியாக, இன்னொருவருடைய கண்ணோட்டத்திலிருந்து பார்ப்பது எப்படி என்பதைப் பற்றி நாம் பேசுவோம்; புரிந்துணர்வை வளர்த்துக் கொள்வதற்கான நடைமுறை யோசனைகளை நாங்கள் கொடுக்கவிருக்கிறோம்.

நம்முடைய அகவாழ்க்கையை நம்முடைய கட்டுப்பாட்டில் எடுத்துக் கொள்ள நாம் கற்றுக் கொண்டவுடன், நம்முடைய உறவுகளின் விஷயத்திலும் அதை நாம் செய்தாக வேண்டும். நம்மை நாம் புரிந்து கொள்வதன் வாயிலாக மட்டுமே மற்றவர்களுடன் உண்மையோடு தொடர்பு ஏற்படுத்தவும், அவர்கள்மீது அக்கறை காட்டவும் நம்மால் முடியும். பரஸ்பரம் நன்மை பயக்கின்ற வலிமையான உறவுகளை வளர்த்தெடுப்பதன் மூலமாக மட்டுமே அர்த்தமுள்ள ஒரு வாழ்க்கையை நம்மால் வாழ முடியும்.

அத்தியாயம் 9

தொடர்பு ஏற்படுத்திக் கொள்ளுங்கள்

மற்றவர்கள் உங்களை விரும்ப வேண்டும் என்று நீங்கள் விரும்பினால், உண்மையான நட்புறவுகளை வளர்த்துக் கொள்ள நீங்கள் விரும்பினால், உங்களுக்கு நீங்கள் உதவிக் கொள்கின்ற அதே நேரத்தில் மற்றவர்களுக்கும் உதவ நீங்கள் விரும்பினால், இந்தக் கொள்கையை நினைவில் வைத்துக் கொள்ளுங்கள்: மற்றவர்கள்மீது உண்மையிலேயே ஆர்வம் கொள்ளுங்கள்.

– டேல் கார்னகி

'நண்பர்களை எளிதாகப் பெறுவதும் மக்களிடம் செல்வாக்குடன் விளங்குவதும் எப்படி' என்ற நூலை டேல் கார்னகி எழுதியதற்கு ஒரு காரணம் என்னவென்றால், வலிமையான உறவுகளை வளர்த்தெடுப்பது எப்படி என்பதை அறியாத ஏராளமானோரை அவர் சந்தித்தார். அந்தத் திறமை இல்லாததால் மக்களால் தங்களுடைய தொழில்வாழ்க்கையில் முன்னேற முடியவில்லை, தங்கள் குடும்பத்தினருடன் ஆரோக்கியமான உரையாடல்களில் ஈடுபட முடியவில்லை. மற்றவர்களுடன் சிறப்பாக உறவாடவும் பேசவும் முடிகின்ற மக்கள் அதிகச் செழிப்பான, அதிக முழுமையான, மற்றும் அதிக மகிழ்ச்சியான வாழ்க்கையை வாழ்வதை டேல் கார்னகி கண்டார். நம்முடைய நண்பர்கள், குடும்ப உறுப்பினர்கள், மற்றும் சக ஊழியர்களுடன் ஆழமான தொடர்பு கொண்டிருப்பதன் மதிப்பை டேல் கார்னகி முதன்முதலில் வலியுறுத்தியபோது உறவுகள் எவ்வளவு முக்கியமானவையாக இருந்தனவோ, இப்போதும் அவை அதே அளவு முக்கியமானவையாக இருக்கின்றன.

டேல் கார்னகி தன்னுடைய நூலில், "மக்களைக்

கையாள்வது ஒருவேளை நீங்கள் எதிர்கொள்கின்ற மிகப் பெரிய பிரச்சனையாக இருக்கக்கூடும், குறிப்பாக நீங்கள் ஒரு தொழிலை நடத்திக் கொண்டிருந்தால்," என்று குறிப்பிட்டுள்ளார். பொறியியல் போன்ற தொழில்நுட்பத் துறைகளில்கூட, ஒருவருடைய பொருளாதார வெற்றியில் சுமார் 15 சதவீதம் அவருடைய தொழில்நுட்ப அறிவால் வருகிறது என்றும், சுமார் 85 சதவீதம் மக்களை வழிநடத்துவதற்கான ஆளுமையாலும் திறனாலும் வருகிறது என்றும் ஒரு பிரபல ஆய்வு தெரிவித்ததைக் கார்னகி சுட்டிக்காட்டினார். தொழில்நுட்பத் திறமை முக்கியம் என்றாலும், "தொழில்நுட்ப அறிவோடு கூடவே, யோசனைகளை வெளிப்படுத்துவதற்கும், தலைமைத்துவத்தை ஏற்றுக் கொள்வதற்கும், மக்களிடையே உற்சாகத்தைத் தூண்டுவதற்குமான திறன் இருக்கின்ற ஒருவர் மிக உயர்ந்த சம்பாத்தியத் திறனைக் கொண்டிருப்பார்," என்று கார்னகி கூறினார். அவர் 1936-ல் குறிப்பிட்ட அந்த எதார்த்தம் இன்றும் உண்மையாக இருக்கிறது. அந்த ஆய்வு மேற்கொள்ளப்பட்டு ஒரு நூற்றாண்டு கடந்துவிட்டபோதிலும், மற்றவர்களுடன் சகஜமாகப் பழகுவது எப்போதும்போல இப்போதும் முக்கியமானதாக இருக்கிறது. நாம் வெற்றி பெற விரும்பினால், மற்றவர்களுடன் இணைந்து சிறப்பாக வேலை செய்வது எப்படி என்பதை நாம் கற்றுக் கொள்ள வேண்டும்.

ஓர் இரண்டு வயதுக் குழந்தை இன்னொரு குழந்தையுடன் விளையாடுவதை நீங்கள் எப்போதேனும் பார்த்திருந்தால், உறவுத் திறமைகள் கற்றுக் கொள்ளப்படுகின்றனவே அன்றி, சுவீகரிக்கப்படுவதில்லை என்பதை நீங்கள் அறிவீர்கள். வளர்ந்தவர்கள் என்ற முறையில், நாம் பெரும்பாலும் நம்முடைய உறவுகளைக் கண்டுகொள்வதில்லை. அவை தாமாகவே சிறப்பாக இருக்கும் என்று நாம் நினைத்துக் கொள்கிறோம். அதனால்தான், மக்களைக் கையாளும் கலையில் நாம் கைதேர்ந்தவர்களாக இருப்பதாக நாம் சுலபமாக நம்பிவிடுகிறோம். ஆனால் உண்மையில், உலகம் மிக வேகமாக மாறுகிறது; எனவே, மற்றவர்களுடன் நாம் தொடர்பு கொள்ளும் விதமும் அதற்கேற்ப மாற்றப்பட்டாக வேண்டும்.

எது ஓர் உறவை உருவாக்குகிறது என்பதைப் பற்றி நீங்கள் எப்போதேனும் யோசித்திருக்கிறீர்களா? எளிமையாகச் சொன்னால், இரண்டு நபர்கள் உணர்ச்சிரீதியாகவும், உளரீதியாகவும், சில நேரங்களில், குடும்ப உறவுரீதியாகவும் தொடர்பு கொள்கின்ற விதம் அது. மற்றவர்களுடன் நமக்கு இந்தத் தொடர்புகள் தேவை என்றாலும், தங்களால் தனியாகச்

செயல்பட முடியும் என்றும், மற்றவர்கள் தங்களுக்குத் தேவையில்லை என்றும், விஷயங்களைத் தாங்களே 'சொந்தமாகச் செய்து கொள்வதில்' தங்கள் வல்லவர்கள் என்றும் பலர் நினைக்கின்றனர். இது உண்மைக்கு மிகவும் அப்பாற்பட்டது.

ஹார்வர்டு பல்கலைக்கழகத்தைச் சேர்ந்த பேராசிரியர் ராபர்ட் வால்டிங்கர், மகிழ்ச்சி குறித்து மிக நீண்டகாலமாக நடத்தப்பட்டு வருகின்ற ஓர் ஆய்வின் தலைவராவார். அந்த ஆய்வை இப்போது வழிநடத்திக் கொண்டிருக்கின்ற ஹார்வர்டு குழுவினர், எது ஒரு மகிழ்ச்சியான வாழ்க்கையை உருவாக்குகிறது என்பதை ஆய்வு செய்கின்ற நான்காம் தலைமுறை அறிவியலறிஞர்கள் ஆவர். அவர்கள் மூன்று முக்கியமான விஷயங்களைக் கண்டுபிடித்துள்ளனர்.

முதலாவதாக, சமூகத் தொடர்புகள் நமக்கு நல்லவை. இதற்கு நேர்மாறாக, தனிமை கொல்கிறது. தங்கள் குடும்பத்தாருடனும் நண்பர்களுடனும் சமூகத்துடனும் அதிகமாகப் பிணைந்துள்ள மக்கள், அதிக மகிழ்ச்சியாகவும், அதிக ஆரோக்கியமாகவும், நீண்ட ஆயுள் கொண்டவர்களாகவும் இருக்கின்றனர் என்று அந்த ஆய்வு காட்டுகிறது. இரண்டாவதாக, நமக்கு எத்தனை நண்பர்கள் இருக்கின்றனர் என்பது அவ்வளவு முக்கியமல்ல, நம்முடைய நெருக்கமான உறவுகளின் தரம்தான் முக்கியம். இதமான உறவுகளுடன் வாழ்வது நன்மை பயக்கிறது, ஆனால் நிரந்தரமான சச்சரவில் வாழ்வது நம்முடைய உடல்நலத்திற்குத் தீங்கு விளைவிக்கிறது. மூன்றாவதாக, நல்ல உறவுகள் நம்முடைய உடல் ஆரோக்கியத்தை மட்டுமல்லாமல், நம்முடைய மூளை ஆரோக்கியத்தையும் பாதுகாக்கின்றன. பரஸ்பர நம்பிக்கையை உள்ளடக்கிய உறவுகளில் இருப்பவர்கள் அதிகக் கூர்மையான நினைவாற்றல் கொண்டிருப்பதாக அந்த ஆய்வு காட்டியுள்ளது. இந்த ஞானம் 'மலைகளைப்போலப் பழமையானது' என்று வால்டிங்கர் தன்னுடைய 'டெட்' சொற்பொழிவில் கூறியுள்ளார். அப்படியானால், அது ஏன் கடினமானதாக இருக்கிறது?

> *நாம் உண்மையில் ஓர் அவசரத் தீர்வை, அதாவது, நம்முடைய வாழ்க்கையை நல்லவிதமானதாக ஆக்கி அதை அப்படியே தக்கவைக்கின்ற ஒரு தீர்வை விரும்புகிறோம். உறவுகள் சிக்கலானவை, அவை குழப்பமானவை. குடும்பத்தினருடனும் நண்பர்களுடனும் இணக்கமான உறவுகளைக் கொண்டிருப்பதற்கு மேற்கொள்ளப்பட வேண்டிய கடினமான வேலை அவ்வளவு*

கவர்ச்சிகரமானதல்ல. மேலும், அது வாழ்நாள் முழுக்க நீடிக்கின்ற ஒரு வேலை. அது ஒருபோதும் முடிவுறுவதில்லை. ஒரு நல்ல வாழ்க்கையை வாழ்வதற்கு, செல்வம் மற்றும் உயர்ந்த சாதனைகளின் பின்னால் மட்டுமே தாங்கள் ஓட வேண்டும் என்ற நம்பிக்கையுடனேயே பெரும்பாலான இளைஞர்கள் தங்களுடைய வாழ்க்கையைத் தொடங்குகின்றனர். ஆனால், வாழ்வில் சிறந்து விளங்கிய மக்கள் எல்லோருமே தங்களுடைய குடும்பத்துடனும், நண்பர்களுடனும், சமூகத்துடனும் வலிமையான உறவுகளைக் கொண்டிருந்தவர்களே என்று இந்த எழுபத்தைந்து ஆண்டுகளின் ஊடான நம்முடைய ஆய்வு காட்டியுள்ளது.

நான் என்னுடைய வாழ்க்கையைப் பார்க்கும்போது, மிகுந்த தாக்கம் ஏற்படுத்திய மற்றும் மிக முக்கியமான தருணங்களில் உள்ள பொதுவான அம்சம் என்னுடைய உறவுகள்தாம் என்பதை நான் காண்கிறேன். என் வாழ்வில் உள்ள மக்கள் எனக்கு மகிழ்ச்சியையும் மன நிறைவையும் கொடுக்கின்றனர், நான் கற்றுக் கொள்ளவும் வளரவும் எனக்கு உதவுகின்றனர். நானும் அவர்களுக்கு அவற்றைச் செய்வேன் என்று நான் நம்புகிறேன். உறவுகளைப் 'பெற்றிருப்பது நல்லது' மட்டுமல்ல; வலிமையான உறவுகள், நாம் அதிக ஆரோக்கியமாகவும் நீண்ட ஆயுளோடும் வாழ நமக்கு உதவுகின்றன. வலிமையான சமூகப் பிணைப்புகளைக் கொண்டிருப்பவர்கள் அகால மரணம் அடைவதற்கான வாய்ப்பு 50 சதவீதம் குறைவாக இருப்பதாக 148 ஆய்வுகளின் முடிவுகள் உறுதிப்படுத்தியுள்ளன. நம்மீது அக்கறை காட்டுகின்ற நண்பர்கள், மன அழுத்தத்தின் விளைவுகளுக்கு எதிரான ஒரு பாதுகாப்பு அரணாகச் செயல்படுகின்றனர். மறுபுறம், தொடர்பு துண்டிக்கப்பட்டிருப்பதாகவும், சமூகரீதியான ஆதரவு இல்லாததுபோலவும் உணர்வது, உடல் ஆரோக்கியம் நலிவுறுவதற்கு வழிவகுக்கக்கூடும் என்று ஆராய்ச்சியாளர்கள் கண்டறிந்துள்ளனர். நம்முடைய மனரீதியான, உணர்ச்சிரீதியான, மற்றும் உடல்ரீதியான ஆரோக்கியத்திற்கு நமக்கு உறவுகள் தேவை.

மைக்கேலை இருபது ஆண்டுகளுக்கு மேலாக எனக்குத் தெரியும். எங்களுக்கு இடையேயான தொடர்பு, தொடக்கத்தில் வெறும் வியாபாரரீதியானதாக மட்டுமே இருந்தபோதிலும், நாங்கள் ஒரு வலிமையான நட்பை வளர்த்துக்கொண்டுள்ளோம். 1995-ல் நான் டேல் கார்னகி பயிற்சி வகுப்பில் கலந்து கொண்டு பயின்ற பிறகு, அதில் கற்றுக் கொடுக்கப்பட்டக் கொள்கைகள் பெரும் தாக்கம் விளைவிப்பவையாக இருந்தபோதிலும், நான் விரும்பிய அளவுக்கு நான் அவற்றைப் பயன்படுத்திக்

கொண்டிருக்கவில்லை என்பதை நான் கண்டேன். எனவே, நான் ஓர் அமைப்புமுறையை உருவாக்கி, அதை என்னுடைய தினசரி வழக்கங்களில் ஒன்றாகச் சேர்த்துக் கொண்டேன். ஒவ்வொரு நாளும், கடைபிடிப்பதற்கு ஒரு கொள்கையையும், மேற்கொள்வதற்கு ஒரு நடவடிக்கையையும், ஆழ்ந்து சிந்தித்துப் பார்ப்பதற்கு உத்வேகமூட்டும் ஒரு மேற்கோளையும் நான் தேர்ந்தெடுத்தேன். இந்த வழக்கத்தை அடிப்படையாகக் கொண்டு, இறுதியில், ஓராண்டுக்கான ஒரு தினசரி அட்டவணையை நான் உருவாக்கினேன்.

நான் இந்த அமைப்புமுறையைத் தனிப்பட்ட முறையில் ஒரு சில ஆண்டுகள் பயன்படுத்தியிருந்த நிலையில், டேல் கார்னகி பயிற்சி நிறுவனத்தைத் தொடர்பு கொண்டு என்னுடைய அட்டவணையைப் பற்றி அவர்களிடம் கூறுமாறு என் நண்பர் ஒருவர் பரிந்துரைத்தார். "டேல் கார்னகி பயிற்சி வகுப்பில் கலந்து கொள்ளும் பிற பங்கேற்பாளர்களுக்கு இது மதிப்பு வாய்ந்ததாக இருக்கக்கூடுமல்லவா?" என்று அவர் கேட்டார்.

"எனக்குத் தெரியவில்லை. அதைப் போன்ற பெரிய நிறுவனங்களில் யோசனைகளுக்குப் பஞ்சமிருக்காது. அவர்கள் ஏன் நான் கூறுவதைக் கேட்கப் போகிறார்கள்?" என்று நான் கூறினேன்.

"அது உனக்கு எப்படி உறுதியாகத் தெரியும்? இதில் நீ இழப்பதற்கு என்ன இருக்கிறது?" என்று என் நண்பர் கேட்டார். அதை எதிர்த்து என்னால் எதுவும் சொல்ல முடியவில்லை. டேல் கார்னகி பயிற்சி நிறுவனத்தின் தலைமை நிர்வாக அதிகாரியான ஆலிவர் குரோமுக்கு என்னுடைய கோட்பாட்டைச் சுருக்கமாக விவரித்து ஒரு கடிதம் எழுதி, மறுநாள் காலையில் அது அவருக்குக் கிடைக்கும் விதமாக ஃபெட்எக்ஸ் கூரியர் மூலம் நான் அதை அனுப்பி வைத்தேன். நான் ஒரு நாள் காத்திருந்துவிட்டு, பிறகு அவரைத் தொலைபேசியில் அழைத்தேன். "ஹலோ, டேல் கார்னகி பயிற்சி நிறுவனம்," என்று ஓர் இனிமையான குரல் பதிலளித்தது. நான் பதற்றமாக இருந்தேன். "நான் ஆலிவர் குரோமுடன் பேச விரும்புகிறேன்," என்று நான் அந்த வரவேற்பாளரிடம் கூறினேன். "ஒரு கணம் பொறுங்கள்," என்று அவர் கூறினார். அடுத்து என் காதில் விழுந்தது, "ஹலோ, ஆலிவர் குரோம்," என்று கூறிய ஒரு குரல்தான். அந்நிறுவனத்தின் தலைமை நிர்வாக அதிகாரியே என் அழைப்பை ஏற்றுப் பேசியது குறித்து நான் வியப்பின் உச்சிக்கே சென்றேன்.

தான் என்னுடைய கடிதத்தைப் படித்திருந்ததாகவும், என்னுடைய யோசனை தனக்குப் பிடித்திருந்ததாகவும் தெரிவித்த அவர், “நான் ஒரு சோதனை ஓட்டம் மேற்கொள்ள விரும்புகிறேன். இதை வழிநடத்துவதற்கான சரியான நபர் என்னிடம் உள்ளார். என் மகன் மைக்கேல், எங்களுடைய உயர்மட்ட அதிகாரிகளில் ஒருவர். நான் அவரோடு பேசப் போகிறேன். பிறகு நீங்களும் அவரும் சேர்ந்து வேலை செய்யலாம்,” என்று கூறினார். அதுதான் மைக்கேலுடனான என்னுடைய உறவின் தொடக்கமாகும்.

முதலில், மைக்கேல் ஒரு தொழில்முறையாளராகவும், ஆனால் அதிகம் பேசாதவராகவும் எனக்குத் தோன்றினார். வேலை தொடர்பாக மட்டுமே அவர் பேசினார். எங்களுடைய திட்டத்தை இரண்டு உரிமக் கிளைகளில் சோதித்துப் பார்ப்பதற்காக நாங்கள் இருவரும் இணைந்து செயல்பட்டோம். நான் மைக்கேலைப் பற்றி நன்றாகத் தெரிந்து கொள்ள ஆர்வமாக இருந்ததால், அவரிடம் கேள்விகள் கேட்கத் தொடங்கினேன். “மைக்கேல், உங்களைப் பற்றிச் சொல்லுங்கள். நீங்கள் வேலை செய்யாத நேரத்தில் எந்த மாதிரியான விஷயங்களைச் செய்ய விரும்புகிறீர்கள்?” என்று நான் கேட்டேன்.

“என் வேலைக்கு வெளியே எனக்கு மிகவும் முக்கியமான விஷயங்கள் என்னுடைய இறைநம்பிக்கையும், என் குடும்பமும், என் நண்பர்களும்தாம். நான் என்னுடைய தேவாலயத்திலும் சமூகத்திலும் மிகவும் துடிப்பாகச் செயல்பட்டுக் கொண்டிருக்கிறேன்.”

“அப்படியா? மேலும் சொல்லுங்கள்,” என்று நான் கேட்டேன். மைக்கேல் தன்னுடைய இறைநம்பிக்கையைப் பற்றியும், தான் ஒவ்வொரு நாளையும் ஆன்லைனில் பைபிள் வசனங்களைப் படிப்பதுடன் தொடங்கியது பற்றியும் பேசினார். பிறகு, தன்னுடைய மனைவி நான்சியைப் பற்றியும், தன்னுடைய இரண்டு இளம் குழந்தைகளான நிக்கோல் மற்றும் அலெக்ஸ் ஆகியோரைப் பற்றியும், டேல் கார்னகி நிறுவனத்தில் தான் சேர்ந்தது பற்றிய விபரங்களையும், அந்நிறுவனம் தனிநபர்கள்மீதும் நிறுவனங்கள்மீதும் ஏற்படுத்திக் கொண்டிருந்த தாக்கம் குறித்துத் தான் மிகவும் உற்சாகமாக இருந்தது பற்றியும் மைக்கேல் பேசினார். அவருடைய பேச்சை நான் கேட்டுக் கொண்டிருந்தபோது, எங்கள் இருவருக்கும் இடையே பல விஷயங்கள் பொதுவாக இருந்ததை நான் உணர்ந்தேன். எனக்கும் என்னுடைய இறைநம்பிக்கை முக்கியமானதாக இருந்தது, என்னுடைய

மனைவி முதன்முறையாகக் கருவுற்றிருந்தார், டேல் கார்னகி பயிற்சி வகுப்பு என்னுடைய வாழ்க்கையை மாற்றியிருந்தது. மைக்கேலை ஒரு தனிநபராகத் தெரிந்து கொண்டது அவரோடு சேர்ந்து வேலை செய்வதை அதிகக் குதூகலமானதாக ஆக்கியது.

எங்களுடைய சோதனை ஓட்டம் வெற்றியடைந்தபோதிலும், டேல் கார்னகி பயிற்சி நிறுவனம் அந்த நேரத்தில் அந்தப் பணித்திட்டத்தை அடுத்தக் கட்டத்திற்கு எடுத்துச் செல்லவில்லை. இரண்டு ஆண்டுகளுக்குப் பிறகு நான் என்னுடைய முதல் நிறுவனத்தைத் தொடங்கிய பிறகுதான், எங்களுடைய அந்த முதல் பணித்திட்டத்தை உலக அளவில் நாங்கள் நடைமுறைப்படுத்தத் தொடங்கினோம். மைக்கேலுக்கும், எங்களுடைய பணித்திட்டத்திற்கு இப்போது தலைமைப் பொறுப்பு ஏற்று அதை நடத்திக் கொண்டிருக்கின்ற இன்னொரு மூத்த அதிகாரிக்கும் பதவி உயர்வுகள் வழங்கப்பட்டிருந்தன. மைக்கேலும் நானும் தொடர்பில் இருந்தோம். நான் நியூயார்க்கிற்குப் பயணித்த நேரங்களிலும், டேல் கார்னகி பயிற்சி நிறுவனத்தின் வருடாந்திரக் கூட்டங்களிலும் நாங்கள் இருவரும் சந்தித்துக் கொண்டோம். நானும் அவரும் அவ்வப்போது பரஸ்பரம் ஒருவரையொருவர் தொலைபேசியில் அழைத்து நலம் விசாரித்தோம். நாங்கள் தொடர்பு கொண்ட ஒவ்வொரு முறையும், மைக்கேலைப் பற்றி நான் அதிகமாகத் தெரிந்து கொண்டேன். ஒரு வியாபார உறவாகத் தொடங்கியிருந்த ஒன்று, ஒரு நட்புறவாக மாறிக் கொண்டிருந்தது.

பல ஆண்டுகளுக்குப் பிறகு, டேல் கார்னகி பயிற்சி நிறுவனத்தின் அடுத்தத் தலைமை நிர்வாக அதிகாரிக்கான தேர்ந்தெடுப்புச் செயல்முறையில் அப்பதவிக்கு விண்ணப்பிக்க எனக்கு அழைப்பு விடுக்கப்பட்டபோது, மைக்கேல் அது பற்றி என்ன நினைத்தார் என்பதைத் தெரிந்து கொள்வதற்காக நான் அவரைத் தொலைபேசியில் அழைத்தேன். “இது ஒரு நல்ல யோசனையல்ல என்று நீங்கள் நினைத்தால், நான் இதைத் தொடர மாட்டேன். நீங்கள் என்ன நினைக்கிறீர்கள்?” என்று நான் கேட்டேன். “இது ஓர் அற்புதமான யோசனை,” என்று அவர் பதிலளித்தார். அந்தப் பணிநியமனச் செயல்முறையில் அவர் எனக்கு அறிவுறுத்தினார். நான் அவருடைய வழிகாட்டுதலைச் சார்ந்திருந்தேன்.

ஒரு வலிமையான உறவு நம்மிடமிருந்து நேரத்தை எதிர்பார்க்கிறது என்பதை மைக்கேலுடனான என்னுடைய நட்பின் மூலம் நான் கற்றுக் கொண்டுள்ளேன். ஒரு

வலிமையான உறவு தானாக நிகழ்வதில்லை; அந்த உறவு தழைப்பதற்கு நேரத்தையும் ஆற்றலையும் நீங்கள் அந்த உறவுக்குள் முதலீடு செய்ய வேண்டும். மைக்கேலும் நானும் பரஸ்பரம் ஒருவரையொருவர் நன்கு அறிந்து கொள்வதற்கு உண்மையிலேயே ஆர்வமாக இருந்தோம். எங்கள் இருவருடைய பொதுவான ஆர்வங்கள் மற்றும் விழுமியங்களின் மூலமாக நாங்கள் பரஸ்பர நம்பிக்கையையும் மரியாதையையும் வளர்த்துக் கொண்டோம்.

இதற்கு நேர்மாறாக, கடந்தகாலத்தில் நான் சேர்ந்து பணியாற்றியுள்ள நபர்களில் பலர், தங்களுடைய உறவாடல்களில் இயந்திரத்தனமாக இருக்கின்றனர். அவர்கள் உங்களுடன் தொழில்ரீதியான உறவு வைத்துக் கொள்ள விரும்புகின்றனர், ஆனால் அவர்களுக்கு உங்கள்மீது எந்த அக்கறையும் இல்லை. ஓர் உண்மையான தொடர்பை உருவாக்குவது என்றால், அடுத்தவரைப் பற்றித் தெரிந்து கொள்ள நாம் உண்மையிலேயே ஆர்வம் கொள்ள வேண்டும் என்று அர்த்தம். "அவரிடமிருந்து என்னால் என்ன கற்றுக் கொள்ள முடியும்? அவர் உண்மையிலேயே எது குறித்து அக்கறை கொண்டுள்ளார்? என்னால் அவருக்கு என்ன கொடுக்க முடியும்?" என்று உங்களிடம் கேட்டுக் கொள்ளுங்கள்.

நம்மைச் சுற்றி இருக்கும் மக்கள்மீது நாம் உண்மையிலேயே அக்கறை காட்டும்போது, நம்முடைய உறவாடல்களை நம்மால் உண்மையில் இரசிக்க முடியும். ஒரு விஷயத்தை நாங்கள் இங்குத் தெளிவுபடுத்த விரும்புகிறோம். நீங்கள் சந்திக்கின்ற ஒவ்வொருவருடனும் நீங்கள் ஒரு நட்புறவை ஏற்படுத்திக் கொள்ள வேண்டும் என்று நாங்கள் பரிந்துரைக்கவில்லை. ஒவ்வொருவருடனும் நீங்கள் ஓர் உறவை வளர்த்தெடுக்கத் தேவையில்லை. உண்மையில், அது உங்களுக்குப் பிடிக்காமல்கூட இருக்கலாம். எல்லோரும் உங்களுடைய இலக்குகளுடனும் விழுமியங்களுடனும் இசைவாக இருக்க மாட்டார்கள். உங்களுடைய நேரத்திற்கு எல்லோரும் தகுதியானவர்களும் அல்லர். யார் உங்களைச் சுற்றி இருக்க வேண்டும் என்பதை நீங்கள் கவனமாகத் தேர்ந்தெடுப்பது சரிதான். ஆனால், நீங்கள் தேர்ந்தெடுக்கும்போது, அந்த நபருடனான அந்த உறவை உங்கள் வாழ்வில் ஒரு முன்னுரிமையாக ஆக்கிக் கொள்ளுங்கள்.

ஒரு மீனால் எப்படித் தண்ணீரைப் பார்க்க முடியாதோ, அதேபோல, நம்பிக்கை இழப்பால் ஓர் உறவு முறிவது, நம்முடைய அன்புக்குரிய ஒருவரை ஒரு தீவிர நோய் தாக்குவது போன்ற ஒரு சவாலான சூழ்நிலை முளைக்கும்வரை நம்முடைய

உறவுகளின் முக்கியத்துவத்தை நாம் உணர்வதில்லை.

தான் வளர்ந்து பெரியவனாக ஆன பிறகு தன்னுடைய பெற்றோருடன் சேர்ந்து தான் வேலை செய்வோம் என்று ஆன்டி சின்ஸ்மைஸ்டர் எப்போதும் நினைத்து வந்திருந்தார், ஆனால் அவருடைய தந்தை பாபுக்குப் புற்றுநோய் இருந்தது கண்டுபிடிக்கப்பட்டபோது ஆன்டியின் கனவு அச்சுறுத்தலுக்கு உள்ளாகியது. அந்த நேரத்தில், பாப் ஒரு குழுவின் துணைத் தலைவராக இருந்தார், ஆன்டி அவரின் கீழ் வேலை செய்தார். தன்னுடைய தந்தையின் உடல்நிலையைப் பற்றி ஊழியர்களிடம் பேசி, அவர் அனுபவித்துக் கொண்டிருந்த இன்னல்களை அவர்கள் புரிந்து கொள்வதை அவர் உறுதி செய்ய விரும்பினார், ஆனால் பாப் முற்றிலும் வேறொன்றை விரும்பினார். அவர் பிறரிடமிருந்து மலர்க்கொத்துகளையோ அல்லது பச்சாதாபத்தையோ விரும்பவில்லை, யாரும் தன்மீது மிகையான அன்பைப் பொழிவதை அவர் விரும்பவில்லை. அவர் வழக்கம்போலத் தன் வேலையைக் கையாள விரும்பினார். அவர் யாருக்கும் ஒரு கவனச்சிதறலாக இருக்க விரும்பவில்லை. தன்னுடைய குழு இயல்பாக இயங்குவது அவருக்கு முக்கியமானதாக இருந்தது.

அந்நேரத்தில் இருபத்திரண்டு வயது இளைஞராக இருந்த ஆன்டி, தன்னுடைய தந்தையின் நோயை எவ்வாறு கையாள்வது என்பது தனக்குத் தெரியவில்லை என்பதுபோல உணர்ந்தார். அவருடைய வாழ்வின் கடினமான நேரங்களின்போது அவருடைய தந்தைதான் அவருக்கு எப்போதுமே ஆதரவாக இருந்திருந்தார். இப்போது ஆன்டி அதைத் தன் தந்தைக்குத் திருப்பிச் செய்ய விரும்பினார். முன்பு, அவர்களுடைய உறவு, பாரம்பரியமான பெற்றோர்-குழந்தை உறவாகவே இருந்து வந்திருந்தது. அந்தத் தொடர்புக்கான பெரும்பான்மைப் பொறுப்பைப் பெற்றோரே ஏற்றுக் கொண்டிருந்தனர். ஆனால் இப்போது, தன் தந்தையை இழக்கக்கூடிய சாத்தியக்கூறை ஆன்டி எதிர்கொண்டிருந்ததால், தன் தந்தை தனக்கு எவ்வளவு முக்கியமானவர் என்பதையும், தங்களுடைய உறவுக்குத் தான் அதிகப் பொறுப்பு ஏற்றுக் கொள்ள விரும்பியதையும் ஆன்டி உணர்ந்தார்.

ஒவ்வொரு நாளும், தன்னுடைய தந்தையுடன் ஒரு சிறு வழியில் தொடர்பு கொள்வதில் ஆன்டி கவனம் செலுத்தினார். “அப்பா, இன்று எப்படி இருக்கிறீர்கள்?”, “அப்பா, உங்கள் வாழ்வில் நிகழ்ந்த, ஆனால் நான் இதுவரை கேட்டிராத ஒரு கதையைச் சொல்லுங்கள்,” என்பன போன்ற கேள்விகளை அவர் தன் தந்தையிடம் கேட்டார். சில சமயங்களில்,

"என்னை வளர்ப்பது உங்களுக்கு எப்படி இருந்தது?" என்பது போன்ற கேள்விகளைக் கேட்டார். தாங்கள் இருவரும் சேர்ந்து செலவிடும் நேரம் மட்டுப்படுத்தப்பட்டிருக்கக்கூடும் என்பதை அவர் அறிந்திருந்ததால், தன் தந்தைக்கு ஏதேனும் ஆவதற்கு முன்பு ஆண்டி அவரைப் பற்றி அதிகமானவற்றைத் தெரிந்து கொள்ள விரும்பினார். "என் தந்தையுடனான உறவை வலிமைப்படுத்துவதென்று நான் தீர்மானித்தேன். சில நாட்கள், மற்ற நாட்களைவிட அவர் சிறப்பாக இயங்கினார். சில நாட்கள், அவர் பேச விரும்பினார். சில நாட்கள், நான் வெறுமனே அவரோடு இருப்பதை அவர் விரும்பினார்," என்று ஆண்டி கூறினார்.

பாப் இறுதியில் புற்றுநோயிலிருந்து மீண்டார். அவருக்கும் ஆண்டிக்கும் இடையேயான உறவு இப்போது அதிக வலிமையானதாக இருக்கிறது. "பொறுப்பேற்றுக் கொள்வதன் சக்தியை நான் முழுமையாக நம்புகிறேன். உங்களுடைய உள்ளார்ந்த போராட்டங்கள், உங்கள் உறவுகள், அல்லது நிகழ்ந்தாக வேண்டிய ஒரு மாற்றம் என்று எதுவாக இருந்தாலும் சரி – எல்லாமே முதல் அடியை எடுத்து வைப்பதிலிருந்துதான் தொடங்குகிறது. துணிச்சல்தான் அந்த முதலடி," என்று ஆண்டி கூறினார்.

ஓர் அற்புதமான உறவை வளர்த்தெடுப்பதற்கான ஐந்து வழிகள்

உறவுகளை வளர்த்தெடுத்தல் என்பது, நடைமுறையில் எப்படிக் கையாள்வது என்பது நமக்கு ஒருபோதும் தெரிந்திராத, தெளிவற்ற ஓர் இலக்கு. எங்களுடைய மிகவும் அர்த்தம் வாய்ந்த உறவுகளில் இருந்து வந்துள்ள காரணிகளைப் பற்றி மைக்கேலும் நானும் சிந்தித்துப் பார்த்து, அவற்றை ஐந்து அறிவுரைகளாகத் தொகுத்துள்ளோம். இந்த அணுகுமுறைகளில் ஒன்றே ஒன்றையோ அல்லது அதிகமானவற்றையோ கடைபிடிக்க நீங்கள் உங்களை அர்ப்பணித்துக் கொள்வது, மக்களை உண்மையிலேயே அறிந்து கொள்வதற்கும், அவர்கள் உங்களுக்கு முக்கியமானவர்கள் என்பதை அவர்களுக்குக் காட்டுவதற்கும் உங்களுக்கு உதவும்.

கனிவானவராக இருங்கள்: கனிவு என்பது அவ்வளவு அதிகமாக மதிப்பிடப்படாத ஒரு பண்புநலன். 'சயன்ஸ் ஆஃப் பீப்பிள்' என்ற தன்னுடைய மனித நடத்தை ஆராய்ச்சிக் கூடத்தில் ஒரு முன்னணி ஆய்வாளராக இருக்கின்ற வனெஸ்ஸா வேன் எட்வர்ட்ஸ்,

மனித நடத்தை குறித்து இரண்டு நூல்களை எழுதியுள்ளார். மிகவும் வசீகரமான மக்களிடம் கனிவும் திறமைகளும் ஒருங்கே அமைந்துள்ளன என்று வனெஸ்ஸா கூறுகிறார்.

உறவுகளை வளர்த்தெடுப்பதில், நீங்கள் நம்பகமானவர் என்பதைக் காட்டுவது மிக முக்கியமான ஓர் அம்சமாகும்.

கனிவாக இருத்தல் என்பதற்கு என்ன பொருள்? கனிவாக இருத்தல் என்றால் திறந்த மனத்துடனும் தோழமையாகவும் இருத்தல் என்று அர்த்தம். உறவுகளை வளர்த்தெடுப்பதன் முதல் படி இதுதான். உங்களுடைய உடல்மொழி, முகபாவனைகள், குரலின் தொனி ஆகியவற்றின் மூலம், நீங்கள் திறந்த மனம் படைத்தவர் என்பதை நீங்கள் வெளிக்காட்டலாம். ஒரு நபருடன் முதல் சில கணங்களில் நீங்கள் எப்படி உறவாடுகிறீர்கள் என்பதைப் பற்றிச் சிந்தித்துப் பாருங்கள். நீங்கள் புன்னகைக்கிறீர்களா? அவ்வப்போது தலையாட்டி, அவருடைய பேச்சை நீங்கள் கவனமாகக் கேட்டுக் கொண்டிருக்கிறீர்கள் என்பதற்கான அறிகுறிகளை நீங்கள் வெளிப்படுத்துகிறீர்களா? வியப்பையோ அல்லது ஆர்வத்தையோ வெளிப்படுத்தும் விதமாக நீங்கள் உங்களுடைய புருவங்களை உயர்த்துகிறீர்களா? கருத்துப் பரிமாற்றத்தில் 55 சதவீதம் பேச்சு சாராதது என்று ஆராய்ச்சிகள் காட்டியுள்ளன. எனவே, ஒரு சூழ்நிலையில் நம்மை நாம் எவ்வாறு வெளிப்படுத்துகிறோம் என்பது, நாம் சொல்கின்ற விஷயங்களைவிட அதிக முக்கியமானதாகும்.

காது கொடுத்துக் கேளுங்கள்: காது கொடுத்துக் கேட்டல் என்றால், ஒருவர் பேசும்போது குறுக்கே பேசாமல் இருத்தல் என்பது மட்டுமல்ல. சிறப்பாகக் காது கொடுத்துக் கேட்பதற்கு, அடுத்தவர்கள் என்ன சொல்லிக் கொண்டிருக்கிறார்கள் என்பதைக் கேட்பதற்கு நம்முடைய மனங்களைத் திறந்து வைத்திருக்க வேண்டும். அந்த நேரத்தில், அடுத்து நாம் என்ன சொல்லலாம் என்று நாம் திட்டமிட்டுக் கொண்டிருக்கக்கூடாது. அவர் கூறிய விஷயங்களை உள்வாங்கிக் கொண்டு, அவற்றின் அடிப்படையில் ஒரு தொடர் கேள்வியைக் கேளுங்கள். அடுத்தவர் பேசும்போது பொறுமையாக இருப்பதும் முக்கியம். அவர் சொல்லாமல் சொல்கின்ற விஷயத்தைப் புரிந்து கொண்டு, அவர் கேட்கத் தயங்குகின்ற ஆதரவை அவருக்குக் கொடுப்பது நீங்கள் சிறப்பாகக் காது கொடுத்துக் கேட்பதன் ஒரு முக்கியப் பகுதியாகும்.

டேல் கார்னகி கூறியதுபோல, ஒருமித்தக் கவனத்துடன் காது கொடுத்துக் கேட்பது நாம் ஒருவருக்குக் கொடுக்கக்கூடிய மிக உயர்ந்த பாராட்டுகளில் ஒன்று.

பொதுவான அம்சங்களைக் கண்டுபிடியுங்கள்: பொதுவான ஆர்வங்கள், பொழுதுபோக்குகள், வேலைகள், மற்றும் விழுமியங்களின் அடிப்படையில் மக்கள் மற்றவர்களுடன்

தொடர்புகளை வளர்க்கின்றனர். நாம் ஒருவரைத் தெரிந்து கொள்வதற்கான தொடக்க நிலைகளில் இருக்கும்போது, பொதுவான அம்சங்கள் மூலமாகத்தான் நம்மால் ஒருவரோடொருவர் தொடர்பு ஏற்படுத்த முடியும். பொதுவான அம்சங்களைக் கண்டுபிடிப்பது ஒரு புதிய உறவுக்கு மட்டுமே ஒதுக்கப்பட்டுள்ள ஓர் அணுகுமுறை அல்ல. இந்த உத்தியை, நம்முடைய உறவுகள் மங்கி மறையும்போது, அவற்றை மீண்டும் நம் வாழ்க்கைக்குள் கொண்டுவருவதற்கு நம்மால் பயன்படுத்த முடியும். நம்முடைய உறவுகளில் ஒரே நேரத்தில் பல பிரச்சனைகளை நாம் எதிர்கொண்டிருக்கும்போதும் அந்த அணுகுமுறையை நாம் பயன்படுத்தலாம். நாம் ஓர் உறவில் பிரச்சனைக்கு உள்ளாகியிருக்கும்போது, இன்னமும் அந்நபருக்கும் நமக்கும் இடையே பொதுவான என்ன விஷயங்கள் இருக்கின்றன என்றும், அவரோடு எவற்றில் நம்மால் உடன்பட முடியும் என்றும் நம்மை நாமே கேட்டுக் கொள்ள வேண்டும்.

உண்மையான அக்கறையை வெளிக்காட்டுங்கள்: உண்மையான அக்கறையை வெளிக்காட்டுதல் என்றால், “நீங்கள் எப்படி இருக்கிறீர்கள்?” என்ற வழக்கமான நல விசாரிப்புகளுக்கும் அப்பால் நாம் செல்ல வேண்டும் என்று அர்த்தம். நாம் ஒருவர்மீது உண்மையிலேயே அக்கறை கொண்டிருக்கும்போது, நாம் இருவரும், நம் வாழ்வில் நிகழ்ந்து கொண்டிருக்கின்ற எதுவொன்றைப் பற்றியும் வெளிப்படையாகப் பேசலாம் என்பதை நாம் தெளிவுபடுத்துகிறோம். நாம் இருவரும் சேர்ந்து கொண்டாடுவதற்கான விஷயங்களுக்கு நாம் எவ்வளவு இடம் ஒதுக்குகிறோமோ, அதே அளவு இடத்தை, கடினமான மற்றும் கனமான விஷயங்களுக்காகவும் நாம் ஒதுக்குகிறோம். ஆழமான கேள்விகளைக் கேட்டல், அந்நபருடன் நேரம் செலவிடுதல் போன்றவை உண்மையான அக்கறையை வெளிப்படுத்துகின்ற ஒரு சில நடவடிக்கைகளாகும்.

நேர்மையாகவும் உண்மையாகவும் பாராட்டுங்கள்: “நிரந்தரமான, தடுமாற்றமற்ற மனிதப் பசி ஒன்று உள்ளது. தான் முக்கியமானவர் என்ற உணர்வை அனுபவிப்பதற்கான ஆழ்விருப்பம், மனித இனத்திற்கும் விலங்குகளுக்கும் இடையான முக்கிய வேறுபாடுகளில் ஒன்று,” என்று டேல் கார்னகி கூறினார். பாராட்டுகளுக்கு மக்கள் ஏங்குகின்றனர். தாங்கள் முக்கியமானவர்கள் என்பதை அறிந்து கொள்ள அவர்கள் விரும்புகின்றனர். நீங்கள் அக்கறை கொண்டுள்ள மக்களிடம், அவர்கள் உங்கள் வாழ்வில் ஒரு வித்தியாசத்தை ஏற்படுத்துகின்றனர் என்பதைச் சொல்வதற்கு நீங்கள் நேரம் எடுத்துக் கொள்ளும்போது, அவர்களுடைய உள்ளார்ந்த மதிப்பை நீங்கள் உறுதிப்படுத்துகிறீர்கள்.

மைக்கேலின் நெருங்கிய நண்பர்களில் ஒருவரான எசீனியா ஆகீர், ஒரு பள்ளியில் பதினேழு ஆண்டுகளாக ஓர் ஆசிரியையாகப் பணியாற்றினார். இப்போது அவர் தன்னுடைய ஓய்வு நேரத்தில் ஓர் ஊபர் ஓட்டுநராக வேலை செய்கிறார். ஆனால் அவர் வெறுமனே ஓர் ஊபர் ஓட்டுநர் மட்டுமல்லர். ஒருவருடன் ஓர் உறவை வளர்த்தெடுப்பதற்கான ஐந்து வழிகளையும் பயன்படுத்துகின்ற ஒருவருக்கான ஓர் அழகான எடுத்துக்காட்டாகவும் அவர் திகழ்கிறார். தன் காரில் பயணிக்கின்றவர்களுக்கு ஊக்கமும் உற்சாகமும் வழங்குவதை அவர் தன் வேலையாக ஆக்கியுள்ளார். "என்னுடைய காரில் பயணிப்பவர்கள் என்னுடைய பார்வையாளர்கள் என்று நான் கருதிக் கொள்கிறேன். அவர்கள் எங்கும் ஓடிப் போகப் போவதில்லை. ஏனெனில், அவர்கள் தங்களுடைய அடுத்த இடத்திற்குப் போவதற்கு அவர்களுக்கு நான் தேவை. அவர்கள் என்னுடைய காரைவிட்டு இறங்கும்போது அவர்களை மகிழ்ச்சிப்படுத்த என்னால் என்ன செய்ய முடியும், அவர்களுக்கு என்னால் எவ்வாறு நம்பிக்கையூட்ட முடியும் என்று நான் யோசிக்கிறேன்," என்று எசீனியா கூறுகிறார்.

முதலில், அவர் அவர்களுடைய பெயரைச் சொல்லி அவர்களை வரவேற்கிறார். தங்கள் பெயரைக் கேட்டவுடனேயே பலர் ஆச்சரியப்படுவதை அவர் கவனிக்கிறார். அவர் ஒரு தோழமையான தொனியில் அதைச் சொல்வது அவர்களைக் கவர்வதையும் அவர் கவனிக்கிறார். அடுத்து, அவர் அவர்களைப் பாராட்டுகிறார். "பாராட்டப்படுவதை மக்கள் பெரிதும் விரும்புகின்றனர். அது மிக விரைவாக ஓர் உரையாடலைத் தொடங்கி வைக்கிறது."

சில நேரங்களில், அவருடைய பயணியர் அவர் ஒரு முன்னாள் ஆசிரியை என்பதைக் கண்டுகொண்டு, அவர் ஏன் இரவில் ஊபர் ஓட்டுநராக வேலை செய்கிறார் என்று அவரிடம் கேட்கின்றனர். அவர் அந்த வாய்ப்பைப் பயன்படுத்திக் கொண்டு தன்னுடைய கதையை அவர்களிடம் பகிர்ந்து கொள்கிறார்: அவருடைய தாயாரின் உடல்நலப் பிரச்சனைகளின் காரணமாக அவர் தன்னுடைய வேலையிலிருந்து விலகினார்; அவர் தன் தாயாரை முழு நேரமும் கவனித்துக் கொள்ள விரும்பினார். "அது இறுக்கத்தை மேலும் தளர்த்துகிறது. ஏனெனில், ஒரு நபர் தன்னுடைய பெற்றோருக்கு உதவுவதற்காகத் தன்னுடைய வாழ்க்கையையும், தன்னுடைய எதிர்காலத்தையும், தன் கனவுகளையும் தியாகம் செய்யத் தயாராக இருப்பதை அவர்கள் பார்க்கின்றனர். அந்த மாதிரியான விஷயம், மக்கள் தங்களுடைய தனிப்பட்ட

வாழ்க்கையைப் பற்றி அதிகமாகப் பேசும்படி செய்கிறது," என்று அவர் கூறுகிறார்.

ஒரு முறை, அவர் ஒரு ஹெட்ஜ் நிதி அதிகாரியைத் தன் காரில் ஏற்றிச் சென்றார். அந்த அதிகாரி எசீனியாவிடம் பேசியபோது, "என் வேலை சிறப்பாகப் போய்க் கொண்டிருக்கிறது, ஆனால் எனக்கென்று எந்த உறவும் இல்லை. வாழ்வில் எனக்கு எந்தப் பிடிப்பும் இல்லை. நான் மிகவும் அவலமான நிலையில் இருக்கிறேன். ஒரு கட்டடத்தின்மீதிருந்து கீழே குதித்து என் வாழ்க்கையை முடித்துக் கொண்டுவிடலாமா என்ற எண்ணம் எனக்கு அடிக்கடித் தோன்றுகிறது," என்று கூறியதை எசீனியா அமைதியாகச் செவிமடுத்தார்.

நாம் உயிரோடு இருக்கிறோம் என்றால், நம் வாழ்க்கைக்கு ஒரு நோக்கம் இருக்கிறது என்று அர்த்தம் என்று எசீனியா நம்புகிறார். அவர் அதை அந்த அதிகாரியிடமும் கூறிவிட்டு, "நாளை காலையில், நீங்கள் 'புனித ஜூட் குழந்தைகள் புற்றுநோய் மருத்துவமனைக்கு' நேரில் சென்று அக்குழந்தைகளைப் பாருங்கள். நீங்கள் உங்களைப் பற்றிய சிந்தனையிலிருந்து வெளியே வர வேண்டும்," என்று பரிந்துரைத்தார். எசீனியா கூறிய ஒவ்வொரு வார்த்தையையும் அந்த அதிகாரி கவனமாகக் கேட்டுவிட்டு, பிறகு ஒரு மெல்லிய குரலில், "மிக்க நன்றி! நான் மனநலச் சிகிச்சை கிடைக்கப் பெற்றதைப்போல உணர்கிறேன். என் மனம் இப்போது ஆசுவாசமடைந்துள்ளது," என்று கூறினார்.

இன்னொரு முறை, எசீனியா தன் காரில் அழைத்துச் சென்ற ஒரு நபர், அவர்கள் சந்தித்ததிலிருந்து ஒரு வாரத்திற்குப் பிறகு சிறையில் பத்து ஆண்டுகளைக் கழிக்கவிருந்தார். என்ன நிகழ்ந்தது என்று எசீனியா அவரிடம் கேட்டபோது, "நான்கு நாட்களுக்கு முன், போதைப் பொருட்களை விற்றதற்காக எனக்குக் குற்றத் தீர்ப்பு வழங்கப்பட்டது. நான் ஒரு விபத்துக்கு உள்ளாகி என் முதுகு பாதிக்கப்பட்டபோது, என் வலியை மறப்பதற்காக, என் நண்பன் ஒருவன் கொடுத்த வைக்கோடின் என்ற மாத்திரையை உட்கொண்டேன். விரைவில் நான் அதற்கு அடிமையானேன். பிறகு, நான் அதை விற்கவும் தொடங்கினேன். ஒன்று இன்னொன்றுக்கு இட்டுச் சென்றது. விரைவில் அது என் வாழ்க்கையாகிப் போனது. சிறிது காலத்திற்குப் பிறகு நான் திருந்த முயற்சித்தேன். ஆனால், என் வீட்டுத் தவணையும் கார் தவணையும் கட்டப்பட வேண்டியிருந்தன. போதைப் பொருள் விநியோகத்தை நான் நிறுத்திப் பார்த்தபோது, இந்தக் கடன்கள் என்னைத் திணறடித்தன. அதனால் ஏற்பட்ட அழுத்தம் என்னால்

தாங்கிக் கொள்ள முடியாததாக ஆயிற்று. நான் பல முறை அத்தொழிலைக் கைவிட முயன்றபோதிலும், நான் மீண்டும் மீண்டும் அதற்குள் விழுந்தேன்," என்று அந்நபர் கூறினார்.

அவர் கைது செய்யப்பட்ட நாளன்று காலையில், அவர் இவ்வாறு பிரார்த்தனை செய்தார்: "இறைவா, நான் போதைப் பொருட்களை விற்பதிலிருந்து முழுமையாக விடுபடுவதை உன்னால் மட்டுமே சாதியமாக்க முடியும். அதற்கு நீ எனக்கு உதவு." ஒரு விநோதமான வழியில் அவருடைய பிரார்த்தனை பலித்தது.

எசீனியா அவரிடம், "நீங்கள் சிறையில் எவ்வளவு காலத்தைக் கழித்தாலும் சரி, விடுதலையான பிறகு நீங்கள் கல்லூரிக்குச் சென்று படிப்பதன்மீது கவனம் செலுத்த வேண்டும், அடுத்து நீங்கள் என்ன செய்ய விரும்புகிறீர்கள் என்பதை நீங்கள் திட்டமிட வேண்டும்," என்று கூறினார்.

எசீனியா அவரை இறக்கிவிடுவதற்கு முன், அவரும் அந்தப் பயணியும் சேர்ந்து பிரார்த்தனை செய்தனர். பிறகு, எசீனியா தன்னுடைய அலைபேசி எண்ணை அவரிடம் பகிர்ந்து கொண்டு, அவருக்கு ஏதேனும் தேவைப்பட்டால் தன்னை அழைக்கும்படி அவரிடம் கூறினார். அதற்கு அந்நபர், "நீங்கள் என்னை எவ்வளவு தூரம் மூளைச்சலவை செய்திருக்கிறீர்கள் தெரியுமா? நீங்கள் பயங்கரமானவர்," என்று கூறினார். எசீனியாவின் பயணியரில் பலர் கூறுகின்ற ஒரு வசனம் அது. அதைக் கேட்கும் ஒவ்வொரு முறையும் எசீனியா சிரிப்பார். அவருடனான தொடர்பு அவருடைய பயணியரின் கண்களில் கண்ணீரை வரவழைக்கும்போது அவர்கள் மனம் நெகிழ்ந்து அவ்வாறு கூறுகின்றனர். பின்னாளில் அந்தச் சிறைவாசியின் தாயார் எசீனியாவைத் தொடர்பு கொண்டு, "நீங்கள் என் மகன்மீது காட்டிய இரக்கத்திற்கு மிக்க நன்றி," என்று கூறினார்.

எசீனியா தன்னுடைய பயணியருடனான ஒரு சாதாரண உரையாடலை அவர்களுடைய நாளின் ஓர் அசாதாரணமான பகுதியாக ஆக்கிவிடுகிறார். இவை தற்காலிகமான தொடர்புகள்போலத் தோன்றக்கூடும், ஆனால் எசீனியா தன்னுடன் ஒரே ஒரு முறை பயணித்தவர்களில் பலரை நண்பர்களாக ஆக்கிக் கொண்டுள்ளார். தொடர்புகளை உருவாக்குவதற்கு அவர் கையாள்கின்ற, உண்மையான அக்கறையுடனும் மனிதாபிமானத்துடனும்கூடிய அணுகுமுறைதான் அதற்குக் காரணம்.

ஒரு டிஜிட்டல் யுகத்தில் உறவுகள்

நாம் சுலபமான டிஜிட்டல் தொடர்பு யுகத்தில் வாழ்ந்து கொண்டிருக்கின்றபோதிலும், ஆழமான, தனிப்பட்ட உறவுகளைப் பேணி வளர்ப்பது அதிகக் கடினமாகியுள்ளது. "நமக்கு ஒரு நண்பர்கள் படை இருக்க வேண்டும் என்ற யோசனையைச் சமூக ஊடகம் நமக்குக் கொடுத்துள்ளது, ஆனால் எதார்த்தத்தில், நமக்கு அதிர்ஷ்டம் இருந்தால் நமக்கு ஓரிரு நல்ல நண்பர்கள் வாய்க்கின்றனர்," என்று நூலாசிரியர் பிரெனே பிரவுன் கூறுகிறார். 'z தலைமுறை' உறுப்பினர்கள் ஒரு நாளைக்கு ஒன்பது மணிநேரத்தைத் திரைகளில் கழிக்கின்றனர். அவர்கள் தங்களுடைய நண்பர்களைத் தொடர்பு கொள்வதற்குப் பயன்படுத்துகின்ற முதன்மையான வழிகள் குறுஞ்செய்திகள் மற்றும் சமூக ஊடகங்கள்தாம். சான்டியாகோ மாநிலப் பல்கலைக்கழகத்தில் ஓர் உளவியல் பேராசிரியராக இருக்கின்ற ஜீன் டுவென்ச் மேற்கொண்ட ஓர் ஆய்வின் முடிவு இவ்வாறு தெரிவித்தது: "1970களின் பிற்பகுதியில், பன்னிரண்டாம் வகுப்பு மாணவர்களில் 52 சதவீதத்தினர் தங்களுடைய நண்பர்களுடன் தினமும் ஒன்றுகூடினர். 2017 ஆம் ஆண்டுவாக்கில், வெறும் 28 சதவீதத்தினரே அவ்வாறு செய்தனர். 2010 ஆம் ஆண்டுக்குப் பிறகு அது கடும் வீழ்ச்சியடைந்தது. ஏனெனில், ஸ்மார்ட்ஃபோன்களின் பயன்பாடு அப்போது அதிகரிக்கத் தொடங்கியிருந்தது." 2012 ஆம் ஆண்டுக்குப் பிறகு, பருவ வயதினரிடையேயும் இளம் வயதினரிடையேயும் மனச்சோர்வு மற்றும் தனிமையின் விகிதங்கள் விண்ணைத் தொட்டன. அந்த விகிதங்கள் தொடர்ந்து அதிகரித்துக் கொண்டிருக்கின்றன. நேரில் பார்க்க முடியாத நிலையில் இருப்பவர்களுக்கு டிஜிட்டல் கருத்துப் பரிமாற்றம் ஒரு வரப்பிரசாதம்தான் என்றாலும், சமூக ஊடகங்கள், நேருக்கு நேர் உரையாடுவதற்கான ஒரு மாற்று அல்ல என்று ஆராய்ச்சிகள் காட்டுகின்றன.

ரே ஜியார்டினோ தன்னுடைய பிரசவம் முடிந்து சில நாட்களுக்குப் பிறகு, முற்றிலும் சோர்ந்து போயிருந்தபோதிலும்கூட, தொடர்புக்காக ஏங்கினார். "என் தோழிகளுடன் பேசுவது கடினமாக இருந்தது. ஏனெனில், என் மகளுக்குத் தாய்ப்பால் ஊட்டுவது, டயப்பர்களை மாற்றுவது, என்னையும் கவனித்துக் கொள்வது, கிடைத்த நேரத்தில் தூங்க முயற்சிப்பது போன்றவற்றை உள்ளடக்கிய ஒரு சுழற்சியில் நான் சிக்கிக் கொண்டிருந்ததுபோல நான் உணர்ந்தேன். நிஜமான உரையாடலுக்குத் தேவைப்பட்ட நேரமோ அல்லது ஆற்றலோ

என்னிடம் இல்லை என்பதுபோல நான் உணர்ந்தேன்," என்று ரே கூறினார். முன்பு சமூக ஊடகங்கள் அவரை ஒருபோதும் ஈர்த்திருக்கவில்லை, ஆனால் இப்போது அவர் அதற்குள் மெள்ள மெள்ள மூழ்கலானார். அதிகாலை நேரங்களில் தன் மகளுக்குப் பாலூட்டிக் கொண்டிருந்தபோதுகூடத் தான் சமூக ஊடகங்களில் மேய்ந்து கொண்டிருந்ததை அவர் உணர்ந்தார். அந்த அளவுக்கு அப்பழக்கம் அவரிடம் படிப்படியாக வேரூன்றியிருந்தது. அவர் தொடர்பில் இருந்தது போன்ற ஓர் உணர்வை அது அவருக்குக் கொடுத்தது. ஏனெனில், மற்றவர்கள் என்ன செய்து கொண்டிருந்தனர் என்பதைச் சமூக ஊடகங்கள் மூலம் அவரால் பார்க்க முடிந்தது.

"அது சில காலம் வேலை செய்தது. ஒரு நாள், திடீரென்று, நிஜ வாழ்வில் என்னுடைய கணவரைத் தவிர வேறு யாருடனும் ஒரு வாரத்திற்கும் மேலாக நான் பேசியிருக்கவில்லை என்பதை நான் உணர்ந்தேன். சமூக ஊடகம் வழியாக அவர் உணர்ந்த 'தொடர்பில் இருந்தது போன்ற உணர்வு' பொய்யானது என்பது அப்போதுதான் அவருக்கு உறைத்தது. "அது ஓர் ஒருவழிப் பாதை. நான் யாருடனும் நேரடியாகப் பேசிக் கொண்டிருக்கவில்லை. நான் வேறொருவருடைய பதிவுக்கு பதிலளித்திருந்தாலும், நான் உண்மையில் நலமாக இருந்தேனா இல்லையா என்பது யாருக்கும் தெரிந்திருக்கவில்லை," என்று அவர் கூறினார். அதைவிட மோசமான விஷயம் என்னவென்றால், அந்தப் பொய்யான தொடர்புணர்வு காரணமாக, அவர் தன்னுடைய உண்மையான நட்புகளை உதாசீனப்படுத்தியிருந்தார். ஃபேஸ்புக் செயலியைத் தன்னுடைய அலைபேசியிலிருந்து நீக்குவதென்று ரே தீர்மானித்தார். பிறகு, தான் வலிமைப்படுத்த விரும்பிய தொடர்புகளை அவர் ஒரு பட்டியலிட்டார். சமூக ஊடகத்தைப் பயன்படுத்துவதற்கான உந்துதல் அவருக்குள் தோன்றிய ஒவ்வொரு முறையும், அந்தப் பட்டியலில் இடம்பெற்றிருந்தவர்களில் யாரேனும் ஒருவருக்குத் தான் ஒரு குறுஞ்செய்தி அனுப்புவதென்று அவர் தீர்மானித்தார். இறுதியில், வாரத்திற்கு ஒரு முறையாவது தன்னுடைய தோழிகளை நேரில் சந்திப்பதற்கு அவர் திட்டமிட்டார். ஒரு வாரத்திற்குள், தன்னுடைய மனநிலையிலும் தன்னுடைய உறவுகளிலும் ஒரு வித்தியாசத்தை ரே உணர்ந்தார். மக்களுடன் அவர் உண்மையில் தொடர்பு கொண்டிருந்தார், தன்னுடைய உறவுகளின் வளர்ச்சிக்குப் பங்களித்துக் கொண்டிருந்தார். "தோழிகளுடன் நேரம் செலவிட்டது, சமூக ஊடகங்களில் நான் செலவிட்டிருக்கக்கூடிய எந்தவொரு நேரத்தையும்விட அதிக மதிப்பு வாய்ந்ததாக இருந்தது," என்று ரே கூறினார்.

பொறுப்பேற்றுக் கொள்ளுங்கள்

நம்முடைய உறவுகள் நம்முடைய வாழ்க்கையை அதிகச் செழிப்பானதாகவும் அதிக அர்த்தம் வாய்ந்ததாகவும் ஆக்குகின்றன. வாழ்வில் நம்முடைய மாபெரும் இலக்குகளை நாம் சாதிப்பதற்கு அவை நமக்கு உதவுகின்றன. நாம் அந்த உறவுகளை உண்மையான அக்கறையுடன் அணுகும்போது, நம்மைச் சுற்றி உள்ளவர்களுக்கு நன்மை பயக்கின்ற, மற்றும் நாம் கனவு காண்கின்ற வாழ்க்கையை வாழ்வதற்கு நமக்கு உதவுகின்ற உறவுகளை நம்மால் வளர்த்தெடுக்க முடியும். அந்த உறவுகளைப் பேணி வளர்ப்பதற்குத் தேவையான பிரக்ஞைபூர்வமான நடவடிக்கைகளை மேற்கொள்வதுதான் இங்கு முக்கியம்.

கொள்கை

மக்களை ஒரு முன்னுரிமையாக ஆக்கிக் கொள்ளுங்கள்.

செயல்முறை நடவடிக்கைகள்

- **கணக்கெடுங்கள்**: நீங்கள் மிகவும் நேசிக்கின்ற ஐந்து நபர்களைப் பற்றிச் சிந்தியுங்கள். அவர்களுடனான உங்கள் உறவு நீங்கள் விரும்பும் அளவுக்கு வலிமையானதாக இருக்கிறதா? ஏன் அல்லது ஏன் இல்லை?
  - அந்த உறவுகள் உங்களுக்கு இல்லாவிட்டால் உங்கள் வாழ்க்கை எப்படி இருக்கும் என்று நீங்கள் நினைக்கிறீர்கள்?
- நீங்கள் மிகவும் நேசிக்கின்ற அந்த ஐந்து நபர்களுடனான உங்கள் உறவை வலுப்படுத்துவதற்கு நீங்கள் செய்யக்கூடிய ஒரு காரியம் எது? பின்வருவனவற்றைக் கருத்தில் கொள்ளுங்கள்:
  - **வெளிப்படையாகப் பாராட்டுங்கள்**: அவர்கள் உங்களுக்கு எவ்வளவு முக்கியமானவர்கள் என்பதை அவர்களுக்குத் தெரியப்படுத்த உங்களால் என்ன

சொல்ல முடியும் அல்லது என்ன செய்ய முடியும்?

- **பொதுவான அம்சங்களைக் கண்டுபிடியுங்கள்.** அந்தப் பொதுவான அம்சங்களின் வாயிலாக அவர்களுடன் தொடர்புகளை வளர்த்துக் கொள்ளுங்கள்.
- **இனிமையானவராக இருங்கள்.**
- **உண்மையான அக்கறையை வெளிப்படுத்துங்கள்.** நீங்கள் அவர்கள்மீது அக்கறை கொண்டுள்ளீர்கள் என்பதை உங்களால் எவ்வாறு அவர்களுக்கு வெளிப்படுத்த முடியும்? அது குறித்து இன்று உங்களால் என்ன நடவடிக்கைகள் எடுக்க முடியும்?
- **காது கொடுத்துக் கேளுங்கள்.** அவர்களிடம் கடைசியாக எப்போது நீங்கள் நலம் விசாரித்தீர்கள் என்பது பற்றிச் சிந்தித்துப் பாருங்கள். எல்லோருமே கடினமான காலகட்டங்களை அனுபவிக்கின்றனர். அவர்கள் தங்களுடைய வாழ்க்கையைப் பற்றிப் பேசுவதைப் பொறுமையாகக் காது கொடுத்துக் கேளுங்கள்.

• வலிமையான உறவுகளை வளர்த்தெடுப்பதற்கு அன்றாட அடிப்படையில் உங்களால் என்ன நடவடிக்கைகள் மேற்கொள்ள முடியும்? அவற்றை உங்களுடைய தினசரி வழக்கங்களில் சேர்த்துக் கொள்ளுங்கள்.

அத்தியாயம் 10

நம்பிக்கையை உருவாக்குங்கள்

உங்களுடைய நற்பெயரைவிட உங்கள் நடத்தையின்மீது அதிக அக்கறை கொண்டிருங்கள். ஏனெனில், உங்கள் நடத்தைதான் நீங்கள். உங்கள் நற்பெயர் என்பது நீங்கள் யாரென்று மற்றவர்கள் நினைக்கிறார்களோ அது மட்டுமே.

– டேல் கார்னகி

'டேல் கார்னகி ஜெர்மனி' பயிற்சி நிறுவனத்தில் ஒரு முதன்மைப் பயிற்றுவிப்பாளராக இருக்கின்ற மிரியம், தான் நடத்திக் கொண்டிருந்த இரண்டு-நாள் பொதுப் பயிற்சியின் இரண்டாம் நாள் பயிற்சியில் கலந்து கொள்வதற்காகத் திரும்பி வந்து கொண்டிருந்த பங்கேற்பாளர்களைக் கண்டபோது, அவருடைய மனத்தில் உற்சாகம் பொங்கி வழிந்தது. "வாருங்கள்!" என்று ஒரு பெரிய புன்னகையுடன் அவர் கூறினார். "இன்னும் ஒரு கணத்தில், நீங்கள் ஒவ்வொருவராக எழுந்து, நேற்றைய வகுப்பில் நாம் கற்றுக் கொண்ட, மனித உறவுகள் குறித்தக் கொள்கைகளில் ஒன்றை நீங்கள் நேற்றுச் செயல்படுத்தியபோது என்ன நிகழ்ந்தது என்பதைப் பற்றி ஓர் இரண்டு நிமிடங்கள் பேசப் போகிறீர்கள். யாருக்கேனும் ஏதேனும் சந்தேகம் இருக்கிறதா?" யாரும் கை தூக்காததைக் கண்ட மிரியம், முதல் பங்கேற்பாளரை அழைத்து, அந்த அறையின் முன்னால் வந்து நிற்கும்படி அவரிடம் கூறினார். அந்நபர், முந்தைய நாள் தனக்குக் கிடைத்திருந்த அனுபவத்தை எல்லோர் முன்னிலையிலும் பகிர்ந்து கொண்டார்.

ஒவ்வொருவராக எழுந்து முன்னால் சென்று உரையாற்றிவிட்டு, பலத்தக் கரவொலிக்கு நடுவே தங்கள் இருக்கைக்குத் திரும்பினர். ஓர் அரை மணி நேரம் கழித்து, அந்த அறையின் பின்பக்கத்தில் ஒரு மூலையில் அமைதியாக

உட்கார்ந்திருந்த ஒரு பெண்ணைத் தவிர, மற்ற எல்லோரும் பேசியிருந்தனர். மிரியம் அந்தப் பெண்ணை அழைத்தபோது, அவர் எழுந்து நிற்க மறுத்தார். "என்னை மன்னியுங்கள். என்னால் இதைச் செய்ய முடியாது. மற்றவர்களின் முன்னால் நின்று பேசுவதற்கான துணிச்சல் எனக்கு இல்லை," என்று அப்பெண் கூறினார். அதைக் கேட்ட மிரியம், தன் மனத்திற்குள், 'நான் அவருடைய விருப்பத்தை மதிக்க விரும்புகிறேன், ஆனால் இது அவர் வளர்வதற்கான ஒரு வாய்ப்பாக இருக்கக்கூடுமோ என்று எனக்குத் தோன்றுகிறது,' என்று நினைத்தார். அந்தப் பெண்ணுக்குத் தன்மீதும் நம்பிக்கை இருக்கவில்லை, அந்த அறையில் இருந்தவர்கள்மீதும் நம்பிக்கை இருக்கவில்லை; எனவே, தான் பாதுகாப்பாக இல்லை என்பதுபோல அவர் உணர்ந்தார் என்பதைப் புரிந்து கொண்ட மிரியம், அவரிடம், "நாம் இப்படிச் செய்தால் என்ன? நீங்கள் உங்கள் இருக்கையில் அமர்ந்தபடியே, நான் கேட்கும் ஒரு சில கேள்விகளுக்கு மட்டும் விடையளிக்க முடியுமா? உங்களுக்கு விருப்பமில்லை என்றால் நாம் இதைச் செய்யத் தேவையில்லை," என்று கூறினார்.

அப்பெண் சிறிது தயக்கத்தோடு, "என்னால் அதைச் செய்ய முடியும் என்று நான் நினைக்கிறேன்," என்று பதிலளித்தார். மிரியம் மென்மையாகச் சில கேள்விகளை ஒவ்வொன்றாகக் கேட்டார். அப்பெண் அவற்றுக்கு அமைதியாக பதிலளித்தார். அந்த 'நேர்காணல் பேச்சு' முடிந்த பிறகு, அப்பெண்ணின் சக பங்கேற்பாளர்கள் பலமாகக் கைதட்டி ஆரவாரம் செய்து அவருக்குத் தங்கள் ஆதரவை வெளிப்படுத்தினர்.

அன்றைய நாளின் முடிவில், பங்கேற்பாளர்கள் எல்லோரும் இன்னொரு சிறு சொற்பொழிவு நிகழ்த்துவதற்கான வேளை வந்தது. ஒவ்வொருவராக எழுந்து முன்னால் வந்து நின்று, அந்தப் பயிற்சி வகுப்பில் தாங்கள் கற்றுக் கொண்டிருந்த ஓர் உள்நோக்கை மற்றவர்களுடன் பகிர்ந்து கொண்டனர். அக்கணத்தை எங்களிடம் நினைவுகூர்ந்த மிரியம், "இம்முறை அப்பெண் எழுந்து வந்து பேசுவாரா என்பதைப் பார்க்க நான் ஆர்வமாக இருந்தேன். நான் அவரைத் தர்மசங்கடப்படுத்தி அவருடைய நம்பிக்கையைத் தகர்த்தெறிய விரும்பவில்லை. அதில் நான் எச்சரிக்கையாக இருந்தேன்," என்று கூறினார்.

அந்தப் பெண்ணின் முறை வந்தபோது, அவரிடம் அன்று தான் கண்டிருந்த அனைத்து விஷயங்களுக்காகவும் மிரியம் அவரைப் பாராட்டித் தன்னுடைய அங்கீகாரத்தை வெளிப்படுத்தினார். பங்கேற்பாளர்கள் எல்லோரும் மீண்டும் உற்சாகமாகக் கைதட்டினர். அந்தப் பெண் அங்கிருந்த அனைவரின் முகங்களையும் பார்த்துவிட்டு, ஒரு கணம்

தயங்கிவிட்டு, அந்த அறையின் முன்னால் சென்று நின்றார். பிறகு அவர் பேசத் தொடங்கினார். "இன்று காலையில், நான் இந்த அறையைவிட்டுக் கிட்டத்தட்ட ஓடவிருந்தேன். ஏனெனில், உங்கள் எல்லோரின் முன்னிலையிலும் நின்று பேசுவதை என்னால் கற்பனை செய்துகூடப் பார்க்க முடியவில்லை. நான் உயர்நிலைப் பள்ளியில் படித்துக் கொண்டிருந்தபோது, நான் கருவுற்றேன். சக மாணவர்களால் நான் துன்புறுத்தப்பட்டேன். அவர்கள் என்னை எடைபோட்டனர். அது என் நினைவைவிட்டு அகலவில்லை. நான் யாருடனும் இருக்க விரும்பவில்லை, குறிப்பாக ஒரு பெரிய குழுவின் முன்னால் நின்று பேசுவதை நான் சிறிதுகூட விரும்பவில்லை. உண்மையைச் சொல்ல வேண்டுமென்றால், இப்போதும் பயத்தில் நான் உள்ளூர நடுங்கிக் கொண்டிருக்கிறேன். ஆனால், நான் இப்போது நன்றியுணர்வு கொண்டுள்ளேன். நான் உங்கள் எல்லோருக்கும் நன்றி கூற விரும்புகிறேன். ஏனெனில், என் வாழ்வில் முதல் முறையாக, துணிச்சலாக இருப்பதற்கான வாய்ப்பு எனக்கு இன்று கிடைத்துள்ளது." அவர் பேசி முடித்தவுடன், அவருடைய சக பங்கேற்பாளர்கள் எழுந்து நின்று கைதட்டி அவரைப் பாராட்டினர்.

முன்பு தான் அப்பெண்ணைக் கட்டாயப்படுத்தியிருந்தால், அவரால் நம்பிக்கையை உருவாக்கியிருக்க முடியாது, தானாகவே முன்வந்து இப்படிப் பேசியிருக்க முடியாது என்பதை மிரியம் உணர்ந்தார். தான் அந்த அறையில் பாதுகாப்பாகத்தான் இருந்தோம், தான் வெற்றி பெற வேண்டும் என்று எல்லோரும் விரும்பினர் என்பதை அப்பெண் உணர்ந்து கொள்வதற்கு மிரியம் அவருக்கு உதவ வேண்டியிருந்தது. "மக்களின் எல்லைகளை மதிப்பது ஏன் முக்கியம் என்பதை இந்த முக்கியமான அனுபவம் எனக்கு நினைவுபடுத்தியது. ஒவ்வொருவரும் ஒரு குறிப்பிட்ட விதத்தில் நடந்து கொள்வதற்கு அவர்களுக்கென்று தனிப்பட்டக் காரணங்கள் இருக்கின்றன. அவர்களை எடைபோடுவதற்கு நான் யார்? நான் விரும்புவதெல்லாம், அவர்கள் தங்களுடைய ஆற்றலைக் கண்டுகொண்டு, அதைக் கட்டவிழ்த்துவிட வேண்டும் என்பதுதான். நம்பிக்கையை வளர்த்தெடுப்பதன் மூலம் என்னால் அதற்கு ஆதரவு வழங்க முடியும் என்பதை நான் கற்றுக் கொண்டேன்," என்று மிரியம் கூறினார்.

நம்பிக்கையைப் பற்றிப் பல்வேறு வழிகளில் சிந்திக்க முடியும் என்றாலும், மைக்கேலும் நானும் இப்படி நினைக்கிறோம்: நம்பிக்கை என்பது ஒரு நபரோ அல்லது ஒரு விஷயமோ

நம்பகமானது என்ற ஓர் உறுதியான உணர்வாகும். நாம் நம்மீதும், இன்னொரு நபர்மீதும், அல்லது ஒரு பொருள்மீதும் (எ.கா. ஒரு கார், ஒரு கணினி, அல்லது ஒரு சாதனம்) நம்பிக்கை வைக்கும்போது, அந்நபருடைய அல்லது அப்பொருளுடைய பண்பு, திறன், வலிமை, மற்றும் உண்மையை நம்மால் நம்ப முடியும் என்று நாம் உணர்கிறோம். நம்பிக்கைதான் அனைத்து நேர்மறையான உறவுகளின் அடித்தளமாகும். மற்றவர்களுடைய நம்பிக்கையைப் பெறுவதற்கான நம்முடைய திறன், நம்முடைய அலுவலகத்திலும், நம்முடைய வீட்டிலும், விளையாட்டுக் குழுக்களிலும், உலகம் முழுவதிலுமுள்ள உறவுகளிலும் தன்னுடைய மாயாஜாலத்தை நிகழ்த்துகிறது. அது பன்முகத்தன்மையுடையது, தொட்டுணரப்பட முடியாதது, வரையறுப்பதற்குக் கடினமானது, ஆனால் நாம் வளர்த்தெடுக்கின்ற ஒவ்வோர் உறவுக்கும் அது இன்றியமையாதது.

இன்னொருவருடன் நாம் மேற்கொள்கின்ற ஒவ்வோர் உரையாடலும் அல்லது கருத்துப் பரிமாற்றமும், சிறிதளவு ஆபத்தையும் வெகுமதியையும் உள்ளடக்கியுள்ளது. மனிதகுலத்தின் இருத்தலுக்கும் பாதுகாப்புக்கும் சுயபேணலுக்கும் நம்பிக்கை அவசியமாகிறது. புகழ்பெற்ற வளர்ச்சி உளவியலாளரான எரிக் எரிக்சன், நம்பிக்கையை, "ஆணவத்தின் முதல் வேலை" என்று அழைத்தார். நம்மைச் சுற்றிலும் உள்ளவர்கள்மீது நம்பிக்கை கொள்வதற்கான திறன்தான் உலகில் உறவுகளை உருவாக்குவதற்கும் செயல்படுவதற்குமான அடித்தளம் என்று அவர் எழுதினார். மனிதகுலம் தோன்றிய காலத்திலிருந்தே, ஒருவர் நமக்குத் தீங்கு விளைவிக்கப் போகிறாரா அல்லது நமக்கு உதவப் போகிறாரா என்பதை நாம் சீர்தூக்கிப் பார்க்க வேண்டியிருந்து வந்துள்ளது. அதனால்தான், டேல் கார்னகியின் கொள்கைகள், நம்பிக்கையை வளர்த்தெடுப்பதன்மீதும், அடுத்தவருடைய கண்ணியத்தை மதிப்பதன்மீதும் மிகுந்த கவனம் செலுத்துகின்றன.

ஒரு விஷயத்தை நாம் தெளிவாகப் புரிந்து கொள்ள வேண்டும்: நாம் நம்பாதவர்களுடனும் உறவில் இருப்பது சாத்தியம்தான். ஒவ்வோர் உறவும் செயல்படுவதற்கு நம்பிக்கை முக்கியமானதல்ல, ஆனால் அந்த உறவு தழைப்பதற்கு அது தேவை. மைக்கேலும் நானும், நாங்கள் நம்பாத மக்களுடன் இணைந்து வேலை செய்துள்ளோம். அந்த நேரத்தில் அது தேவையாக இருந்தது – எல்லா நேரத்திலும் நம்முடைய சக ஊழியர்களை நம்மால் தேர்ந்தெடுக்க முடிவதில்லை. அச்சூழ்நிலை எங்களுக்குப் பிடிக்கவில்லை என்பதை நாங்கள்

இருவருமே ஒப்புக் கொள்வோம், ஆனால் அவை வேலையை மையமாகக் கொண்டு அமைந்திருந்த தொழில்ரீதியான உறவுகள் மட்டுமே. பரஸ்பர நன்மை பயக்கின்ற, உயிர் கொடுக்கின்ற உறவுகளுக்கு, நம்பிக்கைதான் அடித்தளமாகும்.

சில நேரங்களில், மற்றவர்களை நம்மால் எளிதில் நம்ப முடிவதில்லை. ஏனெனில், கடந்தகாலத்தில் நாம் மனத்தளவில் காயப்பட்டுள்ளோம். குறிப்பாக, ஆழமான மனக்காயமும் வேதனையும் மற்றவர்களுக்கும் நமக்கும் இடையே தடுப்புச் சுவர்களை எழுப்பி, அவர்களை நம்மிடமிருந்து தள்ளி வைத்துவிடும். அது ஒரு தீர்வுபோலத் தோன்றக்கூடும் என்றாலும், மக்கள் நம்மை நெருங்க அவர்களை அனுமதிக்க நாம் கற்றுக் கொள்ளாவிட்டால், நாம் நமக்கோ அல்லது மற்றவர்களுக்கோ எந்த நன்மையும் செய்வதில்லை. நாம் துணிந்து செயல்பட்டாக வேண்டும்.

எங்களுடைய டேல் கார்னகி பயிற்சி வகுப்புகளில், நாங்கள் நம்பிக்கைச் சமன்பாட்டைப் பயன்படுத்துகிறோம். இதுதான் அந்தச் சமன்பாடு: நம்பிக்கை = தனிப்பட்ட நம்பகத்தன்மை + புரிந்துணர்வு. நம்மைச் சுற்றி இருக்கும் மக்கள், நம்முடைய நம்பகத்தன்மையையும், உணர்வுபூர்வமாகத் தொடர்பு கொள்வதற்கான நம்முடைய திறனையும் நம்ப வேண்டும். நாம் தொடர்ந்து நாணயமாக நடந்து கொள்ளும்போது நம்பிக்கை உருவாகிறது. ஓர் உறவில் வலிமையான நம்பிக்கை உருவாவதற்கு நடவடிக்கைகளும் முயற்சியும் தேவை. நம்பிக்கையை வளர்த்தெடுப்பதற்கான வேலைகளை நாம் செய்யாமல் இருக்கும்போது, இன்னொருவர் நம்மை நம்புகிறார் என்று நம்மால் ஒருபோதும் அனுமானிக்க முடியாது.

நம்முடைய சமூகங்களை வளர்த்தெடுப்பதில் நம்பிக்கை ஒரு பங்கு வகிக்கிறது. எடுத்துக்காட்டாக, ஊடகங்கள்மீதான நம்முடைய கூட்டு நம்பிக்கையின்மை, நாம் கேள்விப்படுகின்ற அனைத்து விஷயங்கள் குறித்தும் கேள்வி கேட்க வைக்கிறது. நான் கேள்விப்படுகின்ற விஷயம் உண்மையா? அச்செய்தியை வெளியிடுகின்ற நபருக்கோ, வலைத்தளத்திற்கோ, அல்லது தொலைக்காட்சி நிறுவனத்திற்கோ ஏதேனும் உள்நோக்கம் இருக்கிறதா? அப்படியானால், அவர்கள் கூறுகின்ற எதுவொன்றையும் என்னால் எப்படி நம்ப முடியும்? நம்பிக்கையின்மை உண்மையான பின்விளைவுகளைக் கொண்டுள்ளது. தற்போதைய ஆராய்ச்சியின்படி, ஒவ்வொரு கண்டத்திலும், அதிகமான நம்பிக்கை நிலவும் பகுதிகளும், குறைவான நம்பிக்கை நிலவும் பகுதிகளும் இருக்கின்றன. குறைவான நம்பிக்கை நிலவும் பகுதிகளில், குறைவான

அறப்பணிகள், அதிகமான குற்றங்கள், குறுகிய ஆயுட்காலம், அதிக வருமானம் உடைய குடும்பங்களுக்கும் குறைவான வருமானம் உடைய குடும்பங்களுக்கும் இடையே பெரிய இடைவெளிகள் போன்றவை இருக்கின்றன. ஒரு சமூகத்தில் நம்பிக்கை இல்லாதபோது இதுதான் நிகழும். நம்முடைய தனிப்பட்ட உறவுகளில் நம்பிக்கை முறியும்போது என்ன நிகழ்கிறது?

ஆனியும் ஜானும் தங்களுக்கு மிகவும் பிடித்தமான உணவகத்தில் இரவு உணவு சாப்பிட்டுக் கொண்டிருந்தனர். ஆனி ஜானைப் பார்த்து நெடுங்காலம் ஆகியிருந்ததால், ஜானுடனான உரையாடலை அவர் ஆவலோடு எதிர்பார்த்திருந்தார். அவர்கள் தங்களுடைய வாழ்க்கையைப் பற்றியும், முந்தைய சில மாதங்களில் அவர்கள் இருவருடைய வாழ்க்கையிலும் நடந்த விஷயங்களைப் பற்றியும் பேசியபோது, தங்களுடைய முன்னாள் கல்லூரித் தோழர்கள் சிலரைப் பற்றியும் பேசினர். "மெரிடித் எப்படி இருக்கிறாள்? கல்லூரியில் நீயும் அவளும் ஒரே அறையில் தங்கியிருந்தீர்கள், இல்லையா? அந்த நாட்களை நினைத்து நீ எப்போதாவது ஏங்கியிருக்கிறாயா?" என்று ஜான் கேட்டார்.

"நிச்சயமாக இல்லை! அவள் எப்போதும் எல்லாவற்றைப் பற்றியும் குறை கூறினாள். இப்போதுகூட, அன்றொரு நாள், அவளும் நானும் சேர்ந்து மதிய உணவருந்தியபோது, பெத் மிகவும் குண்டாகிவிட்டாள் என்று அவள் என்னிடம் கூறினாள். நான் உன்னைப் பார்க்கப் போவதாக நான் அவளிடம் கூறியபோது, 'அவன் ஒரு இலட்சியவாதி. வாழ்வில் முன்னேறுவதற்கு அவன் எவ்வளவு கடினமான முயற்சிகளை வேண்டுமானாலும் மேற்கொள்வான்,' என்று அவள் கூறினாள்." மெரிடித் கூறியதில் தவறு எதுவும் இருந்ததாக ஆனி நினைத்திருக்கவில்லை. ஜான் ஒரு இலட்சியவாதிதான். அவரைப் பற்றி ஆனிக்குப் பிடித்த விஷயங்களில் அதுவும் ஒன்று. ஆனால், அவள் நிமிர்ந்து பார்த்தபோது, மெரிடித்தின் வார்த்தைகளும், தானும் மெரிடித்தும் ஜானைப் பற்றி அவருடைய முதுகுக்குப் பின்னால் பேசிக் கொண்டிருந்ததும் ஜானைக் காயப்படுத்தியிருந்ததை ஆனி கண்டார். "நீங்கள் ஏன் என்னைப் பற்றி அப்படிப் பேசிக் கொண்டிருந்தீர்கள்? மெரிடித் என்னுடைய தோழி என்றல்லவா நான் நினைத்தேன்," என்று ஜான் கேட்டார். அதன் பிறகு அவர்கள் இருவரும் மௌனமாகச் சாப்பிட்டு முடித்துவிட்டுப் புறப்பட்டுச் சென்றனர். ஜான் அந்த நிகழ்வைப் பற்றி விரைவில் மறந்துவிடுவார் என்றும், எல்லாம் சரியாகிவிடும் என்றும்

ஆனி நினைத்தார். ஆனால் அவருடைய எண்ணம் தவறாக இருந்தது. மறுநாள், மெரிடித் ஆனியைத் தொலைபேசியில் அழைத்தார். அவர் ஆனியின்மீது கடுங்கோபத்தில் இருந்தார். ஜான் அவரைத் தொலைபேசி மூலம் தொடர்பு கொண்டு, அவர் ஏன் தன்னைப் பற்றி அவ்வாறு பேசினார் என்று கேட்டிருந்தார். “ஆனி, நீ என்னுடைய நெருங்கிய தோழி என்பதால் மட்டுமே நான் அது போன்ற விஷயங்களை உன்னிடம் சொல்கிறேன். நீ ஏன் அதை ஜானிடம் கூறினாய்?” என்று மெரிடித் கேட்டார். தான் தன்னுடைய இரண்டு நண்பர்களிடமும் எல்லை மீறியிருந்ததுபோல ஆனி உணர்ந்தார். அவர் அவர்கள் இருவரிடமும் மன்னிப்புக் கேட்டபோதிலும், மீண்டும் அவர்களுடைய நம்பிக்கையை வென்றெடுப்பதற்கு அவருக்குச் சில மாதங்கள் ஆயின. நம்மைத் திருத்திக் கொள்ளாமல் வெறுமனே மன்னிப்புக் கேட்பது, நம்பிக்கையைப் பொறுத்தவரை, அதிகத் தீங்கு மட்டுமே விளைவிக்கும்.

ஓர் உறவில் நாம் நம்பிக்கையை முறிக்கும்போது, நம் அன்புக்குரியவர்கள், தங்களுக்குத் துரோகம் இழைக்கப்பட்டுள்ளதாக உணர்வார்கள் – அவர்களைக் காயப்படுத்துவது நம்முடைய நோக்கமாக இருந்திருக்காதபோதுகூட. அவர்கள் நம்மீது சந்தேகம் கொள்ளக்கூடும், தங்களைத் தற்காத்துக் கொள்ள வேண்டியிருப்பதாக நினைக்கக்கூடும். எனவே, அவர்கள் நம்மிடம் பட்டும் படாமலும் நடந்து கொள்வர் அல்லது நம்மை முற்றிலுமாகத் தவிர்த்துவிடுவர். அதனால்தான், நம்முடைய உறவுகளில் நம்பிக்கையை வளர்த்தெடுப்பதற்கு நாம் தன்னுணர்வோடு செயல்பட வேண்டியது அவசியமாகிறது. ஒருவர் நம்மை நம்பாதபோது, அவர் நம்மிடம் மனம் திறந்து பேச வேண்டும் என்று நம்மால் எதிர்பார்க்க முடியாது. நாம் நம்பாத ஒருவரிடம் நாம் மனம் திறந்து பேச மாட்டோம், இல்லையா? தங்களுக்கு விருப்பமான விளைவு தங்களுக்குக் கிடைக்கும் என்ற நம்பிக்கை வாடிக்கையாளர்களுக்கு இல்லாதபோது, அவர்கள் ஒரு நிறுவனத்தின் பொருட்களை வாங்க மாட்டார்கள். ஓர் ஊழியரால் ஒரு குறிப்பிட்ட வேலையைச் செய்து முடிக்க முடியும் என்ற நம்பிக்கை அவருடைய மேலாளருக்கு இல்லாதபோது, அவர் அந்த ஊழியருக்குப் பதவி உயர்வு வழங்க மாட்டார், அவரிடம் பொறுப்புகளை ஒப்படைக்க மாட்டார். ஒரு காதல் உறவில் பரஸ்பர நம்பிக்கை இல்லாதபோது, அவர்கள் இருவருக்கும் இடையே நெருக்கம் ஒருபோதும் சாத்தியப்படாது.

ஒளிவுமறைவின்றி இருப்பதன் முக்கியத்துவம்

நாம் ஒருவரை நம்புகிறோம் என்றால், அவரோடு ஒளிவுமறைவின்றி இருப்பதில் நாம் சௌகரியமாக உணர்கிறோம் என்று அர்த்தம். ஒளிவுமறைவின்றி இருத்தல் என்றால் நாம் திறந்த மனத்துடன் இருக்கிறோம் என்றும், நம்மைத் தற்காத்துக் கொள்ள முற்படாமல் இருக்கிறோம் என்றும் பொருள்.

ஒளிவுமறைவின்றி இருத்தல் நம்பிக்கைக்கு இன்றியமையாதது. நாம் நாமாக இருந்தாலொழிய உண்மையிலேயே ஆழமான நம்பிக்கையை நம்மால் வளர்த்தெடுக்க முடியாது. வாழ்க்கை என்பது பெருமளவு மற்றவர்களுடன் தொடர்புகளை வளர்த்துக் கொள்வதைப் பற்றியது. அத்தகைய ஒரு பிணைப்பை உருவாக்குவதற்கான மிக முக்கியமான வழிகளில் ஒன்று, நம்மை நாம் அப்படியே ஏற்றுக் கொள்வதாகும்.

2015 ஜூன் மாதத்தில், டேல் கார்னகி பயிற்சி நிறுவனத்தின் தலைவராகவும் தலைமை நிர்வாக அதிகாரியாகவும் நான் தேர்ந்தெடுக்கப்பட்டேன். எங்கள் நிறுவனத்தின் உரிமக் கிளைகள் உலகம் நெடுகிலும் செயல்பட்டு வருகின்றன. அந்த உரிமக் கிளைகள் அமைப்பு, தன் உறுப்பினர்களிடையே முதன்முறையாக உரையாற்றுவதற்கு என்னை அழைத்திருந்தது. அவர்கள்மீது ஒரு வலிமையான தாக்கம் ஏற்படுத்துவது எனக்கு முக்கியமானதாக இருந்தது. ‘அவர்கள் என்னை விரும்புவார்களா? அவர்கள் என்னை நம்புவார்களா? டேல் கார்னகி நிறுவனத்தினர் விளக்கவுரைகளை வழங்குவதில் உலகில் தலைசிறந்தவர்கள். அப்படி இருக்கும்போது, என்னுடைய உரை அவர்களுடைய தரத்திற்கு இணையானதாக இல்லாமல் போனால் என்ன செய்வது?’ என்ற ரீதியில் நான் சிந்தித்துக் கொண்டிருந்தேன். அந்நிகழ்ச்சியில் என்னை அறிமுகப்படுத்துவதற்கு, மைக்கேல் உட்பட, டேல் கார்னகி இயக்குநர் குழுமத்தின் மூன்று உறுப்பினர்கள் அங்கு இருப்பர். என்னுடைய சொற்பொழிவுக்கு முந்தைய இரவில், நான் என் ஓட்டல் அறையில் படுக்கையில் படுத்துக் கொண்டு, என்னுடைய விளக்கவுரையை என் மனத்தில் ஓடவிட்டுக் கொண்டிருந்தேன். என்னால் தூங்க முடியவில்லை. ‘இப்போது நான் கவலைப்படுவதற்கு இன்னொரு விஷயமும் சேர்ந்து கொண்டுள்ளது. நாளை காலையில், என் கண்களுக்குக் கீழே கருவளையங்களை எல்லோரும் பார்க்கப் போகிறார்கள்,’ என்று நான் நினைத்தேன்.

மறுநாள் காலையில், நிரம்பி வழிந்த ஓர் அரங்கத்தின் மேடைமீது நிமிர்ந்து நின்று கொண்டு, ஒரு புன்னகையோடு பார்வையாளர்கள்மீது நான் என் பார்வையை ஓடவிட்டேன். டேல் கார்னகி நிறுவனம் எனக்கு எவ்வளவு அர்த்தம் வாய்ந்தது என்பது பற்றியும், எங்களுடைய உரிமக் கிளைகளை நான் எவ்வளவு உயர்வாக மதித்தேன் என்பது பற்றியும் நான் பேசினேன். பிறகு, எங்கள் நிறுவனத்திற்கான என்னுடைய முன்னோக்கையும், நாங்கள் அனைவரும் சேர்ந்து பணியாற்ற வேண்டியதன் அவசியத்தையும் பற்றி நான் விளக்கினேன். பிறகு, நானும் என் மனைவியும், நாங்கள் நீண்டகாலமாக வசித்து வந்திருந்த மிச்சிகன் நகரிலிருந்து நியூயார்க்கிற்கு எங்களுடைய குடும்பத்தை இடம்பெயர்ப்பதென்று மேற்கொண்ட கடினமான தீர்மானத்தை நான் அவர்களோடு பகிர்ந்து கொண்டேன். நாங்கள் எங்களுடைய வயதான பெற்றோரை மிச்சிகனிலேயே விட்டுவிட்டு வர வேண்டியிருந்தது. மேலும், எங்களுடைய பதினேழு வயது மகள் தன்னுடைய உயர்நிலைப் பள்ளிப் படிப்பை முடிப்பதற்காக, மிச்சிகனில் எங்களுடைய நெருங்கிய நண்பர்களின் வீட்டில் தங்கிக் கொள்ள நாங்கள் ஏற்பாடு செய்திருந்தோம். “இதையெல்லாம் நான் செய்ததற்குக் காரணம், டேல் கார்னகி நிறுவனத்திற்கு என்னை நான் முழுமையாக அர்ப்பணித்துக் கொண்டிருப்பதுதான்,” என்று நான் கூறினேன். நான் என் உரையைத் தொடர்ந்தேன்: “நான் என் மனைவியிடம் சென்று, ‘கேட்டி, எனக்கு இந்த வாய்ப்பு கொடுக்கப்பட்டு, அதை நாம் ஏற்றுக் கொள்வதாக இருந்தால், நாம் நம்முடைய குடும்பத்தை இடம்பெயர்க்க வேண்டியிருக்கும். நாம் மிச்சிகனைத் தவிர வேறு எங்கும் ஒருபோதும் வாழ்ந்ததில்லை,’ என்று கூறினேன். அதற்கு என் மனைவி ...” அப்போது, நான் திட்டமிட்டிராத ஒன்று நிகழ்ந்தது. எந்தவொரு பார்வையாளர் கூட்டத்தின் முன்னாலும் அதைச் செய்ய நான் ஒருபோதும் விரும்பியிருக்க மாட்டேன். நான் உணர்ச்சிவசப்பட்டேன். நான் எவ்வளவு கடினமாக முயன்றபோதிலும், வார்த்தைகள் என் தொண்டைக்குள் சிக்கிக் கொண்டு வெளியே வர மறுத்தன. என்னால் தொடர்ந்து பேச முடியவில்லை. நான் என் பார்வையைத் தாழ்த்தினேன். என் கண்களில் கண்ணீர் பெருகியது. நான் என்னுடைய மூக்குக்கண்ணாடியைக் கழற்றிவிட்டு என் கண்ணீரைத் துடைத்துக் கொண்டிருந்தபோது, டேல் கார்னகி நிறுவனத்தின் மூத்தப் பயிற்றுவிப்பாளர் ஒருவர் என்னை நோக்கி ஒரு கேள்வியை வீசி அந்த தர்மசங்கடமான மௌனத்தைக் கலைத்து என்னை அச்சூழ்நிலையிலிருந்து காப்பாற்றினார்:

“அதற்கு உங்கள் மனைவி என்ன சொன்னார்?” அதைக் கேட்டு எல்லோரும் சிரித்தனர், நானும் சேர்ந்து சிரித்தேன். அக்கணத்தில் நான் என்னை ஆசுவாசப்படுத்திக் கொண்டு, “அவர் சரியென்று சொன்னார்,” என்று பதிலளித்தேன்.

என்னுடைய பேச்சின் முடிவில், எல்லோரும் எழுந்து நின்று கைதட்டி ஆரவாரம் செய்ததைக் கண்டு நான் திகைத்தேன். நான் ஒளிவுமறைவின்றிப் பேசியதும் உணர்ச்சிவசப்பட்டதும் என்னை பலவீனமானவனாகக் காட்டியிருக்குமோ என்று நான் கவலைப்பட்டுக் கொண்டிருந்தேன். ஆனால், அதற்கு நேர்மாறாக, நானும் அவர்களைப் போன்ற ஒரு சாதாரண மனிதன்தான் என்று என்னை நான் வெளிப்படுத்திக் கொண்டதாக அவர்கள் எல்லோருமே என்னிடம் கூறினர். என்னுடைய பேச்சில், நான் உணர்ச்சிவசப்படுவதற்குப் பதிலாக வலிமையைத்தானே வெளிப்படுத்தியிருக்க வேண்டும்? வலிமையைக் காட்டுவது முக்கியம்தான், ஆனால் என்னுடைய ஒளிவுமறைவின்மையும் உணர்ச்சிப்பெருக்கும் பார்வையாளர்களுடன் ஒரு பிணைப்பை ஏற்படுத்திக் கொள்ள எனக்கு உதவின. நான் உணர்ச்சிவசப்படுவேன் என்பதை நான் அறிந்திருக்கவில்லை, ஆனால் என்னுடைய உணர்வுகளை மூடி மறைப்பதற்குப் பதிலாக நான் அவற்றை வெளிக்காட்டினேன். உணர்ச்சிரீதியான ஒளிவுமறைவின்மை ஒரு பலவீனம் அல்ல என்பதை நான் புரிந்து கொண்டேன். பல ஆண்டுகளுக்குப் பிறகும்கூட மக்கள் என்னுடைய அந்த உரையைப் பற்றி இன்னும் பேசுகின்றனர். ஒரு தலைவனாக அவர்கள் என்னைப் பார்த்த விதத்தை அது எப்படி மாற்றியது என்று அவர்கள் கூறுகின்றனர்.

நம்பிக்கையை பலவீனமாக்குதல்

எது நம்பிக்கையை அழிக்கிறது? முதலில், மக்கள் நம்மிடம் எதையேனும் பகிர்ந்து கொள்ளும்போது, நாம் அதை இரகசியமாக வைத்துக் கொள்வோம் என்பது அவர்களுடைய பொதுவான எதிர்பார்ப்பாக இருக்கிறது. அவர்கள் கூறியதை, அவர்களையோ அல்லது அவர்களுடைய உறவுகளையோ காயப்படுத்தும் விதமாக நாம் வேறு யாரிடமேனும் பகிர்ந்து கொள்ளும்போது, தங்களுக்கு நம்பிக்கைத் துரோகம் இழைக்கப்பட்டுள்ளதாக அவர்கள் உணர்கின்றனர், நம்முடைய உள்நோக்கம் குறித்து அவர்கள் கேள்வி கேட்கின்றனர். மக்கள் நம்மிடம் கூறும் விஷயங்களை ‘வழக்கறிஞருக்கும் கட்சிக்காரருக்குமான சிறப்புரிமைக்கு’

உட்பட்டதாக நாம் நினைத்தால் எப்படி இருக்கும்? நான் ஒரு வழக்கறிஞராகப் பணியாற்றிக் கொண்டிருந்தபோது, என்னுடைய கட்சிக்காரர்கள் என்னிடம் கூறிய எதையும் நான் வேறு யாருடனும் பகிர்ந்து கொள்ளக்கூடாது என்ற விதிக்கு நான் கட்டுப்பட வேண்டியிருந்தது. இதனால், என்னுடைய கட்சிக்காரர்களால் என்னிடம் முற்றிலும் வெளிப்படையாகப் பேச முடிந்தது, என்னிடம் உண்மையாக நடந்து கொள்ள முடிந்தது. நான் அந்தச் சிறப்புரிமையை மீறியிருந்தால், நான் என்னுடைய வழக்கறிஞர் உரிமத்தை இழந்திருப்பேன், அதன் மூலம் என் வாழ்வாதாரத்தையும் இழந்திருப்பேன். வழக்கறிஞருக்கும் கட்சிக்காரருக்குமான சிறப்புரிமையைப் பற்றி நான் முதன்முதலாகத் தெரிந்து கொண்டபோது நான் பின்வருமாறு யோசித்தது எனக்கு நன்றாக நினைவிருக்கிறது: ‘நான் இந்த விதிமுறையை என்னுடைய அனைத்துக் கருத்துப் பரிமாற்றங்களின் விஷயத்திலும் செயல்படுத்தினால் என்ன? என்னிடம் தனிப்பட்ட முறையில் விஷயங்களைப் பகிர்ந்து கொள்ளும் மக்கள், அவற்றை நான் யாரிடமும் சொல்ல மாட்டேன் என்பதை அறிந்திருந்தால்?’ என்னுடைய நண்பர்கள் என்னிடம் தங்களுடைய அந்தரங்கமான அல்லது தனிப்பட்டத் தகவல்களைப் பகிர்ந்து கொள்ள வரும்போது, தொடக்கத்திலேயே, “நீ என்னிடம் சொல்வதை நான் வேறு யாரிடமும் சொல்ல மாட்டேன் என்பதை நீ அறிந்து கொள்ள வேண்டும் என்று நான் விரும்புகிறேன். நம் இருவருக்கும் இடையே வழக்கறிஞருக்கும் கட்சிக்காரருக்குமான சிறப்புரிமை இருப்பதுபோல நான் நடந்து கொள்ளப் போகிறேன். உன்னுடைய விஷயங்கள் என்னிடம் பாதுகாப்பாக இருக்கும் என்று நீ உறுதியாக நம்பலாம்,” என்று நான் கூறிவிடுகிறேன். கிட்டத்தட்ட முப்பது ஆண்டுகளாக, நான் இந்தக் கோட்பாட்டை என்னுடைய உறவுகளின் விஷயத்தில் செயல்படுத்தி வந்துள்ளேன். மற்றவர்களுடன் ஆழமான நம்பிக்கையை வளர்த்தெடுப்பதற்கு அது எனக்கு உதவியுள்ளது. டென்னிஸ் வீரர் ஆர்தர் ஆஷ் ஒரு முறை இவ்வாறு கூறினார்: “நம்பிக்கை சம்பாதிக்கப்பட்டாக வேண்டும். அது காலப்போக்கில்தான் ஏற்படும்.” மக்கள் என்னிடம் கூறுவதை நான் என்னுடனேயே வைத்துக் கொள்வதால், என் வாழ்வில் உள்ள மக்களின் நம்பிக்கையை நான் சம்பாதித்துள்ளேன்.

இரண்டாவதாக, ஒரே சீராகச் செயல்படாமல் இருப்பது நம்பிக்கையைச் சீர்குலைக்கிறது. ஒரு நாள் ஒரு விஷயத்தையும், அடுத்த நாள் வேறொன்றையும் சொல்கின்ற ஒரு மேலதிகாரியிடம் நீங்கள் எப்போதேனும் வேலை

செய்திருக்கிறீர்களா? உங்களுக்கு ஒரு பதவி உயர்வு குறித்து அவர் தெளிவற்ற வாக்குறுதிகளை அள்ளி வழங்கக்கூடும், ஆனால் அதைப் பற்றிப் பேசுவதற்கான சந்திப்புக்கூட்டத்தை அவர் ஒவ்வொரு முறையும் இரத்து செய்யக்கூடும். சொல்லும் செயலும் வேறுபட்டிருப்பது நாணயமின்மையைக் காட்டுகிறது. அந்த நபரை நம்புவதை அது கடினமாக்குகிறது.

மூன்றாவதாக, நம்மைச் சுற்றிலும் இருக்கின்ற மக்கள் கூறுவதைக் காது கொடுத்துக் கேட்கவும், அவர்களுடன் கருத்துகளைப் பரிமாறிக் கொள்ளவும் நாம் தவறும்போது, அது நம்பிக்கையின்மைக்கு வழி வகுக்கிறது. ஆனால், நாம் அவற்றைச் செய்யும்போது, அந்த நம்பிக்கையை நாம் மீட்டெடுத்துவிடலாம். கேட்டி டில், 'ஏர்பிஎன்பி' ஒரு சிறிய நிறுவனமாக இருந்தபோது அதில் வேலைக்குச் சேர்ந்தார். அதன் வடிவமைப்புக் குழுவில் பத்துப் பேர் இருந்தனர். கேட்டி அக்குழுவின் ஒரு பகுதியாக இருந்தது குறித்து உற்சாகமாக இருந்தார். அந்த வேலை அவருக்கு மிகவும் பிடித்திருந்தது. “நேர்முகத் தேர்வுகளின்போது, அந்த நிறுவனத்திற்கும் அந்தக் குழுவிற்கும் என்ன தேவை என்பதைப் பற்றி நான் ஏராளமாகத் தெரிந்து கொண்டேன். வடிவமைப்புக் குழுதான் செயல்பாட்டில் மிகவும் கீழ்மட்ட நிலையில் இருந்தது. வடிவமைப்பாளர்களுக்கும் பொறியாளர்களுக்கும் மேலாளர்களுக்கும் இடையே உராய்வு இருந்தது வெளிப்படையாகத் தெரிந்தது. அக்குழு ஒன்றிணைந்து சிறப்பாக வேலை செய்து கொண்டிருக்கவில்லை,” என்று கேட்டி கூறினார்.

அவர் சிறப்பாக வேலை செய்வதில் ஆர்வமாக இருந்ததால், உடனடியாக மாற்றங்களைச் செயல்படுத்துவதில் இறங்கினார். “விஷயங்கள் சிறப்பாக நடைபெற்றுக் கொண்டிருந்ததாக நான் நினைத்தேன். ஏனெனில், மாற்றம் நிகழ்ந்து கொண்டிருந்தது. நான் வேலையில் சேர்ந்து சுமார் ஒரு மாதம் ஆகியிருந்தபோது, ஒரு சந்திப்புக்கூட்டத்திற்கான அழைப்பு எனக்கு வந்தது. எங்கள் குழுவில் இருந்த பத்து வடிவமைப்பாளர்களில் ஐவர் என்னைச் சந்திக்க விரும்பினர். மனிதவளத் துறையிலிருந்த ஒருவரும் அந்தச் சந்திப்புக்கூட்டத்தில் இடம்பெற்றிருந்தார்,” என்று கேட்டி கூறினார். அது ஒரு நல்ல அறிகுறியாகத் தெரியவில்லை.

என்ன நிகழவிருந்தது என்பது தெரியாமல் கேட்டி அந்தச் சந்திப்புக்கூட்டத்திற்குச் சென்றார். அவர் அந்த அறைக்குள் நுழைந்தபோது, அங்கிருந்த ஒவ்வொருவர் முன்னாலும் ஒரு காகிதக் கற்றை இருந்தது. “அவர்கள் என்னை உட்கார வைத்து,

ஒவ்வொருவராக, நான் செய்து கொண்டிருந்தவற்றையும் என்னுடைய தலைமைத்துவத்தையும் பற்றித் தங்களுக்குப் பிடிக்காத அனைத்து விஷயங்களையும் எனக்கு வாசித்துக் காட்டினர்," என்று அவர் கூறினார்.

அவர் உணர்ச்சிவசப்பட்ட அதே நேரத்தில், தன்னைத் தற்காத்துக் கொள்ள வேண்டும் என்ற தூண்டுதல் அவருடைய மனத்தில் வலுத்துக் கொண்டிருந்தது. இருப்பினும், கேட்டி தன்னை ஆசுவாசப்படுத்திக் கொண்டு, டேல் கார்னகியைப் பற்றி நினைத்தார். "நான் எதிர்கொண்டிருந்தது போன்ற ஒரு சூழ்நிலையில், நாம் மக்களுடன் உடன்படாதபோது அவர்களைத் திருத்துவதுதான் நம்முடைய உள்ளுணர்வாக இருக்கிறது என்று டேல் கார்னகி எழுதியது என் நினைவுக்கு வந்தது. என்னைக் கேள்வி கேட்டவர்களின் கருத்துகள் தவறானவை என்று கூற வேண்டும்போல எனக்குத் தோன்றியது, ஆனால் அதற்குப் பதிலாக, அவர்கள் கூறியதை நான் காது கொடுத்துக் கேட்டேன். அது என் மனத்தைக் காயப்படுத்தியபோதிலும், நம்புதற்கரிய விதத்தில் அது ஒரு சக்திவாய்ந்த கற்றல் கணமாக இருந்தது. நான் அவர்களுடைய நம்பிக்கையைச் சம்பாதித்திருக்கவில்லை என்பதை அவர்களுடைய வார்த்தைகள் தெளிவாக வெளிப்படுத்தின. நான் அவர்கள்மீது அக்கறை கொண்டிருந்தேன், அவர்களிடம் நம்பிக்கை கொண்டிருந்தேன், அவர்களுடைய நலனை விரும்பினேன் என்பதை அவர்கள் அறியவில்லை. நான் மிக வேகமாக மாற்றங்களைச் செய்திருந்தேன், அவர்களைப் பற்றித் தெரிந்து கொள்வதற்கு நான் போதிய நேரம் எடுத்துக் கொண்டிருக்கவில்லை. சுருக்கமாகச் சொன்னால், நான் அவர்களுடைய கருத்துகளைக் கேட்டிருந்திருக்க வேண்டும், ஆனால் நான் என்னுடைய திட்டங்களைச் செயல்படுத்துவதில் குறியாக இருந்திருந்தேன்."

கேட்டி இந்தக் கற்றல் கணத்தைத் தீவிரமாக எடுத்துக் கொண்டு, அவர்களுடைய நம்பிக்கைக்குப் பாத்திரமாவதற்கான செயல்நடவடிக்கைகளில் உடனடியாக இறங்கினார். அவர் அவர்கள் ஒவ்வொருவருடனும் தனிப்பட்ட முறையில் நேரம் செலவிட்டு, அவர்களைப் பற்றி அதிகமாகத் தெரிந்து கொண்டு, முன்னோக்கிச் செல்வது குறித்த அவர்களுடைய கருத்துகளையும் யோசனைகளையும் கேட்டறிந்தார். "நான் அக்கறையை வெளிப்படுத்தியதும் காது கொடுத்துக் கேட்டதும் அந்நிறுவனத்தின் முன்னேற்றத்திற்கு அடிப்படையாக இருந்தன," என்று கேட்டி கூறினார்.

ஒரு சில மாதங்களில், கேட்டியின் முயற்சி பலனளித்தது.

விரைவில், வடிவமைப்புத் துறை அந்நிறுவனத்தில் மிகச் சிறப்பாகச் செயல்பட்டத் துறைகளில் ஒன்றாக ஆயிற்று. கேட்டி அந்நிறுவனத்திலிருந்து விலகி வேறொரு நிறுவனத்தில் வேலைக்குச் சேர்ந்தபோது, முதல் முறை அவர் செய்த தவறுகளை இப்போது அவர் செய்யவில்லை. காது கொடுத்துக் கேட்டல் மற்றும் நம்பிக்கையை வளர்த்தெடுத்தல் மனப்போக்குடன் அவர் அந்நிறுவனத்திற்குள் அடியெடுத்து வைத்தார்.

திடமான உறவுகளைக் கட்டியெழுப்புவதற்கு நம்பிக்கை இன்றியமையாதது என்றாலும், அது மிகவும் மெல்லியது. அதை உருவாக்குவது கடினம், ஆனால் உடைப்பது எளிது. மற்றவர்கள் நம்மீது வைக்கும் நம்பிக்கையை நாம் கவனமாகக் கையாளாமல் போகும்போது, நம்முடைய உறவுகளை நம்மால் காயப்படுத்த முடியும். ஸ்டேன்ஃபோர்டு பேராசிரியர்களான கேரல் ராபினும் டேவிட் பிராட்ஃபோர்டும், ‘கனெக்ட்’ என்ற தங்களுடைய நூலில், பல ஆண்டுகள் செலவிட்டுத் தங்கள் இருவருக்கும் இடையே தாங்கள் வளர்த்திருந்த தொழில்முறை உறவைத் தாங்கள் எவ்வாறு கிட்டத்தட்டத் தொலைத்தோம் என்பது பற்றிய கதையைக் கூறுகின்றனர். டேவிட், கேரலின் வழிகாட்டியாக இருந்திருந்தார். அவர்கள் இருவரும் பிரச்சனைகளை வெவ்வேறு விதங்களில் அணுகினர், ஆனால் பொதுவான இலக்குகளிலும் வாக்குவாதங்களை விரைவாக முடிவுக்குக் கொண்டுவருவதிலும் அவர்கள் பெரும்பாலும் உடன்பட்டனர்.

டேவிட் தன்னுடைய பயிற்சி வகுப்புகளில் ஒன்றைக் கற்றுக் கொடுப்பதை நிறுத்துவதென்று தீர்மானித்தபோது, ஸ்டேன்ஃபோர்டு பல்கலைக்கழகம், கேரலை அந்தப் பயிற்சி வகுப்பை நடத்தும்படி கேட்டுக் கொண்டது. ஆனால் கேரல் அவர்களிடம் இரண்டு கோரிக்கைகளை முன்வைத்தார். டேவிட் அந்தப் பொறுப்பில் எவ்வளவு கடினமாக உழைத்திருந்தார் என்பதைக் கேரல் அறிந்திருந்தார். இப்போது அது தன்னுடைய முறையாக இருந்ததால், தன்னை யாரும் கிள்ளுக்கீரையாகக் கருதுவதற்குத் தான் அனுமதிக்கக்கூடாது என்பதில் அவர் உறுதியாக இருந்தார். அந்தப் ‘பயிற்சி வகுப்பு’ ஒரு ‘பயிற்சித் திட்டம்’ என்று அழைக்கப்பட வேண்டும் என்று அவர் விரும்பினார். ஏனெனில், அது அதிகமான நிதியுதவிக்கும் ஆதரவுக்கும் வழி வகுக்கும் என்று அவர் நம்பினார். அடுத்து, அந்தப் ‘பயிற்சித் திட்டத்திற்கு’, அந்த வேலையின் கடமைகளைப் பிரதிபலித்த ஒரு குறிப்பிட்டப் பெயரை அவர் விரும்பினார். ஸ்டேன்ஃபோர்டு அந்த இரண்டு

கோரிக்கைகளையும் நிராகரித்தது. கேரல் கடுங்கோபம் அடைந்தார்.

"கேரல், நீங்கள் ஏன் அவ்விரண்டு கோரிக்கைகளிலும் பிடிவாதமாக இருக்கிறீர்கள்? அது அவ்வளவு பெரிய விஷயமா?" என்று டேவிட் கேட்டார்.

"ஆமாம், அது ஒரு பெரிய விஷயம்தான். ஏனெனில், நீங்கள் போராடிக் கொண்டிருக்கின்ற அதே விஷயங்களுக்காக நானும் போராடப் போகிறேன். நான் கேட்கின்ற அங்கீகாரம் கிடைக்காவிட்டால், என்னால் வெற்றி பெற முடியும் என்று எனக்குத் தோன்றவில்லை," என்று கேரல் கூறினார். அது ஒரு கடினமான வேலை என்பதில் டேவிட் உடன்பட்டாலும், கேரலின் கோரிக்கைகள் இப்போது அவ்வளவு முக்கியமானவை அல்ல என்று அவர் நினைத்தார். இருந்தாலும், பல்கலைக்கழகத்துடனான அடுத்தச் சந்திப்புக்கூட்டத்தில் கேரலின் கோரிக்கைகளைப் பற்றிய பேச்சை அவர் எடுத்தார். அவை உண்மையிலே தேவையா என்று அவர்கள் அவரிடம் கேட்டபோது, "அக்கோரிக்கைகள் நிறைவேற்றப்படாமல் போவது கேரலின் வேலையை நிச்சயமாகக் கடினமாக்கும், ஆனால் அவரால் அதைச் சமாளிக்க முடியும்," என்று டேவிட் கூறினார்.

டேவிட் அவர்களிடம் கூறியதைக் கேரல் தெரிந்து கொண்டபோது, தான் வஞ்சிக்கப்பட்டிருந்ததாகவும் தவறாகப் புரிந்து கொள்ளப்பட்டிருந்ததாகவும் அவர் உணர்ந்தார். "நான் உங்கள் இடத்தில் இருந்திருந்தால், நான் யோசிக்காமல் உங்களை ஆதரித்து உங்கள் சார்பில் வாதாடியிருப்பேன்," என்று கேரல் டேவிட்டிடம் கூறினார். அந்தச் சச்சரவைத் திரும்பிப் பார்த்தபோது, "டேவிட்டை இனியும் என்னால் நம்ப முடியும் என்று எனக்குத் தோன்றவில்லை," என்று கேரல் கூறினார். ஆனாலும் அவர்கள் இருவரும் சேர்ந்து வேலை செய்ய வேண்டியிருந்தது. எனவே, தாங்கள் செய்ய வேண்டியதை மட்டும் செய்துவிட்டு, வேலைக்கு வெளியே பேசிக் கொள்வதை அவர்கள் தவிர்த்துவிட்டனர்.

பல மாதங்களுக்குப் பிறகு, அவர்கள் இருவரும் உட்கார்ந்து, தங்களுடைய உறவைப் பற்றிப் பேசினர். கேரல் இன்னமும் கோபமாகஇருந்தார், ஆனால் அதற்கான காரணம் டேவிட்டுக்குப் புரியவில்லை. "அடுத்து எந்த விஷயத்தில் எங்களுக்கிடையே முட்டிக் கொள்ளுமோ என்று நினைக்கும்போது எனக்குப் பதற்றம் ஏற்படுகிறது," என்று டேவிட் கூறினார். அவர்கள் இருவருமே ஒருவர்மீது ஒருவர் நம்பிக்கை இழந்திருந்தனர் என்பது வெளிப்படையாகத் தெரிந்தது.

பல மணிநேரம் பேசிய பிறகு, அவர்கள் மையப் பிரச்சனையைக் கண்டுபிடித்தனர். தாங்கள் தங்களுடைய உண்மையான உணர்ச்சிகளை வெளிப்படுத்தத் தயாராக இருந்தால் மட்டுமே தங்களுடைய சச்சரவுக்குத் தங்களால் தீர்வு காண முடியும் என்பதை அவர்கள் உணர்ந்து கொண்டனர். ஒரு கட்டத்தில், கேரலை டேவிட்டால் புரிந்து கொள்ள முடிந்தது. “முதன்முறையாக உங்களுடைய கண்ணோட்டம் எனக்குப் புரிகிறது. என்னை மன்னித்துவிடுங்கள்,” என்று டேவிட் கூறினார். இது, தான் உணர்ச்சிரீதியாகப் புரிந்து கொள்ளப்பட்டிருந்தோம் என்ற உணர்வைக் கேரலுக்குக் கொடுத்தது. அவர்கள் மீண்டும் தங்களுடைய உறவை வளர்த்தெடுப்பதை நோக்கிச் செயல்படத் தொடங்கினர்.

நம்பிக்கையை மீட்டெடுப்பதற்கான ஓர் உண்மையான முயற்சி மிக முக்கியமான அம்சமாகும். நேர்மையாக இருத்தல், நம்முடைய தவறுகளை ஒப்புக் கொள்ளுதல், மற்றவர்கள் தவறு செய்யவும் இடமளித்தல் ஆகியவற்றை உள்ளடக்கிய ஒரு செயல்முறை அது.

நீங்கள் ஒருவருடைய நம்பிக்கையைப் பெற்றிருக்கவில்லை என்பதை நீங்கள் எப்படி அறிவீர்கள்? பிணக்கம் அல்லது மகிழ்ச்சியின்மையை வெளிப்படுத்துகின்ற நடத்தையையும் உடல்மொழியையும் தேடுங்கள். மக்கள் உங்களைச் சுற்றி இருக்கும்போது அளந்து அளந்து பேசுகிறார்களா? இறுக்கமோ அல்லது அசௌகரியமோ நிலவுகிறதா? மக்கள் சந்தேகப்படுவதுபோல நடந்து கொள்கிறார்களா? நீங்கள் பேசிக் கொண்டிருக்கின்ற ஒரு நபர் தன்னைத் தற்காத்துக் கொள்ளும் விதமாக நடந்து கொள்வதுபோலத் தோன்றினால், அவருக்கு உங்களிடம் நம்பிக்கை இல்லை என்பதற்கான ஒரு வலிமையான அறிகுறி அது.

நீங்கள் ஒருவருடைய நம்பிக்கையை இழந்துவிட்டிருப்பதை நீங்கள் அறிந்திருந்தால், இவற்றை முயற்சித்துப் பாருங்கள்:

1. **உங்களுடைய ஆணவத்தை ஒதுக்கித் தள்ளுங்கள்.** மக்களை ஒளிவுமறைவின்றி எவ்வாறு அணுக வேண்டும் என்பதைப் பற்றிச் சிந்தியுங்கள், குறிப்பாக, நீங்கள் அவர்களுடைய வாழ்வில் ஒரு தலைவராகவோ அல்லது அதிகாரம் படைத்த ஒருவராகவோ இருக்கும் பட்சத்தில்.
2. **அவர்களுடனான நம்பிக்கை முறிந்ததில் உங்களுடைய பங்கிற்குப் பொறுப்பேற்றுக்**

கொள்ளுங்கள். உங்களுடைய அனுமானங்களையும், அவை உங்களுடைய நடவடிக்கைகள்மீது எத்தகைய தாக்கம் ஏற்படுத்தின என்பதையும் பார்ப்பது உங்களுக்கு உதவும். அச்சூழ்நிலையில் நீங்கள் வகித்தப் பாத்திரத்தைப் பற்றிச் சிந்தித்துப் பாருங்கள்.

3. **அவர்களைத் தனியாகச் சந்தித்துப் பேசுங்கள்.** அவர்களுடைய கண்ணோட்டங்களைக் கேட்டறியுங்கள், ஒரு திறந்த மனத்துடன் இருங்கள், அவர்கள் கூறுவதைக் காது கொடுத்துக் கேளுங்கள். முடிந்த அளவு, உங்களை அவர்களுடைய இடத்தில் வைத்துப் பாருங்கள். பிறகு, எந்தவிதமான எடைபோடுதலும் இல்லாமல், அவர்கள் கூறுவதைக் கவனமாகக் கேளுங்கள்.
4. **தேவைகளை மதிப்பிடுங்கள்.** முறிந்த நம்பிக்கையைச் சீராக்குவதற்கு உங்களிடமிருந்து அவருக்கு என்ன தேவை என்பதைக் கண்டுபிடியுங்கள். நீங்கள் இருவரும் பரஸ்பரம் ஒருவரையொருவர் புரிந்திருப்பதை உறுதி செய்து கொள்ளுங்கள். முன்னேற்றம் பற்றிப் பேசுவதற்கு, குறிப்பிட்டக் கால இடைவெளிகளில் சந்திப்பது பற்றி யோசியுங்கள்.
5. **உங்களுடைய நடவடிக்கைகள் உங்களுக்காகப் பேசட்டும்.** உங்களுடைய வாக்குறுதிகளைக் காப்பாற்றுவதை உறுதி செய்து கொள்ளுங்கள். 'நடவடிக்கைகள் வார்த்தைகளைவிட அதிகச் சத்தமாகப் பேசுகின்றன' என்ற பழைய கூற்று உங்கள் வழிகாட்டியாக இருக்கட்டும்.

ஒருவருக்கு நம்மீது நம்பிக்கை இல்லை என்பதை நாம் கண்டறியும்போது, நம்மைத் தற்காத்துக் கொள்ள முயற்சிப்பதோ அல்லது நாம் அவமானப்படுத்தப்பட்டுள்ளதாக உணர்வதோ எளிது. விஷயங்களை நம்முடைய கண்ணோட்டத்திலிருந்து மட்டுமல்லாமல், பாரபட்சமின்றியும் பார்ப்பதற்கு நமக்கு நாமே சவால்விடுவதற்கான ஒரு வாய்ப்பு இது. நீங்கள் நம்பாத ஒருவருடன் நீங்கள் கலந்துறவாட வேண்டியிருந்தபோது அது உங்களுக்கு எப்படி இருந்தது? அவர்கள் என்ன சொல்லியிருந்தால் நீங்கள் அவர்களை அதிகமாக நம்ப அது உங்களுக்கு உதவியிருக்கும்? நாம் எல்லா நேரங்களிலும் சரியாக நடந்து கொள்ளாமல் போகக்கூடும், ஆனால் நாம் தொடர்ந்து முயற்சிப்பதுதான் இங்கு முக்கியம். ஒரு பயணத்தின்

மேடுகளையும் பள்ளங்களையும் ஏற்றுக் கொள்ளுங்கள் – அவற்றை நீங்கள் எதிர்பார்த்திருக்காதபோதுகூட.

உளவியல்ரீதியான பாதுகாப்பு

குழுக்களுக்கு உள்ளேயும் நம்பிக்கை ஒரு முக்கியப் பங்கு வகிக்கிறது. நாம் உளவியல்ரீதியாக எவ்வளவு பாதுகாப்பாக உணர்கிறோம் என்பதை அது குறிக்கிறது. தனிப்பட்ட உறவுகளுக்கு நம்பிக்கை முக்கியமானதாக இருப்பதைப்போல, ஒரு நிறுவனத்திற்கு உளவியல்ரீதியான பாதுகாப்பு முக்கியமானது. உளவியல் பாதுகாப்பு, நாம் ஓர் அபிப்பிராயத்தைப் பகிர்ந்து கொள்ளுதல், உண்மையைப் பேசுதல், ஒரு கடினமான விவகாரம் குறித்துக் கேள்வி கேட்டல் போன்ற, ஆபத்தை உள்ளடக்கிய விஷயங்களைச் செய்வதால் ஏற்படக்கூடிய பின்விளைவுகளின் அடிப்படையில் அமைந்துள்ளது. உங்கள் வேலையில் அல்லது குடும்பத்தில் நிகழ்கின்ற ஒரு சந்திப்புக்கூட்டத்தில் நீங்கள் உங்கள் கருத்தை முன்வைத்தால் நீங்கள் ஒரு முட்டாளாகவோ, தகுதியற்றவராகவோ, எதிர்மறையானவராகவோ, அல்லது இடையூறு விளைவிப்பவராகவோ மற்றவர்களுக்குத் தோன்றக்கூடும் என்று நீங்கள் பயப்படுவதை நீங்கள் கண்டால், நீங்கள் உளவியல்ரீதியாகப் பாதுகாப்பற்றவராக உணரக்கூடும். மறுபுறம், உங்களுடைய கண்ணோட்டங்களை மற்றவர்கள் ஒரு திறந்த மனத்துடன் ஏற்றுக் கொள்வார்கள் என்ற தன்னம்பிக்கை உங்களுக்கு இருந்தால், நீங்கள் உளவியல்ரீதியாகப் பாதுகாப்பாக உணரக்கூடும்.

டேவிட் பேரியோஸ், குவாத்தமாலாவில் அமைந்துள்ள 'எச்பிசி' என்ற, உலோகச் சாதனங்களை விநியோகிக்கின்ற ஒரு நிறுவனத்தின் தலைமை நிர்வாக அதிகாரியாவார். புதிதாகப் பதவி உயர்வு பெற்றிருந்த அவர், யாரும் செய்யாத ஒன்றைச் செய்தார். தான் எவ்வாறு தோற்றுக் கொண்டிருந்தோம் என்று அவர் தன்னைத் தானே கேட்டுக் கொண்டார். அதன் மூலம், உளவியல்ரீதியான ஒரு பாதுகாப்பை அவர் உருவாக்கினார்.

ஒரு தலைமைத்துவச் சந்திப்புக்கூட்டத்தில், ஒளிவுமறைவின்மையின் அடிப்படையில் அமைந்த நம்பிக்கையின் மதிப்பை எல்லோரும் பார்க்க உதவுவதற்காக வடிவமைக்கப்பட்டிருந்த ஒரு பயிற்சியை நடத்த அவர் தீர்மானித்தார். ஏனெனில், இணைந்து வேலை செய்வதன் அடிப்படை அது என்று அவர் நம்பினார். அந்தப் பயிற்சியின் சாராம்சம் இதுதான்: குழுவின் ஒவ்வோர்

உறுப்பினரும், இரண்டு விஷயங்கள் குறித்து ஆக்கபூர்வமான பின்னூட்டக்கருத்துகளைச் செவிமடுக்க வேண்டும். அவ்விஷயங்கள் இவைதாம்: *(1)* அவர்கள் வழங்குகின்ற மிக முக்கியமான பங்களிப்பு மற்றும் *(2)* தங்கள் குழுவின் நலனுக்காக அவர்கள் மேம்பட வேண்டிய அல்லது களைய வேண்டிய ஒரு விஷயம்.

டேவிட்டின் முறை வந்தபோது, அவருக்கான பின்னூட்டக்கருத்துகளை அவர் கேட்டப் பிறகு, தான் தோலுரித்துக் காட்டப்பட்டிருந்ததாக அவர் உணர்ந்தார். அவர் அதிகப் புரிந்துணர்வுடன் நடந்து கொள்ள வேண்டும் என்று எல்லோரும் கிட்டத்தட்ட ஒருமனதாகத் தெரிவித்திருந்தனர். பின்னர், அக்கூட்டத்தில் கலந்து கொண்டிருந்தவர்களை டேவிட் தனித்தனியாகச் சந்தித்து, தன்னை மேம்படுத்திக் கொள்வதற்காக மேலும் அதிகமான பின்னூட்டக்கருத்துகளையும் வழிகாட்டுதலையும் அவர்களிடமிருந்து கேட்டுப் பெற்றார். “நான் எங்கே தோற்றுக் கொண்டிருந்தேன் என்பது பற்றிய செய்தியைச் சத்தமாகவும் தெளிவாகவும் கேட்டது அவ்வளவு எளிதாக இருக்கவில்லை, ஆனால் நான் எங்கே மேம்பட வேண்டும் என்பது குறித்தத் தெளிவைப் பெற்றது குறித்து உண்மையிலேயே நான் சிறப்பாக உணர்ந்தேன். எனக்கு உதவும் நோக்கத்துடன் அந்தப் பின்னூட்டக்கருத்துகள் எனக்குத் தனிப்பட்ட முறையில் வழங்கப்பட்டிருந்தன. எந்தவொரு பதவியிலும், கடுமையாகவும் எல்லாம் நம்முடைய கட்டுப்பாட்டில் இருப்பதுபோலவும் நடந்து கொள்வது நமக்கு ஒரு பாதுகாப்புணர்வைக் கொடுக்கக்கூடும். நாம் எந்தப் பதவி வகித்தாலும் சரி, மக்கள் கூறுவதைக் காது கொடுத்துக் கேட்கும்போதுதான் வளர்ச்சி சாத்தியமாகிறது. டேவிட்டின் விஷயத்தில், நம்பிக்கை இரண்டு வழிகளில் செயல்பட வேண்டியிருந்தது. ஒன்று, டேவிட் தன்னுடைய குழுவினரிடமிருந்து பின்னூட்டக்கருத்துகளைப் பெறுவது குறித்துப் பாதுகாப்பாக உணர்ந்தார். அது அவரை ஒரு சிறந்த தலைவராக ஆக்கியது. மறுபுறம், தங்களுடைய தலைவருக்கு நேர்மையான மற்றும் ஒளிவுமறைவற்றப் பின்னூட்டக்கருத்துகளைக் கொடுப்பது பாதுகாப்பானதுதான் என்று அவருடைய குழுவினர் நம்ப வேண்டியிருந்தது.

பொறுப்பேற்றுக் கொள்ளுங்கள்

நம்பிக்கையைக் கட்டியெழுப்புவதற்குப் பல ஆண்டுகள் தேவைப்படுகின்றன, ஆனால் அதைத் தகர்ப்பதற்கு ஒரு சில கணங்கள் போதும். இருப்பினும், நம்பிக்கைதான் அனைத்து நல்ல உறவுகளின் அடித்தளமாக இருக்கிறது. நமக்கு மிகவும் நெருக்கமானவர்களை நாம் எப்படி நம்புகிறோம் அல்லது ஏன் நம்புகிறோம் என்பதைப் பற்றி நாம் அவ்வளவாகச் சிந்திப்பதில்லை, ஆனால் நம்பிக்கை இல்லாமல் எந்தவோர் உறவாலும் தழைக்க முடியாது. உறவுகளை வளர்த்தெடுப்பதை அல்லது வலுப்படுத்துவதைப் பற்றி நாம் சிந்திக்கும்போது, நம்பிக்கையைப் பற்றித்தான் நாம் முதலில் சிந்திக்க வேண்டும்.

கொள்கை

நம்பிக்கையை வளர்த்தெடுப்பதற்கு, நீங்கள் நீங்களாகவே இருங்கள்.

செயல்முறை நடவடிக்கைகள்

- *நம்பிக்கை உங்கள் வாழ்வில் வகிக்கின்ற பாத்திரத்தைப் பற்றிச் சிந்தியுங்கள். உங்கள் வாழ்வில் நீங்கள் யாரை மிக அதிகமாக நம்புகிறீர்கள்? நீங்கள் யாரை மிகக் குறைவாக நம்புகிறீர்கள்? இவர்கள் எல்லோரும் உங்கள் நம்பிக்கையை அதிகரிக்க அல்லது முறிக்க என்ன செய்கின்றனர் என்பதைப் பற்றிச் சிந்தியுங்கள். அவர்கள் உங்களை எப்படி நடத்துகின்றனர், உங்களிடம் எப்படிப் பேசுகின்றனர்?*
- *அடுத்து, உங்களுடைய உறவுகளில் நீங்கள் எத்தகையவராக இருக்கிறீர்கள் என்பதைப் பற்றிச் சிந்தியுங்கள். நீங்கள் நம்பகமானவரா? நம்பிக்கையை வளர்த்தெடுக்கின்ற எதை நீங்கள் செய்கிறீர்கள்? நம்பிக்கையை முறிக்கின்ற எதை நீங்கள் செய்கிறீர்கள்? நீங்கள் அக்கறை கொண்டுள்ள நபர்களுடனான உறவுகளில் அதிக நம்பிக்கையை வளர்த்தெடுப்பதற்கு இன்று நீங்கள் மேற்கொள்ளக்கூடிய நடவடிக்கைகள் எவை?*

- நாம் எல்லோருமே அவ்வப்போது நம்பிக்கையை முறித்திருக்கிறோம். சமீபத்தில் நீங்கள் ஒருவருடைய நம்பிக்கையை முறித்த ஒரு நேரத்தை நினைத்துப் பாருங்கள். அந்த நபருடனான உறவைச் சீராக்குவதற்கு, கீழ்க்கண்ட நடவடிக்கைகளை மேற்கொள்ளுங்கள்:
  - உங்களுடைய ஆணவத்தை ஒதுக்கித் தள்ளுங்கள்.
  - பொறுப்பேற்றுக் கொள்ளுங்கள்.
  - அந்நபரைத் தனியாகச் சந்தித்து அவரோடு பேசுங்கள்.
  - தேவைகளை மதிப்பிடுங்கள்.
  - உங்களுடைய செயல்நடவடிக்கைகள் உங்களுக்காகப் பேசட்டும்.

அத்தியாயம் 11

விமர்சனத்தைக் கைவிடுங்கள்

மக்களைக் கண்டிப்பதற்குப் பதிலாக, நாம் அவர்களைப் புரிந்து கொள்ள முயற்சிக்கலாம். விமர்சனத்தைவிட அது அதிக இலாபகரமானது, அதிகப் புதிரானது. அது அனுதாபத்தையும் சகிப்புத்தன்மையையும் பரிவையும் வளர்த்தெடுக்கிறது.

– **டேல் கார்னகி**

என்னுடைய மேலதிகாரியான ஸ்காட் மெக்கார்த்தி, என்னுடைய வருடாந்திர மதிப்பாய்வைக் கிட்டத்தட்ட நிறைவு செய்திருந்தார். அவர் எனக்கு நேர்மறையான பின்னூட்டக்கருத்துகளை வழங்கிய பிறகு, "இறுதியாக நாம் ஒரு பெரிய விஷயத்தைப் பற்றிப் பேச வேண்டியிருக்கிறது," என்று கூறினார்.

"அது என்ன?" என்று நான் கேட்டேன்.

"கடந்த பல ஆண்டுகளின் ஊடாக நான் ஏராளமான மக்களுடன் இணைந்து வேலை செய்துள்ளேன். நான் சந்தித்துள்ள மிகப் பெரிய தற்காப்புவாதி நீங்கள்தான் என்பதை நான் உங்களிடம் சொல்லியாக வேண்டும். உங்களிடம் சொல்லப்படுவது உங்களுக்குப் பிடிக்காவிட்டால், நீங்கள் உடனே சண்டையிடத் தயாராகிவிடுகிறீர்கள். சாதிப்பதற்கான அளப்பரிய ஆற்றல் உங்களிடம் இருக்கிறது, ஆனால் நீங்கள் இப்பிரச்சனையைக் கையாளாவிட்டால், அது உங்கள் தொழில்வாழ்க்கையை மட்டுப்படுத்திவிடும்."

இதைக் கேட்டு அதிர்ச்சியில் நான் அப்படியே உறைந்து போனேன். பிறகு என்னுள் கோபம் பீறிட்டது. அவர் கூறியது என் மனத்தை மிகவும் காயப்படுத்தியது. எக்கச்சக்கமாக! 'நானா? அவர் சந்தித்துள்ள மிகப் பெரிய தற்காப்புவாதி

நானா? உண்மையாகவா?' என்னால் அதை ஏற்றுக் கொள்ள முடியவில்லை. நான் என் மனத்திற்குள் அதைத் தீவிரமாக மறுத்தேன். ஆனால், அக்கணத்தில், என்னிடம் இருந்ததெல்லாம் கேள்விகள் மட்டுமே.

நான் என்னுடைய கோபத்திற்கு அடிபணிந்திருக்கக்கூடும். என் மேலதிகாரியிடமிருந்து என் முகத்தைத் திருப்பிக் கொண்டு, அவருடைய அறிவுரையை என்னால் நிராகரித்திருக்க முடியும். அது எங்களுடைய உறவை பாதித்து, அவருடைய கருத்தை மேலும் ஆணித்தரமாக நிரூபித்திருக்கும். எனவே, நான் அதற்குப் பதிலாக, "ஸ்காட், நீங்கள் இதை என்னிடம் கூறியதை நான் மெச்சுகிறேன். ஆனால், நான் என்ன செய்தேன் என்பதை என்னால் பார்க்க முடியவில்லை. நீங்கள் சொல்வதைப் புரிந்து கொள்ள உதவக்கூடிய ஓர் எடுத்துக்காட்டை உங்களால் எனக்குத் தர முடியுமா?" என்று கேட்டேன்.

நான் ஒரே ஓர் எடுத்துக்காட்டை மட்டுமே கேட்டேன், ஆனால் எனக்கு நான்கு எடுத்துக்காட்டுகள் கிடைத்தன. அவை ஒவ்வொன்றும், நான் கவனிக்கத் தவறியிருந்தவற்றை எனக்குத் திரைவிலக்கிக் காட்டின. இது விமர்சனம் அல்ல. என் மேலதிகாரி உண்மையிலேயே எனக்கு உதவ முயற்சித்துக் கொண்டிருந்தார். அது என் தொழில்வாழ்க்கையில் ஒரு பரிபூரண மாற்றத்தை ஏற்படுத்திய ஒரு கணமாக அமைந்தது. ஏனெனில், என்னால் பார்க்க முடிந்திராத ஒன்றை நான் பார்க்க அது எனக்கு உதவியது.

விமர்சனமும் அது குறித்த நம்முடைய எதிர்வினைகளும் சேரும்போது, ஓர் உறவைச் சீரழிப்பதற்கான மிக வேகமான வழியாக அது மாறுகிறது. டேல் கார்னகி இது குறித்து ஏராளமாகப் பேசியுள்ளார். உண்மையில், "விமர்சிக்காதீர்கள், பழித்துரைக்காதீர்கள், குறை கூறாதீர்கள்" என்பதுதான் அவருடைய முதல் கொள்கையாக இருந்தது. "விமர்சனம் வீணானது. ஏனெனில், அது ஒருவரைத் தற்காப்புப் போக்கிற்குள் தள்ளிவிடுகிறது, அவர் தன்னை நியாயப்படுத்திக் கொள்ள அது அவரைத் தூண்டுகிறது. விமர்சனம் ஆபத்தானது. ஏனெனில், அது ஒருவருடைய பொன்னான பெருமிதத்தைக் காயப்படுத்துகிறது, அவருடைய முக்கியத்துவத்தைப் பரிகசிக்கிறது, அவரிடம் கோபத்தைத் தூண்டுகிறது. நீங்களும் நானும் நாளைக்கு ஒரு கோபத்தைக் கிளறிவிட்டு, அது ஆண்டுக்கணக்கில் சீழ்பிடித்து நம்முடைய மரணம்வரை தொடர வேண்டும் என்று நாம் விரும்பினால், மனத்தைக் காயப்படுத்துகின்ற ஒரு சிறு விமர்சனத்தில் நாம்

ஈடுபடலாம் - அது நியாயமானது என்று நாம் எவ்வளவு உறுதியாக நம்பினாலும்கூட!

உலகப் புகழ்பெற்ற உளவியலாளரும் நூலாசிரியருமான ஜான் காட்மேன், விமர்சனங்கள் உறவுகள் விஷயத்தில் எவ்வளவு அழிவுபூர்வமாக இருக்கின்றன என்பதைப் பார்த்துள்ளார். தன்னுடைய ஆய்வுகளின் அடிப்படையிலும், தன்னுடைய வாடிக்கையாளர்களுடனான ஆயிரக்கணக்கான உரையாடல்களின் அடிப்படையிலும், “உறவுகளின் அழிவுக்கான நான்கு பெரும் காரணிகளில் ஒன்று” என்று விமர்சனத்தை அவர் வரையறுத்துள்ளார். தற்காப்புப் போக்கு, மௌனம், வெறுப்பு, விமர்சனம் ஆகிய நான்கு எதிர்மறை நடத்தைகளின் அடிப்படையில், தம்பதியர் விவாகரத்து செய்வார்களா என்பதை ஜானின் ஆய்வு 90 சதவீதம் துல்லியமாகக் கணித்தது.

விமர்சனத்தை நாம் அணுகுகின்ற விதத்தால் மக்களுடனான நம்முடைய தொடர்புகளை மேம்படுத்த உதவ முடியும், அல்லது அவற்றைச் சீரழிக்கவும் முடியும். இந்த அத்தியாயத்தில், விமர்சனத்திற்கும் பின்னூட்டக்கருத்துக்கும் இடையேயான வேறுபாட்டை அவற்றுக்கான எடுத்துக்காட்டுகளுடன் நாங்கள் விளக்கவிருக்கிறோம். பரிவைத் தேர்ந்தெடுப்பது ஆரோக்கியமான உறவுகளைத் தக்கவைத்துக் கொள்வதில் எவ்வாறு உதவுகிறது என்பதையும் நாங்கள் காட்டவிருக்கிறோம்.

விமர்சனமும் பின்னூட்டக்கருத்தும்

விமர்சனம் அழிவுபூர்வமானது, எடைபோட்டுப் பார்க்கக்கூடியது. அது ஒரு பிரச்சனைக்கான ஒரு மாற்றை வழங்காமல் வெறுமனே அப்பிரச்சனையைப் பற்றியே எரிச்சலூட்டும் விதத்தில் பேசிக் கொண்டே இருக்கிறது; எது ‘தவறோ’, அதன்மீது மட்டுமே தன் கவனத்தைக் குவிக்கிறது. சில நேரங்களில், ஆக்கபூர்வமான விமர்சனம் என்று அழைக்கப்படுகின்ற பின்னூட்டக்கருத்து, நடைமுறைச் சாத்தியம் கொண்டது மற்றும் ஒத்துழைப்பை நல்கக்கூடியது. அது பிரச்சனையை அங்கீகரித்து, முன்னோக்கி அடியெடுத்து வைப்பதற்கான ஒரு தீர்வைக் கண்டுபிடிப்பதை நோக்கிச் செயல்படுகிறது. விஷயங்களை எவ்வாறு ‘சரி’ செய்வது என்பதன்மீது அது தன் கவனத்தைக் குவிக்கிறது.

விமர்சனத்திற்கும் பின்னூட்டக்கருத்துக்கும் இடையேயான வேறுபாட்டைக் காட்டுகின்ற சில எடுத்துக்காட்டுகள் பின்வருமாறு:

> விமர்சனம், தவறாக இருக்கின்ற விஷயத்தின்மீது கவனத்தைக் குவிக்கிறது: நீங்கள் ஏன் ஒரு முறையாவது சரியான நேரத்திற்கு வரக்கூடாது?
>
> பின்னூட்டக்கருத்து, எப்படி மேம்படுவது என்பதன்மீது கவனத்தைக் குவிக்கிறது: நீங்கள் சரியான நேரத்திற்கு வர உதவுவதற்கு உங்களுக்கு எங்களால் என்ன செய்ய முடியும்?
>
> விமர்சனம் ஒரு தனிப்பட்டக் குறைபாடு இருப்பதாகச் சுட்டிக்காட்டுகிறது: நீங்கள் ஓர் அறிவிலி, கல்வியறிவற்றவர்.
>
> பின்னூட்டக்கருத்து நடத்தையின்மீது கவனம் செலுத்துகிறதே அன்றி, ஆளுமையின்மீது அல்ல: உங்கள் பாத்திரத்தில் நீங்கள் அதிகச் சிறப்பாகச் செயல்படுவதற்கு உங்களுக்கு உதவக்கூடிய எதை நீங்கள் கற்றுக் கொள்ள வேண்டியுள்ளது?
>
> விமர்சனம் அடுத்தவரின் மதிப்பைக் குறைக்கிறது: உங்களால் இதைக் கையாள முடியும் என்று எனக்குத் தோன்றவில்லை.
>
> பின்னூட்டக்கருத்து அடுத்தவரை ஊக்குவிக்கிறது: இதை எப்படிச் செய்வது என்பதை நாம் இருவரும் சேர்ந்து கண்டுபிடித்தால் என்ன?

விமர்சனம் அடுத்தவரை விலக்கித் தள்ளுகிறது, பின்னூட்டக்கருத்து அவருடனான பிணைப்பை வளர்த்தெடுக்கிறது. விமர்சனம் அந்நபரைப் பற்றியது; பின்னூட்டக்கருத்து தீர்வுகளைப் பற்றியது. பின்னூட்டக்கருத்து ஒருவரை அழிக்கும் நோக்கத்தோடு அன்றி, அவருக்கு உதவும் நோக்கத்துடன் வழங்கப்படுகிறது.

விமர்சனத்தை எப்படிக் கையாள்வது

விமர்சிக்கப்படுவது நம்மை நல்லவிதமாக உணரச் செய்வதில்லை, குறிப்பாக நாம் உடன்படாதபோது என்பதை நாம் எல்லோரும் ஒப்புக் கொள்வோம். நாம் ஒரு தவறு செய்துவிட்டோம் என்றோ, அல்லது ஒரு வேலையை நாம் சரியாகச் செய்யவில்லை என்றோ யாரேனும் நம்மிடம் சொல்லும்போது, அது நம்மை மோசமாக உணரச் செய்கிறது. மக்கள் வெவ்வேறு வழிகளில் விமர்சிக்கின்றனர். சிலர் வெளிப்படையான வெறுப்புடன் விமர்சிக்கின்றனர் ("நீங்கள்

அப்படிச் செய்தீர்கள் என்பதை என்னால் நம்ப முடியவில்லை. உங்களுக்கு என்னதான் பிரச்சனை?"); மற்றவர்கள் அதிக நயத்தோடு விமர்சிப்பர் ("நீங்கள் அப்படிச் செய்ததற்கு ஒரு நியாயமான காரணம் உங்களுக்கு இருந்திருக்கும் என்று நான் உறுதியாக நம்புகிறேன்."); இன்னும் சிலர், பட்டும் படாமலும் விமர்சிப்பர் ("நீங்கள் அதைச் செய்திருக்காவிட்டால், நீங்கள் இந்தச் சூழ்நிலையில் சிக்கியிருக்க மாட்டீர்கள்."). நீங்கள் ஏதேனும் தவறாகச் செய்திருந்தால்கூட, மேற்குறிப்பிடப்பட்டச் சூழ்நிலைகளில் உங்களுடைய முதல் உள்ளுணர்வு என்னவாக இருக்கும்?

நீங்கள் பெரும்பாலானோரைப் போன்றவர் என்றால் (நான் உட்பட), நீங்கள் விமர்சிக்கப்படும்போது, உங்களைத் தற்காத்துக் கொள்ளும் நோக்கத்துடன் ஒரு சண்டைக்குத் தயாராவதுதான் உங்களுடைய இயல்பான செயல்விடையாக இருக்கும். "என்ன சொல்கிறீர்கள்? நான் அந்த வேலையை முடிப்பதற்குக் கடுமையாக உழைத்துள்ளேன். நான் அதைச் சிறப்பாகச் செய்யவில்லை என்று எப்படி நீங்கள் கூறலாம்?!" என்று நாம் கூறக்கூடும். நம்மீது வைக்கப்பட்டுள்ள விமர்சனம் பொய்யென்று நிரூபிக்க நாம் எதை வேண்டுமானாலும் செய்வோம். நாம் விளக்கமளிப்போம், வாக்குவாதம் செய்வோம், மறுப்போம், அல்லது நியாயப்படுத்துவோம்.

நாம் மனத்தளவில் காயப்பட்டிருக்கும்போதும், நம்மைத் தற்காத்துக் கொள்ள வேண்டியிருப்பதாக நாம் உணரும்போதும், அந்த அனுபவங்களுக்கு, அவற்றுக்குக் கொடுக்கப்பட வேண்டிய முக்கியத்துவத்தைவிட மிக அதிகமான முக்கியத்துவத்தைக் கொடுக்கின்ற தவற்றை நாம் செய்யக்கூடும். நம்மை விமர்சிப்பதிலிருந்து மக்களை நம்மால் தடுக்க முடியாது என்றாலும்கூட, அவர்களுடைய வார்த்தைகள் நம்மை பாதிக்க அனுமதிக்க வேண்டுமா கூடாதா என்பதை நம்மால் தீர்மானிக்க முடியும். நமக்கு உதவக்கூடிய பின்னூட்டக்கருத்துகளைக் கேட்பதற்கு நாம் திறந்த மனத்துடன் இருப்பது இன்றியமையாதது என்றாலும், நம்முடைய நேரத்திற்கோ அல்லது உணர்ச்சிரீதியான ஆற்றலுக்கோ சிறிதும் தகுதியில்லாத நபர்களிடமிருந்து வருகின்ற நியாயமற்ற எடைபோடுதல்களை வடிகட்டுவதும் முக்கியமாகும். நீங்கள் விமர்சனத்தைச் செவிமடுக்கும்போது, பின்வரும் இரண்டு கேள்விகளை உங்களிடம் கேட்டுக் கொள்ளுங்கள்:

1. இந்த விமர்சனம் நான் நம்புகின்ற மற்றும் மதிக்கின்ற ஒருவரிடமிருந்து வருகிறதா?
2. இந்த விமர்சனம் நியாயமானதா இல்லையா?

முதல் கேள்வி நேரடியானது. நான் இந்த நபரை நம்பவும் மதிக்கவும் செய்கிறேனா – ஆம்/இல்லை? ஆம் என்பது பதிலாக இருந்தால், அப்போது நான் அவருடைய கருத்துகளை ஒரு திறந்த மனத்துடன் கேட்பேன். பிறகு நான் இரண்டாவது கேள்விக்குச் செல்வேன். இதற்கான பதில் 'இல்லை' என்பதாக இருந்தால், அவருடைய விமர்சனத்தை நான் கண்டுகொள்ளாமல் இருந்துவிடுவேன். இவ்வுலகில் மகிழ்ச்சியற்ற மக்கள் ஏராளமானோர் உள்ளனர். அவர்களுடைய கருத்துகளையெல்லாம் நாம் பெரிதாக எடுத்துக் கொள்ளக்கூடாது. நான் சொல்வதில் உங்களுக்கு நம்பிக்கை இல்லையென்றால், ஒரு சில நிமிடங்களைச் செலவிட்டு, ஏதேனும் ஒரு சமூக வலைத்தளத்தில் மக்கள் பதிவிட்டுள்ள குதர்க்கமான கருத்துகளைப் படித்துப் பாருங்கள்.

மேற்குறிப்பிடப்பட்ட இரண்டாவது கேள்விக்கு விடையளிப்பது அதிகக் கடினமானது. ஏனெனில், உங்கள்மீது ஓங்கி ஒரு குத்து விடப்பட்டால் உடல்ரீதியாக உங்களுக்கு எவ்வளவு வலிக்குமோ, அதே அளவு வலியை உணர்ச்சிரீதியாக விமர்சனத்தால் ஏற்படுத்த முடியும். யாரேனும் நம்மை அடிக்கும்போது, எதிர்த்து அடிப்பது அல்லது தப்பி ஓடுவதுதான் நம்முடைய உடனடியான, இயல்பான எதிர்வினையாக இருக்கும்; நாம் உணர்ச்சிவசப்பட்டிருப்பதால் சூழ்நிலையை எடைபோடுவதில் நமக்குக் குழப்பம் ஏற்படும். நாம் விமர்சிக்கப்படும்போதும் இதுவே நிகழ்கிறது. அப்படியானால், நாம் ஒரு விமர்சனத்தால் வருத்தமடைந்திருக்கும்போதோ அல்லது காயப்பட்டிருக்கும்போதோ, அந்த விமர்சனம் 'நியாயமானதா இல்லையா?' என்ற கேள்வியை எப்படி நம்மால் நம்மிடம் கேட்க முடியும்? முதலில், நாம் உணர்ச்சிவசப்படாமல் அமைதியாக இருக்க வேண்டும். நாம் மனத்தளவில் அச்சூழ்நிலையிலிருந்து நம்மை விலக்கிக் கொண்டு, அந்த விமர்சனத்தை ஒரு மூன்றாம் நபரின் கண்ணோட்டத்திலிருந்து அணுக வேண்டும்.

நான் டேல் கார்னகி நிறுவனத்தின் தலைமை நிர்வாக அதிகாரியாக ஆகி சுமார் ஓராண்டுக்குப் பிறகு, எனக்கும் எங்களுடைய நிர்வாகக் குழுவுக்கும் ஒரு 360-டிகிரி மதிப்பீட்டை நாங்கள் நடத்தினோம். அந்த மதிப்பீட்டில்,

நீங்கள் யாருடனெல்லாம் நெருக்கமாக இணைந்து வேலை செய்கிறீர்களோ, அவர்களிடம் உங்களைப் பற்றிய பல கேள்விகள் கேட்கப்படும். அவர்கள் தங்களுடைய பெயர்களைக் குறிப்பிடாமல் அந்தக் கேள்விகளுக்கு விடையளிப்பர். குறிப்பிட்ட இந்த மதிப்பீட்டில், என்னை மதிப்பிடும்படி, என் கீழ் வேலை செய்தவர்களிடம் கேட்டுக் கொள்ளப்பட்டது. நான் என் அறிக்கையைப் பெற்றபோது, என்னைப் பற்றிக் கூறப்பட்டிருந்த பெரும்பாலான விஷயங்கள் குறித்து நான் மகிழ்ச்சியடைந்தேன், ஆனால் தீர்மானம் எடுப்பதில் நான் இன்னும் சிறப்பாகச் செயல்படலாம் என்று குறிப்பிடப்பட்டிருந்ததைப் படித்தபோது நான் சிறிது ஏமாற்றமும் வருத்தமும் அடைந்தேன். 'இவர்கள் என்ன சொல்கிறார்கள்? நான் இந்த நிறுவனத்திற்குள் வந்ததிலிருந்து, என்னுடைய குழுவினரின் கருத்துகளைக் காது கொடுத்துக் கேட்டு, அவர்களுடைய அபிப்பிராயங்களையும் கேட்டறிந்து, அவர்களோடு இணைந்து வேலை செய்து வந்துள்ளேன். அப்படியிருக்கும்போது, விரைவாகத் தீர்மானம் மேற்கொள்ளாதது குறித்து இப்போது அவர்கள் என்னை விமர்சிக்கிறார்களா? நான் விரைவாகத் தீர்மானிக்க வேண்டும், அவ்வளவுதானே? சரி, அது என்னால் முடியும். அடுத்த முறை, அவர்கள் என்ன செய்ய வேண்டும் என்று மட்டும் நான் கூறப் போகிறேன்!' என்று நான் உள்ளூரக் குமுறினேன். நல்லவேளையாக உடனே நான் சுதாரித்துக் கொண்டேன். 'இது என்ன அபத்தமான நினைப்பு? எனக்கு அவர்களைப் பிடித்திருக்கிறது, நான் அவர்களை நம்புகிறேன், அவர்களை மதிக்கிறேன். அவர்கள் இதுவரை எப்போதுமே என்னிடம் நேர்மையாக நடந்து வந்துள்ளனர். அவர்களுடைய கூற்றில் ஏதேனும் உண்மை இருக்கக்கூடும்,' என்று நான் நினைத்தேன்.

அதிகத் தெளிவைப் பெறுவதற்காக நான் என் குழுவினருடன் ஒரு சந்திப்புக்கூட்டத்திற்கு ஏற்பாடு செய்தேன். "முதலில், என்னுடைய 360-டிகிரி மதிப்பீட்டில் நீங்கள் வழங்கிய பின்னூட்டக்கருத்துகளுக்காக நான் உங்களுக்கு நன்றி கூறிக் கொள்ள விரும்புகிறேன். இந்த மாதிரியான ஒரு மதிப்பீட்டில், உங்களுடைய உண்மையான அபிப்பிராயத்தை உங்களுக்குள்ளேயே புதைத்துவிடுவதுதான் சுலபமான வழியாக இருந்திருக்கும் என்பதை நான் அறிவேன். ஆனால் நீங்கள் அப்படிச் செய்யவில்லை என்பதை நான் பார்க்கிறேன். அதற்காக நான் உங்களைப் பாராட்டுகிறேன். நீங்கள் என்னிடம் உண்மையைக் கூறத்தான் வேண்டும். ஏனெனில், நான் உங்களைச் சார்ந்திருக்கிறேன். உங்கள்

ஒவ்வொருவர்மீதும் நம் நிறுவனத்தின்மீதும் நான் அக்கறை கொண்டுள்ளேன். தொடர்ந்து மேன்மேலும் மேம்படுவதுதான் என்னுடைய இலக்கு. எனவே, என்னுடைய அறிக்கையில் பரிந்துரைக்கப்பட்டுள்ள ஓரிரு விஷயங்கள் குறித்து நான் ஆழமாகத் தெரிந்து கொள்ள விரும்புகிறேன். நீங்கள் சொல்லப் போகும் விஷயங்களைக் கேட்டு நான் வருத்தப்பட மாட்டேன் என்று நான் வாக்குக் கொடுக்கிறேன். உங்களுடைய பின்னூட்டக்கருத்துகளை நான் உண்மையிலேயே புரிந்து கொள்ள விரும்புகிறேன்." நான் என் பேச்சை முடித்தவுடன், அந்த அறையில் நிலவிய இறுக்கம் தளரத் தொடங்கியது. தங்கள் கைகளை இறுக்கமாகக் கட்டிக் கொண்டு உட்கார்ந்திருந்தவர்கள் இப்போது அவற்றைத் தளர்த்திக் கொண்டு ஆசுவாசமடைந்தனர். மக்கள் தங்களுடைய புருவங்களை உயர்த்தி ஒருவரையொருவர் பார்த்துக் கொண்டனர். அவர்களில் ஒருவர் இவ்வாறு கூறினார்: "நீங்கள் எல்லோருடனும் ஒத்துழைக்க விரும்புகிறீர்கள், கடினமான தீர்மானங்களை மேற்கொள்வதில் எங்களையும் ஈடுபடுத்த விரும்புகிறீர்கள் என்பதை நான் உண்மையிலேயே மெச்சுகிறேன். அது ஒரு நல்ல விஷயம்தான். ஆனால், சில சமயங்களில், நாங்கள் எல்லோரும் பங்களித்தப் பிறகு நீங்கள் விரைவாகத் தீர்மானம் மேற்கொண்டால் நன்றாக இருக்கும் என்று நான் நினைக்கிறேன். நாங்கள் எல்லோரும் அதனோடு உடன்பட வேண்டும் என்ற அவசியமில்லை." மற்றவர்கள் அவருடைய கருத்தை ஆமோதித்துவிட்டு, ஒருவர் பின் ஒருவராகப் பேசத் தொடங்கினர். நான் அதைச் செவிமடுத்தபோது, அவர்களுடைய கூற்று சரி என்பதை நான் உணர்ந்தேன். நான் தேவைக்கதிகமாக அவர்களுடைய சம்மதத்தைப் பெற முயற்சித்துக் கொண்டிருந்தேன். அதாவது, ஏற்கனவே எல்லோருக்கும் எக்கச்சக்கமான வேலைச் சுமை இருந்தபோது, சந்திப்புக்கூட்டங்களில் நான் அதிக நேரத்தைச் செலவழித்துக் கொண்டிருந்தேன் என்று அர்த்தம். இறுதியில், நான் எல்லோருக்கும் உண்மை கலந்த நன்றியைத் தெரிவித்தேன். முக்கியமான தீர்மானங்களை விரைவாகவும் தெளிவாகவும் எடுக்க நான் கடுமையாக உழைத்தேன். என்னுடைய குழுவினர் கொடுத்த ஆலோசனையும் பயிற்சியும் என்னை அதிக ஆற்றல் வாய்ந்த, சிறப்பாகத் தீர்மானங்கள் மேற்கொண்ட ஒரு தலைவராக ஆக்கின.

கேலன் ஷெளப், கனடாவிலுள்ள மான்ட்ரியால் நகரத்தில் வாழ்கின்ற ஓர் ஓவியர். அவர் தன்னுடைய ஓவியங்கள் குறித்து அடிக்கடி விமர்சிக்கப்படுகின்ற ஒருவர். பிரகாசமான,

வானவில்லின் வண்ணங்களைக் கொண்டு அவர் வரைகின்ற ஓவியங்கள் ஆயிரக்கணக்கான விமர்சனங்களை ஈர்க்கின்றன. “இது ஒரு போலியான கலை,” “இதை எவரொருவராலும் வரைய முடியும்,” என்றெல்லாம்கூடச் சிலர் கூறியதுண்டு. “ஓர் ஓவியன் என்பதுபோலப் பாசாங்கு செய்வது குறித்து நீ வெட்கப்பட வேண்டும்,” என்பது போன்ற செய்திகளும் அவருக்கு வந்திருந்தன. இவையெல்லாம், ஓவியங்கள் வரைவதிலிருந்தும் அவற்றைப் பகிர்ந்து கொள்வதிலிருந்தும் அவரைத் தடுத்திருக்கக்கூடும், ஆனால் அவர் அந்த விமர்சனங்களை எடுத்துக் கொண்டு, அவற்றை ஓவியங்களாக மாற்றி, அவற்றை ஆயிரக்கணக்கான டாலர்களுக்கு விற்றுள்ளார். சமூக வலைத்தளத்தில் ஏழு இலட்சத்திற்கும் அதிகமானோர் அவரைப் பின்தொடர்கின்றனர், அவரை ஊக்குவிக்கும் விதமான கருத்துகளைப் பதிவிடுகின்றனர்.

வெறுப்பாளர்களையும் எதிர்மறையான விமர்சகர்களையும் சமாளிப்பதற்கு கேலன் ஒரு சில வழிகளை வைத்திருக்கிறார். முதலில், அவர்களைக் கண்டுகொள்ளாமல் விட்டுவிட வேண்டும்; தேவைப்பட்டால், அவர்களுடைய பதிவுகளைத் தடுக்கவோ அல்லது நீக்கவோ வேண்டும். “வெறுப்பைக் கையாள்வதற்கு உணர்ச்சிரீதியான ஆற்றலை நீங்கள் செலவிட விரும்பாவிட்டால், இது ஓர் அருமையான வழிதான். ஆனால், வெறுப்பைப் பற்றிப் பேசாமல் இருப்பதால் அந்த வெறுப்பு காணாமல் போய்விடாது என்பதையும் நீங்கள் அறிந்து கொள்ள வேண்டும்,” என்று கேலன் கூறுகிறார். இரண்டாவது வழி, அவர்களிடம் அன்பு காட்டுவது. “நாம் எல்லோருமே ஏதோ ஓர் இன்னலை அனுபவித்துக் கொண்டிருக்கிறோம். யாரோ ஒருவர் எதிர்மறையாக ஏதேனும் கூறும்போது (பெரும்பாலும் அவர்களையும் அறியாமல்), உதவியும் இரக்கமும் பரிவும் தேவைப்படுகின்ற ஒரு நிலையில் அவர்கள் இருக்கின்றனர்,” என்று அவர் கூறுகிறார்.

விமர்சனத்தை நீங்கள் தீவிரமாக எடுத்துக் கொள்ள வேண்டுமா கூடாதா என்பதை மதிப்பிடுவதற்கான ஒரு வழி, ஒருவருடைய நோக்கங்களை மதிப்பிடுவதாகும். அந்த விமர்சனம் உங்களைச் சிறுமைப்படுத்துவதாக இருந்ததா? அது குறித்து ஆக்கபூர்வமான ஏதேனும் இருந்ததா? அந்த நபரைப் பற்றி உங்களுக்கு என்ன தெரியும்? கடந்தகாலத்தில் அவரை நீங்கள் எவ்வாறு கையாண்டீர்கள்? நீங்கள் இக்கேள்விகளை உங்களிடம் கேட்டுக் கொண்டு, அவருடைய விமர்சனங்கள் நியாயமற்றவை, அல்லது அந்நபரின் நோக்கங்கள் சரியல்ல என்ற முடிவுக்கு நீங்கள் வந்தால், அவருடைய விமர்சனங்களை

ஒதுக்கித் தள்ளிவிடுங்கள். கடுமையான வார்த்தைகளால் நம் இதயத்தைக் குத்திக் கிழிக்க முடியும், ஆனால் அவற்றை ஒதுக்கித் தள்ளுவது, மதிப்பேதும் இல்லாத விமர்சனங்களால் நமக்கு கவனச்சிதறல் ஏற்படுவதைத் தவிர்க்க நமக்கு உதவுகிறது.

நம்மிடம் இல்லாத ஒரு கண்ணோட்டம் இன்னொருவருக்கு இருக்கக்கூடும் என்பதை ஒப்புக் கொள்ள நாம் தயாராக இருக்க வேண்டிய கணங்கள் உள்ளன. அவர்கள் நம்மிடம் கூறுவது நம் மனத்தைக் காயப்படுத்தினாலும், அவர்களுடைய கூற்றிலுள்ள உண்மையைத் தெரிந்து கொள்வதற்குத் தொடர்ந்து கேள்விகள் கேளுங்கள். நான் விமர்சனத்தைச் செவிமடுக்கும்போது, நான் குறிப்பெடுத்துக் கொண்டு, அதிகத் தகவல்களுக்காகக் கேள்விகள் கேட்கிறேன். ஏனெனில், கற்றுக் கொள்வதற்கான ஒரு வாய்ப்பாக அதை நான் பார்க்கிறேன். அந்நபர் சொல்லியுள்ளவற்றை அலசிப் பார்த்து, அவருடைய விமர்சனத்தில் ஏதேனும் பின்னூட்டக்கருத்து ஒளிந்திருக்கிறதா என்பதைப் பார்க்க முயற்சிப்பதுதான் இங்கு என்னுடைய இலக்கு.

விமர்சனத்தை ஒரு திறந்த மனத்துடன் கருத்தில் கொள்வது முக்கியம். ஒருவர் கூறுவதில் ஏதேனும் உண்மை இருக்கக்கூடும் – அதை நாம் கேட்க விரும்பாவிட்டால்கூட. நம்முடைய உணர்ச்சிரீதியான எதிர்வினை, கற்றுக் கொள்வதற்கும் மேம்படுவதற்குமான நம்முடைய விருப்பத்தை ஒதுக்கித் தள்ளிவிடாதபடி பார்த்துக் கொள்வதுதான் இங்குள்ள சவால்.

மைக்கேல், கல்லூரியில் படித்துக் கொண்டிருந்தபோது, ஹென்ரி என்ற ஒரு நல்ல நண்பர் அவருக்கு இருந்தார். பட்டப்படிப்பில் ஹென்ரி மைக்கேலைவிட ஓராண்டு மூத்தவர். ஹென்ரி தன் படிப்பை முடித்துப் பட்டம் பெற்றப் பிறகு, டேல் கார்னகி நிறுவனத்தில் வேலை செய்வதைப் பற்றி யோசிக்கும்படி மைக்கேல் அவரிடம் வலியுறுத்தினார். அதன்படி, ஹென்ரி, டேல் கார்னகி நிறுவனத்தின் பயிற்றுவிப்புத் துறையில் வேலையில் சேர்ந்தார். மைக்கேல், விநியோக மையத்தில் வேலை செய்தார். அந்த நேரத்தில், அந்நிறுவனத்தில் கணினியில் ஒரு தொடர்ச்சியான இருப்புநிலை நிர்வாக அமைப்புமுறை இருக்கவில்லை. எனவே, தன்னுடைய விநியோக மையத்தின் தேவைகளை நிறைவேற்றுவதற்காக மைக்கேல் ஒரு மென்பொருள் நிரலை எழுதினார். ஹென்ரிக்கும் அது பயன்படக்கூடும் என்று நினைத்த மைக்கேல், அதை அவரோடு பகிர்ந்து கொண்டார்.

“ஹென்ரி என்னுடைய நிரலை விமர்சித்ததைக் கண்டு நான் வியப்புற்றேன்,” என்று மைக்கேல் கூறினார். “அது

தனக்குச் சிறப்பாகப் பலனளிக்கக்கூடிய வேறொரு வழியில் செய்யப்பட வேண்டும் என்று அவர் நினைத்தார். நான் விரக்தியடையத் தொடங்கியிருந்ததை நான் உணர்ந்தேன். ஏனெனில், ஒரு குறுகிய நேரத்தில் நான் சாதித்திருந்த அந்த விஷயம் குறித்து நான் பெருமிதம் கொண்டிருந்தேன். எனவே, ஹென்ரியின் விமர்சனம் என்னைக் கோபப்படுத்தியது. 'ஹென்ரி, நான் இந்த நிரலை எனக்காகத்தான் எழுதினேன். உனக்காக அல்ல,' என்று நான் அவருக்கு ஒரு மின்னஞ்சல் அனுப்பினேன்."

ஹென்ரி அந்நிறுவனத்தில் இருந்த காலம்வரை மைக்கேலிடம் அரிதாகவே பேசினார். "சிறிது காலத்திற்கு, நான் ஒரு சிறந்த நண்பனை இழந்திருந்தேன். பிறகு நாங்கள் ஒருவரோடு ஒருவர் பேசத் தொடங்கிவிட்டபோதிலும், முன்பு எங்களுக்கு இடையே இருந்த நட்பு இப்போது இல்லை," என்று மைக்கேல் கூறினார். அந்நிகழ்வு குறித்து மைக்கேலுக்கு எக்கச்சக்கமான பின்வருத்தம் இருக்கிறது. மீண்டும் அந்த நிகழ்வை எதிர்கொள்ளும் வாய்ப்பு இப்போது மைக்கேலுக்குக் கிடைத்தால், அவர் ஹென்ரியிடம் இப்படிக் கூறியிருப்பார்: "ஹென்ரி, உன்னுடைய பின்னூட்டக்கருத்துக்கு மிக்க நன்றி. இந்த நிரல் உனக்குப் பயன்படக்கூடிய விதத்தில் இதில் ஏதேனும் மாற்றங்கள் செய்ய முடியுமா என்று நான் பார்க்கிறேன்." ஒட்டுமொத்த வாழ்க்கையைப் பார்க்கும்போது, அந்நிகழ்வு அவர்களுடைய உறவின்மீது ஒரு மாபெரும் தாக்கம் ஏற்படுத்திய ஒரு சிறு உரையாடல் மட்டுமே.

சில நேரங்களில், நாம்தான் அடுத்தவரை விமர்சித்தோம் என்பதை நாம் காலம் கடந்தே உணர்கிறோம். ஜாக் ஹாரிஸ் தன்னுடைய முதல் மேலதிகாரியான மார்க்கிற்கு மிகவும் நெருக்கமானவராக இருந்தார். மார்க் தான் பணியாற்றிய ஒரு கிளை உரிம ஹோட்டலில் ஜாக்கை வேலைக்கு எடுத்திருந்தார். ஜாக்கின் பொறுப்புகள் அதிகரித்தபோது, அவர் அந்நிறுவனத்தில் பல பதவி உயர்வுகளைப் பெற்று, பல்வேறு நிலைகளில் பணியாற்றினார். இருப்பினும், அவரும் மார்க்கும் தொடர்ந்து நண்பர்களாக இருந்தனர். அவர்களுக்கிடையே ஒரு நல்ல உறவு நிலவியது. அவர்கள் வேலை செய்த உரிமக் கிளையை இன்னொரு நிறுவனம் வாங்கியபோது, மார்க் வேறொரு நிறுவனத்தில் சேர்ந்துவிட்டார். இதற்கிடையே, தன்னுடைய வேலை போய்விடுமோ என்று ஜாக் கவலைப்பட்டார். மார்க்கின் புதிய நிறுவனத்தில் ஜாக்கிற்கு ஒரு பொருத்தமான வேலை கிடைப்பதற்கான சாத்தியக்கூறு இருந்ததைப் பற்றி அவர்கள் இருவரும் பேசினர். ஜாக்

உற்சாகமடைந்தார். மார்க் தனக்கு அந்த வேலையைப் பெற்று தருவதாகத் தனக்கு வாக்களித்திருந்ததாக ஜான் நினைத்தார். ஆனால், ஏதோ காரணத்தால், மார்க் அதன் பிறகு ஜாக்கைத் தொடர்பு கொள்ளவே இல்லை. சில நாட்களுக்குப் பிறகு, எந்த வேலை தனக்குக் கிடைக்கும் என்று ஜாக் நினைத்திருந்தாரோ, அந்த வேலைக்கு, ஜாக்கின் சக ஊழியர்களில் ஒருவரை மார்க் நியமித்திருந்தது வேறு யார் மூலமாகவோ ஜாக்கிற்குத் தெரிய வந்தது.

விஷயங்களை மார்க் கையாண்டிருந்த விதம் குறித்து வருத்தமும் கோபமும் அடைந்த ஜாக், தனக்கு நம்பிக்கைத் துரோகம் இழைக்கப்பட்டிருந்ததாக உணர்ந்தார். ஏன் இப்படி நிகழ்ந்தது என்பது குறித்து ஜாக் தானாகவே பல அனுமானங்களையும் பல விதமான கதைகளையும் தன் மனத்திற்குள் உருவாக்கத் தொடங்கினார். அவர் செய்யாமல் விட்ட விஷயம், மார்க்கை நேரடியாகத் தொடர்பு கொள்வதுதான். சில மாதங்களுக்குப் பிறகு, இறுதியில் ஜாக் அவரைத் தொடர்பு கொண்டு, விஷயங்கள் நடந்தேறியிருந்த விதம் தனக்குப் பிடிக்கவில்லை என்று அவரிடம் கூறினார்.

"மார்க், நீங்கள் எனக்கு ஒரு வேலை வாய்ப்பைப் பெற்றுத் தருவதாக எனக்கு உறுதியளித்ததுபோலவும், பிறகு காரணம் எதுவுமின்றி நீங்கள் உங்கள் வார்த்தையிலிருந்து பின்வாங்கிவிட்டதுபோலவும் நான் உணர்ந்தேன். நீங்கள் ஏன் அப்படிச் செய்தீர்கள்?" என்று ஜாக் கேட்டார். ஒரு தொழில்முறையாளரின் மனப்போக்கை வளர்த்துக் கொள்வதற்கு வெளிப்படையாகவும் நேர்மையாகவும் பேசுவது எப்படி உதவும் என்பது பற்றிய ஒரு புத்தகத்தை ஜாக் படித்திருந்தார். எனவே, அதன் பாடங்களை அவர் தன்னுடைய உரையாடலில் செயல்படுத்திக் கொண்டிருந்தார். தனக்கு பதிலாகத் தன்னுடைய சக ஊழியருக்கு அந்த வேலை கிடைத்ததற்கான காரணத்தைத் தெரிந்து கொள்வதற்காக அவர் மார்க்கிடம் துருவித் துருவிக் கேள்விகள் கேட்டார். "மார்க் என்னுடைய நேர்மையையும் வெளிப்படையான பேச்சையும் மெச்சுவார் என்று நான் நினைத்தேன். அவர் என்னிடம் வெளிப்படையாகப் பேசுவதற்குப் பதிலாக, என்னுடைய வார்த்தைகளைத் தன்மீது ஏவப்பட்ட ஒரு தாக்குதலாக அவர் பார்த்தார். அவர் மன்னிப்பு எதுவும் கோராமல், உண்மையான விளக்கம் எதுவும் கொடுக்காமல் என் அழைப்பைத் துண்டித்துவிட்டார். அது மனிதாபிமானமற்ற ஓர் உரையாடலாக இருந்தது." மார்க்கின் பதில் என்னவாக இருந்தது? "ஜாக், விஷயங்கள் சில சமயங்களில் இப்படித்தான்

நிகழ்கின்றன.” அவருடைய தொனி இணக்கமானதாக இருந்தபோதிலும், அவர் அந்த உரையாடலை விரைவாக முடித்துவிட்டார். அவர்கள் இருவரும் மீண்டும் ஓராண்டுக்கும் மேலாகப் பேசவில்லை.

பின்னர், ஜாக் அந்த உரையாடலைத் தன் மனத்தில் அசைபோட்டுப் பார்த்தார். நேரடியாகப் பேசுவது உறவு தழைக்க உதவும் என்று அவர் நினைத்தார், ஆனால் அதற்கு நேரெதிரானது நடந்தது. இவர்களுடைய விஷயத்தில், ஒரு மென்மையான, அதிக கவனமான அணுகுமுறை அந்த உறவைக் காப்பாற்றியிருந்திருக்கும். ஜாக்கின் ஏமாற்றமும் உணர்ச்சியும் விரக்தியும் அந்த உரையாடலில் அப்பட்டமாக வெளிப்பட்டன. இதற்கிடையே, தான் இந்த விமர்சனத்தை எவரிடமிருந்தும் பெறத் தேவையில்லை என்று மார்க் நினைத்தார்.

ஜாக் இந்தச் சூழ்நிலையை வித்தியாசமாகக் கையாண்டிருந்தால் என்ன நிகழ்ந்திருக்கும்? அவர் தன்னுடைய உணர்ச்சிகளைக் கட்டுப்படுத்தியிருந்து, அதிகத் தோழமையான ஒரு வழியில் அந்த உரையாடலைத் துவக்கியிருந்தால் என்ன நிகழ்ந்திருக்கும்? “மார்க், நீங்களும் நானும் நெடுங்காலமாக நண்பர்களாக இருந்து வந்துள்ளோம். நான் உங்களை மிகவும் மதிக்கிறேன், உங்கள்மீது அக்கறை கொண்டுள்ளேன். உங்களுடைய புதிய நிறுவனத்தில் அந்த வேலை வாய்ப்பைப் பற்றி நாம் பேசியபோது, எனக்கு அது கிடைக்கவிருந்ததாக நான் நினைத்திருந்தேன். ஆனால், அது எனக்குக் கிடைக்காமல் போனது எனக்குத் தெரிய வந்தபோது நான் வியப்படைந்தேன். என்ன நிகழ்ந்தது என்று சொல்ல முடியுமா?” அந்த வகையான அணுகுமுறைக்கு மார்க் அதிக இணக்கமாகச் செயல்விடை அளித்திருப்பார். உண்மையிலேயே என்ன நிகழ்ந்திருந்தது என்பது ஜாக்கிற்கும் தெரிய வந்திருக்கும். விமர்சனம் ஒருபோதும் பலனளிப்பதில்லை என்பதைத்தான் இது காட்டுகிறது.

பின்னூட்டக்கருத்துகளை எவ்வாறு வழங்குவது

என்னுடைய தொழில்வாழ்க்கையில் பல ஆண்டுகளாக நான் போராடிய விஷயங்களில் ஒன்று, மற்றவர்களுக்கு நேரடியான பின்னூட்டக்கருத்துகளைக் கொடுப்பது. என்னுடைய வார்த்தைகள் எப்படி எடுத்துக் கொள்ளப்படுமோ என்பது பற்றியும், அவை அவர்களுடைய உணர்வுகளைக் காயப்படுத்திவிடுமோ என்பது பற்றியும், அந்நபர் தன்னைத்

தற்காத்துக் கொள்ளும் விதமாகவோ அல்லது கோபமாகவோ நடந்து கொள்வாரோ என்பது பற்றியும், அது ஒரு வாக்குவாதமாக மாறி நாங்கள் இணைந்து வேலை செய்வதை பாதிக்குமோ என்பது பற்றியும் நான் கவலைப்பட்டேன். நான் கடினமான விஷயங்களைக் கையாள வேண்டியிருக்கும்போது, நேர்மறையான விஷயங்களை மட்டும் சுட்டிக்காட்டிவிட்டு, உண்மையான விவகாரத்தை நான் அதிக காலம் தொடாமல் இருந்துவிடுவேன். ஆனால், மக்களுடனான நூற்றுக்கணக்கான உறவாடல்களின் மூலம் இறுதியில் நான் ஒரு விஷயத்தை உணர்ந்து கொண்டுள்ளேன். அது இதுதான்: குறிப்பாகத் தொழிலில், வெளிப்படையாக நடந்து கொள்வதற்கு நான் மக்களுக்குக் கடமைப்பட்டுள்ளேன். மற்றவர்களிடம் உள்ள சிறந்தவற்றை வெளிக் கொண்டுவர உதவுவதும், விளைவுகளை உருவாக்கித் தருவதும் என்னுடைய வேலை. அதை நான் செய்யத் தவறுவது கோழைத்தனமானது, பொறுப்பற்றது, மற்றும் மரியாதைக்குறைவானது. மேலும், மக்கள் தங்களால் முடிந்த அளவு சிறப்பாகச் செயல்பட விரும்புகின்றனர், அவர்களுடைய வளர்ச்சிக்கு உதவக்கூடிய உள்நோக்குகள் அவர்களுக்குக் கொடுக்கப்படும்போது அதை அவர்கள் மெச்சுகின்றனர்.

ஒருவருக்குப் பலனளிக்கக்கூடிய விதத்தில் பின்னூட்டக்கருத்துகளைக் கொடுப்பது இரண்டு விஷயங்களை உள்ளடக்கியுள்ளது: நம்முடைய நோக்கம் மற்றும் நம்முடைய வார்த்தைகள். ஒருவரை ஊக்கமிழக்கச் செய்கின்ற, மனம் தளரச் செய்கின்ற, அல்லது சிறுமைப்படுத்துகின்ற நோக்கத்துடன் நீங்கள் அவரை அணுகினால், அது விமர்சனமாகும். அது பயனற்றது மற்றும் இரக்கமற்றது. அதற்குப் பதிலாக, ஒருவரை ஊக்குவிக்கின்ற மற்றும் ஆதரிக்கின்ற நோக்கத்துடன் நீங்கள் அவரை அணுகினால், அது பின்னூட்டக்கருத்தாகும். அது வளர்ச்சி சார்ந்தது மற்றும் பரிவுமிக்கது. சில சமயங்களில், நாம்தாம் பிரச்சனையாக இருக்கிறோம். தெரிந்தோ அல்லது தெரியாமலோ நாம் விமர்சிக்கத் தொடங்கிவிடுகிறோம். நம்முடைய கருத்துகளில் சிலவற்றை மற்றவர்கள் எப்படி எடுத்துக் கொள்கிறார்கள் என்பது பற்றிய விழிப்புணர்வுகூட நமக்கு இருப்பதில்லை. அப்படியானால், மக்களை மனம் தளரச் செய்வதற்குப் பதிலாக அவர்கள் வளர உதவுகின்ற பின்னூட்டக்கருத்துகளை அவர்களுக்குக் கொடுப்பதில் நாம் எவ்வாறு சிறப்புறுவது?

முதலில், நம்முடைய நோக்கங்களும் நம்முடைய வார்த்தைகளும் நல்லவையாக இருப்பதை நாம் உறுதி

செய்ய வேண்டும். நீங்கள் ஏன் பின்னூட்டக்கருத்துகளைக் கொடுத்துக் கொண்டிருக்கிறீர்கள், அதிலிருந்து நீங்கள் என்ன விளைவை எதிர்பார்க்கிறீர்கள் என்று உங்களை நீங்களே கேட்டுக் கொள்ளுங்கள். உங்கள் குரலின் தொனியின்மீது கவனம் செலுத்துங்கள். உங்கள் தொனியால் ஒருவருக்குப் பதற்றத்தையும் ஏற்படுத்த முடியும், அவரை சௌகரியமாக உணர வைக்கவும் முடியும். நீங்கள் கருத்துகளைப் பரிமாறுகின்ற விதம் உங்களுடைய நோக்கத்துடன் ஒத்திசைவாக இருக்க வேண்டும்.

கேமரன் தன்னுடைய கல்லூரிப் படிப்பை முடித்தப் பிறகு, ஓர் உற்பத்தி நிறுவனத்தின் தொழிற்சாலையில் ஒரு தற்காலிக வேலை தேடிக் கொண்டார். தன்னுடைய மதிப்பையும் கடின உழைப்பையும் வெளிக்காட்டுவதில் அவர் ஆர்வமாக இருந்தார். ஆனால், அந்தத் தொழிற்சாலையில் பணியாற்றிக் கொண்டிருந்த அனைவரும் ஐம்பது வயதுக்கு மேற்பட்டவர்களாக இருந்தனர். கேமரன் மட்டுமே அங்கிருந்த ஒரே இளைஞர். எனவே, அவர்களோடு எவ்வாறு இணைந்து வேலை செய்வது என்பது தெரியாமல் அவர் குழப்பமடைந்தார். அறுபத்தைந்து வயதான பால் என்ற தொழிலாளர் ஒரு சிடுமூஞ்சியாக இருந்தார். அவர் தன்னுடைய வேலைக்கென்று சில வழிமுறைகளை வகுத்து அவற்றை விடாப்பிடியாகக் கடைபிடித்து வந்தார்.

ஒரு நாள், கேமரனும் பாலும் ஓர் இயந்திரத்தைப் பழுது பார்த்துக் கொண்டிருந்தனர். அதற்கு ஒரு திருப்பு உளி தேவைப்பட்டது. பால் ஒரு சாதாரணமான திருப்பு உளியைப் பயன்படுத்திக் கொண்டிருந்தார். ஆனால், அதைக் கொண்டு பழுது பார்ப்பது அதிக நேரம் எடுத்துக் கொண்டிருந்தது. எனவே, கேமரன் அவரிடம், "நீங்கள் ஒரு மின் திருப்புளியைப் பயன்படுத்துவது நல்லது," என்று கூறினார். பால் ஒரு நொடிகூடத் தாமதிக்காமல், "இதுதான் உங்கள் தலைமுறையின் பிரச்சனையே. நீங்கள் வெறும் சோம்பேறிகள்," என்று கூறினார். கேமரன் இதைக் கேட்டுத் திகைத்தார். ஏனெனில், அவர் பாலுக்கு உதவி செய்யவே முயற்சித்துக் கொண்டிருந்தார். இருந்தாலும், அவர் உணர்ச்சிவசப்பட்டு, "அல்லது நாங்கள் அதிக ஆற்றல்மிக்கவர்கள்!" என்று கூறிவிட்டார்.

பாலுக்கு அது இம்மிகூடப் பிடிக்கவில்லை. தன்னுடைய வார்த்தைகள் தொனித்த விதத்தைக் கவனித்தக் கேமரன், உடனடியாகப் பாலிடம் மன்னிப்புக் கோரினார்: "உங்கள் வழி தவறு என்றும், என் வழி சரி என்றும் கூற நான் முயற்சிக்கவில்லை. நம்முடைய செயல்திறனை நாம் எவ்வாறு

மேம்படுத்தலாம் என்று மட்டுமே நான் பரிந்துரைத்துக் கொண்டிருந்தேன், வேறொன்றுமில்லை."

அதன் பிறகு, கேமரன், பாலிடம் வெளிப்படையாகப் பேசினார், அவருடைய வழிகாட்டுதலை நாடினார். பால் ஏன் சில வேலைகளைத் தன்னுடைய சொந்த வழிகளில் செய்து கொண்டிருந்தார் என்பதை அவரிடம் கேட்டு, அவருடைய கண்ணோட்டத்தைப் புரிந்து கொள்ளும் முயற்சியில் கேமரன் இறங்கினார். பிறகு, அவர் இன்னொரு தீர்வைக் கண்டால், அதைச் செயல்படுத்தும்படி பாலிடம் நேரடியாகக் கூறுவதற்குப் பதிலாக, "இதை நாம் இப்படிச் செய்தால் என்ன?" என்று கேட்டார்.

இந்த அணுகுமுறையின் காரணமாக, அவர்களுக்கிடையே ஒரு தோழமையான உறவு மலர்ந்தது. தான் புதிதாக அங்கு வேலையில் சேர்ந்தபோது, தானும் பாலும், பரஸ்பரம் அடுத்தவரைப் பற்றிய அனுமானங்களை உருவாக்கியிருந்ததைக் கேமரன் அறிந்து கொண்டார். இறுதியில், உற்பத்தியை மேம்படுத்துவதற்கும், உற்பத்தியின் பிற பகுதிகளில் நேரத்தைச் சேமிப்பதற்குமான வழிகளைப் பற்றிக் கேட்டறிவதற்காக, பால், கேமரனை நாடினார். சண்டைக்கோழிகளாகவும் விமர்சனக்காரர்களாகவும் இருந்த அவர்கள் இருவரும், ஓர் ஆரோக்கியமான வேலைச் சூழலில் நல்ல நண்பர்களாக ஆனார்கள்.

பொறுப்பேற்றுக் கொள்ளுங்கள்

"விமர்சிக்காதீர்கள், பழித்துரைக்காதீர்கள், குறை கூறாதீர்கள்" என்பதுதான் டேல் கார்னகியின் முதல் கொள்கையாக இருந்தது. அதற்கு ஒரு காரணம் இருந்தது. விமர்சனத்தைவிட அதிக வேகமாக உறவுகளையும் நம்பிக்கையையும் பாழாக்குகின்ற வேறு ஒன்று இல்லை. கற்றலுக்கும் வளர்ச்சிக்கும் தேவையான பின்னூட்டக்கருத்துக்கும், எப்போதுமே அழிவுபூர்வமாக இருக்கின்ற விமர்சனத்திற்கும் இடையேயான வேறுபாட்டை நாம் புரிந்து கொள்ளும்போது, எந்தவோர் உறவிலும் கடினமான தருணங்களைச் சமாளித்து அவற்றிலிருந்து மீள்வதற்கான சக்தியை நமக்கும் மற்றவர்களுக்கும் நம்மால் வழங்க முடியும்.

கொள்கை

பின்னூட்டக்கருத்துகளைக் கொடுப்பதிலும் பெறுவதிலும் இங்கிதமாக நடந்து கொள்ளுங்கள்.

செயல்நடவடிக்கைகள்

- நீங்கள் ஒரு நண்பரை விமர்சித்த, அல்லது ஒரு நண்பர் உங்களை விமர்சித்த ஒரு நேரத்தை நினைத்துப் பாருங்கள். அவர்களுடைய எதிர்வினை என்னவாக இருந்தது? உங்களுடைய எதிர்வினை என்னவாக இருந்தது? நீங்கள் எதை வித்தியாசமாகச் செய்திருந்திருக்கலாம் என்று இப்போது நினைத்து ஏங்குகிறீர்கள்? உங்கள் இருவருக்கும் இடையேயான உறவு இப்போது எப்படி இருக்கிறது?
- உங்களுக்கு விரக்தியூட்டுகின்ற ஓர் உறவைப் பற்றி நினைத்துப் பாருங்கள். அவர்மீது எரிந்து விழலாமா என்று நீங்கள் நினைத்திருக்கக்கூடும். நீங்கள் அவரை என்ன சொல்லி விமர்சித்திருப்பீர்களோ, அதை எழுதி வைத்துக் கொண்டு, அது உங்களை நோக்கி ஏவப்பட்டால் அது உங்களுக்குள் எத்தகைய உணர்வை ஏற்படுத்தும் என்பது

பற்றிச் சிந்தியுங்கள். இப்போது, அந்த விமர்சனத்தை, ஆக்கபூர்வமான மற்றும் பயனளிக்கின்ற வார்த்தைகளில் ஒரு பின்னூட்டக்கருத்தாக மாற்றி எழுதுங்கள். அந்தப் பின்னூட்டக்கருத்தை அந்த நபருடன் பகிர்ந்து கொள்ளுங்கள். அப்போது உங்கள் வார்த்தைகள், தொனி, மற்றும் நோக்கத்தின்மீது கவனம் செலுத்துங்கள்.

- **உங்கள் அலுவலகத்திலோ அல்லது சமூக ஊடகத்திலோ நீங்கள் விமர்சிக்கப்பட்டதாக நீங்கள் உணர்ந்த ஒரு நேரத்தை நினைத்துப் பாருங்கள்.** பிறகு, பின்வரும் கேள்விகளை உங்களிடம் கேளுங்கள்:
  - *இந்த விமர்சனம், நான் நம்புகின்ற மற்றும் மதிக்கின்ற ஒருவரிடமிருந்து வந்து கொண்டிருக்கிறதா? எனக்கு அவரைப் பற்றி எவ்வளவு நன்றாகத் தெரியும்? அவருக்கு என்னைப் பற்றி எவ்வளவு நன்றாகத் தெரியும்?*
  - *இந்த விமர்சனம் நியாயமானதா இல்லையா? அவர்களுடைய கூற்றுக்கு அவர்களிடம் ஏதேனும் அடிப்படை ஆதாரம் இருக்கிறதா?*
  - *நியாயமற்ற விமர்சனங்களையும், உங்கள் நலனில் அக்கறையற்ற ஒருவரிடமிருந்து வருகின்ற விமர்சனங்களையும் விட்டுத்தள்ளப் பழகுங்கள். நியாயமான விமர்சனங்களில் உள்ள பாடங்களைப் பார்க்கப் பழகுங்கள்.*

அத்தியாயம் 12

கடினமான மக்களைக் கையாளுங்கள்

முதலில் காது கொடுத்துக் கேளுங்கள். பேசுவதற்கு உங்கள் எதிராளிகளுக்கு ஒரு வாய்ப்பு வழங்குங்கள். அவர்கள் பேசி முடிக்கட்டும். அவர்கள் கூறுவதை எதிர்க்கவோ, விவாதிக்கவோ, அல்லது உங்களைத் தற்காத்துக் கொள்ளவோ முயற்சிக்காதீர்கள், இது முட்டுக்கட்டைகளை மட்டுமே உருவாக்கும். புரிதலெனும் பாலங்களைக் கட்டியெழுப்ப முயற்சி செய்யுங்கள்.

– டேல் கார்னகி

நீங்கள் யார், நீங்கள் எங்கு வாழ்கிறீர்கள், நீங்கள் எத்தகையவர், நீங்கள் எவ்வளவு கடினமாக முயற்சிக்கிறீர்கள் போன்ற எதுவுமே ஒரு பொருட்டல்ல - நீங்கள் எப்படியும் கடினமான மக்களை எதிர்கொள்ளத்தான் போகிறீர்கள். அதுதான் வாழ்க்கை. உங்களுடைய வாழ்க்கைத் தேர்ந்தெடுப்புகளைப் பற்றிக் குறை கூறுகின்ற ஓர் உறவினர்; தான் சொல்வதுதான் சரி என்று நம்புகின்ற ஒரு சக ஊழியர்; உங்களுடைய யோசனைகளைச் செவிமடுக்க மறுக்கின்ற, உங்களிடமிருந்து வேறுபட்டக் குழந்தை வளர்ப்பு முறையைக் கொண்டுள்ள உங்கள் வாழ்க்கைத்துணைவர்; தன்னை ஒரு பலிகடாபோல பாவித்துக் கொண்டு, உங்களுடைய ஒட்டுமொத்தக் கவனத்தையும் கவனிப்பையும் எதிர்பார்க்கின்ற ஒரு 'நண்பர்'. நாம் இத்தகைய கடினமான மக்களை எதிர்கொள்ளும்போது, எல்லாவற்றையும் அப்படியே போட்டுவிட்டு அச்சூழ்நிலையிலிருந்து வெளியேறிவிடலாமா என்ற எண்ணம் நம்முள் தோன்றக்கூடும். ஆனால் அது அரிதாகவே சாத்தியப்படுகிறது, குறிப்பாக, சம்பந்தப்பட்ட நபர்கள் நம்முடைய உலகின் ஒரு மையப் பகுதியாக இருக்கும்போது.

சூழ்நிலையிலிருந்து வெளியேறுவதற்குப் பதிலாக, கடினமான மக்களையும் கடினமான சந்திப்புகளையும் கையாள்வதற்கான திறனை நம்மிடம் நாம் வளர்த்துக் கொள்ள வேண்டும்.

அது நிகழும்போது நாம் என்ன செய்வது? அந்த நபரைக் கையாள்வதைத் தவிர நமக்கு வேறு வழி இல்லாவிட்டாலும் சரி, அல்லது ஒரு மேம்பட்ட உறவை வளர்த்தெடுக்கின்ற சவாலான காரியத்தை நாம் மேற்கொள்ளத் துணிந்தாலும் சரி, முதலில் நம்மை நிர்வகிக்க நாம் கற்றுக் கொள்ள வேண்டும். உங்களுக்கு ஒரு விஷயம் ஆச்சரியமளிக்கக்கூடும். கடினமான மக்களைக் கையாள்வதைப் பொறுத்தவரை, பிரச்சனை பெரும்பாலும் அம்மக்களோ அல்லது அவர்களுடைய நடத்தையோ அல்ல; அவர்களுடனான உறவாடலைப் பற்றி நாம் சிந்திக்கின்ற விதமும், அவர்களை நாம் அணுகுகின்ற விதமும்தான் பிரச்சனைகரமானவையாக இருக்கின்றன. மற்றவர்களை நம்மால் கட்டுப்படுத்த முடியாது, ஆனால் நாம் எதிர்வினையாற்றும் விதத்தை நம்மால் கட்டுப்படுத்த முடியும்.

இந்த அத்தியாயத்தில், கடினமான மக்களை எதிர்கொள்ளும்போது நாங்கள் பயன்படுத்துகின்ற நான்கு-அம்சச் செயல்முறை ஒன்றைப் பற்றி நாங்கள் பேசவிருக்கிறோம். அந்த நான்கு அம்சங்கள் இவைதாம்:

1. ஆரோக்கியமான எல்லைகளை வகுத்துக் கொள்ளுங்கள்.
2. உங்களுடைய எல்லைகளைத் தெரியப்படுத்துங்கள்.
3. காது கொடுத்துக் கேளுங்கள்.
4. ஒரு மூன்றாவது கண்ணோட்டத்தைப் பெறுங்கள்.

ஆரோக்கியமான எல்லைகளை வகுத்துக் கொள்ளுங்கள்

விரக்தியூட்டும் மக்களைக் கையாள்வதற்கான திறவுகோல், உங்களிடமிருந்து தொடங்குவதுதான். முதலில், மக்கள் உங்களை எவ்வாறு நடத்தலாம் என்பதற்கான எல்லைகளை நீங்கள் வகுத்திருக்கிறீர்களா? அல்லது அந்தத் தீர்மானங்களை மற்றவர்கள் உங்களுக்காக எடுக்கிறார்களா? எல்லைகள் என்று இங்கு நாங்கள் குறிப்பிடுவது, உறவுகளுக்குள் நமக்கு நாமே வகுத்துக் கொள்கின்ற எல்லைகளையும் விதிமுறைகளையும்தாம். எல்லைகளைப் புரிந்து கொள்ள நம்மில் பலர் கஷ்டப்படுகிறோம். அவை என்ன, உறவுகளை அவை எவ்வாறு பாதிக்கின்றன போன்றவற்றைப் பற்றிய

புரிதல் நமக்கு இல்லை. நாம் ஆரோக்கியமான எல்லைகளைக் கொண்டிருக்கும்போது, தேவையான நேரத்தில் 'முடியாது' என்று சொல்வது நமக்கு சௌகரியமாக இருக்கிறது; ஆனாலும், மற்றவர்களிடம் வெளிப்படையாக நடந்து கொள்ளவும் அவர்களோடு தொடர்பு ஏற்படுத்திக் கொள்ளவும் நம்மால் முடியும். எல்லைகளை நிர்ணயிப்பது தொடக்கத்தில் அச்சுறுத்துவதாகத் தோன்றக்கூடும், குறிப்பாக, 'சரி' என்பதைத் தவிர வேறு எதையும் சொல்வது வாக்குவாதத்திற்கு மட்டுமே வழி வகுக்கும் என்றும், 'முடியாது' என்று சொல்வது மோதலில்தான் முடியும் என்றும் சொல்லிச் சொல்லி நாம் வளர்க்கப்பட்டிருக்கும்போது! எடுத்துக்காட்டாக, நீங்கள் உங்கள் அலுவலகத்தில் உங்கள் வேலையில் மூழ்கியிருக்கும்போது, ஓர் அவசரப் பணித்திட்டத்தை ஏற்றுக் கொண்டு செய்து கொடுக்கும்படி உங்கள் மேலதிகாரி உங்களிடம் கேட்பதாக வைத்துக் கொள்வோம். காலக்கெடுக்கள் நெருங்கிக் கொண்டிருக்கின்ற வேறு மூன்று பணித்திட்டங்களில் நீங்கள் ஏற்கனவே ஈடுபட்டிருக்கிறீர்கள். இப்போது கூடுதலாக இன்னொன்றை உங்களால் எடுத்துக் கொள்ள முடியாது என்பது உங்களுக்குத் தெரியும். ஆனால், உங்களுடைய இக்கட்டான நிலையைப் பற்றி உங்கள் மேலதிகாரியிடம் எதுவும் கூறாமல் நீங்கள் அந்தப் பணித்திட்டத்தை ஏற்றுக் கொள்கிறீர்கள். பிறகு என்ன நிகழ்கிறது? உங்களுடைய மன அழுத்தம் அதிகரிக்கிறது; அந்த அக்கறையற்ற மேலதிகாரியைப் பற்றி முழு நேரமும் குறை கூறிக் கொண்டே நீங்கள் முற்றிலும் களைத்துப் போகும் அளவுக்கு வேலை செய்கிறீர்கள். ஆனால் உங்களுடைய சூழ்நிலையைப் பற்றி உங்கள் மேலதிகாரியிடம் நீங்கள் கூறினீர்களா?

உண்மை என்னவென்றால், நீங்கள் ஒருபோதும் ஓர் எல்லையை வகுக்காமல் இருந்தாலோ அல்லது அந்த எல்லையைப் பற்றி மற்றவர்களிடம் கூறாமல் இருந்தாலோ, நீங்கள் விரும்பாத ஒரு விதத்தில் அவர்கள் உங்களை நடத்திக் கொண்டிருப்பது குறித்து நீங்கள் எப்போதும் அவர்களைக் குறை சொல்லிக் கொண்டே இருக்க முடியாது. நம்முடைய வேலையை அல்லது நம்முடைய உறவை நாம் இழக்க விரும்பாததால் நாம் நமக்காகப் பேசத் தயங்கக்கூடும் என்றாலும், இவை எல்லாவற்றுக்குமான அடிப்படைக் காரணம் பயம்தான். ஓர் எல்லையைக் குறிப்பிடுவது, உங்களுடைய அன்புக்குரியவர்கள் உங்களைக் கைவிட்டுவிடுவார்கள் என்றோ, அல்லது உங்கள் மேலதிகாரி உங்களை வேலையைவிட்டுத் தூக்கிவிடுவார் என்றோ

அர்த்தமாகாது. ஒரு சிறப்பான உறவை உருவாக்குவதற்கு எவ்வாறு நீங்கள் இருவரும் இணைந்து செயல்படலாம் என்பது பற்றிய ஓர் உரையாடலுக்கான ஒரு தொடக்கம்தான் அது. மேற்குறிப்பிடப்பட்டது நிகழக்கூடும் என்றாலும், உங்கள் வாழ்வில் நீங்கள் எதை அனுமதிப்பீர்கள், எதை அனுமதிக்க மாட்டீர்கள் என்பதை நீங்கள் தீர்மானிக்கிறீர்கள். எதிர்பார்க்கப்படுகின்ற ஒரு விளைவு குறித்த பயம் பெரும்பாலும் நம் மனத்தில் நாம் உருவாக்குகின்ற ஒரு பொய்யான கதையிலிருந்துதான் வருகிறது. சூழ்நிலையை உங்களால் முடிந்த அளவு அதிலிருந்து விலகியிருந்து பாருங்கள். இத்தகைய உரையாடல்களுக்குள் நுழையும்போது உங்களுடைய எல்லையை உறுதியாக நிலைப்படுத்துங்கள். ஒரு முழுநேரக் குடும்பத் தலைவியான கார்மென் மெடீனா, தன்னுடைய அக்காவான அலீசியாவை வாரத்திற்கு ஒரு முறை தொலைபேசியில் அழைத்துப் பேசினார். அவர்கள் ஒருவரிடமிருந்து ஒருவர் ஆயிரத்து ஐந்நூறு மைல் தொலைவில் வசித்தனர். அவர்கள் பேசிய ஒவ்வொரு முறையும், அலீசியா, கார்மெனின் மகன் டேனியலையும் அவருடைய மருமகள் இசபெலையும் விமர்சித்தார். டேனியல் மற்றும் இசபெலின் உறவைப் பற்றியும், அவர்கள் தங்கள் குழந்தையை வளர்த்த விதம் பற்றியும், அவர்கள் தங்களுடைய மதத்தைக் கடைபிடித்த விதம் பற்றியும் அலீசியா எப்போதும் ஒரு பெரிய சொற்பொழிவு நிகழ்த்தினார். அவர் ஒரு தீவிர மதப்பற்றாளராக இருந்தார், ஆனால் டேனியலும் இசபெலும் அப்படி இருக்கவில்லை. எனவே, அவர் அவர்களுடைய ஆன்மிக நலன் குறித்து மிகவும் கவலைப்பட்டார். இதனால், அவர்களோடு 'பேசி' அவர்களைத் 'திருத்தும்படி' அவர் கார்மெனுக்குத் தொடர்ந்து அழுத்தம் கொடுத்தார். ஆனால், டேனியலும் இசபெலும் தங்களுடைய வாழ்க்கையை வாழ்ந்து கொண்டிருந்த விதம் குறித்துக் கார்மெனுக்கு எந்தப் பிரச்சனையும் இருக்கவில்லை. அவர்களுடைய குடும்ப விவகாரங்களில் அலீசியா குறுக்கிடுவதை அவர் விரும்பவில்லை. "நான் அதைப் பற்றி மேலும் எதுவும் கேட்க விரும்பவில்லை, ஆனால் அதே நேரத்தில், என் அக்காவுடனான என்னுடைய உறவையும் நான் இழக்க விரும்பவில்லை," என்று கார்மென் கூறினார்.

பல மாதங்கள் இப்படியே ஓடிய பிறகு, கார்மென் ஒரு முடிவுக்கு வந்தார். "நான் என் அக்காவுடன் எதைப் பற்றிப் பேசத் தயாராக இருந்தேன், எதைப் பற்றிப் பேச விரும்பவில்லை என்பது குறித்து நான் யோசித்தேன். பிறகு, அதை நான் அலீசியாவிடம் கூறிவிடத் தீர்மானித்தேன்.

முதலில் எனக்கு பயமாக இருந்தபோதிலும், நான் என் முடிவில் உறுதியாக இருந்தேன். எனவே, நான் அவளுடனான என்னுடைய உறவைத் தக்கவைத்துக் கொள்ள விரும்பினேன் என்றும், ஆனால் டேனியலையும் இசபெலையும் பற்றி இனி நான் அவளுடன் பேச மாட்டேன் என்றும் நான் அவளிடம் கூறினேன். அவர்களைப் பற்றிய அவளுடைய பேச்சுகள் என் மனத்தைக் காயப்படுத்தியதாகவும், அவற்றால் எந்தப் பயனும் இல்லை என்றும் நான் அவளிடம் தெரிவித்தேன். முதலில் அவளுக்கு எதுவுமே புரியவில்லை. ஒரு விதத்தில் அவள் தன்னைத் தற்காத்துக் கொள்ளும் விதமாக பதிலளித்தாள். ஆனால் அவள் புரிந்து கொள்ள வேண்டும் என்ற தேவை எனக்கு இருக்கவில்லை. அவள் என்னுடைய விருப்பத்தை மதிக்க வேண்டும் என்று மட்டுமே நான் விரும்பினேன். அவள் என் விருப்பத்திற்கு இசைந்தாள்," என்று கார்மென் கூறினார். கார்மென் தன்னுடைய அக்காவை தொடர்ந்து தன்னுடைய குடும்பத்தில் ஒருவராகவே நடத்தினார். அவர்களுடைய உறவில் எதுவும் மாறியிருக்கவில்லை, அவர் வகுத்திருந்த எல்லையைத் தவிர.

கார்மெனின் கதை காட்டுவதைப்போல, ஓர் உறவில் இருப்பது என்பது, மக்கள் நம்மைத் தங்கள் விருப்பம்போலப் பந்தாட நாம் அனுமதிக்க வேண்டும் என்று அர்த்தமாகாது; எல்லைகளை நிர்ணயித்துக் கொண்டு தொடர்ந்து மற்றவர்களிடம் பரிவோடு நடந்து கொள்வது சாத்தியம்தான். நம் வாழ்விலுள்ள மக்களுடன் ஆரோக்கியமான எல்லைகளை நிர்ணயித்துக் கொண்டு அவற்றைச் செயல்படுத்துவது வலிமையான உறவுகளை வளர்த்தெடுத்து அவற்றைப் பேணிப் பராமரிக்க உதவுகிறது.

எல்லைகளைப் புரிந்து கொள்வதற்கு நேரம் ஆகும். பொதுவாக, நம்மில் பலரால் எடுத்த எடுப்பில் நம்முடைய எல்லைகளை வரையறுக்க முடியாது. ஒரு நிகழ்வு அல்லது சூழ்நிலைக்கான எதிர்வினையாகவே நாம் அவற்றைப் பற்றிச் சிந்திக்க வேண்டியிருக்கும். எல்லைகளை நிர்ணயிப்பதன் மிக முக்கியப் பகுதி, அந்த எல்லைகள் எவை என்பதைப் புரிந்து கொள்வதுதான் என்று உளவியல் சிகிச்சையாளரான பிரிட்னி பிளேர் கூறுகிறார். "உங்களுடைய விருப்பங்களையும் தேவைகளையும் உணர்ந்து கொண்டு, பிறகு அங்கிருந்து பின்னோக்கிச் செயல்படுவதுதான் ஆரோக்கியமான எல்லைகளை நிர்ணயிப்பதன் முதல் படியாகும்," என்று அவர் கூறுகிறார். கடினமான சூழ்நிலைகள் எழும்போது, எது உங்களுக்கு ஏற்புடையது என்பதற்கான எல்லைகளை வகுக்க

நேரம் எடுத்துக் கொள்ளுங்கள்.

உங்களுடைய எல்லைகளைத் தெரியப்படுத்துங்கள்

நீங்கள் உங்களுடைய எல்லைகளை வரையறுக்கக்கூடும், ஆனால் அவற்றை நீங்கள் மற்றவர்களுக்கு எடுத்துரைக்காவிட்டால், அவை மதிப்பற்றவையாகும். ஒரு விவாதத்தைத் தவிர்ப்பதற்காக, நம்மைச் சுற்றி இருப்பவர்களுடன் பேசுவதை நாம் நிறுத்தும்போது எதிர்மறை உணர்வுகள் அங்குத் தலைதூக்குகின்றன. அச்சூழ்நிலையைத் தவிர்ப்பது அதிக எளிதானதாகத் தோன்றக்கூடும் என்றாலும், நம்முடைய தேவைகளைப் பிறரோடு பகிர்ந்து கொள்வதுதான் அவற்றை நிறைவேற்றுவதற்கான முதல் நடவடிக்கையாகும்.

நாம் அவற்றை எடுத்துரைக்கும் விதம் முக்கியமானது. நாம் ஒன்றை அன்பாகவோ அல்லது கடுமையாகவோ கூறலாம். நாம் அதே வார்த்தைகளைப் பயன்படுத்தினாலும்கூட, நாம் அவற்றைச் சொல்லும் விதம்தான் அடுத்தவர்மீது மிக வலிமையான தாக்கம் ஏற்படுத்துகிறது. ஒரு முறை, மைக்கேல், அவருடைய நிறுவனத்தில் முன்பு வேலை பார்த்திருந்த பில் என்ற ஒரு விற்பனையாளருடன் ஒரு பேச்சுவார்த்தையில் ஈடுபட வேண்டியிருந்தது. பில்லின் தந்தையும் அந்நிறுவனத்தில் வேலை பார்த்திருந்தார். அவர் இறந்தபோது, அவருடைய விஷயம் குறித்து மைக்கேல் பில்லுடன் கலந்து பேச வேண்டியிருந்தது. இணைந்து வேலை செய்வதற்கு பில் எப்போதுமே கடினமானவராக இருந்து வந்திருந்தார். இதற்கு முந்தைய ஒவ்வோர் உரையாடலின்போதும், பில் மரியாதையின்றியும் பக்குவமின்றியும் நடந்து கொண்டிருந்தார். இதனால், அவர் ஒரு முட்டாள் என்ற எண்ணம் மைக்கேலின் மனத்தில் ஆழமாகப் பதிந்து போயிருந்தது. பில்லுடன் பேசுவதில் மைக்கேலுக்கு ஆர்வம் இருக்கவில்லை என்றபோதிலும், இந்தப் பேச்சுவார்த்தை மிக முக்கியமானது என்பதை மைக்கேல் அறிந்திருந்தார். தான் எதைப் பொறுத்துக் கொள்வோம், எதைப் பொறுத்துக் கொள்ள மாட்டோம் என்பதைப் பற்றி மைக்கேல் ஆழமாகச் சிந்தித்தார். பில் தன்னிடம் மரியாதையின்றி நடந்து கொள்ள தான் ஒருபோதும் அனுமதிக்கப் போவதில்லை என்று அவர் உறுதி பூண்டார். “நான் உரையாடத் தொடங்கியபோது, நான் பில்லிடம், ‘உங்கள் குரல் உயர்ந்தால், நான் உங்களுக்கு ஓர் எச்சரிக்கை கொடுப்பேன். அதற்குப் பிறகும் நீங்கள் என்னிடம் சாதாரணமாகப் பேசாவிட்டால், இந்த உரையாடல் அத்துடன்

முடிந்துவிடும்,' என்று கூறினேன்." மைக்கேலுக்கு பில்லைப் பிடிக்கவில்லை என்றாலும், தன்னுடைய எல்லையை அவர் பில்லுடன் அன்பாகவும் தெளிவாகவும் பகிர்ந்து கொண்டார்.

அந்தச் சந்திப்பின்போது ஒரு கட்டத்தில் பில் தன் குரலை உயர்த்தினார். மைக்கேல் தன்னைக் கட்டுப்படுத்திக் கொண்டு, ஓர் அமைதியான குரலில், "பில், இதுதான் நான் உங்களுக்குக் கொடுக்கின்ற முதல் மற்றும் கடைசி எச்சரிக்கை. நீங்கள் உங்கள் குரலை உயர்த்தினால் நான் இங்கிருந்து கிளம்பிவிடுவேன். நான் உங்களோடு விஷயங்களை அமைதியான முறையில் கலந்து பேச விரும்புகிறேன். நீங்களும் அப்படிச் செய்வீர்கள் என்று நான் நம்புகிறேன்," என்று கூறினார். பில் மைக்கேலைப் பார்த்துவிட்டு, ஆழமாக ஒரு முறை சுவாசித்துவிட்டு, தன்னுடைய உணர்ச்சிகளைத் தன் கட்டுப்பாட்டின் கீழ் கொண்டுவந்தார். மைக்கேல் தன்னுடைய எல்லைகளை வகுத்துக் கொண்டு அவற்றை பில்லுக்குத் தெரியப்படுத்துவதற்கு நேரம் ஒதுக்கியதால், தேவையற்ற ஒரு விவாதத்தை அவரால் தவிர்க்க முடிந்தது, அந்தப் பேச்சுவார்த்தையும் வெற்றிகரமாக நடந்தேறியது.

உங்களுடைய எல்லைகளும் சோதனைக்கு உள்ளாகும். எல்லோரும் உங்களுடைய எல்லைகளை ஏற்றுக் கொள்ள மாட்டார்கள். உளவியல் சிகிச்சையாளரும் 'மைன்ட்ஸ்பிளெயின்' என்ற உளவியல் வலைப்பதிவின் நிறுவனருமான டாக்டர் மைக்கேல் கின்ஸீ, 'கீறல் விழுந்த இசைத்தட்டு' அணுகுமுறையைக் கடைபிடிக்கும்படி மக்களுக்கு அறிவுறுத்துகிறார்: " 'முடியாது' என்ற வார்த்தை தீண்டத்தகாததாகக் கருதப்படுகின்ற உறவுகளில் நிலைப்படுத்தப்பட வேண்டிய எல்லைகள்தாம் வகுப்பதற்குக் கடினமான எல்லைகளாகும். நீங்கள் வழக்கமாகச் செய்வதுபோல உங்கள் எல்லையைப் பணிவாகவும் நயமாகவும் நிறுவுங்கள். நீங்கள் பெருந்தன்மையானவராக நடந்து கொள்ள விரும்பினால், உங்களுடைய எல்லைக்கு அடுத்தவர் எப்படி எதிர்வினையாற்றுகிறார் என்பதைப் பொறுத்து, நீங்கள் ஏற்கனவே பதிலளித்துவிட்டீர்கள் என்றும், அவர்கள் உங்களுடைய விருப்பங்களை மதிப்பதை நீங்கள் மெச்சுவீர்கள் என்றும் அவர்களுக்கு நினைவுபடுத்துங்கள். அவர்களிடமிருந்து தீவிரமான எதிர்ப்பை எதிர்கொள்ளும்போது, அதிகக் கண்டிப்பான ஓர் அணுகுமுறை தேவைப்பட்டால், வெறுமனே 'முடியாது' என்று கூறுங்கள். மீண்டும் 'முடியாது' என்று கூறுங்கள். இன்னும் ஒரு முறை 'முடியாது' என்று கூறுங்கள். தன்னம்பிக்கையோடும், எந்தக் குற்றவுணர்வும் இன்றியும்,

எந்தத் தயக்கமும் இன்றியும், தொடர்ந்து 'முடியாது' என்று சொல்லிக் கொண்டே இருங்கள். அடுத்தவருடைய நச்சரிப்பு அடங்கும்வரை இதைத் தொடருங்கள். அந்த நச்சரிப்பு ஒருபோதும் அடங்காவிட்டால், அந்த உரையாடலிலிருந்து வெளியேறிவிடுங்கள்."

காது கொடுத்துக் கேட்கக் கற்றுக் கொள்ளுங்கள்

அடுத்தவருடைய கண்ணோட்டத்தையோ அல்லது அவர்கள் நடந்து கொள்ளும் விதத்தையோ சிறப்பாகப் புரிந்து கொள்வதற்குக் கேள்விகள் கேட்பதைப் பற்றிச் சிந்தியுங்கள். ஒருவரை எடைபோடாமல் காது கொடுத்துக் கேட்பது, சிறப்பாகக் காது கொடுத்துக் கேட்பதன் ஒரு பகுதியாகும். அதாவது, நம்முடைய சொந்த உணர்வுகளும் எதிர்வினைகளும் அடுத்தவருடைய கண்ணோட்டத்தை நாம் செவிமடுப்பதிலிருந்து நம்மைத் தடுக்காதபடி நாம் பார்த்துக் கொள்ள வேண்டும். இது அவ்வளவு சுலபமான ஒரு திறமையல்ல.

பிரியா வில்சன் எப்போதுமே தன்னுடைய மாமனார் டெரெக்கை அவருடைய பல் மருத்துவரிடமும் குடும்ப மருத்துவரிடமும் தன் காரில் அழைத்துச் சென்றார். ஏனெனில், டெரெக்குக்குக் கண் பார்வை கிடையாது. ஒரு நாள் காலையில், அவர்கள் காரில் போய்க் கொண்டிருந்தபோது, பிரியாவின் கணவரான ஆஸ்டினைப் பற்றி அவர்கள் பேசத் தொடங்கினர். ஆஸ்டினுக்கும் டெரெக்குக்கும் இடையேயான உறவு சொல்லிக் கொள்ளும்படியாக இருக்கவில்லை. ஏனெனில், ஆஸ்டினை டெரெக் வளர்த்திருந்த விதம் குறித்து அவர்கள் இருவரும் வெவ்வேறு கண்ணோட்டங்களைக் கொண்டிருந்தனர். டெரெக் பிரியாவிடம், "அன்று இரவு ஆஸ்டின் ஏன் என்மீது அப்படி எரிந்து விழுந்தான் என்பது எனக்குத் தெரியவில்லை," என்று கூறினார். அவர் குறிப்பிட்ட அந்த இரவில், அவருடைய வீட்டில் அவரும் ஆஸ்டினும் சேர்ந்து உணவருந்தினர். அது அவர்களுடைய வாராந்திரச் சந்திப்பு. அப்போது, தந்தையும் மகனும், தாங்கள் வளர்ந்து வந்த காலத்தைப் பற்றியும் ஆஸ்டினின் குழந்தைப்பருவத்தைப் பற்றியும் பேசிக் கொண்டிருந்தனர். அப்போது, டெரெக், "நீ சிறுவனாக இருந்தபோது நீ ஏன் என்னிடம் அவ்வளவு பொய்கள் சொன்னாய் என்பதை என்னால் ஒருபோதும் புரிந்து கொள்ள முடியவில்லை. எதைப் பற்றி வேண்டுமானாலும் நீ என்னிடம் தயங்காமல் பேசலாம் என்பதை நீ எப்போதுமே

அறிவாய்," என்று கூறினார்.

இதைக் கேட்டு ஆஸ்டின் திகைத்தார். ஏனெனில், தன்னுடைய குழந்தைப்பருவத்தைப் பற்றி அவர் கொண்டிருந்த நினைவுகளிலிருந்து இது முற்றிலும் வேறுபட்டிருந்தது. "அப்பா, நான் உங்களிடம் ஒன்றை நேர்மையாகக் கூறிய ஒவ்வொரு முறையும், நீங்கள் என்னைத் தண்டித்தீர்கள், அல்லது அடித்தீர்கள், அல்லது எனக்குப் பிடித்தமான எதையேனும் என்னிடமிருந்து பறித்தீர்கள்! விஷயங்களைப் பற்றி உங்களிடம் என்னால் பேச முடியவில்லை. ஏனெனில், அதற்கான ஒரு பாதுகாப்பான இடமாக அது இருக்கவில்லை." இதைக் கேட்டு நிலைகுலைந்து போன டெரெக், அமைதியாக, "எனக்குக் களைப்பாக இருக்கிறது. நான் தூங்கப் போகிறேன். நீ இங்கிருந்து போகலாம்," என்று கூறினார்.

ஆஸ்டின் அங்கிருந்து வெளியேறி நேராகத் தன் வீட்டிற்குச் சென்று, பிரியாவிடம் எல்லாவற்றையும் கூறினார். ஆஸ்டின் தன்னுடைய குழந்தைப்பருவத்திலிருந்து எவ்வளவு மனக்காயத்தைச் சுமந்து திரிந்து கொண்டிருந்தார் என்பதைப் பிரியா புரிந்து கொண்டார். எனவே, ஆஸ்டின் ஏன் தன்மீது 'எரிந்து விழுந்தார்' என்பது பற்றித் தனக்கு எந்த யோசனையும் இல்லை என்று டெரெக் கூறியதைக் கேட்டபோது, பிரியாவுக்கு அவர்மீது கடுங்கோபம் ஏற்பட்டது. உடனே, தன் கணவனுக்கு ஆதரவாகக் களத்தில் குதிக்க வேண்டும் என்ற தூண்டுதல் அவருக்கு ஏற்பட்டது. ஆனால், 'அதனால் என்ன பயன் விளையப் போகிறது? இவர் ஏற்கனவே மனமுடைந்து போயிருக்கிறார். இப்போது இவருக்குக் கூடுதல் வருத்தம் தேவையில்லை,' என்று பிரியா நினைத்தார். எனவே, தன்னுடைய சொந்தக் கண்ணோட்டத்தைத் திணிப்பதற்குப் பதிலாக, அவர் தன் மாமனாரிடம், "நீங்கள் இருவரும் விஷயங்களை உண்மையிலேயே வெவ்வேறு விதங்களில் பார்க்கிறீர்கள் என்பது தெரிகிறது. உங்கள் மனைவி இறந்த பிறகு ஆஸ்டினைத் தனியாக வளர்ப்பது உங்களுக்கு எப்படி இருந்தது?" என்று கேட்டார்.

"ஆஸ்டினின் அம்மா ஏமி இறந்தபோது அவனுக்குப் பதினான்கு வயது. 'சுதந்திரம்' என்ற அரிப்பு அவனுக்கு அப்போதுதான் ஏற்படத் தொடங்கியிருந்தது. அச்சமயத்தில்தான் ஏமி மருத்துவமனையில் அனுமதிக்கப்பட்டாள். அதன் பிறகு வெறும் இரண்டே மாதங்களில் அவள் இறந்துவிட்டாள்." டெரெக்கின் குரல் தழுதழுத்தது. "நான் ஆஸ்டினுக்கு ஆதரவாக இருக்க விரும்பினேன். ஆனால் நான் என் மனைவியை

இழந்திருந்தேன். என்ன செய்வதென்று தெரியாமல் நான் தவித்தேன். ஒரே நேரத்தில் எல்லாவற்றையும் சமாளிப்பது எனக்குக் கடினமாக இருந்தது. நான் அவனைப் பாதுகாப்பாக வைத்துக் கொள்ள விரும்பினேன். அவன் என்னிடம் எப்போது வேண்டுமானாலும் பேசுவதற்கான சூழலை நான் அவனுக்கு உருவாக்கிக் கொடுத்திருந்ததாக நான் நினைத்தேன். நான் நினைத்ததைவிட அதிகக் கண்டிப்புடன் நான் அவனிடம் நடந்து கொண்டிருந்ததாக இப்போது எனக்குத் தோன்றுகிறது. ஆனால், அந்நேரத்தில் வேறு என்ன செய்வதென்று எனக்குத் தெரியவில்லை," என்று அவர் கூறினார்.

"அது எப்படி இருந்திருக்கும் என்பதை என்னால் கற்பனைகூடச் செய்ய முடியவில்லை," என்று பிரியா கூறினார். "அது உங்கள் இருவருக்குமே மிகக் கடினமாக இருந்திருக்கும், இல்லையா?" டெரெக் அதை ஆமோதித்தார். அவர்கள் மருத்துவரின் அறையை அடைந்தபோது, அவர்களுடைய உரையாடல் திடுதிப்பென்று நின்றுவிட்டது. ஆனால், ஒரு பூகம்பமாக வெடித்திருந்திருக்க வேண்டிய ஓர் உரையாடல், பரஸ்பரப் புரிதலில் முடிந்தது.

எதிர்வினையாற்றுவதற்கு முன் காது கொடுத்துக் கேட்பது, அடுத்தவருடைய கண்ணோட்டத்தைப் புரிந்து கொள்வதற்கான இடைவெளியை நமக்குக் கொடுக்கிறது. மக்கள் தங்களுடைய கண்ணோட்டங்களை நேர்மையாக வெளிப்படுத்துவதற்கான ஒரு பாதுகாப்பான இடத்தை உருவாக்க வேண்டும் என்று கார்லோஸ் கியூபா விரும்பினார் – அவர்களுடைய அபிப்பிராயங்கள் கடுமையானவையாகவோ அல்லது அறியாமையில் விளைந்தவையாகவோ இருந்தாலும்கூட. வால்கிரீன்ஸ் பூட்ஸ் அலையன்ஸ் நிறுவனத்தின் மூத்தத் துணைத் தலைவர் என்ற முறையில், 2020-ல் ஜார்ஜ் ஃபிளாயிடின் கொலைக்குப் பிறகு, இனவெறியைக் கண்டித்துப் பிற பெருநிறுவனங்கள் அறிக்கைகளை வெளியிட்டதைக் கார்லோஸ் கவனித்தார். சில அறிக்கைகள் வெறுமனே ஒப்புக்கு வழங்கப்பட்டிருந்தன. மற்றவை, அந்நிறுவனங்கள் மற்றும் அவற்றின் தலைவர்களின் விழுமியங்களின் உண்மையான பிரதிபலிப்புகளாக இருந்தன. கார்லோஸ் தன்னுடைய நிறுவனத்தைப் பார்த்தபோது, அவர்கள் ஓர் உண்மையான அக்கறையுடன் செயல்படுவதை உறுதி செய்ய விரும்பினார். ஆனால், நிறுவனத்தில் இருந்த எல்லோரும் இனவெறியை எதிர்ப்பதில் ஆர்வம் காட்டவில்லை என்பதை அவர் உணர்ந்தார். இனவெறி நிஜமல்ல என்று சில ஊழியர்கள் நினைத்தனர். வேறு சிலர்,

நிகழ்ந்து கொண்டிருந்தவற்றைப் புரிந்து கொள்ள முடியாமல் இருந்தனர். அவர்கள் அப்பிரச்சனையை உண்மையான அக்கறையுடன் கையாள்வதை இது அதிக முக்கியமானதாக ஆக்கியது. மக்கள் தங்களைத் தற்காத்துக் கொள்ளத் தூண்டப்படாமல் சரியான விஷயத்தைச் செய்ய வேண்டும் என்று கார்லோஸ் விரும்பினார்.

மக்கள் உணர்ச்சிரீதியாகவும் அரசியல்ரீதியாகவும் எந்த நிலைப்பாட்டில் இருந்தாலும் சரி, அவர்கள் அவ்விஷயம் குறித்து எவ்வாறு உணர்ந்தனர் என்பதைப் பற்றி அவர்கள் எடைபோடப்படாமல் பேசுவதற்கான இடத்தை அவர் அவர்களுக்குக் கொடுக்க விரும்பினார். “விமர்சிக்காதீர்கள், பழித்துரைக்காதீர்கள், குறை கூறாதீர்கள்” என்ற, டேல் கார்னகியின் முதல் கொள்கையை அவர் நினைத்துப் பார்த்தார். கார்லோஸ் ஒரு கறுப்பினத்தவர் என்பதால், தாங்கள் இனவெறியர்கள் அல்லர் என்று வெள்ளையின மக்கள் தன்னிடம் வந்து கூறியதை அவர் கவனித்தார். ஆனால் அவர்கள் இனவெறிக்கு எதிராகவும் இருந்திருக்கவில்லை. அவர்கள் உதவி கேட்டுக் கொண்டிருந்தனர்.

“வெளிப்படையான கருத்துப் பரிமாற்றங்களையும் துணிச்சலான உரையாடல்களையும் நிகழ்த்துவதற்கு ஒரு பாதுகாப்பான இடத்தை நாம் உருவாக்கப் போகிறோம் என்றால், மக்களை அவர்களுடைய எண்ணங்களுக்காகவோ, அல்லது கடந்த பல ஆண்டுகளாக அவர்கள் செய்து வந்துள்ளவற்றுக்காகவோ அல்லது செய்யாதவற்றுக்காகவோ நாம் எடைபோடக்கூடாது,” என்று கார்லோஸ் கூறினார். சில வட்டங்களில், அவர்கள் விமர்சிக்கப்பட்டிருக்கவும் பழித்துரைக்கப்பட்டிருக்கவும் கூடும், ஆனால் அவர்கள் தூதர்களாகவும் கூட்டாளிகளாகவும் ஆவதற்கு அவர்கள் கல்வியும் உதவியும் கேட்டுக் கொண்டிருந்ததைக் கார்லோஸ் கண்டார்.

மக்கள் தங்களுடைய கதைகளைப் பாதுகாப்பாகப் பகிர்ந்து கொள்வதற்கு, தான் அவர்களை எடைபோடாமல் அவர்கள் கூறுவதைக் காது கொடுத்துக் கேட்க வேண்டும் என்பதைக் கார்லோஸ் உணர்ந்தார். “இந்த நாடு மிகவும் பிளவுபட்டுள்ளது. இந்த நாடு மட்டுமல்லாமல், உலகமே ‘நாம்-அவர்கள்’ என்ற மனப்போக்கைக் கொண்டுள்ளது,” என்று கார்லோஸ் கூறினார். “நான் அவர்களோடு ஒருபோதும் உடன்படாமல் போகக்கூடும், ஆனால் உங்களுக்கும் எனக்கும் இருப்பதுபோலவே, அவர்கள் என்ன உணர்கிறார்களோ அதை உணர்வதற்கான உரிமை அவர்களுக்கு இருக்கிறது. நான்

அதற்காக அவர்களைப் பழித்துரைக்கப் போவதில்லை," என்று அவர் கூறினார். இது எல்லா நேரமும் வேலை செய்வதில்லை, குறிப்பாக, மக்கள் ஒத்துழைக்கவும் நேர்மையாக உரையாடவும் மறுக்கும்போது. இதைப் பற்றிப் பின்னர் நாம் அதிகமாகப் பேசலாம்.

ஒரு மூன்றாவது கண்ணோட்டத்தைப் பெறுங்கள்

நாம் எல்லோருமே எல்லாவற்றைப் பற்றியும் அளவுக்கதிகமாகச் சிந்திக்கிறோம். இது நாம் எதிர்கொள்கின்ற ஒரு சவாலான விஷயம். சில நேரங்களில், நமக்கும், நாம் ஓர் இணக்கமான உறவை வளர்த்துக் கொள்ள விரும்புகின்ற ஒருவருக்கும் இடையே என்ன நிகழ்ந்து கொண்டிருக்கிறது என்பதைத் தீர்மானிப்பதற்கான சிறந்த நிலையில் நாம் இருப்பதில்லை. அப்போது இன்னொருவருடைய கருத்தைக் கேட்பது உதவிகரமாக இருக்கும். விஷயங்களை நாம் வாய்விட்டுப் பேசும்போது, அவற்றை அதிகத் தெளிவாக நம்மால் கேட்க முடிகிறது. உங்கள் நம்பிக்கைக்குரிய ஒரு நண்பரிடமோ அல்லது ஒரு வழிகாட்டியிடமோ நீங்கள் பேசலாம். அவர் உங்கள் நலனில் அக்கறை கொண்டவராகவும், சூழ்நிலையை ஒரு நடுநிலையான இடத்திலிருந்து பார்க்கின்றவராகவும் இருக்க வேண்டும். இந்தச் சூழ்நிலையில் அவர் என்ன செய்வார் என்று அவரிடம் கேளுங்கள். நீங்கள் அளவுக்கதிகமாக உணர்ச்சிவசப்பட்டு நடந்து கொண்டிருக்கிறீர்களா என்றும் அவரிடம் கேளுங்கள்.

பெப்சிகோ நிறுவனத்தின் முன்னாள் தலைமை நிர்வாக அதிகாரியான இந்திரா நூயி, உலகின் மிகவும் சக்திவாய்ந்த பெண்களில் ஒருவராகக் கருதப்பட்டவர். ஒரு முறை அவர் இவ்வாறு கூறினார்: "யார் என்ன கூறினாலும் அல்லது செய்தாலும், ஒரு நேர்மறையான நோக்கத்தை அனுமானியுங்கள். அப்போது, ஒரு நபர் அல்லது பிரச்சனை குறித்த உங்களுடைய ஒட்டுமொத்த அணுகுமுறை எவ்வளவு வித்தியாசமாக மாறிவிடுகிறது என்பதைக் கண்டு நீங்கள் வியப்பீர்கள்."

இன்னொரு நபருடன் பேசுவது, நாம்தான் பிரச்சனைக்குரியவராக இருக்கிறோம் என்பதைப் புரிந்து கொள்ள நமக்கு உதவும்.

என் தொழில்வாழ்க்கையில் ஒரு கட்டத்தில், என் கீழ் வேலை பார்த்த ஜாக் என்ற ஓர் ஊழியர் ஒரு பெரும் திறமைசாலியாக இருந்தார். அவர் ஒரு பெரிய துறையை

நிர்வகித்துக் கொண்டிருந்தார். தன்னுடைய குழுவினர் அவர்களுடைய பிரச்சனைகளைத் தாங்களே கண்டுபிடித்துக் கொள்ள அவர்களை அனுமதித்ததன் வாயிலாக, தான் அவர்களுக்கு ஆதரவாக இருந்ததற்காக அவர் தன்னைக் குறித்துப் பெருமிதம் கொண்டார். “மக்களைச் சிறு குழந்தைகளைப்போல நான் நடத்தப் போவதில்லை. நாம் எல்லோரும் பெரியவர்கள். நீங்கள் வளர விரும்பினால், நீங்கள் உங்களுடைய சவால்களை எதிர்கொண்டு தீர்க்க வேண்டும். இன்னொருவருடைய வேலையைச் செய்வதில் எனக்கு ஒருபோதும் விருப்பமில்லை,” என்று அவர் கூறினார். அவர் சுற்றி வளைக்காமல் தன் மனத்தில் பட்டதை வெளிப்படையாகக் கூறினார். “நான் என்னுடைய பின்னூட்டக்கருத்துகளைத் தேன் தடவிக் கொடுப்பதற்கு எந்த அவசியமும் இல்லை. மக்கள் தாங்கள் சொல்ல வருவதைத் தெளிவாகவும் வெளிப்படையாகவும் சொல்லாமல் போகும்போது அதை நான் வெறுக்கிறேன். அவர்களுக்கு நேரடியான மற்றும் நேர்மையான பின்னூட்டக்கருத்துகளை வழங்குவதற்கு நான் கடமைப்பட்டுள்ளேன். அவர்கள் அதைக் கையாளத்தான் வேண்டும். அவர்களால் முடியாவிட்டால், அவர்கள் அதற்குத் தங்களைப் பழக்கப்படுத்திக் கொள்ள வேண்டும்,” என்று அவர் கூறினார்.

பிரச்சனை என்னவென்றால், சில சமயங்களில் நம் எல்லோருக்குமே சிறிது உதவி தேவைப்படுகிறது. ஆனால் ஜாக் அதை உணரவில்லை. ஒரு நாள், அவரின் கீழ் பணியாற்றிய மெய் என்ற ஊழியர் என்னைப் பார்க்க என் அறைக்கு வந்தார். ஜாக்கின்மீது அவர் கொண்டிருந்த அதிருப்தி உச்சகட்டத்தை அடைந்திருந்தது. “அவரிடம் வேலை செய்வது சாத்தியமே இல்லை. எங்களுக்கு எல்லா விஷயங்களும் தெரிந்திருக்க வேண்டும் என்று அவர் எதிர்பார்க்கிறார். நாங்கள் எப்போதேனும் உதவி கேட்டால், ‘நீங்களே கண்டுபிடித்துக் கொள்ளுங்கள்,’ என்று அவர் கூறுகிறார். நாங்கள் சொல்வதை அவர் காது கொடுத்துக் கேட்பதே இல்லை,” என்று மெய் புலம்பித் தள்ளினார். இந்த உரையாடல் நிகழ்ந்து சில நாட்களுக்குப் பிறகு, அதற்கான செயல்விடையின் ஒரு பகுதியாக, ஜாக்கின் துறையை மதிப்பீடு செய்வதற்கு வெளியிலிருந்து ஓர் ஆலோசகரை நாங்கள் நியமித்தோம். ஜாக்கின் குழுவினரிடம் நேர்காணல் செய்வது, ஓர் அநாமதேய கருத்தாய்வு நடத்துவது போன்றவை அந்த மதிப்பீட்டில் அடங்கும். அந்த ஆலோசகர் தன்னுடைய மதிப்பீட்டை நிறைவு செய்த பிறகு, ஜாக்கின் துறையில்

உற்சாகமும் ஆர்வமும் அதலபாதாளத்தில் இருந்ததாக அவர் எங்களிடம் தெரிவித்தார். அந்த மதிப்பீட்டின் முடிவுகளை ஜாக் பார்த்துவிட்டு, அதில் இடம்பெற்றிருந்த விமர்சனக் கருத்துகளைப் படித்தபோது, அவர் அதிர்ச்சியடைந்தார். "எனக்குப் புரியவில்லை. மக்கள் என்னைப் பற்றி இவ்விதத்தில் உணர்ந்தனர் என்பது பற்றி எனக்கு எந்த யோசனையும் இருக்கவில்லை," என்று அவர் கூறினார். ஒரு புறம், நாம், "ஜாக், உண்மையாகவே உங்களுக்கு எந்த யோசனையும் இல்லையா? அதெப்படிச் சாத்தியம்? நீங்கள் உங்கள் துறையில்தானே இருந்தீர்கள்?" என்று கேட்கக்கூடும். அதே நேரத்தில், இன்னொருவர் நமக்குச் சுட்டிக்காட்டினாலொழிய நம்மால் பார்க்க முடியாத சில விஷயங்கள் நம் எல்லோருக்குமே இருக்கின்றன. ஜாக் இந்தப் பின்னூட்டக்கருத்தைத் தீவிரமாகக் கருத்தில் எடுத்துக் கொண்டார். அது அவருடைய நல்லியல்பைக் காட்டியது. அவரோடு இணைந்து செயல்பட்டு அவருக்கு உதவுவதற்கென்று ஒரு பயிற்றுவிப்பாளரை நாங்கள் நியமித்தோம். ஜாக் அந்த யோசனையை மனமுவந்து ஏற்றுக் கொண்டார். பல மாதகாலப் பயிற்றுவிப்புக்குப் பிறகு, ஜாக், தன்னுடன் வேலை செய்த மக்கள்மீது பச்சாதாபத்தை வளர்த்துக் கொண்டு, அவர்களைக் கட்டுப்படுத்துவதற்குப் பதிலாக மனிதாபிமானத்தோடு அவர்களை வழிநடத்தவும் கற்றுக் கொண்டார்.

தான்தான் பிரச்சனைக்குரியவர் என்று ஜாக் தன்னை ஒருபோதும் பார்த்திராததுபோல, நம்மில் பலர், மற்றவர்கள் நம்மைப் பார்க்கும் விதம் குறித்து எந்த விழிப்புணர்வும் இல்லாதவர்களாக இருக்கிறோம். ஒரு மதிப்பீட்டின் வடிவிலோ அல்லது ஒரு நம்பகமான நண்பர் அல்லது சக ஊழியரின் வடிவிலோ, ஒரு மூன்றாம் நபரிடமிருந்து வருகின்ற பின்னூட்டக்கருத்துத்தான் பெரும்பாலும் இதற்கான தீர்வாக இருக்கிறது. பல ஆண்டுகளாக, என்னுடன் இணைந்து பணியாற்றுவோரிடம் உதவி கேட்பதை நான் ஒரு பழக்கமாகவே கடைபிடித்து வந்துள்ளேன். "ஒரு தலைவராக என்னை நான் தொடர்ந்து மேம்படுத்திக் கொள்ள உண்மையிலேயே விரும்புகிறேன். என்னை மேம்படுத்திக் கொள்ள நான் செய்யக்கூடிய ஏதேனும் ஒரு விஷயத்தை உங்களால் கூற முடியுமா?" என்று நான் கேட்கக்கூடும். "எனக்கு எதுவும் தோன்றவில்லை," என்று அந்நபர் பதிலளித்தால், அடுத்து, "யாரும் கச்சிதமானவர்கள் அல்லர். நிச்சயமாக நான் கச்சிதமானவன் அல்லன். நான் மேம்படக்கூடிய ஒரு விஷயம் கண்டிப்பாக இருந்தாக

வேண்டும், அது சிறியதாக இருந்தால்கூட," என்று நான் கூறுவேன். பொதுவாக அது நன்றாக வேலை செய்யும். அந்நபர் ஒரு கணம் யோசித்துவிட்டு, "நீங்கள் ..." என்று ஏதேனும் ஒரு விஷயத்தைப் பரிந்துரைக்கக்கூடும். அப்போது அவர்களுடைய பேச்சை நான் உன்னிப்பாகக் காது கொடுத்துக் கேட்கிறேன். நான் அவர்கள் பேச்சில் குறுக்கிடுவதில்லை. அவர்கள் பேசி முடிக்கும்வரை நான் என் வாயை மூடிக் கொள்கிறேன். அவர்கள் பேசி முடித்தப் பிறகு, என் வாயிலிருந்து வருகின்ற முதல் விஷயம், "நன்றி. உங்கள் பின்னூட்டக்கருத்தை நான் மிகவும் மெச்சுகிறேன்," என்பதாகத்தான் இருக்கும். அவர்களோடு நான் உடன்படாவிட்டாலும், அவர்கள் கூறியது என் மனத்தைக் காயப்படுத்தினாலும், நான் அவர்களுக்கு நன்றி கூறுகிறேன். அவர்களுடைய பின்னூட்டக்கருத்தை நான் ஒழுங்காகப் புரிந்து கொள்வதற்காக நான் அவர்களிடம் விளக்கம் கேட்கக்கூடும். அல்லது, "மேலும் சொல்லுங்கள்," என்று நான் அவர்களை ஊக்குவிக்கக்கூடும், ஆனால் நான் அவர்களோடு வாக்குவாதம் செய்வதில்லை. இனியும் தொடர்ந்து பின்னூட்டக்கருத்துகளை என்னிடம் பகிர்ந்து கொள்வதற்கு அந்நபர் சௌகரியமாக உணர்வதை நான் உறுதி செய்ய விரும்புகிறேன்.

நீங்கள் ஒரு கடினமான நபரைக் கையாண்டு கொண்டிருக்கிறீர்கள் என்றாலோ, அல்லது, நீங்கள்தான் கடினமான நபராக இருக்கக்கூடும் என்ற கவலை உங்களுக்கு இருந்தாலோ, பிறரிடம் உதவி கேளுங்கள்.

உறவுக்கு எப்போது முற்றுப்புள்ளி வைப்பது

சில சமயங்களில், ஓர் உறவைச் சரி செய்வதற்கு நீங்கள் செய்யக்கூடியது எதுவும் இல்லாமல் இருக்கக்கூடும். உணர்ச்சிரீதியாக நம்மைக் காயப்படுத்தி, நம் ஆற்றல் முழுவதையும் உறிஞ்சி, நம்மை வருத்தத்திற்குள் மூழ்கடிக்கின்ற ஒரு நச்சான உறவில் நாம் இருப்பதை நாம் காணும்போது, அந்த உறவைப் பாதுகாப்பது மதிப்பு வாய்ந்ததுதானா என்பதை மறுமதிப்பீடு செய்வதற்கான நேரம் வந்துவிட்டது என்று அர்த்தம். கலிஃபோர்னியா மாநிலப் பல்கலைக்கழகத்தைச் சேர்ந்த உளவியல் பேராசிரியரான டாக்டர் கெல்லி கேம்ப்பெல், ஒரு நச்சான உறவை இவ்வாறு விவரிக்கிறார்: "அது ஒருவருடைய ஆரோக்கியத்தையும் நலனையும் பாதிக்கிறது. நம்முடைய உறவு சிறப்பாகப் போய்க் கொண்டிருக்கும்போது, நாம் பொதுவாக நலமாக இருக்கிறோம். நம் உறவு சரியாகப்

போய்க் கொண்டிருக்காதபோது, நம்முடைய ஆரோக்கியமும் மகிழ்ச்சியும் எதிர்மறையாக பாதிக்கப்படுகின்றன.” இது நம்முடைய காதல் உறவுகளுக்கு மட்டுமல்லாமல், நம்முடைய நட்புறவுகளுக்கும், குடும்பத் தொடர்புகளுக்கும், பணியிடத்து உறவுகளுக்கும்கூடப் பொருந்தும்.

நச்சான உறவுகள் நமக்கு மனரீதியான, உணர்ச்சிரீதியான, சில சமயங்களில் உடல்ரீதியான தீங்கைக்கூட விளைவிக்கின்றன. அதற்கான மிகத் தீவிரமான எச்சரிக்கை அறிகுறிகள் உடல்ரீதியான வன்முறைதான். ஆனால், இதில் கடினமான விஷயம் என்னவென்றால், ஆரோக்கியமற்ற நடத்தை எப்போதும் ஓர் அடி அல்லது ஒரு குத்தைப்போல வெளிப்படையானதாக இருப்பதில்லை.

சில சமயங்களில், ஒருவருடைய மனத்தைக் காயப்படுத்திவிடக்கூடாது என்பதற்காக நாம் அவரைக் கையாளும்போது மட்டும் கூடுதல் கவனத்தோடும் எச்சரிக்கையோடும் நடந்து கொள்ளக்கூடும். அத்தகைய யாரேனும் உங்கள் வாழ்வில் இருக்கிறார்களா? அந்த உறவில் அவர்களைவிட நீங்கள் அதிகமாக முதலீடு செய்து கொண்டிருக்கிறீர்களா? அந்நபருடன் நேரம் செலவிட்டப் பிறகு நீங்கள் மகிழ்ச்சியற்றோ அல்லது மனச்சோர்வடைந்தோ இருப்பதை நீங்கள் கண்டாலோ, அல்லது நீங்கள் வருத்தமாகவோ, கவலையாகவோ, அல்லது கோபமாகவோ உணர்ந்தாலோ, அல்லது அவருடன் நேரம் செலவிடுவது உங்களுக்கு எந்த விதத்திலும் குதூகலமூட்டாமல் இருந்தாலோ, காப்பாற்றக்கூடிய அளவுக்கு அந்த உறவு அவ்வளவு மதிப்பு வாய்ந்ததல்ல. அவர்கள் தொடர்ந்து உங்களைச் சிறுமைப்படுத்திக் கொண்டே இருந்தாலோ, உங்களைப் பின்னுக்கு இழுத்துப் பிடித்தாலோ, அல்லது நீங்கள் உங்களைப் பற்றி மோசமாக உணரும்படி செய்தாலோ, அந்த உறவு உங்களுக்கு நல்லதல்ல என்பதற்கான ஓர் அறிகுறி அது.

மோசமான உறவுகளை முறிப்பது கடினமாக இருக்கலாம், ஆனால் அதை முறிக்காமல் இருப்பதற்கு நீங்கள் கொடுக்கக்கூடிய விலை அதைவிட மிக அதிகமாக இருக்கும் என்பதை நீங்கள் மறந்துவிடக்கூடாது. சில சமயங்களில், ஒருவரை ‘வெட்டிவிடுவதற்கு’ நீங்கள் செய்யக்கூடிய மிக எளிய காரியம், அவரைத் தொடர்பு கொள்ளாமல் இருந்துவிடுவதுதான். நீங்களாக அவர்களுக்கு எந்தக் குறுஞ்செய்தியும் அனுப்பாதீர்கள், அவர்களுக்குத் தொலைபேசி அழைப்பு விடுக்காதீர்கள். அவர்கள் உங்களைத் தொடர்பு கொண்டால், பட்டும் படாமல் பேசுங்கள்,

அவர்களோடு மீண்டும் நேரம் செலவிடுவதாக வாக்குக் கொடுக்காதீர்கள். சமூக ஊடகங்களில் நீங்கள் சிலரைப் பின்தொடர்வதை நிறுத்திவிடலாம். வேறு வார்த்தைகளில் கூறினால், எல்லா நேரமும் நீங்கள் சண்டைக்கோழிகளாக இருக்க வேண்டியதில்லை.

ஆனால், சில சூழ்நிலைகளில் நீங்கள் வலிமையான நடவடிக்கைகளை மேற்கொள்ள வேண்டியிருக்கும். டிரீனா ஒரு விற்பனை ஆலோசகராகப் பணியாற்றினார். ஒரு முறை, ரோமன் என்ற மிக மோசமான ஒரு தலைமை நிர்வாக அதிகாரிக்காக அவர் வேலை செய்தார். ரோமன் தன்னுடைய ஊழியர்கள் செய்த வேலைகளைக் கண்கொத்திப் பாம்பாகக் கவனித்தார், ஒவ்வொரு சின்னச் சின்ன விஷயத்திலும் தன் மூக்கை நுழைத்தார். எல்லோரும் தன்னுடைய யோசனைகளுடனும் வழிமுறைகளுடனும் ஒத்திசைவாகச் செயல்பட வேண்டும் என்று அவர் விரும்பினார். முதல் விதிமீறல் நிகழ்ந்த உடனேயே ஊழியர்களை அவர் பணிநீக்கம் செய்தார். அவருடைய மனப்போக்கு அவருடைய நிறுவனத்திற்குள் ஒரு நச்சுக் கலாச்சாரத்தை உருவாக்கியது. டிரீனா அதைப் பற்றி அவருடன் கலந்து பேச முயன்றார், ஆனால் அவர் தன் கவலையை வெளிப்படுத்தியபோது, அவரை வேலையைவிட்டுத் தூக்கப் போவதாக ரோமன் அவரை அச்சுறுத்தினார். “சூழல் மிகக் கொடூரமாக இருந்தது. நாங்கள் எல்லோரும் எல்லா நேரமும் பயத்திலேயே இருந்தோம். ரோமன் விடுத்தவை போலி அச்சுறுத்தல்கள் அல்ல, அவர் வேறு பலரைப் பணிநீக்கம் செய்திருந்தார்,” என்று டிரீனா கூறினார்.

இது பல ஆண்டுகள் தொடர்ந்தது. ஆனால், டிரீனா தன்னுடைய எல்லைகளைப் பல முறை எடுத்துரைத்தும் அது ஒரு பொருட்டாகவே கருதப்படவில்லை. ரோமன் அவற்றைத் தன் பாதங்களின்கீழ் போட்டு மிதித்தார். டிரீனா தன்னுடைய மேலதிகாரியான ரோமனிடமிருந்து ஓர் இடைவேளை எடுத்துக் கொள்வதற்குத் தன்னால் ஆன அனைத்தையும் செய்து பார்த்தார். ஏனெனில், ரோமன் டிரீனாவின் ஓய்வு நேரத்தை மதிக்கவில்லை, அவர் விடுமுறையில் இருந்தபோதுகூட வண்டி வண்டியாக மின்னஞ்சல்களையும் கோரிக்கைகளையும் அவருக்கு அனுப்பி வைத்தார். தினமும் இருபத்து நான்கு மணிநேரமும், கூப்பிட்டக் குரலுக்கு டிரீனா ஓடி வர வேண்டும் என்று ரோமன் எதிர்பார்த்தார். “ஏதோ மாறியாக வேண்டியிருந்தது என்பதை நான் அறிந்தேன். எனவே, இணையத் தொடர்பு இல்லாத, தொலைதூரத்தில்

இருந்த ஒரு குட்டித் தீவுக்கு ஒரு விடுமுறையில் செல்வதற்கான ஏற்பாடுகளை நான் செய்தேன். இவ்வாறு நடந்து கொள்வது எனக்குச் சரியாகப் படவில்லை என்றாலும், என்ன செய்வதென்று தெரியாமல் நான் குழம்பிப் போயிருந்தேன். எனக்குச் சிறிது இடைவெளி தேவைப்பட்டது," என்று டிரீனா கூறினார்.

டிரீனா விடுமுறையிலிருந்து திரும்பி வந்தபோது, தான் செய்ய வேண்டியிருந்தது என்ன என்பதை அறிந்திருந்தார். அவர் தன்னுடைய நிறுவனத்தின் இயக்குநர் குழுமத்திடம் முறையிடத் திட்டமிட்டார். "தலைமை நிர்வாக அதிகாரியைப் பற்றிக் குறை கூற நீங்கள் உங்கள் நிறுவனத்தின் இயக்குநர் குழுமத்திடம் போகும்போது, முதலில் உங்கள் வேலை பறிபோகும் என்பதை நீங்கள் எதிர்பார்க்கலாம்," என்று அவர் கூறினார்.

டிரீனா அந்த இயக்குநர் குழுமத்திடம் சென்று, ரோமன் உருவாக்கி வைத்திருந்த நச்சுக் கலாச்சாரத்தைப் பற்றியும், அது ஊழியர்களை பாதித்துக் கொண்டிருந்த விதத்தைப் பற்றியும் அவர்களிடம் எடுத்துரைத்தார். "நான் பணிநீக்கம் செய்யப்படுவேன் என்று நான் உறுதியாக எதிர்பார்த்தேன், ஆனால் அவர்கள் ரோமன்மீது விசாரணை நடத்தி அவரைப் பணிநீக்கம் செய்தபோது நான் அதிர்ச்சியில் சிலையானேன்," என்று டிரீனா கூறினார்.

ஓர் உறவை முறிப்பது எளிமையானதோ அல்லது குழப்பமானதோ, நீங்கள் அதிலிருந்து மீள்வதற்குத் தேவையான நேரத்தை எடுத்துக் கொள்ளுங்கள். நீங்கள் அந்த நபரோடு எவ்வளவு நெருக்கமாக இருந்திருந்தாலும் சரி, அல்லது அந்த உறவிலிருந்து வெளியேறியது குறித்து நீங்கள் எவ்வளவு நிம்மதியாக உணர்ந்தாலும் சரி, ஓர் இழப்பு என்பது ஓர் இழப்புத்தான். எனவே, நிகழ்ந்துள்ள சம்பவத்தை மனத்தில் அசைபோட்டுப் பார்த்து ஆசுவாசம் கொள்வதற்கான சுதந்திரத்தை நீங்கள் உங்களுக்குக் கொடுத்துக் கொள்ள வேண்டியது முக்கியம்.

நாம் எல்லைகளை நிர்ணயிக்க முயற்சிக்கும்போது, சில சமயங்களில் அதன் பின்விளைவுகள், நம்மால் எதிர்பார்க்க முடியாத வழிகளில் அச்சூழ்நிலையை மாற்றும். அதில் பிரச்சனையேதும் இல்லை. ஆனால், நாம் நம்புகின்ற விஷயத்திற்காகத் துணிந்து குரல் கொடுப்பதிலிருந்தும் சரியான விஷயத்தைச் செய்வதிலிருந்தும் அது நம்மைத் தடுக்கக்கூடாது. டிரீனா தன்னுடைய வேலையின்மீதான பற்றை முற்றிலுமாக உதறித் தள்ளிவிட்டு, தன்னுடைய நடத்தையால் தன் வேலை

போகக்கூடும் என்பதை ஏற்றுக் கொண்டார். அக்கட்டத்தில், தன்னுடைய மனத்தில் இருந்ததை வெளிப்படையாகப் பேசி, தன்னுடைய எல்லையை வலியுறுத்துவது, தன் வேலை போனால்கூட, வேறு எந்தவொரு மாற்றையும்விட மேலானது என்று அவர் உறுதியாக நம்பினார். ஒரு கடினமான சூழ்நிலை குறித்து ஏதேனும் செய்வதற்கான தீர்மானத்தை இறுதியில் நாம் எட்டும்போது, அதன் விளைவு என்னவாக இருந்தாலும் நாம் மன அமைதியை உணர்கிறோம்.

பொறுப்பேற்றுக் கொள்ளுங்கள்

சில சமயங்களில், கடினமான உறவுகளைக் கையாள்வதற்கான ஒரே வழி, அவற்றை நாம் அணுகும் விதத்தைப் பற்றி மீண்டும் சிந்தித்துப் பார்ப்பதுதான். மற்றவர்கள் செய்கின்ற விஷயங்கள்மீது நமக்கு எந்தக் கட்டுப்பாடும் இல்லை. நம்மீதான கட்டுப்பாடு மட்டுமே நம்மிடம் இருக்கின்ற ஒரே உண்மையான கட்டுப்பாடு. மிகக் கடினமான உரையாடல்கள் மற்றும் உறவுகளைக் கையாளும்போது, நாம் அவற்றுக்குள் நுழைவதற்கு முன்பே, நாம் யார் என்பதைப் பற்றியும், நாம் எதைப் பொறுத்துக் கொள்ள மாட்டோம் என்பதைப் பற்றியும் நாம் தெளிவு பெற வேண்டும்.

கொள்கை

எல்லைகளை வகுத்து அவற்றைத்
தெரியப்படுத்துங்கள் – எப்போது
வெளிநடப்பு செய்ய வேண்டும் என்பதை
அறிந்திடுங்கள்.

செயல்முறை நடவடிக்கைகள்

உங்கள் வாழ்வில் நீங்கள் ஒரு கடினமான உறவை அனுபவித்துக் கொண்டிருக்கின்ற ஒருவரைப் பற்றி நினைத்துப் பாருங்கள். பின்வரும் பயிற்சியைக் கடைபிடித்து, உங்களுடைய பதில்களை எழுதிக் கொள்ளுங்கள்:

- **ஆரோக்கியமான எல்லைகளை வகுத்துக் கொள்ளுங்கள்.** இந்த உறவில் நீங்கள் மதிக்கப்படுவது உங்களுக்கு எத்தகைய உணர்வை ஏற்படுத்தும்? நீங்கள் எப்போது அவமதிக்கப்படுவதாக உணர்கிறீர்கள்? இந்த உறவில் நீங்கள் எவற்றைப் பொறுத்துக் கொள்வீர்கள், எவற்றைப் பொறுத்துக் கொள்ள மாட்டீர்கள் என்பது குறித்துத் தெளிவு பெறுங்கள்.
- **உங்களுடைய எல்லைகளைத் தெரியப்படுத்துங்கள்.** பகிர்ந்து கொள்ளப்படாதவரை எல்லைகளுக்கு

எந்த அர்த்தமும் இல்லை. முடிந்த அளவு விரைவாக அடுத்தவருடன் உங்கள் எல்லைகளைப் பகிர்ந்து கொள்ளுங்கள். உங்களுடைய எல்லைகளை ஆணித்தரமாக, ஆனால் அன்பாக எவ்வாறு உங்களால் பகிர்ந்து கொள்ள முடியும்?

- **காது கொடுத்துக் கேளுங்கள்.** இந்த நபருடனான உங்களுடைய கடந்த சில உரையாடல்களைப் பற்றி நினைத்துப் பாருங்கள். நீங்கள் எவ்வளவு சிறப்பாகக் காது கொடுத்துக் கேட்டீர்கள்? ஒரு மேம்பட்ட வழியில் உங்களால் காது கொடுத்துக் கேட்டிருக்கவும் பேசியிருக்கவும் முடியுமா? இந்த உறவைச் சீராக்குவதற்கான திறவுகோல் நீங்கள் பரஸ்பரம் அடுத்தவருடைய பேச்சைக் கவனிக்கும் விதத்தில் அடங்கியிருக்கக்கூடும்.
- **ஒரு மூன்றாவது கண்ணோட்டத்தைப் பெறுங்கள்.** எல்லா முயற்சிகளும் தோற்றுப் போகும்போது, உங்கள் சூழ்நிலையைப் பற்றிய ஒரு வித்தியாசமான பார்வையை உங்களுக்குக் கொடுக்கக்கூடிய ஒரு மூன்றாம் நபரிடம் பேசுங்கள். உங்களை நன்றாக அறிந்துள்ள, ஆனால் ஒரு நடுநிலையான இடத்திலிருந்து பார்க்கக்கூடிய ஒருவரிடம் பேசுவது நல்லது. நீங்கள் முன்னோக்கி அடியெடுத்து வைக்க உதவக்கூடிய அறிவுரையை அவர்கள் வழங்கக்கூடும்.

அத்தியாயம் 13

விஷயங்களை இன்னொருவரின் கண்ணோட்டத்திலிருந்து பாருங்கள்

மற்றவர்கள் முற்றிலும் தவறாக இருக்கலாம், ஆனால் அவர்கள் அப்படி நினைப்பதில்லை என்பதை நினைவில் கொள்ளுங்கள். அவர்களைப் புரிந்து கொள்ள முயற்சி செய்யுங்கள். அம்முயற்சிகூட, அறிவும் சகிப்புத்தன்மையும் கொண்ட அசாதாரணமான மக்களுக்கு மட்டுமே சாத்தியப்படும்.

– டேல் கார்னகி

பிரையன் ஜப்லோன்ஸ்கி ஜான்சனும் அவருடைய நண்பர் ஆடமும் கல்லூரியில் எல்லாவற்றையும் சேர்ந்தே செய்தனர். அவர்கள் பல இடங்களுக்குப் பயணித்தனர், தேர்வுகளுக்குப் படிப்பதற்கு இருவரும் சேர்ந்து ஏராளமான நேரத்தைச் செலவிட்டனர், விளையாட்டுப் போட்டிகளைக் காணச் சென்றனர், உடற்பயிற்சிக்கூடத்தில் உடற்பயிற்சியில் ஈடுபட்டனர். ஆனாலும், காலப்போக்கில், தங்களுடைய நட்பில் ஓர் இடைவெளி விழத் தொடங்கியிருந்ததை பிரையன் கவனித்தார், குறிப்பாக ஃபேஸ்புக்கில் ஆடத்தின் அரசியல் பதிவுகளை அவர் பார்க்கத் தொடங்கியபோது. அப்பதிவுகள் தன்னுடைய நம்பிக்கைகளுக்கு நேர்மாறாக இருந்ததைக் கண்டு பிரையன் திகைத்தபோதிலும், தன்னுடைய கண்ணோட்டங்களை அவர் தனக்குள்ளேயே வைத்துக் கொண்டார். அவர்கள் இருவரும் பரஸ்பரம் அடுத்தவருடைய அரசியல்சாரா பதிவுகளுக்கு மட்டுமே கருத்து தெரிவித்தனர், உணர்ச்சிவசப்பட வைக்கக்கூடிய விஷயங்களைத் தவிர்த்தனர்.

அந்தத் தவிர்த்தல் பழக்கம், இறுதியில் அவர்கள் அரசியலைப் பற்றிப் பேசியபோது ஒரு காரசாரமான

விவாதத்திற்கு வழி வகுத்தது. ஒரு நாள், ஆடம் பகிர்ந்திருந்த ஒரு பதிவு, புலம் பெயர்ந்திருந்தவர்களை நம்புதற்கரிய விதத்தில் மிகவும் சிறுமைப்படுத்துவதாக இருந்ததாக பிரையன் உணர்ந்தார். அவர் அந்தப் பதிவுக்கு பதில் கருத்து வெளியிட்டு, தன்னுடைய நண்பரின் பார்வையுடன் வலிமையாக முரண்பட்டார். ஆடம் உடனடியாகக் கடுமையாக பதிலளித்து, பிரையனைத் தனிப்பட்ட முறையில் தாக்கினார். அவர் பிரையனின் அரசியல் யோசனைகள் குறித்து ஆண்டுக்கணக்கில் தன்னுள் அடக்கி வைத்திருந்த விரக்தியை ஒரே நேரத்தில் கட்டவிழ்த்துவிட்டுக் கொண்டிருந்ததைப்போல இருந்தது அது. பிரையனும் கடுமையாக பதிலடி கொடுத்து ஆடத்தைத் தன் ஃபேஸ்புக் கணக்கிலிருந்து தடுத்துவிட்டார். அவர்கள் பல ஆண்டுகளாகப் பேசவில்லை. அது குறித்து பிரையன் இவ்வாறு கூறினார்: "நான் அவனுக்கு ஒரு தனிப்பட்டச் செய்தி அனுப்பியோ அல்லது அவனைத் தொலைபேசியில் அழைத்தோ, அவன் ஏன் அத்தகைய கருத்துகளைக் கொண்டிருந்தான் என்பதை அவனிடம் கேட்டுத் தெரிந்து கொண்டிருந்திருக்கலாம். ஆனால், 'சொந்தமாக அபிப்பிராயங்களை உருவாக்கிக் கொள்வதற்கான உரிமை அவனுக்கு இருக்கிறது. நான் அதில் தலையிடப் போவதில்லை,' என்ற அணுகுமுறையை நான் தேர்ந்தெடுத்தேன். அவனும் அதே அணுகுமுறையைத் தேர்ந்தெடுத்திருந்தான். நாங்கள் இருவரும் ஒருபோதும் அதைத் தெரிவித்திருக்கவில்லை." பிரையனும் ஆடமும் இந்த விவகாரங்களில் ஒருபோதும் உடன்பட்டிருக்க மாட்டார்கள் என்றாலும், பரஸ்பரம் அடுத்தவருடைய கண்ணோட்டங்களை அவர்களால் புரிந்து கொண்டிருக்க முடியும்.

அடுத்தவருடைய கண்ணோட்டத்தைப் புரிந்து கொள்வது நமக்கு ஏன் அவ்வளவு கடினமாக இருக்கிறது? முதலில், நாம் நம்முடைய சொந்தக் கண்ணோட்டங்களில் மிகவும் தொலைந்து போயிருக்கிறோம். உலகத்தை நாம் பார்க்கின்ற விதம்தான் 'சரியானது' என்று நாம் உறுதியாக நம்ப விரும்புகிறோம். நம்முடைய கண்ணோட்டத்திற்கு சவால் விடுகின்ற மக்களையும் யோசனைகளையும் நாம் எதிர்கொள்கின்றபோது, நாம் அச்சுறுத்தலுக்கு ஆளாகியிருப்பதாக நாம் உணரக்கூடும். நிச்சயமின்மை உணர்வு நம்மை ஆட்கொள்ளக்கூடும். அவர்கள் நம்மையும் நம்முடைய சுயமதிப்பையும் தாக்கிக் கொண்டிருப்பது போன்ற உணர்வை அது நமக்குக் கொடுக்கக்கூடும். அவர்களுடைய கண்ணோட்டத்தைக் கருத்தில் கொள்வதற்கு முன்பாகவே

நாம் சண்டைக்கோழி மனப்போக்கை சுவீகரித்துக் கொண்டு எதிர்வினையாற்றக்கூடும். இது எங்கே இட்டுச் செல்லும் என்பதை நம்முடைய சொந்த அனுபவங்களிலிருந்து நாம் அனைவருமே அறிவோம். அது இட்டுச் செல்கின்ற இடம் வழக்கமாக ஒரு நல்ல இடமாக இருக்காது. டேல் கார்னகி நிறுவனத்தில், மற்றவர்களுடனான எங்களுடைய பிணைப்பை ஆழப்படுத்துவதற்காக 'அகப் பார்வை' என்ற ஒரு பயிற்சியை நாங்கள் உருவாக்கியுள்ளோம். ஒருவரையொருவர் தெரிந்து கொள்வதற்காக மூன்று வெவ்வேறு கேள்வித் தொகுப்புகளை நாங்கள் பயன்படுத்துகிறோம்: உண்மைத் தகவல்சார் கேள்விகள் (இவை ஒரு நபரின் வாழ்க்கையைப் பற்றிய அடிப்படை உண்மைத் தகவல்களைப் பார்க்கின்றன); காரணக் கேள்விகள் (இவை சில உண்மைத் தகவல்சார் கேள்விகளுக்குப் பின்னாலுள்ள உள்நோக்கங்களைப் பார்க்கின்றன); விழுமியங்கள் அடிப்படையிலான கேள்விகள் (இவை மக்களின் விழுமியங்களைப் புரிந்து கொள்ள உதவுகின்றன).

உண்மைத் தகவல்சார் கேள்விகளுக்கான ஒரு சில எடுத்துக்காட்டுகள் இதோ. இவற்றில் பலவற்றை நீங்கள் ஏற்கனவே கேட்டிருக்கக்கூடும்.

1. நீங்கள் எங்கே வளர்ந்தீர்கள்?
2. குதூகலமாகப் பொழுதைக் கழிப்பதற்கு நீங்கள் என்ன செய்ய விரும்புகிறீர்கள்?
3. நீங்கள் என்ன வேலை செய்கிறீர்கள்?
4. உங்கள் குடும்பம் எப்படி?

உண்மைத் தகவல்சார் கேள்விகள் முக்கியமானவை, ஆனால் அவை ஒருவருடைய ஒரு சிறு பகுதியை மட்டுமே கையாள்கின்றன. நம் எல்லோரிடமும் இத்தகைய கேள்விகள் கேட்கப்பட்டுள்ளன. நம்முடைய சொந்த விடைகள் நமக்கே சலிப்பூட்டுவதை நாம் அறிவோம். ஆனால் இன்னொருவருடன் ஒரு தோழமையை உருவாக்கத் தொடங்குவதற்கு அவை நிச்சயமாக உதவுகின்றன.

அடுத்தது, காரணக் கேள்விகள்:

1. நீங்கள் அங்கே வளர்ந்தது உங்களுக்கு எவ்வளவு தூரம் பிடித்திருந்தது?

2. அந்தப் பொழுதுபோக்கு குறித்து உங்களுக்கு மிகவும் பிடித்த விஷயம் எது?
3. நீங்கள் அந்த வேலையில் சேர எது உங்களைத் தூண்டியது?
4. உங்களுடைய குடும்பத்துடன் வளர்ந்தது எப்படி இருந்தது?

இந்தக் காரணக் கேள்விகளில் எதுவுமே ஓர் எளிய 'ஆமாம்' அல்லது 'இல்லை' விடையைக் கொடுப்பதைச் சுலபமாக்கவில்லை என்பதை நீங்கள் கவனித்திருப்பீர்கள். 'எப்படி', 'என்ன' என்பன போன்ற கேள்விகளை நாம் பயன்படுத்தும்போது, விஷயங்களை மேலும் விளக்குவதற்குச் சிறிது நேரம் எடுத்துக் கொள்ளும்படி மக்களுக்கு நாம் அழைப்பு விடுக்கிறோம். அவர்களைப் பற்றி நன்றாகத் தெரிந்து கொள்வதற்கு அது நமக்கு உதவுகிறது.

அடுத்தது, விழுமியங்கள் அடிப்படையிலான கேள்விகள், அடுத்தவருடைய நம்பிக்கைகளையும் அனுபவங்களையும் பற்றிக் கேட்டுத் தெரிந்து கொள்வதன் மூலம் அவருடைய இதயத்திற்குள் நுழைவதற்கு இக்கேள்விகள் நமக்கு உதவுகின்றன. இவைதாம் மக்கள் அரிதாகக் கேட்கின்ற வகையான கேள்விகளாகும்:

1. உங்கள் வாழ்வின்மீது ஒரு மாபெரும் தாக்கம் ஏற்படுத்திய ஒரு நபரைப் பற்றிக் கூறுங்கள்.
2. நீங்கள் ஒன்றை மீண்டும் முதலிலிருந்து செய்ய வேண்டியிருந்தால், எதை நீங்கள் வித்தியாசமாகச் செய்வீர்கள்?
3. நீங்கள் உங்கள் வாழ்க்கையைத் திரும்பிப் பார்த்து, நீங்கள் எதிர்கொண்ட ஒரு திருப்புமுனையைப் பற்றிக் கூறுங்கள்.
4. உங்கள் வாழ்வில் நீங்கள் அனுபவித்த ஒரு பெருமிதக் கணத்தைப் பற்றிக் கூறுங்கள்.
5. அந்தப் பெருமிதக் கணம், உங்களுக்கு எது முக்கியமானதோ அதைப் பற்றிய எந்த விஷயத்தை வெளிப்படுத்துகிறது?
6. உணர்ச்சிரீதியாக நீங்கள் மிகவும் மனம் தளர்ந்து போயிருந்த ஒரு நேரத்தைப் பற்றிச் சொல்லுங்கள். அதிலிருந்து மீள்வதற்கு எது உங்களுக்கு உதவியது?

7. உங்கள் அறிவுரையை நாடுகின்ற ஒருவருக்கு நீங்கள் என்ன அறிவுரை வழங்குவீர்கள்? உங்களுடைய தனிப்பட்டத் தத்துவத்தை ஓரிரு வாக்கியங்களில் எவ்வாறு நீங்கள் தொகுத்துரைப்பீர்கள்?

நாம் இந்தக் கேள்விகளைக் கேட்கும்போது, நாம் பச்சாதாபத்தை வளர்த்துக் கொள்ளத் தொடங்குகிறோம். இன்னொருவருடைய உணர்வுகளைப் புரிந்து கொள்வதற்கான திறன் அது. 'எமோஷனல் இன்டெலிஜென்ஸ்' என்ற தன்னுடைய புத்தகத்தில், பிரபல உளவியலாளரும் அறிவியல் பத்திரிகையாளருமான டேனியல் கோல்மேன் இவ்வாறு எழுதியுள்ளார்: "தன்னலமற்ற அர்ப்பணிப்பின் வேர், அடுத்தவர்களுடைய உணர்ச்சிகளை உணர்ந்து கொள்வதற்கான திறனான பச்சாதாபத்தில் நிலை கொண்டுள்ளது. அடுத்தவருடைய தேவை அல்லது துன்பம் குறித்த உணர்வு இல்லாதபோது, அங்கே அக்கறை இருப்பதில்லை. நம்முடைய காலகட்டத்திற்கு ஏதேனும் இரண்டு தார்மிக நிலைப்பாடுகள் தேவை என்றால், அவை துல்லியமாக இவைதாம்: சுயகட்டுப்பாடு மற்றும் மனிதாபிமானம்." உலகத்தை வேறொருவரின் கண்களின் ஊடாக நாம் பார்க்கும்போது, பச்சாதாபம் கொள்வதற்கான நம்முடைய திறன் வளர்கிறது. நம்மை அந்த நபரிடத்தில் நம்மால் பார்க்கத் தொடங்க முடியும், அவர்களை ஒரு புதிய வழியில் புரிந்து கொள்ள முடியும்.

கிர்ஸ்டி டேக்கிற்குக் கிடைத்த முதல் வேலை, பிரிட்டனில் குழந்தைகளுக்கான ஒரு காலணிக் கடையில்தான். ஒரு நாள், ஒரு பெண் தன் மகனுடன் அக்கடைக்குள் நுழைந்தார். மறுகணமே, அச்சிறுவன் ஒரு மோசமான மனநிலையில் இருந்ததைக் கிர்ஸ்டி உணர்ந்து கொண்டார். அச்சிறுவன் கத்தி ஆர்ப்பாட்டம் செய்தான், கிட்டத்தட்ட அழும் நிலையில் இருந்தான். அவனுடைய மூளையில் ஏதோ பிரச்சனை இருந்ததையும், அவன் அசௌகரியமாக உணர்ந்து கொண்டிருந்ததையும் தன்னுடைய சொந்த அனுபவங்களின் காரணமாகக் கிர்ஸ்டியால் உணர்ந்து கொள்ள முடிந்தது. "மதியிறுக்கம் கொண்ட ஒரு சகோதரன் எனக்கு இருந்தான். நான் பொறுமையாக இருந்ததன் மூலமாகவும், விஷயங்களை அவனுடைய நிலையிலிருந்து பார்த்ததன் மூலமாகவும், மென்மையாகப் பேசியதன் மூலமாகவும் மட்டுமே என்னால் அவனுடன் தொடர்பு ஏற்படுத்திக் கொள்ள முடிந்தது. எனவே, எங்கள் கடையில் நான் அந்தச் சிறுவனைப்

பார்த்தபோது, 'அவனுடைய மனத்தில் இப்போது என்ன ஓடிக் கொண்டிருக்கிறது? அவன் தன் காலணிகளைக் கழற்றுவதற்கு பயப்படுகிறானா? அவன் இந்தக் கடையில் இருப்பது அவனுக்கு அசௌகரியமூட்டுகிறதா?' என்று என்னுள் நான் கேட்டுக் கொண்டேன்." கிர்ஸ்டி தன்னுடைய காலணிகளைக் கழற்றிவிட்டு, தரையில் அவனுக்குப் பக்கத்தில் போய் அமர்ந்து கொண்டு, அவனுடன் பேசவும் விளையாடவும் தொடங்கினார். அந்தக் கடையில் இருந்த மற்ற வாடிக்கையாளர்கள் வீசிய பார்வைகளைப் புறக்கணித்துவிட்டு, அவர் அச்சிறுவனோடு தரையில் படுத்து உருண்டார். அதிசயகரமாக, அச்சிறுவன் அமைதியடைந்து, கிர்ஸ்டியுடன் மென்மையாகப் பேசத் தொடங்கினான். ஒரு ஜோடி காலணிகளை அணிந்து பார்க்குமாறு அவர் அவனிடம் கேட்டுக் கொண்டபோது, அவன் அதற்கு இசைந்து, அவை தனக்கு மிகவும் பிடித்திருந்ததாகக் கூறினான். அவனுடைய தாயார் மகிழ்ச்சியாகப் பணம் செலுத்தி அவற்றை வாங்கிக் கொண்டார். அவர் கிர்ஸ்டிக்கு மனமார நன்றி கூறியதோடு, அக்கடையின் ஒரு விசுவாசமான வாடிக்கையாளராகவும் ஆனார். அவர் எப்போது அந்தக் கடைக்கு வந்தாலும், அவர் கிர்ஸ்டியைத்தான் தேடினார்.

கிர்ஸ்டி தன்னுடைய சொந்த அனுபவங்களைப் பயன்படுத்தி அச்சிறுவனை சௌகரியமாக உணரச் செய்திருந்தார். அந்தக் கண்ணோட்டம் இல்லாமல் அவ்விதத்தில் அவனோடு தொடர்பு கொள்வது அவருக்குச் சாத்தியப்பட்டிருக்காது.

நமக்கும் அடுத்தவருக்கும் இடையே பொதுவான அனுபவங்கள் இல்லாதபோது, அவர்களுடைய கண்ணோட்டத்தைக் காது கொடுத்துக் கேட்பதற்கும், அதைத் தெரிந்து கொள்வதற்கும், அதை முயற்சித்துப் பார்ப்பதற்குமான தீர்மானத்தை நாம் மேற்கொள்ள வேண்டும். வேறுபட்ட அபிப்பிராயங்களைக் கொண்ட நண்பர்களையும் சக ஊழியர்களையும் நாம் எதிர்கொள்ள நேரிடும்போது நாம் முதலில் செய்ய வேண்டியது நம்முடைய உணர்ச்சிகளை நம்முடைய கட்டுப்பாட்டிற்குள் கொண்டுவருவதுதான். நம்முடைய உணர்ச்சியை அவதானித்து, அது நமக்கு உதவுகிறதா என்பதைத் தீர்மானித்து, பிறகு அதை விட்டுத்தள்ளுவதை நாம் தேர்ந்தெடுக்கக்கூடும். அதையடுத்து, சூழ்நிலையை நாம் மதிப்பிட வேண்டும். நம்முடைய நிலை சவாலுக்கு உள்ளாகும்போது நாம் ஒரு நேர்மறையான நோக்கத்தை அனுமானிக்கிறோமா அல்லது எதிர்மறையான

நோக்கத்தை அனுமானிக்கிறோமா? "இந்த நபர் ஒரு வேறுபட்ட அபிப்பிராயத்தைக் கொண்டிருக்கிறார் என்பதாலேயே அவர் என்னை உண்மையிலேயே அச்சுறுத்திக் கொண்டிருக்கிறாரா?" என்ற கேள்வியை நம்மை நாமே கேட்டுக் கொள்ள வேண்டும். ஒரு கணம் நம்மை அச்சூழ்நிலையிலிருந்து அப்புறப்படுத்திவிட்டு அதை நாம் ஆய்வு செய்யலாம். அந்த நபர் எத்தகைய நம்பிக்கையைக் கொண்டுள்ளார் என்பது பற்றி நாம் தெளிவு பெற வேண்டும். அவர் ஏன் அவ்வாறு நம்புகிறார்? ஒருவரை எடைபோடாமலும், அவர்களுடைய எண்ணங்களையும் உணர்ச்சிகளையும் விமர்சிக்காமலும் அவர்களுடைய கண்ணோட்டத்தை நம்மால் பார்க்க முடியும்போது, அவர்களோடு உண்மையிலேயே ஒரு பிணைப்பை உருவாக்கிக் கொண்டு, பரஸ்பரம் ஒருவரையொருவர் புரிந்து கொள்ள முடியும்.

பச்சாதாபமும் கண்ணோட்டமும் இல்லாமல் போகும்போது, நாம் அடுத்தவருடைய பார்வையைக் கண்டுகொள்ள மாட்டோம். அவருடைய மனத்தை மாற்றும் நோக்கத்துடனோ, அல்லது அவர்களுடைய கண்ணோட்டம் எவ்வளவு தவறானது என்பதை அவர்களைப் பார்க்க வைக்கும் நோக்கத்துடனோ நம்மால் ஓர் உரையாடலுக்குள் நுழைய முடியும், ஆனால் அது நம்மை ஒருபோதும் எங்கும் இட்டுச் செல்லாது. நாம் ஒருவரிடம் உண்மையிலேயே பச்சாதாபம் கொள்ள விரும்பினால், அவர்களுடைய அனுபவங்களை அவர்கள் பார்க்கும் விதத்தில் பார்க்க நாம் தயாராக இருக்க வேண்டுமே அன்றி, அவர்களுடைய அனுபவங்கள் எப்படி இருப்பதாக நாம் கற்பனை செய்கிறோமோ அவ்வாறு அல்ல. சில சமயங்களில், நாம் நம்புகின்ற கதைகள், இன்னொருவருடைய கண்ணோட்டத்தை நாம் உண்மையிலேயே பார்ப்பதற்குத் தடையாக அமைகின்றன.

மற்றவர்களைப் பற்றி எத்தகைய கதைகளை நீங்கள் கொண்டிருக்கிறீர்கள், அவற்றால் உங்கள் உறவுகள்மீது எவ்வாறு தாக்கம் ஏற்படுத்த முடியும் என்பது பற்றி நீங்கள் எப்போதேனும் யோசித்திருக்கிறீர்களா? சிமாமன்டா ஒரு நைஜீரிய எழுத்தாளர் மற்றும் நாடக ஆசிரியர் ஆவார். அவர் மிகச் சிறிய வயதிலேயே புத்தகங்களைப் படிக்கவும் எழுதவும் தொடங்கிவிட்டார். குழந்தைகளுக்காக எழுதப்பட்ட ஆங்கிலேய மற்றும் அமெரிக்கப் புத்தகங்கள் மட்டுமே அவருக்குக் கிடைத்ததால், அவர் பெரும்பாலும் அவற்றை மட்டுமே படித்தார். அவற்றில் இடம்பெற்றிருந்த கதைகளில், நீல நிறக் கண்களையும் மஞ்சள் நிறத் தலைமுடியையும் கொண்ட

குழந்தைகள் பனியில் விளையாடினர், ஆப்பிள்களைச் சாப்பிட்டனர், எப்போதும் மாறிக் கொண்டிருந்த வானிலையைப் பற்றிப் பேசினர். இவை அனைத்துமே அவருக்கு அந்நியமாகவும் பரிச்சயமற்றவையாகவும் இருந்தன.

எளிதில் தாக்கத்திற்கு ஆளாகக்கூடிய அச்சிறு வயதில், தன்னால் தனிப்பட்ட முறையில் தன்னோடு தொடர்புபடுத்திப் பார்க்க முடியாத விஷயங்களை அந்நிய நாட்டுக் குழந்தைகள் செய்து கொண்டிருப்பதைச் சித்தரிக்காத பட்சத்தில் அவை புத்தகங்களே அல்ல என்று சிமாமன்டா உறுதியாக நம்பினார். சினுவா அச்செபே, கமாரா லாயே ஆகியோர் எழுதிய ஆப்பிரிக்கப் புத்தகங்களை அவர் கண்டறிந்தபோது, கதைகளைப் பற்றிய அவருடைய கண்ணோட்டம் மாறத் தொடங்கியது:

“சாக்லேட் நிறத் தோல் கொண்ட, குதிரைவால் கொண்டை போட முடியாதபடி சுருட்டை முடி கொண்ட என்னைப் போன்ற சிறுமியரால்கூட இலக்கியத்தில் இடம்பெற முடியும் என்பதை நான் உணர்ந்தேன்.” பல ஆண்டுகளுக்குப் பிறகு, அவர் அமெரிக்கப் பல்கலைக்கழகம் ஒன்றில் கல்வியைத் தொடர்வதற்காக நைஜீரியாவிலிருந்து அமெரிக்காவுக்குச் சென்றபோது, சிமாமன்டாவுடன் விடுதி அறையைப் பகிர்ந்து கொண்டிருந்த அவருடைய அமெரிக்கத் தோழி, அவரிடம், “இவ்வளவு சிறப்பாக ஆங்கிலம் பேச நீ எப்படிக் கற்றுக் கொண்டாய்?” என்று கேட்டார். ஆங்கிலம்தான் நைஜீரியாவின் ஆட்சி மொழி என்பதை அவர் அறிந்திருக்கவில்லை. நைஜீரியாவைப் பற்றி அவருக்கு இருந்த மிகக் குறைவான புரிதலின் காரணமாக, ஓர் அடுப்பை எவ்வாறு பயன்படுத்த வேண்டும் என்பது சிமாமன்டாவுக்குத் தெரிந்திருக்காது என்றும் அவர் அனுமானித்துக் கொண்டார். “உன்னுடைய பழங்குடி இசையை நான் கேட்க விரும்புகிறேன். அவற்றில் சில பாடல்களை நான் கேட்கலாமா?” என்று அப்பெண் சிமாமன்டாவிடம் கேட்டபோது, அமெரிக்கப் பாடகியான மரியா கேரியின் பாடல் ஒன்றைச் சிமாமன்டா ஓடவிட்டதைக் கேட்டவுடன் அவர் ஏமாற்றமடைந்தார். ஆப்பிரிக்காவைப் பற்றி அவர் கொண்டிருந்த கண்ணோட்டம் மிக மோசமானதாக இருந்தது. “ஆப்பிரிக்காவைப் பற்றி அவர் தன் மனத்தில் உருவாக்கி வைத்திருந்த ஒற்றைக் கதையில், ஆப்பிரிக்கர்கள் எந்த விதத்திலும் அவரைப்போல இருப்பதற்கான சாத்தியக்கூறு இருக்கவில்லை. அனுதாபத்தைத் தவிர அதிகச் சிக்கலான வேறு எந்தவோர் உணர்வுக்குமான சாத்தியக்கூறும் அதில் இருக்கவில்லை. அக்கதையில்

ஆப்பிரிக்கர்களும் அமெரிக்கர்களும் சமமானவர்களாக இருக்கவில்லை," என்று சிமாமன்டா கூறினார். மேலும், "மக்களை வெறுமனே ஒரே ஒரு விதத்தில் மீண்டும் மீண்டும் காட்டிக் கொண்டே இருந்தால், அவர்கள் அதுவாகவே ஆகிவிடுகிறார்கள். அந்த ஒற்றைக் கதை, ஒரு குறிப்பிட்ட மக்கள் இப்படிப்பட்டவர்கள்தாம் என்ற ஒரு பொய்யான பிம்பத்தை உருவாக்குகிறது. அத்தகைய பொய்யான பிம்பங்களிலுள்ள பிரச்சனை என்னவென்றால், அவை உண்மையற்றவை என்பதோடு மட்டுமல்லாமல், அவை முழுமையற்றவையும்கூட. ஒரு கதையை அவர்கள் ஒரே கதையாக ஆக்கிவிடுகிறார்கள்," என்று அவர் கூறினார்.

மற்றவர்களை நாம் நம்முடைய குறுகலான லென்ஸ் வழியாகப் பார்த்து, அவர்களை உண்மையிலேயே புரிந்து கொள்ளத் தவறும்போது, நம்மைச் சுற்றிலும் இருப்பவர்களோடு ஒரு தொடர்பை உருவாக்கிக் கொள்வதற்கான வாய்ப்பை நாம் தவறவிடுகிறோம். பச்சாதாபமும் பிணைப்பும், இன்னொருவரைப் புரிந்து கொள்வதற்கான ஓர் ஆழ்விருப்பத்திலிருந்து தொடங்குகின்றன.

நம்முடைய வாழ்விலுள்ள மக்களைப் பற்றி நாம் பேசும்போது, நம்முடைய சொந்த அனுபவங்கள் மற்றும் நம்பிக்கைகளின் அடிப்படையில் அவர்களை எடைபோடுவதற்கான தூண்டுதலிலிருந்து நாம் மீள வேண்டும். டேல் கார்னகி இவ்வாறு எழுதினார்: "அவர்களைப் புரிந்து கொள்ள முயற்சி செய்யுங்கள். அம்முயற்சிகூட, அறிவும் சகிப்புத்தன்மையும் கொண்ட அசாதாரணமான மக்களுக்கு மட்டுமே சாத்தியப்படும். ஒருவர் ஒரு குறிப்பிட்ட விதத்தில் சிந்திப்பதற்கும், ஒரு குறிப்பிட்ட விதத்தில் நடந்து கொள்வதற்கும் ஒரு காரணம் இருக்கிறது. அந்தக் காரணத்தைத் திரைவிலக்குங்கள். அப்போது, அவருடைய நடத்தைக்கும் அவருடைய ஆளுமைக்குமான திறவுகோலை நீங்கள் கைவசப்படுத்தியிருப்பீர்கள்."

கேரா நூனனும் அவருடைய பதினைந்தாண்டுகாலச் சிறந்த தோழியும் கொரோனா பெருந்தொற்றுக் காலத்தின்போது தொலைபேசி வாயிலாக ஒரு தீவிரமான உரையாடலில் ஈடுபட்டனர். கேராவின் தோழி அவரிடம், தனக்குக் கோவிட்-19 தடுப்பூசியில் நம்பிக்கை இல்லை என்றும், தான் அந்தத் தடுப்பூசியைப் போட்டுக் கொள்ளப் போவதில்லை என்றும் குறிப்பிட்டார். "அதைக் கேட்டவுடன் தனிப்பட்ட முறையில் நான் மனக்காயம் அடைந்தேன்," என்று கேரா கூறினார். "2020 ஜூலை மாதத்தில், என் தாயாருக்குப் புற்றுநோய்

இருந்தது கண்டுபிடிக்கப்பட்டிருந்தது. கோவிட் பெருந்தொற்று தாக்குவதற்கான பெரும் ஆபத்து அவருக்கு இருந்தது. உயிர் பிழைத்திருப்பதற்கு அவர் தன்னுடைய ஒட்டுமொத்த வாழ்க்கையை எவ்வளவு தூரம் கண்காணிக்க வேண்டியிருந்தது என்பதை நான் நேரடியாகப் பார்த்தேன். என்னுடைய நெருங்கிய தோழிகளில் ஒருத்தி என் தாயாரைப் பாதுகாக்க விரும்பாத அளவுக்கு மிகவும் சுயநலமாக இருந்தாள் என்பதை நினைத்தபோது அது எனக்குக் கடுங்கோபம் ஏற்படுத்தியது."

அதிர்ஷ்டவசமாக, கேரா தன்னுடைய உணர்ச்சிகளுக்கு அடிபணியவில்லை. அது தன்னுடைய உயிர்த்தோழி என்பதையும், தங்களுடைய நட்பைத் தான் பாதுகாக்க விரும்பியதையும் அவர் தனக்குத் தானே நினைவூட்டிக் கொண்டார்.

கேரா அவரிடம், "நான் உன்னை நேசிக்கிறேன். நீ தடுப்பூசி போட்டுக் கொள்ளாவிட்டால்கூட நாம் இருவரும் சிறந்த தோழிகளாக இருக்கப் போகிறோம்," என்று கூறினார். அது அவருக்குக் கடினமாக இருந்தபோதிலும், புற்றுநோய் நோயாளிகளுக்குக் கோவிட் பெருந்தொற்றினால் விளையக்கூடிய ஆபத்துகளைப் பற்றி மருத்துவர்கள் தன்னிடம் கூறியிருந்த அனைத்தையும் கேரா தன் தோழியுடன் பகிர்ந்து கொண்டார். அந்தத் தடுப்பூசி தன் தாயாருக்குக் கூடுதல் பாதுகாப்பு வழங்கியதாகத் தான் நம்பியதாகவும், அந்தத் தடுப்பூசி குறித்துத் தான் நன்றியை உணர்ந்ததாகவும் அவர் தன் தோழியிடம் கூறினார். அவர் தன் தோழியின் அபிப்பிராயங்களைப் பற்றி அதிகமாகத் தெரிந்து கொள்ள விரும்பினார். அவருடைய தோழி அந்நேரத்தில் கர்ப்பமாக இருந்தார். அவருக்கு இளம் மகன்களும் இருந்தனர். அந்த மகன்களில் ஒருவன் கோவிட்டால் தாக்கப்படக்கூடிய ஆபத்தில் இருந்தால் அவர் எவ்வாறு உணர்வார் என்று கேரா அவரிடம் கேட்டார். அந்தக் கேள்வி, புரிதலில் இருந்த இடைவெளிகளை இட்டு நிரப்ப உதவியது. கர்ப்பிணிப் பெண்களுக்கு அந்தத் தடுப்பூசி பாதுகாப்பானது என்று காட்டிய எந்தவோர் ஆய்வும் இல்லாததால் கேராவின் தோழி பயந்து போயிருந்தார். தன் தோழியின் பயத்தைப் பற்றிக் கேரா தெரிந்து கொண்டபோது, அப்பெண்ணின் நிலை குறித்து முற்றிலும் வேறொரு நிலையிலான புரிதலைக் கேரா உடனடியாக உணர்ந்தார்.

அந்த உரையாடலின் முடிவில், தான் ஒரு திறந்த மனத்துடன் இருக்கப் போவதாகக் கேராவின் தோழி கூறினார். "கேரா, உன் அம்மாவின் ஆரோக்கியத்தின்மீது

எனக்கு அக்கறை இருக்கிறது. இது எனக்கு முக்கியமானது.” தன் தோழியின் மனத்தை மாற்றும் நோக்கத்துடன் கேரா அந்த உரையாடலுக்குள் நுழைந்திருக்கவில்லை. தன்னுடைய தோழியின் தீர்மானத்தைப் புரிந்து கொள்ளவும், அவரோடு உணர்ச்சிரீதியான தொடர்பில் தொடர்ந்து நீடித்திருக்கவுமே கேரா விரும்பினார். தங்களுடைய நட்பிற்கு எந்தத் தீங்கும் ஏற்பட்டுவிடக்கூடாது என்பதில் கேரா தொடக்கத்திலிருந்தே தெளிவாக இருந்தார். அவர்கள் இருவருமே அவர்களுக்குத் தெரிந்த சிறப்பான வழியில் தங்களுடைய குடும்பங்களைப் பாதுகாக்க முயற்சித்துக் கொண்டிருந்ததை அவர்களுடைய உரையாடலின் வாயிலாகக் கேரா உணர்ந்து கொண்டார்.

ஒவ்வொரு கடினமான உரையாடலுக்கு முன்பும் ஒரு தெளிவான இலக்கு இருக்க வேண்டும் என்பதை அந்த அனுபவத்திலிருந்து கேரா கற்றுக் கொண்டார். “நீங்கள் ஒருவருடைய கண்ணோட்டத்தைப் பார்க்க முயற்சித்துக் கொண்டிருக்கிறீர்கள் என்றால், உங்களுடைய உணர்ச்சிகளுக்கு அடிபணியாமல், முதலில் அவர்களை ஒரு மனிதராகப் பார்க்கவும், அவர்களிடமிருந்து உங்களால் என்ன கற்றுக் கொள்ள முடியும் என்பதை உண்மையிலேயே புரிந்து கொள்ளவும் நீங்கள் தயாராக இருக்க வேண்டும். நாம் உண்மையிலேயே பரஸ்பரம் அடுத்தவருடைய கண்ணோட்டங்களைப் புரிந்து கொள்ள விரும்பியிருந்து, நாம் மாற வேண்டும் என்ற எந்தவிதமான எதிர்பார்ப்பும் இல்லாமல் இருக்கும்போது, நம்மால் ஓர் ஆரோக்கியமான உரையாடலை நிகழ்த்த முடியும்,” என்று கேரா கூறினார்.

பொறுப்பேற்றுக் கொள்ளுங்கள்

இன்னொருவருடைய கண்ணோட்டத்தைக் கருத்தில் கொள்வது நம் வாழ்விலுள்ள மக்களைப் புரிந்து கொள்வதற்கு நாம் செய்யக்கூடிய மிகக் கடினமான மற்றும் மிகவும் அர்த்தம் வாய்ந்த விஷயங்களில் ஒன்று. ஒவ்வொருவரும் ஒரு வித்தியாசமான கண்ணோட்டத்தைக் கொண்டுள்ளனர், அவர்களுடைய விழுமியங்களும் வழக்கங்களும் வேறுபட்டவை என்பதை நாம் புரிந்து கொள்ள வேண்டியது முக்கியமாகும் – அது கடினமானதாக இருந்தாலும்கூட. நம்முடைய சொந்தக் கண்ணோட்டத்தை நேர்மையாகவும், மற்றவர்களுடைய கண்ணோட்டங்களைப் புரிந்துணர்வோடும் பார்க்க நாம் கற்றுக் கொள்ளும்போது, தாங்கள் முக்கியமானவர்கள் என்றும், தாங்கள் புரிந்து கொள்ளப்பட்டுள்ளோம் என்றும் உணர்வதற்கு மக்களுக்கு நம்மால் உதவ முடியும். இது நம்முடைய உறவுகளுக்கு வலுவூட்டுகிறது.

கொள்கை

விஷயங்களை அடுத்தவருடைய கண்ணோட்டத்திலிருந்து புரிந்து கொள்ள நேர்மையாக முயற்சி செய்யுங்கள்.

செயல்முறை நடவடிக்கைகள்

- *பச்சாதாபத்தைப் பயிற்சி செய்யுங்கள்.* அவர்கள் சிந்திக்கின்ற விதத்தில் சிந்திப்பதற்கு எது அவர்களை இட்டுச் சென்றிருக்கக்கூடும் என்பதைப் பற்றிச் சிந்தியுங்கள். அவர்களுடைய நாள் எப்படி இருந்தது? அவர்கள் எங்கே, எப்படி வளர்ந்தனர்? அவர்களுடைய நம்பிக்கைகளைப் பற்றி உங்களுக்கு என்ன தெரியும்? அவர்கள் அந்த நம்பிக்கைகளை எவ்வாறு சுவீகரித்தனர் என்பதைப் பற்றி உங்களுக்கு என்ன தெரியும்?
- *மற்றவர்களைப் புரிந்து கொள்வதற்கு உங்களுடைய தனிப்பட்ட அனுபவத்தைப் பயன்படுத்திக் கொள்ளுங்கள்.*

உங்களுடைய சொந்த வாழ்க்கை அனுபவங்களைப் பற்றி நினைத்துப் பாருங்கள். அடுத்தவர் எத்தகைய பிரச்சனைகளை அனுபவித்துக் கொண்டிருக்கிறார் என்பது பற்றி உங்களுக்கு என்ன தெரியும்? அதே போன்ற ஒரு சூழ்நிலையை நீங்கள் தனிப்பட்ட முறையில் எதிர்கொண்ட அனுபவம் உங்களுக்கு இருக்கிறதா? உங்களுடைய அனுபவத்தைப் பயன்படுத்தி அவர்களைச் சிறப்பாகப் புரிந்து கொள்ளுங்கள்.

- **அவர்கள் எத்தகைய உணர்வை அனுபவித்துக் கொண்டிருக்கின்றனர் என்பதைப் புரிந்து கொள்வதற்கு அவர்கள் கூறுவதை உன்னிப்பாகக் காது கொடுத்துக் கேளுங்கள்.** சில சமயங்களில், மக்கள் உண்மையிலேயே என்ன நினைக்கிறார்கள் என்பதை பற்றித் தெரிந்து கொள்வதற்கு நாம் அதிக ஆழமாகக் காது கொடுத்துக் கேட்க வேண்டியிருக்கிறது. அவர்களைச் சிறப்பாகப் புரிந்து கொள்வதற்கு அவர்களிடம் கேள்விகள் கேளுங்கள். அவர்கள் கூறியவற்றை நீங்கள் புரிந்து கொண்டுள்ளதை உணர்த்தும் விதமாக அவற்றை அப்படியே அவர்களிடம் திருப்பிக் கூறுங்கள். "நீங்கள் துல்லியமாகப் புரிந்து கொண்டீர்கள்," என்று அவர்கள் கூறினால், நீங்கள் சரியான பாதையில் போய்க் கொண்டிருக்கிறீர்கள் என்று நீங்கள் நம்பலாம்.
- **ஒரு திறந்த மனத்துடன் இருங்கள்.** பெரும்பாலும், உங்களுடைய சொந்தக் கண்ணோட்டத்திலிருந்து வெளியே அடியெடுத்து வைப்பதுதான் மிகப் பெரிய சவாலாக இருக்கிறது. உங்களுடைய கண்ணோட்டத்தை ஓர் ஓரமாக ஒதுக்கி வைத்துவிட்டு, மற்றவர்கள் உங்களிடம் பகிர்ந்து கொள்கின்ற கருத்துகளை ஒரு திறந்த மனத்துடன் கேளுங்கள்.

பகுதி III

உங்கள் வருங்காலத்திற்குப் பொறுப்பேற்றுக் கொள்ளுங்கள்

நம்முடைய எண்ணங்களுக்கும் உணர்ச்சிகளுக்கும் உறவுகளுக்கும் பொறுப்பேற்றுக் கொண்டதன் மூலம் நாம் இக்கட்டம்வரை சிறப்பாகச் செயல்பட்டு வந்துள்ளோம். இப்போது, உலகின்மீது நாம் ஏற்படுத்த விரும்புகின்ற தாக்கத்தின்மீது கவனம் செலுத்துவதற்கான வேளை வந்துவிட்டது. நம்முடைய வாழ்க்கை எதைப் பற்றியதாக இருக்க வேண்டும் என்று நாம் விரும்புகிறோம்? நம் பெயர் சொல்லும்படி நாம் இவ்வுலகில் எதை விட்டுச் செல்ல விரும்புகிறோம்? நம்முடைய நேரம் குறித்து நாம் விழிப்புணர்வோடு செயல்படாவிட்டால், அக்கணங்கள் நாம் நினைப்பதைவிட அதிக வேகமாக நழுவிச் சென்றுவிடும். நமக்கு உண்மையிலேயே எது முக்கியம் என்பது பற்றிய தெளிவைப் பெறுவதுதான் இவ்வுலகில் ஒரு வித்தியாசத்தை ஏற்படுத்துவதற்கான முதலடி ஆகும்.

மூன்றாம் பகுதியின் முதல் அத்தியாயத்தில், நாம் நம்முடைய விழுமியங்களையும் குறிக்கோளையும் வரையறுத்து, எது நம்மை உந்தித் தள்ளுகிறது என்பது பற்றிய தெளிவைப் பெறவிருக்கிறோம். இரண்டாம் அத்தியாயத்தில், நம்முடைய விழுமியங்களைக் கடைபிடித்து வாழவும் நாம் பார்க்க விரும்புகின்ற உலகத்தை வடிவமைக்கவும் உதவக்கூடிய, நம்முடைய எதிர்காலத்திற்கான ஒரு முன்னோக்கை நாம் வடிவமைக்கப் போகிறோம். முதல் இரண்டு அத்தியாயங்களும், நாம் வாழ விரும்புகின்ற வாழ்க்கையின்மீது கவனம் செலுத்துகின்றன. மூன்றாவது அத்தியாயம், புறம் நோக்கி நம்மை வழிநடத்துகிறது. அதாவது, நாம் கட்டியெழுப்ப விரும்புகின்ற சமூகத்தை நோக்கி அது நம்மை வழிநடத்துகிறது. ஓர் உன்னதமான முன்னோக்கு உட்பட, எதையும் யாரும் தனியொருவராகச் சாதிப்பதில்லை. எனவே, நம்முடைய முன்னோக்கையும் விழுமியங்களையும் பகிர்ந்து கொள்கின்ற ஒரு சமூகத்தைக் கண்டுபிடிப்பதுதான் அடுத்த

நடவடிக்கையாகும். இறுதியாக, சேவையை மையமாகக் கொண்ட, அர்த்தமுள்ள ஒரு வாழ்க்கையை வாழ்வது என்பதற்கு என்ன அர்த்தம் என்பதை நாம் பார்ப்போம்.

நம்மை சுற்றிலும் உள்ள உலகத்திற்கு நாம் ஒவ்வொருவரும் பொறுப்பேற்றாக வேண்டும். வெறுமனே செயலற்றப் பங்கேற்பாளர்களாக இருப்பது நமக்குக் கட்டுப்படியாகாது. நம்முடைய விழுமியங்களுக்கும் நோக்கத்திற்கும் முன்னோக்கிற்கும் நாம் பொறுப்பேற்றுக் கொள்வதன் மூலம், நாம் எத்தகைய உலகில் வாழ விரும்புகிறோமோ அத்தகைய உலகத்தை நம்மால் படைக்க முடியும். இனி வரும் தலைமுறைகளுக்கு இந்த உலகத்தை ஒரு சிறந்த இடமாக ஆக்க நாம் துணிவோமாக.

அத்தியாயம் 14

ஒரு நோக்கத்துடன்கூடிய வாழ்க்கையை வாழுங்கள்

மனித இயல்பைப் பற்றி நானறிந்த மிகத் துயரமான விஷயங்களில் ஒன்று என்னவென்றால், நாம் எல்லோருமே வாழ்வதைத் தள்ளிப் போட்டுக் கொண்டிருக்கிறோம் என்பதுதான்.

– டேல் கார்னகி

டேனியலா ஃபெர்னான்டெஸ் எக்வடோரில் பிறந்தவர். பிரமிப்பூட்டும் மலைகள், அமேசான் மழைக்காடுகள், கலாபகஸ் தீவுகள் ஆகியவற்றுக்குப் பெயர் பெற்ற ஓர் இடம் அது. டேனியலா இவ்வாறு கூறினார்: "இயற்கையும் வாழ்விடங்களும் சூழ்ந்த ஒரு பகுதியில் நான் என் குழந்தைப்பருவத்தைக் கழித்தேன். அந்த வளர்ப்பிலிருந்து பிறந்ததுதான் சுற்றுச்சூழல்மீதான என்னுடைய காதல். பிறகு எனக்கு ஏழு வயதாக இருந்தபோது என் குடும்பம் சிகாகோவுக்கு இடம்பெயர்ந்தது. நான் வசித்த மிக அழகான, தூய்மையான, அற்புதமான சூழலமைப்பிலிருந்து வெளியேறி, அமெரிக்காவின் நடுவில் ஏதோ ஒரு தட்டையான நிலப்பரப்புக்கு இடம்பெயர்ந்தது என் இதயத்தைச் சுக்குநூறாக நொறுக்கியது. நான் என் விமானத்தின் சன்னல் வழியாக வெளியே பார்த்தபோது, நான் பழக்கப்பட்டிருந்த சுற்றுச்சூழலுக்கும், அப்போது நான் கண்ட தட்டையான நிலப்பரப்புகளும் சில விண்ணுயரக் கட்டடங்களும் உள்ளிட்ட ஒரு சுற்றுச்சூழலுக்கும் இடையே ஒரு மலைக்கும் ஒரு மடுவுக்கும் உள்ள வேறுபாடு இருந்ததாக நான் உணர்ந்தது எனக்கு நன்றாக நினைவிருக்கிறது."

டேனியலாவுக்குப் பன்னிரண்டு வயதாக இருந்தபோது, ஒரு நாள், அவர் தன் பள்ளியிலிருந்து வீட்டுக்கு நடந்து சென்று கொண்டிருந்தபோது, ஒரு பெங்குவினின் படம் ஒன்றை அவர் கண்டார். 'அன் இன்கன்வீனியென்ட் ட்ரூத்' என்ற ஒரு திரைப்படத்திற்கான ஒரு விளம்பரம் அது. காலநிலை மாற்றத்தைப் பொதுமக்களின் கவனத்திற்குக் கொண்டு வந்த முதல் சில திரைப்படங்களில் ஒன்று அது. அந்த நேரத்தில் அந்தத் திரைப்பட விளம்பரத்தின் உட்கருத்து டேனியலாவுக்குத் தெரிந்திருக்கவில்லை, ஆனால் தனக்கு மிகவும் பிடித்தமான விலங்குகளில் ஒன்று ஏன் மணலின்மீது நடந்து கொண்டிருந்தது என்று அவர் யோசித்தார். "அப்போதுதான் என் வாழ்க்கை மாறியது. நான் அந்தத் திரைப்படத்தைப் பார்த்தேன். காலநிலை மாற்றம் மற்றும் காலநிலை நெருக்கடியின் எதார்த்தம் குறித்து அது என் கண்களைத் திறந்தது. நம்முடைய பூமியைப் பாதுகாக்க உதவக்கூடிய எதையேனும் செய்வதற்கான பொறுப்பு என்னுடையது என்ற ஒரு திடீர் புலப்பாடு அக்கணத்தில் எனக்கு ஏற்பட்டது," என்று டேனியலா கூறினார்.

அந்தத் திரைப்படத்தைப் பார்த்தப் பிறகு, டேனியலா, சுற்றுச்சூழல் அறிவியல் வகுப்புகளில் சேர்ந்து பயின்றார், ஆராய்ச்சிகள் மேற்கொண்டார், நம்முடைய மாறிக் கொண்டிருக்கின்ற சுற்றுச்சூழலைப் புரிந்து கொள்வதில் தன்னை மூழ்கடித்துக் கொண்டார். அவர் ஒரு மாணவர் சங்கத்தில் சேர்ந்து, தன்னுடைய உயர்நிலைப் பள்ளியில் சூரியவொளித் தகடுகளை வாங்கி நிறுவுவதற்குத் தேவையான நிதி திரட்டல் நடவடிக்கைக்குத் தலைமைப் பொறுப்பு ஏற்று அதை முன்னின்று வழிநடத்தினார். அவர் தன் படிப்பை முடித்துவிட்டு அந்தப் பள்ளியைவிட்டுப் போன பிறகும்கூட அந்தச் சூரியவொளித் தகடுகள் இன்றும் அங்கே பயன்பாட்டில் உள்ளன. அத்தகைய ஓர் இளம் வயதில் ஒரு மாற்றத்தை உருவாக்குவதற்குத் தான் உதவியிருந்தது குறித்து டேனியலா பெருமிதம் கொண்டார்.

உலகை மாற்றுவதற்கு டேனியலா கொண்டிருந்த ஆர்வம் கல்லூரிக்குள்ளும் தொடர்ந்தது. ஜார்ஜ்டவுன் பல்கலைக்கழகத்தில் தன்னுடைய முதலாம் ஆண்டில், பெருங்கடல்களின் நிலைமை பற்றிய ஒரு சந்திப்புக்கூட்டத்தில் கலந்து கொள்வதற்கு ஐக்கிய நாடுகள் சபை அவருக்கு அழைப்பு விடுத்தது. டேனியலாவுக்கு அப்போது வெறும் பத்தொன்பது வயது. ஐக்கிய நாடுகள் சபையில், பல்வேறு நாடுகளின் தலைவர்கள், அந்நிய நாடுகளின் தூதர்கள்,

முக்கியமான தலைமை நிர்வாக அதிகாரிகள் ஆகியோருக்கு நடுவே, அந்த அறையிலேயே மிக இளவயது நபராக இருந்த டேனியலா, தான் அந்த இடத்தில் இருப்பதற்குத் துளிகூடப் பொருத்தமில்லாதவர் என்று உணர்ந்தார்.

அவர் அசௌகரியமாக உணர்ந்தபோதிலும், அந்தச் சந்திப்புக்கூட்டத்திலிருந்து இரண்டு முக்கியமான விஷயங்களை அவர் உணர்ந்து கொண்டார். முதல் விஷயம், பெருங்கடல்களின் நிலைமை பற்றிய தொடர்ச்சியான தகவல்கள் எதுவும் அவருடைய தலைமுறையினருக்கு இருக்கவில்லை. எந்தவொரு தலைமுறைக்குமே அத்தகவல்கள் இருக்கவில்லை என்பது வேறு விஷயம். (அது 2014-ம் ஆண்டு நிலவரம்.) இரண்டாவது விஷயம், அந்தக் கூட்டத்தில் எழுந்து நின்று மேடையில் பேசிய ஒவ்வொருவரும், பெருங்கடல்களில் இருந்த நெகிழியின் அளவு, செத்துக் கொண்டிருந்த பவளப் பாறைகளின் எண்ணிக்கை போன்ற திகிலூட்டும் புள்ளிவிபரங்களுடன் சூழ்நிலையின் தீவிரத்தைப் பற்றிப் பேசினர், ஆனால் தீர்வுகளைப் பற்றி யாருமே பேசவில்லை. என்ன செய்யப்பட வேண்டும் என்பதற்கான ஒரு திட்டவரைவை ஒருவர்கூடப் பகிரவில்லை. இவ்வளவு ஏன், பெருங்கடல்களின் நிலைமையை மேம்படுத்துவதற்கு ஏதேனும் செய்ய முடியும் என்ற நம்பிக்கையைக்கூட அவர்கள் கொடுக்கவில்லை.

அந்தச் சந்திப்புக்கூட்டத்தில் கலந்து கொண்டுவிட்டு இரயிலில் வீடு திரும்பிக் கொண்டிருந்தபோது, டேனியலாவின் மனம் பல்வேறுபட்ட யோசனைகளால் சுழன்று கொண்டிருந்தது. அவர் ஒரு நோட்டுப்புத்தகத்தை வெளியே எடுத்து, இரண்டு வட்டங்களை வரைந்தார். ஒரு வட்டம் அவருடைய தலைமுறையைப் பிரதிநுதப்படுத்தியது, மற்றொன்று அதிகாரத்தில் இருந்தவர்களைப் பிரதிநுதப்படுத்தியது. பிறகு அவர் அந்த இரண்டு வட்டங்களையும் இணைத்து மூன்றாவதாக ஒரு வட்டத்தை வரைந்தார். அவர் உருவாக்கவிருந்த 'சஸ்டெயினபில் ஓஷன் அலையன்ஸ்' (எஸ்ஓஏ) என்ற அமைப்பை அது பிரதிநுதப்படுத்தியது. தீர்மானங்கள் மேற்கொள்பவர்களும் இளம் தலைமுறையினரும், பெருங்கடல்களுக்கான தீர்வுகளை உருவாக்குவதற்குச் சேர்ந்து செயல்படுவதைச் சாத்தியமாக்கும் பொருட்டு அவர்களுக்கு இடையேயான பாலமாகத் தான் இருப்பதென்று டேனியலா தீர்மானித்தார்.

"என்னிடம் எந்தவொரு விடையும் இல்லை என்பதை நான் உணர்ந்தேன். அது கடினமாக இருந்தது. ஒரு நிச்சயமின்மை

உணர்வு என்னை ஆட்கொண்டது. நான் இதை எப்படிச் செயல்படுத்துவேன் என்பது பற்றி எனக்கு எந்த யோசனையும் இருக்கவில்லை, ஆனால் நான் பெருமளவிலான பொறுப்பை உணர்ந்தேன். பெருங்கடல்களுக்கு நிகழ்ந்து கொண்டிருந்த பாதிப்புகளைப் பற்றி ஐக்கிய நாடுகள் சபையில் பலர் பேசியதைக் கேட்கும் நல்வாய்ப்பு எனக்குக் கிடைத்திருந்தது. அந்த அனுபவம் எல்லோருக்கும் வாய்ப்பதில்லை. என்னால் பாராமுகமாக இருக்க முடியவில்லை. எனக்குக் கிடைத்திருந்த அந்த அனுபவத்தைக் கொண்டு நான் ஏதேனும் செய்தாக வேண்டியிருந்ததாக நான் உணர்ந்தேன். எனக்கு மட்டுமல்லாமல், நம்முடைய இந்த பூமிக்கும் மற்றவர்களுக்கும் நன்மை பயக்கின்ற எதையேனும் நான் செய்ய விரும்பினேன்," என்று டேனியலா கூறினார்.

மிக இளம் வயதிலிருந்தே, டேனியலா தன்னுடைய நோக்கத்தை அடையாளம் கண்டுகொண்டு, அதைப் பேணி வளர்த்தார். நம்முடைய உலகிற்கு உதவுவதுதான் அவருடைய நோக்கமாக இருந்தது. அது குறித்து நடவடிக்கை எடுப்பதற்கான ஒரு வாய்ப்பை அவர் கண்டபோது, அவர் தயங்காமல் அதில் இறங்கினார். அவர் தொடங்கிய எஸ்ஓஏ அமைப்பு இப்போது ஒரு சர்வதேச அமைப்பாக இயங்கிக் கொண்டிருக்கிறது. பெருங்கடல்களின் ஆரோக்கியத்தைப் பாதுகாப்பதற்கும் அவற்றைப் பேணிப் பராமரிப்பதற்குமான தீர்வுகளை உருவாக்கி அவற்றைத் துரிதப்படுத்த அந்த அமைப்பு உதவிக் கொண்டிருக்கிறது. இளம் பெருங்கடல் தலைவர்கள் அடங்கிய, உலகின் மாபெரும் வலையமைப்பை அந்த அமைப்பு உருவாக்கியுள்ளது. இந்த இளம் தலைவர்கள் 185 நாடுகளில் உள்ளனர். எஸ்ஓஏ மூலம், உலகின் முதல் 'பெருங்கடல்கள் தீர்வுகள் துரிதப்படுத்தி' என்ற ஒரு திட்டத்தை டேனியலா அறிமுகப்படுத்தியுள்ளார். நம்முடைய பூமியின் ஆரோக்கியத்திற்கான மாபெரும் அச்சுறுத்தல்களைக் கையாள்வதற்குத் தொழில்முனைவோருக்கு உதவுவதற்காக வடிவமைக்கப்பட்டுள்ள ஒரு திட்டம் அது.

டேனியலாவின் கதை, ஒரு நோக்கத்துடன்கூடிய ஒரு வாழ்க்கையை வாழ்வதென்றும், தன்னுடைய நோக்கத்தை ஒவ்வொரு நாளும் பின்தொடர்வதென்றும் தீர்மானித்துள்ள ஒருவருக்கான ஓர் அருமையான எடுத்துக்காட்டாகும். உண்மையில், அவருடைய கதை, இப்புத்தகத்தின் இந்தக் கடைசிப் பகுதியில் நாம் விவாதிக்கவிருக்கின்ற ஏராளமான யோசனைகளை விளக்குகிறது.

ஒரு நோக்கத்துடன்கூடிய ஒரு வாழ்க்கையை வாழ்தல்

என்ற கோட்பாடு, நம்மில் பலர் தவறவிடுகின்ற ஒரு சக்திவாய்ந்த யோசனையாகும். நாம் ஒவ்வொரு நாளும் இயந்திரத்தனமாக அடுத்தடுத்து ஒவ்வொரு விஷயமாகச் செய்து கொண்டே இருக்கிறோம். நம்முடைய 'செய்யப்பட வேண்டிய வேலைகள் பட்டியலில்' இடம்பெற்றுள்ளவற்றை நிறைவேற்றுவதில் நாம் முனைப்பாக இருக்கிறோம். நாம் விழிப்புணர்வு வந்து நிமிர்ந்து பார்க்கும்போது, பல ஆண்டுகள் கடந்துவிட்டிருப்பதை நாம் காண்கிறோம்.

ஒரு நோக்கத்துடன்கூடிய ஒரு வாழ்க்கையை வாழ்வது என்பது உங்களுடைய 'ஏன்' எது என்பதை நீங்கள் அறிந்திருப்பதாகும். நீங்கள் எதைச் சாதிக்க விரும்புகிறீர்கள்? எது உங்களை முன்னோக்கி உந்தித் தள்ளுகிறது? வாழ்வில் உங்கள் நோக்கம் என்ன என்பது பற்றி நீங்கள் எப்போதேனும் யோசித்திருக்கிறீர்களா? உங்கள் வாழ்க்கைக்கான நோக்கங்கள் பற்றி நீங்கள் சிந்தித்திருக்கிறீர்களா? தங்கள் வாழ்வில் ஒரு தீவிர நெருக்கடியை எதிர்கொண்டு, தங்கள் வாழ்க்கை எதைப் பற்றியது என்பதைப் பற்றி யோசிக்கும் கட்டாயத்திற்கு உள்ளாக்கப்பட்டாலொழிய, பலர் அத்தகைய சிந்தனைகளில் ஈடுபடுவதே இல்லை.

எங்களுடைய டேல் கார்னகி பயிற்சி வகுப்புகளில், ஒரு நோக்கத்துடன்கூடிய ஒரு வாழ்க்கையை வாழ்வதைப் பற்றி நாங்கள் பேசத் தொடங்கும்போது, பங்கேற்பாளர்கள் தங்களுடைய நோக்கத்தை அடையாளம் கண்டுகொள்வதற்கு எங்கள் பயிற்றுவிப்பாளர்கள் அவர்களுக்கு உதவுகின்றனர். அவர்கள் எத்தகைய வாழ்க்கையை வாழ விரும்புகின்றனர், எத்தகைய பங்களிப்பை வழங்க விரும்புகின்றனர், எந்த விஷயங்கள் அவர்களுக்கு முக்கியமானவை போன்றவற்றைப் பற்றிச் சிந்திப்பதற்கு அப்பயிற்றுவிப்பாளர்கள் அவர்களை ஊக்குவிக்கின்றனர். மக்கள் இப்பயிற்சியை மேற்கொள்ளும்போது, அவர்கள் பெரும்பாலும் புளகாங்கிதம் அடைகின்றனர். முதன்முறையாக, அவர்களுக்காகவும் அவர்களுடைய எதிர்காலத்திற்காகவும் ஒரு திட்டவட்டமான முன்னோக்கு அவர்களுக்குக் கிடைத்துள்ளது. நான் கலந்து கொண்ட முதல் டேல் கார்னகி பயிற்சி வகுப்பில் நான் கற்றுக் கொண்ட மிக முக்கியமான விஷயம் அதுதான். நான் என்னுடைய வழக்கறிஞர் வேலையை விடுவதற்கும், ஒரு தொழிலில் ஈடுபடுவதற்கும், ஒரு மின்-கற்றல் நிறுவனத்தைத் துவக்குவதற்கும், மனிதாபிமானமுள்ள ஒரு நபராக உருவாவதற்கும் அது பங்களித்தது.

ஒரு முன்னோக்கை உருவாக்குவது நம்முடைய

வாழ்க்கையைப் பற்றிச் சிந்திக்க நம்மைக் கட்டாயப்படுத்துகிறது. நாம் செய்து கொண்டிருக்கின்ற விஷயங்களும், நாம் செய்து கொண்டிருக்காத விஷயங்களும் இதில் அடங்கும். நாம் ஆறாம் அத்தியாயத்தில் பார்த்ததுபோல, தாங்கள் செய்த விஷயங்களைவிட, தாங்கள் செய்யாத விஷயங்கள் குறித்துத்தான் மக்கள் பெரும்பாலும் பின்வருத்தம் கொள்கின்றனர் என்று ஆய்வுகள் காட்டுகின்றன. அதற்கான ஓர் எடுத்துக்காட்டு இது: டேல் கார்னகி நிறுவனத்தில் மைக்கேல் வேலை செய்தபோது, அவர் உலகம் நெடுகிலும் பயணித்தார். “நான் என் வேலையே கதியென்று கிடந்ததால், என்னுடைய உறவுகள் துன்புற நான் அனுமதித்துவிட்டேன். இப்போது திரும்பிப் பார்க்கும்போது, அதை ஒப்புக் கொள்வது எனக்கு தர்மசங்கடமாகத்தான் இருக்கிறது. பல ஆண்டுகளாக, நான் என் வேலைக்கு முன்னுரிமை கொடுத்துவிட்டு, என்னுடைய குடும்பத்தினரையும் நண்பர்களையும் இரண்டாம்பட்சமாக நடத்தி வந்திருந்தேன். என்னைத் தவறாக நினைக்க வேண்டாம். நான் என் குடும்பத்தினரையும் நண்பர்களையும் மிகவும் நேசித்தேன், அவர்கள்மீது ஆழமான அக்கறை கொண்டிருந்தேன். ஆனால், என்னுடைய வேலையில் என்னை ஒரு நல்ல நிலையில் நிலைப்படுத்திக் கொள்வதில் நான் மிக மும்முரமாக இருந்தேன். என்னுடைய வேலை எனக்கு மிகுந்த மனநிறைவு அளித்ததை நான் கண்டேன். இதனால், என் வாழ்வில் எனக்கு எது மிக முக்கியமோ, அதை நான் தவறவிட்டுவிட்டேன்,” என்று மைக்கேல் கூறினார். ஒரு நாள், இந்த உண்மை அவரைக் கடுமையாகத் தாக்கியது.

மைக்கேல் வெளிநாடுகளுக்குப் பயணித்த ஒவ்வொரு முறையும், தன்னுடைய மகள் நிக்கோலுடன் தொடர்பில் இருப்பதற்காக அவளுக்கு ஓர் அஞ்சலட்டையை அனுப்பி வைப்பதை வழக்கமாகக் கொண்டிருந்தார். நிக்கோல் முதலாம் வகுப்பில் இருந்தபோது, அவள் சேகரித்து வைத்திருந்த பொருட்களிலிருந்து 101 பொருட்களைக் கொண்டுவந்து, வகுப்பிலிருந்த மற்றக் குழந்தைகளுடன் அவற்றைப் பகிர்ந்து கொள்ளும்படி அவளுடைய ஆசிரியர் அவளிடம் கேட்டுக் கொண்டார். நாணயங்கள், கோலிக்குண்டுகள் போன்ற, அவள் தன் சக மாணவர்களிடம் காட்டி மகிழ விரும்பிய எவற்றை வேண்டுமானாலும் அவள் கொண்டுவரலாம் என்று அவர் கூறினார். அன்றிரவு, வீட்டில் அவள் அப்பயிற்சிக்குத் தயாராகிக் கொண்டிருந்தபோது மைக்கேலும் அவளுடன் இருந்தார். நிக்கோல் மைக்கேலிடமிருந்து பெற்றிருந்த அனைத்து அஞ்சலட்டைகளையும் வெளியே எடுத்துத்

தரைமீது பரப்பி வைத்து, அவற்றிலிருந்து தனக்கு மிகவும் பிடித்த 101 அஞ்சலட்டைகளைத் தேர்ந்தெடுத்ததை மைக்கேல் கவனித்தார்.

"அக்கணத்தில், நான் நிலைதடுமாறிப் போனேன்," என்று மைக்கேல் கூறினார். "நான் அந்தப் பெரிய அஞ்சலட்டைக் குவியலைப் பார்த்தேன். ஒவ்வொன்றும், நான் என் குடும்பத்திடமிருந்து பிரிந்திருந்த நாட்களைப் பிரதிநுதப்படுத்தியது. 'நான் எதைத் தவறவிட்டுள்ளேன்?' என்று நான் என் மனத்திற்குள் நினைத்துக் கொண்டேன். என் இளம் மகளின் வாழ்வில் நான் தவறவிட்டிருந்த அந்தக் கணங்களையும் நாட்களையும் மீண்டும் ஒருபோதும் என்னால் திரும்பப் பெற முடியாது." அவர் நான்கு ஆண்டுகளில் பத்து இலட்சம் மைல்களுக்கும் அதிகமாகப் பயணித்திருந்தார். சம அளவில் தன் மகளுடனான நினைவுகளையும் அவர் தவறவிட்டிருந்தார்.

அந்தக் கணம் ஓர் எச்சரிக்கை மணிபோல இருந்தது. அது மைக்கேலை உலுக்கி, நடவடிக்கையில் இறங்கச் செய்தது. ஏனெனில், தான் வாழ நினைத்திருந்த வாழ்க்கையைத் தான் வாழ்ந்து கொண்டிருக்கவில்லை என்பதை அவர் உணர்ந்தார். "நான் ஒரு சில நாட்களை ஒதுக்கிக் கொண்டு, கடினமாக உழைத்துக் கொண்டே என் மனைவியுடனும் என் குழந்தைகளுடனும் போதிய நேரம் செலவிடுவது எப்படி என்பதைப் பற்றித் தீவிரமாக யோசித்தேன். என் குடும்பம்தான் நான் மிகவும் மதித்தப் பொக்கிஷம் என்று நான் எப்போதுமே கூறி வந்தேன். அதை நான் என் செயல் மூலம் நிரூபிக்க வேண்டியிருந்தது. என் குடும்பத்தைப் புறக்கணிக்கும் அளவுக்கு என்னுடைய பிற விழுமியங்களான என் வேலையும் சமுதாயப் பங்களிப்பும் என்னை ஒட்டுமொத்தமாக ஆட்கொண்டுவிடாமல் பார்த்துக் கொள்ளும் விதத்தில் நான் என் வாழ்க்கையை மாற்றியமைக்க வேண்டியிருந்தது," என்று மைக்கேல் கூறினார். அந்த மாற்றம் இரவோடு இரவாக நிகழவில்லை, ஆனால் தன் வாழ்க்கையில் நிலவிய சமநிலையின்மையைக் கண்டவுடனேயே அவர் ஒரு நோக்கத்தை வரித்துக் கொண்டார், தன்னுடைய பயணங்களைக் குறைத்துக் கொண்டார், தன் குடும்பத்தாருடன் அதிக அளவில் தரமான நேரம் செலவிடுவதற்கான வழிகளைக் கண்டுபிடித்தார்.

வாழ்க்கையிடை நெருக்கடி பற்றி மக்கள் பேசி நாம் அடிக்கடிக் கேட்டிருப்போம். பெரும்பான்மை நேரங்களில், இந்த நெருக்கடிகள், நாம் அன்றாடம் செய்து கொண்டிருப்பவற்றுக்கும், நமக்கென்று நாம் கற்பனை

செய்து வைத்திருந்தவற்றுக்கும் இடையே ஓர் ஒத்திசைவு இல்லாதிருப்பதிலிருந்து வருகின்றன. நம்முடைய நோக்கங்களுக்கு ஒத்திசைவாக இருக்கும் விதத்தில் நம்முடைய வாழ்க்கையை மாற்றியமைப்பதுதான் நாம் செய்ய வேண்டிய கடினமான வேலையாகும். தெளிவான விழுமியங்களையும் நோக்கத்தையும் வரையறுப்பதற்கு நேரம் ஒதுக்கிக் கொள்வது அந்த வகையான மன வேதனையையும் குழப்பத்தையும் தடுக்கும் என்று நாங்கள் நம்புகிறோம். எனவே, நாம் உங்களுடைய விழுமியங்களை வரையறுப்பதிலிருந்து தொடங்கலாம். பிறகு உங்கள் நோக்கத்தை நாம் வரையறுக்கலாம்.

உங்களுடைய விழுமியங்களை வரையறுங்கள்

விழுமியங்கள் என்பவை நம்மை வழிநடத்தி நம்முடைய இலக்குகளையும் நடவடிக்கைகளையும் ஊக்குவிக்கின்ற, நம்முடைய மனத்தில் ஆழமாக வேரூன்றியுள்ள அடிப்படை நம்பிக்கைகளாகும். நம் எல்லோருக்கும் விழுமியங்கள் இருக்கின்றன, ஆனால் நம்மில் பலர், அவற்றைப் பற்றிச் சிந்திப்பதற்கும் தன்னுணர்வோடு அவற்றைத் தேர்ந்தெடுப்பதற்கும் ஒருபோதும் நேரம் செலவிட்டதில்லை. நம்மை வளர்த்தவர்கள், நாம் வளர்ந்த கலாச்சாரம் போன்றவற்றின் விழுமியங்களை, அவை குறித்து உண்மையில் எதுவும் சிந்திக்காமல் நாம் வெறுமனே அப்படியே உள்வாங்கிக் கொள்கிறோம். இது இயல்பானதுதான் என்றாலும், நம்முடைய சொந்த விழுமியங்களைப் பற்றிச் சிந்திப்பதற்கும் அவற்றைத் தேர்ந்தெடுப்பதற்கும் நாம் நேரம் செலவிட்டாக வேண்டும். ஏனெனில், அவை நம்முடைய வாழ்வில் ஒரு முக்கியப் பங்கு வகிக்கின்றன. நாம் நம்முடைய குறிக்கோளை வாழவும் நம்முடைய முன்னோக்கை நிறைவேற்றவும் அவை நம்மை வழிநடத்துகின்றன.

அட்மிரல் மைக்கேல் முல்லென் அமெரிக்கக் கடற்படையில் கடற்படைச் செயல்பாடுகளின் முன்னாள் தலைவராக இருந்தவர். அமெரிக்க ஆயுதப் படையில் ஐந்து ஆண்டுகளாக மிக உயர்ந்த பதவியில் அவர் பணியாற்றியிருந்தார். அந்தப் பல்வேறு அதிகாரப் பகுதிகளில், பல பத்தாண்டுகளாக அவர் விழுமியங்களைப் பற்றிக் கற்றுக் கொடுத்து வந்துள்ளார். “குழப்பத்தில் இருக்கின்ற, எல்லா திசைகளிலிருந்தும் நம்மைத் தாக்குகின்ற இன்றைய உலகத்தில் நாம் தலைமைத்துவத்தைப் பற்றிப் பேசும்போது, தீர்மானங்கள் மேற்கொள்வதற்கு நமக்கு ஒரு வழி தேவை,” என்று அவர்

கூறினார். "நம்முடைய நம்பிக்கைகளையும் விழுமியங்களையும் உள்ளடக்கிய ஒரு கட்டமைப்பை நமக்கென்று நாம் உருவாக்கியாக வேண்டும். நீங்கள் ஒரு நெருக்கடியில் இருக்கும்போது, நீங்கள் உங்கள் விழுமியங்களைப் பற்றி யோசித்திருக்காவிட்டாலோ அல்லது அந்தப் பாதுகாப்பு அரண்களை நீங்கள் உருவாக்கியிருக்காவிட்டாலோ, நீங்கள் தவறான தீர்மானங்களை மேற்கொள்வீர்கள்."

நம்முடைய விழுமியங்களைப் பற்றி மிக முன்னதாகவே நாம் சிந்திக்கும்போது, கடினமான அல்லது குழப்பமூட்டுகின்ற சூழ்நிலைகளை நாம் எதிர்கொள்ளும்போது நம்மால் அந்த விழுமியங்களைச் சார்ந்திருக்க முடியும். முல்லென் கடற்படைச் செயல்பாடுகளுக்குத் தலைமைப் பொறுப்பு ஏற்றபோது, நாணயம், பொறுப்புடைமை ஆகிய தன்னுடைய மைய விழுமியங்களையும் நம்பிக்கைகளையும் பற்றி மூன்று பக்கங்கள் எழுதினார். அவற்றை, தன்னுடன் நேரடியாக இணைந்து வேலை செய்த ஒவ்வொருவரிடமும் அவர் பகிர்ந்து கொண்டு, "இது ஒரு பெரிய வேலை. இவை என்னுடைய விழுமியங்கள். இந்த விழுமியங்களின்படி வாழ்வதற்கு நான் கடமைப்பட்டுள்ளேன்," என்று கூறினார்.

இப்புத்தகத்தைப் படிப்பதை ஒரு கணம் நிறுத்திவிட்டு, உங்களுடைய விழுமியங்களைப் பற்றிச் சிந்தித்துப் பாருங்கள். நீங்கள் அவற்றை முன்பு ஒருபோதும் வரையறுத்திருக்காவிட்டால்கூட, நீங்கள் அவற்றின்படி வாழ்ந்து கொண்டிருப்பதற்கான வாய்ப்பு அதிகம் உள்ளது. உங்களுடைய உண்மையான விழுமியங்கள் குறித்தத் தெளிவைப் பெறுவதற்கு உங்களுக்குச் சில நாட்கள் அல்லது வாரங்கள் தேவைப்படக்கூடும்.

1. **உங்களுடைய சொந்த நடவடிக்கைகளைப் பற்றிச் சிந்தித்துப் பாருங்கள்.** நீங்கள் ஏற்கனவே எந்த விழுமியங்களின்படி நடந்து கொண்டிருக்கிறீர்கள்? நீங்கள் நேர்மையையும் விசுவாசத்தையும் குடும்பத்தையும் மதிக்கக்கூடும். அது ஏற்கனவே உங்களுடைய தேர்ந்தெடுப்புகளில் பிரதிபலிக்கிறது.
2. **உங்களுடைய எந்த அனுபவங்கள் உங்கள் விழுமியங்களைச் செதுக்கி வடிவமைத்தன?** உங்கள் வாழ்வில் நீங்கள் எதிர்கொண்ட மிகக் கடினமான சவால்கள் சிலவற்றின்போது நீங்கள் எவ்வாறு நடந்து கொண்டீர்கள்? அது உங்கள் விழுமியங்களைப் பற்றி என்ன கூறுகிறது?

3. நீங்கள் பார்த்து பிரமிக்கின்ற மூன்று நபர்களைப் பற்றி நினைத்துப் பாருங்கள். அவர்கள் தங்களுடைய நடவடிக்கைகளின் மூலமாக எந்த விழுமியங்களை வெளிப்படுத்துகின்றனர்? அந்த விழுமியங்களை நீங்கள் உங்களுடைய சொந்த வாழ்க்கையில் பெற்றிருக்க விரும்புகிறீர்களா?
4. அர்த்தமுள்ள ஒரு வாழ்க்கை எப்படி இருக்கும்? அந்த வாழ்க்கையை அடைவதற்கு எந்த விழுமியங்கள் தேவை?

உங்களால் சிந்திக்க முடிகின்ற விழுமியங்கள் அனைத்தையும் ஒரு பட்டியலிட்டுக் கொள்ளுங்கள். தொடக்கத்தில் பத்து அல்லது இருபது விழுமியங்களை நீங்கள் பட்டியலிடக்கூடும். பிறகு சிறிது நேரம் அந்தப் பட்டியலை மூடி வைத்துவிடுங்கள். அடுத்த ஒரு சில மணிநேரமோ அல்லது நாட்களோ உங்கள் மனம் அந்தப் பட்டியலின் பக்கம் மீண்டும் மீண்டும் வந்து போய்க் கொண்டிருக்கக்கூடும். நீங்கள் மீண்டும் அந்தப் பட்டியலை எடுத்துப் பார்க்கத் தயாராக இருக்கும்போது, எந்த விழுமியங்கள் உங்களுக்கு உண்மையிலேயே மிக முக்கியமானவை என்பது பற்றி உங்களுக்கு ஓரளவு தெளிவு இருக்கும்.

நீங்கள் அந்தப் பட்டியலைப் பார்க்கும்போது, ஆரோக்கியமான விழுமியங்களைத் தேர்ந்தெடுப்பதைப் பற்றி யோசியுங்கள். வலைப்பதிவாளரும் வெற்றிகரமான நூலாசிரியருமான மார்க் மேன்சன், உதவிகரமான விழுமியங்களுக்கும் தீங்கு விளைவிக்கக்கூடிய சாத்தியமுள்ள விழுமியங்களுக்கும் இடையேயான வேறுபாட்டை விவரிக்கிறார். நல்ல விழுமியங்கள் ஆதார அடிப்படையிலானவை, ஆக்கபூர்வமானவை, மற்றும் கட்டுப்படுத்தப்படக்கூடியவை ஆகும். எடுத்துக்காட்டாக, நாணயம், நேர்மை, ஆர்வக்குறுகுறுப்பு, மரியாதை ஆகிய அனைத்தும் நல்ல விழுமியங்களாகும். உணர்ச்சி அடிப்படையிலான, அழிவுபூர்வமான, கட்டுப்படுத்தப்பட முடியாத விழுமியங்கள் உதவிகரமற்றவையாகும். போலிப் பகட்டிற்காகவும், அளவுக்கதிகமாகக் கேளிக்கை விருந்துகளில் மூழ்கித் திளைத்திருப்பதற்காகவும், சமூக ஊடகங்களில் அதிகமான ‘லைக்ஸ்’ பெறுவதற்காகவும் நீங்கள் பணத்தைச் செலவிடுவது ஒரு மோசமான விழுமியமாகும். அவர் இவ்வாறு எழுதுகிறார்:

வளர்ச்சிக்கும் தீங்கிற்கும் இடையே ஒரு மங்கலான கோடு இருக்கிறது. அவை பெரும்பாலும் ஒரே நாணயத்தின் இரண்டு பக்கங்கள்போலத் தோன்றுகின்றன. அதனால்தான், நீங்கள் மதிக்கின்ற ஒன்று, அதை நீங்கள் மதிக்கும் அளவுக்குப் பெரும்பாலும் முக்கியமானதாக இருப்பதில்லை. மக்களைத் தாக்குவது உங்களுக்குக் குதூகலமளிக்கிறது என்பதால் நீங்கள் தற்காப்புக் கலைகளை மதிக்கிறீர்கள் என்றால், அது ஒரு மோசமான விழுமியமாகும். ஆனால், நீங்கள் இராணுவத்தில் இருப்பதாலும், உங்களையும் மற்றவர்களையும் தற்காத்துக் கொள்ள நீங்கள் கற்றுக் கொள்ள விரும்புவதாலும் தற்காப்புக் கலைகளை நீங்கள் மதித்தால், அது ஒரு நல்ல விழுமியமாகும். ஒரே பயிற்சி, ஆனால் வெவ்வேறு விழுமியங்கள்.

உங்களுக்கு எது மிகவும் முக்கியமோ அதைப் பிரதிநுதப்படுத்துகின்ற, மூன்றிலிருந்து ஐந்து விழுமியங்களைத் தேர்ந்தெடுத்து அவற்றை எழுதிக் கொள்ளுங்கள். அப்பட்டியலை நீங்கள் அடிக்கடிப் பார்க்கக்கூடிய, உங்கள் மேசை அல்லது உங்கள் அலைபேசியின் வால்பேப்பர் போன்றவற்றில் வையுங்கள். இந்த விழுமியங்கள்தாம் உங்களுடைய அடித்தளம். நீங்கள் எதிர்கொள்கின்ற எந்தவொரு சூழ்நிலைக்குமான வழிகாட்டிகள் அவைதாம். வாழ்க்கை இருளடையும்போது, நீங்கள் உங்களுடைய விழுமியங்களைத் திரும்பிப் பார்த்து, நீங்கள் எத்தகைய நபராக இருக்க விரும்புகிறீர்கள் என்பதையும், நீங்கள் எத்தகைய நடத்தையைக் கொண்டிருக்க விரும்புகிறீர்கள் என்பதையும் உங்களுக்கு நினைவூட்டிக் கொள்ளுங்கள்.

உங்கள் நோக்கத்தை வரையறுங்கள்

விழுமியங்கள் அடித்தளம் என்றால், நோக்கம்தான் உங்களுக்கு உத்வேகமளித்து, உங்களைத் தொடர்ந்து செயல்பட வைத்துக் கொண்டிருக்கின்ற விஷயமாகும். சில சமயங்களில், நோக்கம் நாம் கண்டுபிடிக்கின்ற ஒன்றைப்போலத் தோன்றக்கூடும். மற்ற சமயங்களில், அது தீர்மானிக்கப்பட்டுவிட்ட ஒன்றுபோலத் தோன்றக்கூடும்: "இதுதான் உன்னுடைய நோக்கம்! இதற்கு மேல் எந்தக் கேள்வியும் கேட்காதே." மைக்கேலும் நானும் நோக்கத்தை இரண்டு வழிகளில் சிந்திக்கிறோம்: சிறிய நோக்கம் மற்றும் பெரிய நோக்கம்.

முதல் விஷயத்தில், நம்முடைய தற்போதைய வாழ்க்கைச் சூழ்நிலையின் அடிப்படையில் நமக்கு ஒரு நோக்கம் இருக்கக்கூடும். இந்த வகையான நோக்கத்தை இலக்குகள்

மற்றும் குறிக்கோள்களுடன் ஒப்பிடலாம். நீங்கள் மாறுவதையும் வளர்வதையும்போலவே, சிறிய நோக்கத்தால் மாறவும் வளரவும் முடியும். உயர்நிலைப் பள்ளியில், நண்பர்களைச் சம்பாதிப்பதோ அல்லது நல்ல மதிப்பெண்களைப் பெறுவதோ உங்கள் நோக்கமாக இருக்கக்கூடும். உங்களுடைய இருபதுகளில், அந்த நோக்கம், தொழில்வாழ்க்கையில் வெற்றி பெறுவது அல்லது நீங்கள் பெருமிதம் கொள்கின்ற ஒரு வாழ்க்கையை வாழ்வது என்பதாக மாறக்கூடும். முதன்முதலாக ஒரு வேலையில் சேர்கின்ற ஒருவருடைய நோக்கம், தன்னுடைய நாற்பதுகளில் இருக்கின்ற ஒருவருடைய நோக்கத்திலிருந்து மிகவும் வேறுபட்டிருக்கக்கூடும். தன்னுடைய எழுபதுகளில் இருக்கின்ற ஒருவருடைய நோக்கத்திலிருந்து அது இன்னும் அதிகமாக வேறுபட்டிருக்கும். என்னுடைய இப்போதைய நோக்கம் நான் என்னுடைய இருபதுகளில் கொண்டிருந்த நோக்கத்திலிருந்து மிகவும் வேறுபட்ட ஒன்றாகும்.

என்னுடைய இளமைக் காலத்தில், மிகவும் வெற்றிகரமான வழக்கறிஞராக இருப்பதும், என்னால் முடிந்த அளவு கற்றுக் கொள்வதும் என்னுடைய இலக்காக இருந்தது. நான் என்னுடைய கூட்டாளிகளை மகிழ்ச்சிப்படுத்த விரும்பினேன், கூடவே பணமும் ஈட்ட விரும்பினேன். அந்த நேரத்தில் என் வாழ்க்கையில், அழகான ஆடைகள், ஒரு நவீனக் கார், என் முதல் வீடு, வெளியே சென்று சாப்பிடுவது போன்ற 'அருமையான விஷயங்களைப்' பெற்றிருப்பது எனக்கு மிக முக்கியமாக இருந்தது. அதற்கு இரண்டு காரணங்கள் இருந்தன. முதலாவது, நான் அவ்விஷயங்களை விரும்பினேன். இரண்டாவது, மற்றவர்களுடைய பார்வையில் அது என்னை ஒரு வெற்றியாளனாகக் காட்டும் என்று நான் நம்பினேன். நான் பெரும்பாலும் என்மீது மட்டுமே கவனம் செலுத்தினேன். எனக்குத் திருமணமாகிக் குழந்தைகள் பிறந்தபோது, என் நோக்கம் மாறத் தொடங்கியது. என் முதல் குழந்தை பிறந்து சிறிது நேரத்தில் நான் அவளை என் கைகளில் தாங்கிப் பிடித்தபோது, என்னுள் திடீரென்று ஏதோ ஒன்று மாறியதை நான் உணர்ந்தேன். நான் அந்தக் குழந்தையைப் பேணிப் பாதுகாத்து வளர்த்ததும், அவளுக்குத் தேவையானவற்றை வாங்கிக் கொடுத்ததும், வாழ்க்கைக்கான திறமைகளை அவளுக்குக் கற்றுக் கொடுத்ததும், என்னுடைய முன்னுரிமைகளைப் பற்றி மீண்டும் சிந்திப்பதற்கு என்னைத் தூண்டின. அடுத்த எட்டு ஆண்டுகளின் ஊடாக இன்னும் ஐந்து குழந்தைகள் எங்களுக்குப் பிறந்தபோது, நான் குறைவான சுயநலமும் அதிகப் பொறுமையும் கொண்டவனாக ஆகும்

கட்டாயத்திற்கு உட்பட்டேன். நான் முன்புபோல என்னைப் பற்றி மட்டுமே நினைத்துக் கொண்டிருந்திருந்தால், நான் சீர்குலைந்து போயிருப்பேன். நான் நீண்டகால நோக்கில் சிந்திக்க வேண்டியிருந்தது. என்னுடைய இறப்பையும், நான் இந்த உலகில் விட்டுச்செல்ல விரும்பியவற்றையும் குறித்து நான் சிந்தித்தேன். என்னுடைய சிறிய நோக்கம், என் வாழ்வின் ஒவ்வொரு கட்டத்திலும் மாறியது.

மைக்கேல் தன்னுடைய இருபதுகளையும் முப்பதுகளையும் தினமும் மிக நீண்ட நேரம் வேலை பார்ப்பதில் செலவிட்டார். எதற்காக? மற்றவர்களுக்குத் தன்னை நிரூபிப்பதற்காக! அதுதான் அந்நேரத்தில் அவருடைய நோக்கமாக இருந்தது. அவருக்குக் குழந்தைகள் பிறந்தபோதும், அவருடைய தாயார் இறந்தபோதும், அவர் தன்னுடைய தொழில்வாழ்க்கையில் வளர்ந்தபோதும், அவருடைய கண்ணோட்டம் மாறியது. இப்போது அவர் ஓய்வு பெற்றுப் பல ஆண்டுகள் ஆகிவிட்டன. அவர் ஒரு புதிய நோக்கத்தை உருவாகியுள்ளார். தன்னுடைய சமூகத்தில் ஒரு வித்தியாசத்தை ஏற்படுத்துவதும் மற்றவர்களுக்குச் சேவை செய்வதும்தான் அது.

பெரிய நோக்கம் சற்று வித்தியாசமானது. இங்கே, நம் வாழ்வின் அனைத்துக் கட்டங்கள் நெடுகிலும் நம்மை வழிநடத்தக்கூடிய ஆழமான ஏதோ ஒன்றை நாம் தேடுகிறோம். சிறிய நோக்கத்தைப் போலன்றி, பெரிய நோக்கம், நம் வாழ்வின் பல்வேறு கட்டங்களில் நாம் அடைய முற்படக்கூடிய இலக்குகளையும் குறிக்கோள்களையும்விட மிகவும் பெரியது. இந்த வகையான நோக்கம் நம் வாழ்நாள் நெடுகிலும் நிலையானதாக இருக்கும். காலப்போக்கில் அது மாறவும் கூடும். கடந்த இருபது ஆண்டுகளின் ஊடாக, பிறருக்குச் சேவை செய்வதும், அவர்களுக்கு உத்வேகமூட்டுவதும், அவர்களிடமுள்ள சிறந்தவற்றை வெளிக் கொணர்வதும்தான் என்னுடைய நோக்கம் என்பதை நான் உணர்ந்து கொண்டுள்ளேன். இந்த நோக்கத்தை சுவீகரித்துக் கொண்டது, ஒரு தொழிற்தலைவராகவும், தந்தையாகவும், கணவனாகவும், நண்பனாகவும், எழுத்தாளராகவும், பேச்சாளராகவும் நான் மேற்கொள்கின்ற எல்லாவற்றிலும் என்னை வழிநடத்துகிறது. என் வாழ்வில் விஷயங்கள் எவ்வளவு மாறினாலும் சரி, இந்த நோக்கம் தொடர்ந்து என்னை வழிநடத்தும்.

நாம் முதன்முறையாக நம்முடைய தொழில்வாழ்க்கைக்குள் அடியெடுத்து வைத்துக் கொண்டிருக்கும்போது, பாதுகாப்பின்மை உணர்வை நாம் உணரக்கூடும். அது, நம்முடைய நோக்கத்தைப் பற்றி நாம் சிந்திக்கின்ற

விதத்தில் வெளிப்படக்கூடும். நம்முடைய கனவுகளைப் பின்தொடர்வதற்குப் பதிலாக அல்லது நம்முடைய விழுமியங்களின்படி நம்முடைய வாழ்க்கையை வாழ்வதற்குப் பதிலாக, பணத்தையும் விருதுகளையும் உள்ளடக்கிய நம்முடைய இலக்குகளை நிறைவேற்றித் தருவதாக வாக்குறுதி அளிக்கின்ற ஒரு வேலையை நாம் தேர்ந்தெடுக்கக்கூடும். என்னுடைய வயது ஏற ஏற, என்னுடைய கண்ணோட்டம் மாற மாற, காலப்போக்கில் நான் உணர்ந்து கொண்டிருப்பது இதுதான்: விருதுகளை விரும்புவது முற்றிலும் இயல்பானதுதான் என்றாலும், அவற்றைத் துரத்திக் கொண்டு ஓடுவது வெறும் நேர விரயம் மட்டுமே. பணத்தைப் பொறுத்தவரை, அது நம் எல்லோருக்குமே தேவைதான். கேள்வி இதுதான்: எவ்வளவு பணம் வேண்டும்? அதை நாம் எவ்வாறு பயன்படுத்துவது? அதற்காக நாம் எதைத் தியாகம் செய்யத் தயாராக இருக்கிறோம்? லௌகிகப் பொருட்கள், அங்கீகாரம், பாதுகாப்புணர்வு ஆகியவற்றை நோக்கிய ஒரு தேடலில், நானறிந்தவர்களில் பலர், தங்களுடைய மணவாழ்க்கையையும், குடும்பங்களையும், நண்பர்களையும், ஆரோக்கியத்தையும், அர்த்தத்தையும் இழந்துள்ளனர். என்னுடைய இப்போதைய நோக்கத்தைப் பற்றி நான் சிந்தித்துப் பார்க்கும்போது, அது எவ்வளவு தூரம் வளர்ச்சியடைந்துள்ளது என்பதை என்னால் பார்க்க முடிகிறது. என்னைத் தவறாக எண்ண வேண்டாம், பெரும்பாலான மக்கள் விரும்புவதைப்போலவே நானும் இன்னும் 'லௌகிகப் பொருட்களை' விரும்புகிறேன், ஆனால் மற்றவர்களுக்குச் சேவை செய்வதில் நான் அதிக ஆழமான அர்த்தத்தைக் கண்டுகொண்டுள்ளேன்.

நீங்கள் எந்தக் கலாச்சாரத்திலிருந்து வந்தாலும் சரி, நீங்கள் உங்களுடைய நோக்கத்தை உங்கள் வேலையுடன் இணைப்பதற்கான வாய்ப்பு இருக்கிறது – அந்த வேலை உங்கள் தனிப்பட்ட வெற்றியின்மீது கவனம் செலுத்தினாலும் சரி அல்லது மற்றவர்களின் நலன்மீது கவனம் செலுத்தினாலும் சரி. இதைச் செய்வது, நம் தொழில்வாழ்க்கையில் நாம் ஒரு முக்கியமான பதவியில் இல்லாவிட்டாலோ அல்லது அப்பதவி சிறிதளவு அதிகாரத்துடன்கூடியதாக இல்லாவிட்டாலோ நாம் நம்முடைய நோக்கத்தை வாழ்ந்து கொண்டிருக்கவில்லை என்று நாம் சிந்திக்க வழி வகுக்கக்கூடும். அது உண்மைக்கு முற்றிலும் அப்பாற்பட்டது. பெரும்பாலான மக்களுக்கு, அவர்களுடைய வேலை, பணம் சம்பாதிப்பதற்கும் வாழ்க்கை நடத்துவதற்குமான ஒரு வழி மட்டுமே. ஆனால், நீங்கள் என்ன வேலை செய்தாலும் அதில் மகிழ்ச்சியையும் அர்த்தத்தையும்

கண்டுபிடிப்பதற்கான வாய்ப்பு இங்கு இருக்கிறது. உங்களுடைய உண்மையான வேலை உங்கள் நோக்கத்தைப் பிரதிபலிக்க வேண்டியதில்லை, ஆனால் அந்த வேலையை நீங்கள் செய்யும் விதத்தால் அந்த நோக்கத்தைப் பிரதிபலிக்க முடியும்.

பிரேசிலில் சாவோ பாலோ நகரத்தில் கிலெர்மே என்ற ஓர் உணவகச் சிப்பந்தியை நான் சந்தித்தேன். நான் சந்தித்துள்ள சிப்பந்திகளிலேயே மிகவும் தனித்துவமானவர் அவர். அவர் தன் வாடிக்கையாளர்களுக்கு அக்கறையோடும் கவனத்தோடும் சேவை செய்யும் விதம்தான் அவருடைய தனித்துவத்திற்குக் காரணம். அவர் என்னிடம் தோழமையாக நடந்து கொண்டார், என்மீது உண்மையிலேயே ஆர்வம் காட்டினார். அந்த உணவகத்தின் மெனுவில் இருந்த பதார்த்தங்கள் ஒவ்வொன்றைக் குறித்தும் அவர் எல்லாவற்றையும் தெரிந்து வைத்திருந்தார். அந்த உணவகத்தில் மறக்கப்பட முடியாத அனுபவம் எனக்குக் கிடைப்பது அவருக்கு எவ்வளவு முக்கியமாக இருந்தது என்பதை அவர் தெளிவாக வெளிக்காட்டினார். நான் சாப்பிட்டு முடித்தப் பிறகு, நான் அவரிடம், “கிலெர்மே, நான் சில அருமையான உணவகங்களில் சாப்பிட்டிருக்கிறேன். ஆனால் என்னுடைய சாப்பாட்டு அனுபவம் அற்புதமானதாக அமைய வேண்டும் என்று எந்தவொரு சிப்பந்தியும் உங்கள் அளவுக்கு அக்கறை காட்டியதில்லை. ஏன்? உங்களுக்குக் கொடுக்கப்பட்டப் பயிற்சி அதற்குக் காரணமா? அல்லது உங்களுடைய விழுமியங்களா? நீங்கள் ஏன் இவ்வளவு ஈடுபாட்டுடன் சேவை செய்கிறீர்கள்?” என்று கேட்டேன். அவருடைய பதிலைக் கேட்டு நான் ஆச்சரியம் கொண்டேன்: “சேவையைப் பற்றியதே வாழ்க்கை என்ற யோசனையை என் தாயார் என் மனத்தில் ஆழமாகப் பதிவு செய்துள்ளார். நான் மற்றவர்களுக்குச் சேவை செய்ய விரும்புகிறேன். என்னால் அவர்களுடைய நாளை மேம்படுத்த முடியும். நான் அவர்களை ஒரே ஒரு முறை மட்டுமே சந்திக்கக்கூடும், ஆனால் நினைவுகூரத்தக்க, அர்த்தம் வாய்ந்த ஓர் அனுபவத்தை என்னால் அவர்களுக்குக் கொடுக்க முடியும்.” கிலெர்மே ஒரு பெரிய பதவியிலோ அல்லது அதிகாரத்துடன்கூடிய பொறுப்பிலோ இருக்கவில்லை, ஆனால் அவர் தன் வேலையில் ஓர் ஆழமான நோக்கத்தைக் கண்டுபிடித்திருந்தார்.

நம்முடைய வேலை நம்மைப் பணரீதியாக மட்டுமல்லாமல் அர்த்தத்தைக் கொண்டும் செழுமைப்படுத்த வேண்டும் என்று நான் உறுதியாக உணர்கிறேன். அர்த்தமற்றதாகத் தோன்றுகின்ற வாழ்க்கையை வாழ்வது நமக்குக்

கட்டுப்படியாகாது. ஏனெனில், வாழ்க்கை மிகவும் குறுகியது. நீங்கள் எந்த வேலையில் இருந்தாலும், "இந்த வேலையைப் பற்றிய எந்த விஷயம் என்னுள் நன்றியுணர்வைத் தூண்டுகிறது? என்னுடைய எந்தத் தனித்துவமான திறமைகளைக் கொண்டு இந்த வேலையில் என்னால் அதிகச் சிறப்பாகப் பங்களிக்க முடியும்?" என்ற கேள்வியை உங்களை நீங்களே கேட்டுக் கொள்ளுங்கள்.

உங்களுடைய நோக்கம் என்னவென்று நீங்கள் நினைக்கிறீர்கள்? இதை வரையறுப்பது தொடக்கத்தில் கடினமாக இருக்கக்கூடும், ஆனால் அதற்கான துப்புகள் உங்களுடைய சிறந்த கணங்கள் நெடுகிலும் சிதறிக் கிடைக்கின்றன. நீங்கள் உங்களுடைய வாழ்க்கையைப் பற்றி நினைத்துப் பார்க்கும்போது நீங்கள் மனநிறைவை உணர்கிறீர்களா? உங்களுடைய வேலையில் அல்லது தொழில்வாழ்க்கையில், தனித்து நிற்கின்ற சிறப்பான தருணங்கள் ஏதேனும் இருக்கின்றனவா? நீங்கள் எந்தத் தருணங்களில் மிகச் சிறப்பாகச் செயல்பட்டீர்கள்? அந்த நேரங்களில் நீங்கள் யாருக்கெல்லாம் சேவை செய்தீர்களோ, யாருடன் இணைந்து வேலை செய்தீர்களோ, அவர்களைப் பற்றி நினைத்துப் பாருங்கள். அவர்களைப் பற்றிய எந்த விஷயம் உங்களுக்குப் பிடித்திருந்தது? அந்த அனுபவத்தின் அர்த்தத்தின்மீது அவர்கள் எவ்விதத்தில் தாக்கம் ஏற்படுத்தினர்? நீங்கள் அந்த அர்த்தமிக்கக் கணங்களைப் பற்றிச் சிந்திக்கும்போது, உங்களுடைய அல்லது இன்னொருவருடைய உலகத்தை மேம்படுத்துவதற்கு நீங்கள் ஏதேனும் செய்திருந்த உணர்வு உங்களுக்கு ஏற்படுகிறதா? நீங்கள் இன்னும் அதிகமாக ஏதேனும் செய்ய விரும்புகிறீர்களா?

எங்களுடைய டேல் கார்னகி பயிற்சி வகுப்புகளில் பங்கேற்பவர்கள், ஒரு இலட்சிய வாசகத்தை உருவாக்குவதன் மூலம் தங்களுடைய நோக்கத்தை வரையறுக்கின்றனர். நீங்களும் உங்களுக்கென்று ஒரு இலட்சிய வாசகத்தை உருவாக்கி, உங்களுடைய நோக்கத்தையும், நீங்கள் எத்தகைய வாழ்க்கையை அமைத்துக் கொள்வதை நோக்கிச் செயல்பட்டுக் கொண்டிருக்கிறீர்களோ அந்த வாழ்க்கையையும் உங்களுக்கு நீங்களே நினைவுபடுத்திக் கொள்ளுங்கள். அந்த இலட்சிய வாசகம் ஓரிரு வாக்கியங்களுக்கு மிகாமல் சுருக்கமானதாக இருக்கட்டும். எடுத்துக்காட்டாக:

- “நான் என்னுடைய சொற்பொழிவாற்றலைப் பயன்படுத்தி என் நாட்டிலுள்ள மக்களுக்கு உத்வேகமூட்டுவேன்.”
- “நிதி திரட்டுவதற்கான என் திறமையைப் பயன்படுத்தி, எங்கள் பகுதியிலுள்ள இலாப நோக்கற்ற அமைப்புகளுக்கு நான் ஆதரவு வழங்குவேன்.”
- “சமுதாயத்தில் பின்தங்கிய நிலையில் இருக்கும் குழந்தைகளுக்குக் கல்வி புகட்டுவதும், அவர்கள் வெற்றி பெறுவதற்குத் தேவையான திறமைகளை அவர்களிடம் உருவாக்குவதுமே என் இலட்சியம்.”
- “என்னுடைய சமூகத்தில் உள்ளவர்களுக்கு உணவுப் பாதுகாப்பின்மையை ஒழித்தல்.”
- “நாணயம், அன்பு, மற்றும் மனிதாபிமானத்துடன்கூடிய ஒரு வாழ்க்கையை வாழ்தல்.”
- “என் மகள் வளரும்போது நான் அவளுக்கு அறிவுக்கான நம்பகமான ஒரு மூலாதாரமாக இருப்பதற்காகத் தொடர்ந்து கல்வி கற்பதும் என் அறிவை விரிவுபடுத்துவதுமே என் இலட்சியம்.”
- “போரினால் பாதிக்கப்பட்ட நாடுகளில் செயல்பட்டுக் கொண்டிருக்கின்ற சர்வதேச அமைப்புகளுக்குத் தன்னார்வத் தொண்டு புரிவதன் மூலம், துயரமும் நிச்சயமின்மையும் தலைவிரித்தாடும் காலங்களில் நான் நம்பிக்கைக்கான ஒரு மூலாதாரமாக இருப்பதே என் இலட்சியம்.”
- “என்னுடைய சேவை மனப்பான்மையைக் கொண்டு என்னால் முடிந்த வழிகளில் நான் இவ்வுலகத்தை மேம்படுத்துவேன்.”
- “நான் எதிர்கொள்கின்ற ஒவ்வொருவரிடமும் பரிவு காட்டுவதே என் இலட்சியம்.”

உங்களுடைய இலட்சிய வாசகத்தை எழுதி வைத்துக் கொண்டு, நீங்கள் தினமும் பார்க்கின்ற ஓர் இடத்தில் அதை ஒட்டி வையுங்கள். நோக்கத்திற்குப் பொறுப்பு இன்றியமையாதது. சிறப்பாக வாழப்பட்டுள்ள ஒரு வாழ்க்கை பெரும்பாலும் சேவையின் ஏதோ ஓர் அம்சத்தை உள்ளடக்கியுள்ளது.

பேண்தகு வேளாண்மையின் வாயிலாக டொமினிக்கன் குடியரசிலிருந்து உயர்தர கோகோ பொருட்களை

வரவழைத்து விநியோகிக்கின்ற 'இனாரு வேல்லி' என்ற நிறுவனத்தைத் தோற்றுவித்தவர் ஜேனட் லிரியானோ. அவர் நியூயார்க் நகரத்தின் கரீபியக் கலாச்சாரத்தில் வளர்ந்தார். அண்டைவீட்டாருக்கு உதவுவதும் அவர்களுக்கு ஆதரவு நல்குவதும் அக்கலாச்சாரத்தின் வழக்கங்களில் ஒன்றாக இருந்தது. " 'நாம் அனைவருமே பொறுப்பு,' என்று என் பெற்றோர்கள் எப்போதும் என்னிடம் கூறினர். நாம் ஒருவருக்கொருவர் பொறுப்பு, நிகழ்கின்ற தவறுகளுக்கு நாமே பொறுப்பு, நம்முடைய மகிழ்ச்சிக்கு நாமே பொறுப்பு, நம்முடைய மகிழ்ச்சியின்மைக்கும் நாமே பொறுப்பு," என்று ஜேனட் கூறினார்.

சமூக அநீதியைப் பற்றி அவர் கேள்விப்படும்போது, அத்தகைய வன்முறையை நிகழ்த்துகின்ற ஒரு சமுதாயத்திற்குத் தான் எவ்வாறு பங்களிக்கிறோம் என்பது பற்றி ஜேனட் சிந்திக்கிறார். தன்னுடைய தந்தையின் கோகோ பண்ணையின் செயல்பாடுகளைப் பற்றி அவர் ஆய்வு செய்தபோது, உலக உணவில் *70* சதவீதம், சராசரிக்கும் குறைவான கூலியைச் சம்பாதிக்கின்ற சிறு விவசாயிகளால் உற்பத்தி செய்யப்படுவதை அவர் தெரிந்து கொண்டார். இந்த உண்மை ஜேனட்டின் மனத்தில் ஆழமாகப் பதிந்துவிட்டது. உலகத்தின் பசியைப் போக்குகின்றவர்கள் ஒருபோதும் பட்டினி கிடக்காமல் இருப்பதை உறுதி செய்வதென்று ஜேனட் உறுதி பூண்டார். அதன் விளைவாக அவர் தோற்றுவித்ததுதான் இனாரு வேல்லி நிறுவனம். அந்நிறுவனம், விவசாயிகளின் பயிர்களிலிருந்து ஒரு இலாபப் பங்கை அவர்களுக்குக் கொடுத்து, உணவு உற்பத்தியாளர்களுக்கு நியாயமான ஊதியம் வழங்கப்படுவதை உறுதி செய்கிறது.

"பொறுப்புக்கு சுயவிபரக் குறிப்பு எதுவும் இல்லை என்று நான் உறுதியாக நம்புகிறேன்," என்று ஜேனட் கூறினார். "நான் கல்லூரிப் படிப்பை நிறைவு செய்யவில்லை என்றாலும்கூட, துணிகர முதலீட்டிலிருந்து பத்து இலட்சம் டாலர்கள் திரட்டிய ஒரே கறுப்பினப் பெண் நான்தான். நான் அந்தச் சாதனையை இரண்டு முறை செய்தேன். என்னுடைய நான்கு சகோதரிகளும் நானும், புலம்பெயர்ந்த பெற்றோரால் வளர்க்கப்பட்டோம். எங்களுக்குச் சிறப்பான கல்வியையும் வாய்ப்பையும் கொடுப்பதற்காக எங்கள் பெற்றோர் பல்வேறு வேலைகளைச் செய்தனர். அவர்கள் அனைத்துத் தடைகளையும் தகர்த்தெறிந்ததை நான் பார்த்தது, மற்றவர்களுக்காக நான் அதைச் செய்வதற்கான மன உறுதியை எனக்குக் கொடுத்தது."

ஜேனட் தன்னுடைய பணியின் மூலமாக, சமுதாயத்தில்

தன்னுடைய பாத்திரத்திற்கான பொறுப்பை மீண்டும் மீண்டும் ஏற்றுக் கொள்கிறார். "அர்த்தமுள்ள மாற்றங்களை உருவாக்குவதற்கான திறன் நம் ஒவ்வொருவருக்கும் இருக்கிறது, ஆனால் இன்னொருவருக்கு நம்மைவிட அதிகத் திறன் இருக்கிறது என்று நம்புவதன் மூலம் அந்த சக்தியை நாம் வீணாக்குகிறோம். எந்தவொரு பின்புலத்தைக் கொண்ட எவரொருவராலும் இவ்வுலகத்திற்கு அன்பு கூட்டுவதற்குத் தன்னை அர்ப்பணித்துக் கொள்ள முடியும், ஆனால் அதற்காக, அது எளிது என்று அர்த்தமாகாது. அதனால்தான் அது அன்பின் உழைப்பு என்று அழைக்கப்படுகிறது. விவசாயிகளிடமிருந்து நம் எல்லோராலும் கற்றுக் கொள்ள முடியும். யாரோ, எங்கோ தங்களுடைய அறுவடையிலிருந்து ஊட்டம் பெறுவார்கள் என்பதற்காக அந்த விவசாயிகள் அன்போடு கடுமையாக உழைக்கின்றனர்."

பொறுப்பேற்றுக் கொள்ளுங்கள்

நாம் எந்தக் கலாச்சாரத்தில் வாழ்ந்து கொண்டிருக்கிறோமோ, அதைப் பொறுத்து, செயல்திறன், சேவை, குடும்பம், சமத்துவம், பணம், நேரம், அமைதி, வெற்றி, கட்டுப்பாடு போன்றவற்றை நாம் மதிக்கக்கூடும். நாம் எவ்வளவு அடிக்கடி நம்முடைய விழுமியங்களை மதிப்பீடு செய்கிறோம்? அவற்றை நாமே தேர்ந்தெடுத்தோமா அல்லது நம்முடைய குடும்பமோ அல்லது சமூகமோ அவற்றை நமக்காகத் தேர்ந்தெடுத்தனரா? நாம் நம்முடைய வாழ்க்கையை ஒரு குறிப்பிட்ட விதத்தில் வாழ்ந்து கொண்டிருப்பதற்குக் காரணம், நாம் அப்படித்தான் வாழ வேண்டும் என்று நாம் நினைப்பதாலா அல்லது நாம் மேம்பட்டவர்களாக ஆக வேண்டும் என்று நாம் விரும்புவதாலா? உங்கள் வாழ்க்கை முக்கியமானது. வேறொருவருடைய விழுமியங்களை சுவீகரிப்பதன் மூலம் அந்த வாழ்க்கையை வீணாக்கிவிடாதீர்கள். நமக்கு எது முக்கியம் என்பதை நாம் கண்டுபிடித்து, அதை விடாப்பிடியாக இறுகப் பற்றிக் கொள்ள வேண்டியது இன்றியமையாதது. நாம் அதைச் செய்யாவிட்டால், நாம் செய்யாத விஷயங்கள் குறித்து வாழ்வின் பிற்பகுதியில் நாம் பின்வருத்தம் கொள்வோம். டேல் கார்னகி கூறியதுபோல, “இன்றைய நாள்தான் வாழ்க்கை. நீங்கள் உறுதியாக அறிந்திருக்கின்ற ஒரே வாழ்க்கை இதுதான். எனவே, இன்றைய நாளை எவ்வளவு சிறப்பாகப் பயன்படுத்திக் கொள்ள முடியுமோ, அவ்வளவு சிறப்பாகப் பயன்படுத்திக் கொள்ளுங்கள்.” இன்றைய நாளை மிகச் சிறப்பாகப் பயன்படுத்திக் கொள்வது உங்களுடைய விழுமியங்களையும் உங்களுடைய நோக்கத்தையும் வரையறுப்பதிலிருந்து தொடங்குகிறது. வாழ்விலிருந்து நீங்கள் உண்மையிலேயே எதைப் பெற விரும்புகிறீர்கள் என்றும், நீங்கள் யாருக்கு உதவி செய்ய விரும்புகிறீர்கள் என்றும் இக்கணமே உங்களிடம் கேளுங்கள். பிறகு, அவற்றைச் செய்வதற்கு உங்களை அர்ப்பணித்துக் கொண்டு களமிறங்குங்கள்.

கொள்கை

உங்களுடைய நோக்கத்தை உருவாக்கிக் கொள்ளுங்கள்.

செயல்முறை நடவடிக்கைகள்

- நீங்கள் எத்தகைய நபராக ஆக விரும்புகிறீர்கள் என்பதைப் பற்றிச் சிந்தியுங்கள். இதை உங்களால் முடிந்த அளவு தெளிவாக எழுதிக் கொள்ளுங்கள். உங்கள் வாழ்வின் முடிவில் மக்கள் உங்களைப் பற்றி என்ன சொல்ல வேண்டும் என்று நீங்கள் விரும்புகிறீர்கள்? நீங்கள் என்னவெல்லாம் சாதிக்க விரும்புகிறீர்கள்? நீங்கள் எத்தகைய உறவுகளைப் பெற்றிருக்க விரும்புகிறீர்கள்? உலகிற்கு எந்த வகையான சேவையை நீங்கள் வழங்க விரும்புகிறீர்கள்?
- **உங்களுடைய விழுமியங்களை வரையறுத்துக் கொள்ளுங்கள்.**
    - உங்களுடைய நடவடிக்கைகளைப் பற்றிச் சிந்தித்துப் பாருங்கள்.
    - உங்களுக்குக் கிடைத்திருந்த எந்த அனுபவங்கள் உங்களுடைய விழுமியங்களைச் செதுக்கி வடிவமைத்தன?
    - நீங்கள் மிகவும் போற்றுகின்ற மூன்று நபர்களைப் பற்றி நினைத்துப் பாருங்கள்.
    - அர்த்தமுள்ள ஒரு வாழ்க்கை எப்படிக் காட்சியளிக்கிறது?
    - உங்களுடைய யோசனைகளை எழுதிக் கொண்டு, அவற்றுக்குப் போதிய அவகாசம் கொடுங்கள்.
    - மூன்றிலிருந்து ஐந்து முக்கியமான விழுமியங்களைத் தேர்ந்தெடுத்து, அவற்றை எழுத்தில் வடித்து, நீங்கள் அடிக்கடிப் பார்க்கக்கூடிய ஓர் இடத்தில் அந்தப் பட்டியலை ஒட்டி வையுங்கள்.
- **உங்களுடைய நோக்கத்தை வரையறுத்து கொள்ளுங்கள்.**
    - நீங்கள் எப்போது உங்கள் வாழ்வில் அர்த்தத்தையும் மனநிறைவையும் உணர்ந்தீர்கள்? எந்தக் கணங்களில் நீங்கள் மிகச் சிறப்பாகச் செயல்பட்டீர்கள்? அந்த வகையான அர்த்தத்தையும் மனநிறைவையும் உங்களுடைய அன்றாட வாழ்க்கைக்குள் எவ்வாறு புகுத்துவது?
    - உங்களுடைய இலட்சிய வாசகத்தை உருவாக்கி, தினமும் அதைப் பரிசீலனை செய்யுங்கள்.

அத்தியாயம் 15

வாழ்க்கைக்கு ஒரு முன்னோக்கை உருவாக்கிக் கொள்ளுங்கள்

துணியுங்கள்! துணிவுதான் வாழ்க்கையே. வாழ்வில் மிக அதிக தூரத்தை அடைகின்ற நபர் பொதுவாகத் துணிச்சலான காரியங்களில் ஈடுபடத் தயாராக இருப்பவர்தான்.

– டேல் கார்னகி

நீங்கள் உங்கள் விழுமியங்களையும் உங்கள் நோக்கத்தையும் தெளிவுபடுத்திக் கொண்ட பிறகு, உங்கள் முன்னோக்கை உருவாக்க வேண்டும். உங்கள் விழுமியங்கள் உங்களைச் சரியான பாதையில் வைத்திருக்கின்ற பாதுகாப்பு வேலி என்றும், உங்கள் நோக்கம் உங்களை உந்தித் தள்ளுகின்ற எஞ்சின் என்றும் வைத்துக் கொண்டால், உங்கள் முன்னோக்குத்தான் நீங்கள் போய்ச் சேர்கின்ற இடமாகும்.

ஜியாஹோ மிஷேல் சிங் என்ற இளம்பெண்ணின் ஆரம்பகால அனுபவங்கள், கல்வியையும் சமத்துவத்தையும் மனிதாபிமானத்தையும் மதிப்பதற்கு அவரை இட்டுச் சென்றன. தாய்லாந்திலும் லாவோஸிலும் அகதிகளுக்கான முகாம்களில் வாழ்ந்த பிறகு மிஷேலின் பெற்றோர் அமெரிக்காவுக்குப் புலம்பெயர்ந்தனர். அவர்கள் அடிக்கடி இடம் மாறிக் கொண்டே இருந்ததால், மிஷேல் பல்வேறு மாநிலங்களில் பல்வேறு பள்ளிகளில் பயின்றார். பல்வேறு தொடக்கப் பள்ளிகளுக்குப் போய் வந்த பிறகு, ஒரு பள்ளியில் ஐந்தாம் வகுப்பில் தான் கற்றுக் கொண்டிருந்த விஷயங்களை வேறொரு பள்ளியில் இரண்டாம் வகுப்பில் தான் ஏற்கனவே கற்றிருந்ததை அவர் கவனித்தார். கல்வி எல்லா பாடத்திட்டங்களிலும் ஒரே மாதிரி இருக்கவில்லை என்பதை அவர் உணர்ந்தார்.

அவர் தன்னுடைய தந்தையுடன் வசிப்பதற்காக மில்வாக்கீ நகருக்கு இடம்பெயர்ந்தபோது, அங்கு அவர் சேர்ந்த உயர்நிலைப் பள்ளி புறக்கணிக்கப்பட்டிருந்தது, அப்பள்ளியின் மாணவர்களிடமிருந்து மிகக் குறைவாகவே எதிர்பார்க்கப்பட்டது. அந்தக் கல்வியாண்டின் முதல் நாளன்று, அப்பள்ளியின் தலைமையாசிரியர் தன் மாணவர்களிடையே உரையாற்றியபோது, “நீங்கள் நூற்று இருபது பேரும் ஒழுங்காகப் படிக்காவிட்டால், மீண்டும் மீண்டும் தோல்வியைத் தழுவுவீர்கள். இறுதியில், பள்ளியில் படிப்பதற்கான வயதை நீங்கள் கடந்திருப்பீர்கள். அப்போது நீங்கள் இந்தக் கல்வி அமைப்புமுறையிலிருந்து வெளியேற்றப்படுவீர்கள்,” என்று எச்சரித்தார். தன்னுடைய உயர்நிலைப் பள்ளிப் படிப்பின் முதல் நாளன்று அதைக் கேட்டபோது மிஷேல் திகைத்தார். “பல மாணவர்கள் மீண்டும் மீண்டும் தோற்கடிக்கப்பட்டுக் கொண்டிருந்தனர். அவர்கள் ஒன்பதாம் வகுப்பில் தேர்ச்சி பெற்றுப் பத்தாம் வகுப்புக்கு முன்னேறாவிட்டால், அவர்கள் பள்ளியிலிருந்து வெளியேற்றப்படுவார்கள். அவர்கள் தேர்ச்சி பெறுவதற்கான வாய்ப்பு இருக்கவில்லை. கல்லூரியைப் பற்றிய பேச்சு அங்கு எழவே இல்லை. பள்ளி ஒரு தற்காலிகச் சிறைக்கூடம் என்ற செய்தி அம்மாணவர்களுக்குச் சொல்லாமல் சொல்லப்பட்டது,” என்று மிஷேல் கூறினார்.

சமத்துவத்திற்காகப் போராடுவதற்கான மிஷேலின் முன்னோக்கு வடிவம் பெறத் தொடங்கியது. “விஷயங்கள் மாற வேண்டியிருந்தன என்பது எனக்கு மிகத் தெளிவாகத் தெரிந்தது. நான் ஒரு துடிப்பான செயல்பாட்டாளராக ஆனேன். எங்கள் பள்ளியின் மேற்பார்வைக் குழுவில் நான் சேர முயன்றேன். அந்த நேரத்தில் இளைஞர் பள்ளி மேற்பார்வைக் குழு எதுவும் அங்கு இருக்கவில்லை. எனவே, நான் அப்பள்ளியின் உண்மையான மேற்பார்வைக் குழுவில் சேர முயன்றேன். ‘நீங்கள் இந்த விஷயங்கள் பற்றிப் பேச மறுத்தால், நான் உங்களுடைய சந்திப்புக்கூட்டங்களில் உங்களுடன் அமர்ந்திருக்கப் போகிறேன்,’ என்று அவர்களிடம் கூறுவதுபோல என் செயல் இருந்தது.” அவர் கல்லூரியில் பயின்றபோது, ‘டீச் ஃபார் அமெரிக்கா’ அமைப்பில் சேர்ந்து வகுப்பறையில் கற்பிக்கும் அனுபவம் பெற்று, பின்னர் தன்னுடைய முதுநிலைக் கல்வியியல் பட்டப்படிப்பையும் முடித்தார்.

“நான் எல்லாவற்றையும் சரி செய்ய விரும்பினேன். ஒவ்வொரு நாளும், ஓர் ஆசிரியர் என்ற முறையில் நான் கையாண்டு கொண்டிருந்த பல விஷயங்களின்

மூலகாரணத்தைக் கண்டுபிடிக்க நான் முயற்சித்துக் கொண்டிருந்தேன். அமெரிக்காவில், ஓர் ஆசிரியராக இருப்பதைவிட அதிக கடினமானது வேறு எதுவுமில்லை என்று நான் நினைக்கிறேன்." அவர் வகுப்பறைகளில் வேலை செய்தபோது, உணர்ச்சிசார் ஆதரவு தேவைப்பட்ட, அல்லது நடத்தைப் பிரச்சனைகளால் போராடிக் கொண்டிருந்த, அல்லது கல்வியில் முன்னேற முடியாமல் தவித்த எண்ணற்றக் குழந்தைகளை அவர் சந்தித்தார். எல்லாவற்றுக்கும் எழுத்தறிவுதான் அடிப்படையாக இருந்தது.

எட்டு வயதுக்குள் ஒரு குழந்தையால் புத்தகங்களை வாசிக்க முடியாவிட்டால், அக்குழந்தை உயர்நிலைப் பள்ளியிலிருந்து பாதியிலேயே நின்றுவிடுவதற்கான சாத்தியம் நான்கு மடங்கு அதிகமாக இருக்கிறது; மேலும், அவர்கள் மிகத் தாழ்வான சமூகப் பொருளாதாரப் பின்புலத்தைக் கொண்டிருந்தால், அவர்கள் தங்கள் படிப்பைப் பாதியிலேயே நிறுத்துவதற்கான சாத்தியம் பதின்மூன்று மடங்காக இருக்கிறது என்று மிஷேல் கண்டறிந்தார். "அது என் இதயத்தைச் சுக்குநூறாக உடைத்தது. நான் கற்றுக் கொடுத்துக் கொண்டிருந்த ஏழு வயதுக் குழந்தைகள் ஏற்கனவே அனுகூலமற்ற ஒரு நிலையில் இருந்தனர். நான் ஏதேனும் செய்தாக வேண்டியிருந்தது," என்று அவர் கூறினார். அக்கணத்தில்தான் அவருடைய முன்னோக்கு உறுதியாயிற்று. கல்வியில் இருந்த சமத்துவமின்மையை, அதற்கு மூலகாரணமான எழுத்தறிவைக் கொண்டு கையாள்வதென்று அவர் தீர்மானித்தார். அவர் கல்வித் துறை வல்லுநர்களுடன் இணைந்து, ஆசிரியர்களுக்கான 'லிட்டரேட்டர்' என்ற ஒரு மென்பொருளை உருவாக்கினார். வாசிக்கக் கற்றுக் கொள்ள உதவி தேவைப்படுகின்ற குழந்தைகள் ஒவ்வொருவருடனும் தனித்தனியாக ஆசிரியர்கள் செயல்படுவதற்கு உதவுகின்ற ஒரு மென்பொருள் அது. லிட்டரேட்டர் மென்பொருளைப் பயன்படுத்திய ஆசிரியர்களின் அறுபது சதவீத மாணவர்கள், அந்த ஆண்டின் இறுதிக்குள், அந்தந்த வகுப்பிற்கு இருக்க வேண்டிய வாசிப்புத் தகுதியைப் பெற்றிருந்தனர். அமெரிக்கா நெடுகிலும் ஆயிரக்கணக்கான மாணவர்கள் தங்களுடைய பள்ளிப்படிப்பை ஒழுங்காக முடிக்கும் பாதையில் பயணித்துக் கொண்டிருக்கின்றனர். "என்னால் ஒரு விஷயத்தைச் செய்ய முடியும் என்றால், அது, உங்களுக்கு வாசிப்புத் திறமைக் கற்றுக் கொடுத்து, நீங்கள் வாழத் தகுதியான வாழ்க்கையை உங்களுக்கு உருவாக்கிக் கொடுப்பதை உறுதி செய்வதாகத்தான் இருக்கும்," என்று மிஷேல் கூறினார்.

உங்களுடைய முன்னோக்கை உருவாக்குங்கள்

இப்போது உங்களுடைய முன்னோக்கை உருவாக்குவதற்கான உங்கள் முறை இது. உங்கள் முன்னோக்குத்தான் இந்த உலகத்தின்மீது தாக்கம் ஏற்படுத்துவதற்கு நீங்கள் உங்கள் நோக்கத்தையும் விழுமியங்களையும் பயன்படுத்துகின்ற வழியாகும். பின்வரும் கேள்விகளுக்கான விடைகளை எழுதுங்கள். வாழ்வில் நீங்கள் எந்த நிலையில் இருக்க விரும்புகிறீர்களோ, நீங்கள் ஏற்கனவே அந்த நிலையில் இருப்பதுபோல மனக்காட்சிப்படுத்தி விடையளியுங்கள். நீங்கள் உலகப் புகழ் பெற்ற ஒரு பேச்சாளராக ஆவது உங்கள் முன்னோக்கு என்றால், "நான் உலகம் நெடுகிலும் சொற்பொழிவாற்றி மக்களுக்கு உத்வேகமூட்டிக் கொண்டிருக்கிறேன்," என்று நீங்கள் எழுதலாம்.

1. ***உங்களுக்கு என்ன வேண்டும்?*** *இது ஓர் எளிய கேள்விபோலத் தோன்றினாலும், சற்றுத் தந்திரமானது. உங்கள் வாழ்வின் முடிவில் மக்கள் உங்களைப் பற்றி என்ன சொல்ல வேண்டும் என்று நீங்கள் விரும்புகிறீர்கள்? நீங்கள் எதைச் சாதித்திருக்க விரும்புகிறீர்கள்? நீங்கள் எத்தகைய அனுபவங்களைப் பெற்றிருக்க விரும்புகிறீர்கள்?*
2. ***உங்களுடைய திறமைகளும் ஆர்வங்களும் எவை?*** *நீங்கள் விரும்புவதைச் சாதிக்க அவற்றால் உங்களுக்கு எப்படி உதவ முடியும்? நீங்கள் எதில் சிறந்தவர்? எது உங்களுக்கு உற்சாகமளிக்கிறது? உங்களுக்கு எது பிடிக்கும் – எழுதுவதா அல்லது ஓவியங்களைப் படைப்பதா? விலங்குகளின் நலன்மீது நீங்கள் ஆழ்விருப்பம் கொண்டுள்ளீர்களா? ஒரு நல்ல முன்னோக்கு, உங்களைத் துடிப்பாக உணரச் செய்கின்ற நடவடிக்கைகளை உள்ளடக்கியிருக்கும்.*
3. ***நீங்கள் விரும்புவதை அடைவதற்கு நீங்கள் மேற்கொள்ள வேண்டிய நடவடிக்கைகள் எவை?*** *ஒரு முதுநிலைப் பட்டம் பெறுவது, ஒரு சமூகத் தோட்டத்தை உருவாக்கக் கற்றுக் கொள்வது போன்றவற்றிலிருந்து நீங்கள் தொடங்கலாம், ஆனால் அந்த நிலையை அடைவதற்கு என்ன தேவைப்படும் என்பதைப் பற்றியும் நீங்கள் சிந்திக்க வேண்டும்.*

4. **ஓர் அன்றாட அடிப்படையில் உங்கள் வாழ்க்கை எப்படிக் காட்சியளிக்கிறது?** *உங்களுடைய கச்சிதமான உலகில், உங்களுடைய காலைநேரமும், மதியமும், மாலைப்பொழுதும் எப்படித் தோன்றுகின்றன? நீங்கள் அந்நேரங்களை யாருடன் செலவிடுகிறீர்கள்? நீங்கள் எங்கே வாழ்கிறீர்கள்? நீங்கள் எந்த வகையான வேலையைச் செய்கிறீர்கள்? அந்த வேலை, உங்களைச் சுற்றி இருக்கின்ற மக்கள்மீதும் உலகத்தின்மீதும் எந்த வகையான தாக்கம் ஏற்படுத்துகிறது?*

5. **உலகத்திற்கு எது தேவை?** *அந்தத் தேவையை நிறைவேற்றுவதற்கு உங்களிடம் எந்தத் தனித்துவமான திறமை இருக்கிறது? உலகில் எக்கச்சக்கமான வேலை செய்யப்பட வேண்டியுள்ளது. நாம் களமிறங்கி, நம்மால் முடிந்ததைச் செய்ய வேண்டும். உங்களுடைய தனித்துவமான திறமைகளையும் ஆழ்விருப்பங்களையும் பற்றிச் சிந்தியுங்கள். அவற்றைக் கொண்டு, உங்களை சுற்றி இருப்பவர்களுக்கு உங்களால் எவ்வாறு உதவ முடியும் என்று யோசியுங்கள். உங்களுடைய நோக்கத்தை, உலகின்மீது ஒரு தாக்கம் ஏற்படுத்தும் விதத்தில் எவ்வாறு உங்களால் நடைமுறைப்படுத்த முடியும்?*

உங்கள் முன்னோக்கை வரையறுக்கும்போது நீங்கள் உங்களிடம் நேர்மையாக நடந்து கொள்ளுங்கள். சில சமயங்களில், நமக்கு உண்மையிலேயே எது முக்கியமோ அதை விட்டுவிட்டு, மற்றவர்களுக்கு எது முக்கியமோ அதை நாம் எழுதுகிறோம். நாம் ஒன்றைச் 'செய்தாக' வேண்டும் என்பதுபோல நாம் உணரக்கூடும். ஏனெனில், நம்முடைய குடும்பமோ அல்லது சமுதாயமோ அதைத்தான் நம்மிடமிருந்து எதிர்பார்க்கிறது, அல்லது நாம் ஏற்கனவே அந்தப் பாதையில் பயணித்துக் கொண்டிருக்கக்கூடும். ஆனால், "நான் செய்தாக வேண்டும்," என்று நீங்கள் எழுதும்போது, நீங்கள் இன்னொருவருடைய முன்னோக்கை எழுதிக் கொண்டிருக்கிறீர்களே அன்றி, உங்களுடையதை அல்ல. வெற்றி என்பது நம்மைப் பொறுத்தவரை எதுவோ, அப்படி அதை நாம் வரையறுக்க வேண்டும். வாழ்வில் நாம் என்ன செய்கிறோம் என்பதை வெற்றி குறித்த மற்றவர்களுடைய யோசனைகளோ அல்லது எதிர்பார்ப்புகளோ வரையறுக்க நாம் அனுமதிக்கக்கூடாது. உங்களுக்கு முக்கியமான விஷயங்கள்மீது

நீங்கள் உங்கள் கவனத்தை நிலைப்படுத்த வேண்டும். நீங்கள் மீண்டும் மீண்டும் உங்களுடைய விழுமியங்களையும் நோக்கத்தையும் பரிசீலனை செய்யுங்கள். எது உங்களுக்கு முக்கியம்? நீங்கள் எவ்வாறு பங்களிக்க விரும்புகிறீர்கள்?

சிந்திப்பதற்கும் பெரிதாகக் கனவு காண்பதற்குமான சுதந்திரத்தை உங்களுக்கு நீங்களே கொடுத்துக் கொள்ளுங்கள். பல ஆண்டுகளுக்கு முன், தமாரா ஃபிளெட்சரும் அவருடைய குடும்பமும் ஜமைக்காவிலிருந்து அமெரிக்காவுக்குப் புலம்பெயர்ந்தபோது, அவர்களிடம் சொற்பப் பணமே இருந்தது. தமாராவும் அவருடைய உடன்பிறப்புகளும் அவர்களுடைய தாயாருடன் ஒரு பேரங்காடிக்குச் சென்றபோது, பல்வேறு வகைப்பட்ட மிட்டாய்கள் அடுக்கி வைக்கப்பட்டிருந்த பகுதியை அவர்கள் வியப்போடு பார்த்தனர். ஏனெனில், ஜமைக்காவில் அவர்கள் அத்தகைய மிட்டாய்களை ஒருபோதும் பார்த்ததில்லை. ஆனால் அவர்கள் அப்பகுதிக்குள் நுழையவில்லை. ஏனெனில், அப்பகுதிக்குள் அடியெடுத்து வைக்கக்கூடாது என்று அவர்களுடைய தாயார் அவர்களுக்குத் தடை விதித்திருந்தார். அந்த மிட்டாய்களை வாங்கிக் கொடுப்பது அவருக்குக் கட்டுப்படியாகாது என்பதுதான் அதற்குக் காரணம் என்பதைத் தமாரா புரிந்திருந்தார். பல ஆண்டுகளுக்குப் பிறகு, இப்போதும், தமாரா அந்த மிட்டாய்கள் பகுதியிலிருந்து சற்றுத் தள்ளி நின்று கொண்டு, அங்கு இருக்கின்ற எதுவும் தனக்குக் கட்டுப்படியாகாது என்று தனக்குத் தானே கூறிக் கொள்கிறார்.

ஒரு தனியார் விமானியாக இருக்கின்ற அவர், சமீபத்தில், ஹவாய் தீவின் பாணியில் ஏற்பாடு செய்யப்பட்டிருந்த, இசையோடுகூடிய ஒரு விருந்தில் கலந்து கொண்டிருந்தார். அந்த இடம் விழாக்கோலம் பூண்டிருந்தது. மக்கள் அந்த விருந்தில் ஆடிப் பாடிக் களித்திருந்தனர். அந்த ஏற்பாடுகளால் கவரப்பட்டத் தமாரா, தன் நண்பர் எலைஜாவிடம், "நம்முடைய கேளிக்கை விருந்தில் நாமும் இதுபோலச் செய்ய வேண்டும். நம்முடைய விருந்தும் இதே அளவு குதூகலமூட்டுவதாக இருக்க வேண்டும். ஹூலா நடனக்காரர்களும் அதில் இடம்பெற்றிருக்க வேண்டும்," என்று கூறினார்.

"தமாரா, அது நமக்குக் கட்டுப்படியாகாது," என்று எலைஜா கூறினார்.

"ஏன் கட்டுப்படியாகாது? அந்த இசைக் குழுவுக்கு எவ்வளவு கட்டணம் ஆகும் என்று கேட்டுத் தெரிந்து கொண்டு வா. பிறகு அந்த அலங்காரங்களுக்கு எவ்வளவு செலவாகும் என்று கேள். பிறகு அந்தக் குமிழி இயந்திரத்தைப்

பற்றிக் கேள். மொத்தம் எவ்வளவு செலவாகும் என்பதை நாம் கண்டுபிடித்தப் பிறகு, அது நமக்குக் கட்டுப்படியாகுமா ஆகாதா, நாம் நிதி திரட்ட வேண்டுமா வேண்டாமா என்பதை நாம் முடிவு செய்யலாம்."

அது அவர்களுக்குக் கட்டுப்படியாகாது என்று எலைஜா மீண்டும் வலியுறுத்தினார்.

தமாரா தன்னுடைய 'மிட்டாய் கதையை' அவரிடம் கூறினார். ஒரு நிலையான வருவாய் வாய்க்கப் பெற்றிருந்தும்கூட, ஓர் இரண்டு டாலர் மிட்டாய் தனக்குக் கட்டுப்படியாகாது என்று இன்றும் அவர் நம்பிக் கொண்டிருந்தார். "ஹவாய் தீவின் பாணியிலான இந்த விருந்து நமக்குக் கட்டுப்படியாகாது என்று நீ என்னிடம் கூறுகிறாய். ஏனெனில், அது நமக்குக் கட்டுப்படியாகாது என்று நீ ஏற்கனவே முடிவு செய்துவிட்டாய். அந்த 'மிட்டாய் கதை' மீண்டும் ஒரு முறை நிகழ்வதை நான் விரும்பவில்லை," என்று தமாரா கூறினார். மறுகணம், எலைஜா புன்னகைத்துவிட்டு, அந்த விருந்துக்கு எவ்வளவு செலவாகும் என்பதைக் கேட்டுத் தெரிந்து வரச் சென்றார்.

"நமக்குக் கட்டுப்படியாகாது என்று நாம் நம் வாழ்வில் ஏராளமான விஷயங்களை ஒதுக்கித் தள்ளுகிறோம். நாம் ஒன்றை முயற்சிப்பதற்கு முன்பே, அதை நம்மால் செய்ய முடியாது என்று நாம் முடிவு செய்துவிடுகிறோம்," என்று தமாரா கூறினார். பல சமயங்களில், எது சாத்தியம் என்பது பற்றிய நம்முடைய நம்பிக்கைகள்தாம் நம் வழியில் குறுக்கே நிற்கின்றன. உண்மை என்னவென்றால், நீங்கள் எதைச் செய்வதிலிருந்தும் உங்களை எதுவொன்றாலும் தடுத்து நிறுத்த முடியாது.

நீங்கள் உங்கள் முன்னோக்கை உருவாக்க உட்காரும்போது, முடிந்த அளவு பெரிதாகக் கற்பனை செய்யுங்கள். உங்களைத் திருத்துவதற்கோ அல்லது உங்களால் ஒன்றைச் செய்ய முடியாது என்று கூறுவதற்கோ இங்கு யாரும் இல்லை. உங்களை மட்டுப்படுத்தக்கூடிய ஒரே நபர் நீங்கள் மட்டும்தான். மைக்கேல் இதைத் தன்னுடைய தொழில்வாழ்க்கையின் தொடக்கக் கட்டத்தில் தன் சொந்த அனுபவத்தின் மூலம் உணர்ந்து கொண்டார். அப்போது அவர் ஒரு சிறு குழுவின் தலைவராக இருந்தார். அடிப்படைத் தேவைகளுக்கான கோரிக்கைகளைக்கூடத் தன்னுடைய மேலதிகாரி நியாயமின்றி நிராகரித்துக் கொண்டிருந்ததாக மைக்கேல் உணர்ந்தார். ஒரு முறை, அவர் தன்னுடைய யோசனைகளை விரிவாக விவரித்து, அது குறித்த ஒரு கோரிக்கையைத் தன் மேலதிகாரியிடம்

முன்வைத்தார். அந்தக் கோரிக்கையை யாராலும் நிராகரிக்க முடியாது என்று மைக்கேல் உறுதியாக நம்பினார். ஆனால் அவருடைய மேலதிகாரி அதை நிராகரித்தபோது, மைக்கேல் அதிர்ச்சியடைந்தார். அவரால் எதுவும் பேச முடியவில்லை.

அவர் தன்னுடைய அறைக்குத் திரும்பிச் சென்று, கதவை ஓங்கிச் சாத்தினார். ஆனால் அவர் தன்னுடைய நிலைமையை நொந்து கொண்டு புலம்பிக் கொண்டிருக்கவில்லை. அதற்குப் பதிலாக, அவர் ஒரு வெள்ளைப் பலகையில் இவ்வாறு எழுதத் தொடங்கினார்: "நான் அரசனாக இருந்தால், நான் ..." தன்னுடைய குழுவுக்கு வெற்றியைக் கொண்டுவரக்கூடிய விஷயங்கள் பற்றிய முன்னோக்கைத் தொண்ணூறு நிமிடங்கள் எழுதிய பிறகு, மைக்கேலின் மனநிலை மாறியிருந்தது. அவர் தன்னுடைய யோசனைகள் குறித்து உற்சாகமடைந்தார். அந்த யோசனைகளில் பெரும்பாலானவை அவருடைய மேலதிகாரியின் ஒப்புதலைச் சார்ந்திருக்கக்கூட இல்லை. அந்த நாள், மைக்கேலின் குழுவின் ஐந்தாண்டுகால அசுர வளர்ச்சிக்கு வித்திட்டது.

உங்கள் முன்னோக்கு மாறக்கூடும் என்பதையும் நீங்கள் அறிந்திடுங்கள். டாக்டர் ஸ்டீபன் கிளாஸ்கோவின் முன்னோக்கில் முதல் மாற்றம் ஏற்பட்டபோது, பென்சில்வேனியா மாநிலத்திலுள்ள ஆலன்டவுன் நகரத்தில் ஒரு மகப்பேறு மருத்துவராக இரண்டாயிரத்திற்கும் அதிகமான குழந்தைகளை அவர் ஏற்கனவே பிரசவித்துக் கொடுத்திருந்தார். "அந்தக் காலகட்டத்தில், எல்லா மகப்பேறு மருத்துவர்களுமே ஆண்களாக இருந்தனர். பெண்கள்மீது மிகப் பரவலாகச் செய்யப்பட்ட அறுவை சிகிச்சைகள், அவர்களுடைய கர்ப்பப்பை அகற்றல் அறுவை சிகிச்சையும், சிசேரியன் அறுவைச் சிகிச்சையும்தாம். பிரசவத்திற்குப் பிறகு ஒரு பெண்ணுக்கு அவளுடைய கர்ப்பப்பை இனியும் தேவையில்லை என்பது மருத்துவச் சமூகத்தில் பொதுவாக ஒப்புக் கொள்ளப்பட்டிருந்த ஒரு விஷயமாக இருந்தது," என்று கிளாஸ்கோ கூறினார்.

ஆனால், கிளாஸ்கோ ஒரு மருத்துவ மாணவராக இருந்தபோதே அது குறித்துக் கேள்வி கேட்கத் தொடங்கினார். வயதான ஓர் ஆண் மகப்பேறு மருத்துவர், கர்ப்பப்பை அகற்றல் அறுவைச் சிகிச்சை குறித்து நிகழ்த்திய ஒரு சொற்பொழிவைக் கேட்ட கிளாஸ்கோ, ஒரு புத்தகக் கடைக்குச் சென்றபோது, கர்ப்பப்பை அகற்றல் அறுவை சிகிச்சை எப்படிப் பெண்களின் வாழ்க்கையைச் சீரழித்திருந்தது என்பதைப் பற்றிய பல புத்தகங்களைக் கண்டார். அக்கணத்தில், தன்னுடைய சக

மருத்துவர்களுக்கும் அவர்களுடைய நோயாளிகளுக்கும் இடையே ஒரு மிகப் பெரிய தொடர்புத் துண்டிப்பு இருந்ததை அவர் உணர்ந்தார்.

அவர் தன்னுடைய மருத்துவப் படிப்பை முடித்துப் பட்டம் பெற்றப் பிறகு, தன்னால் முடிந்த ஒரு சிறந்த மகப்பேறு மருத்துவராக ஆக வேண்டும் என்பது அவருடைய முன்னோக்காக இருந்தது. "பெண்கள் பிரசவிக்க உதவுவது ஓர் அற்புதமான விஷயம் என்பதை மிக முன்னதாகவே நான் உணர்ந்து கொண்டேன்," என்று கிளாஸ்கோ கூறினார். ஆனால், அவருடைய தொழிலின் மையக் கருத்துகளில் ஒன்று, அவர்கள் யாருடைய நலனைப் பேண வேண்டுமோ அவர்களுக்கு உண்மையிலேயே தீங்கு விளைவித்துக் கொண்டிருந்ததை அவர் உணர்ந்தார். அந்த நேரத்தில், தன்னுடைய மருத்துவத் தொழிலில் தான் கொழிக்க வேண்டும் என்பது அவருடைய முன்னோக்காக இருந்தது, ஆனால் இந்தப் புதிய உணர்தலுக்குப் பிறகு, ஏதோ ஒன்று மாற வேண்டியிருந்தது என்பதை அவர் உறுதியாக அறிந்தார்.

கர்ப்பப்பை அகற்றல் அறுவை சிகிச்சைகளால் ஏற்பட்ட உளவியல் பாதிப்புகளையும் பாலியல் பாதிப்புகளையும் பற்றி அவர் சிறிது ஆராய்ச்சி செய்தார். அந்த அறுவை சிகிச்சை, நோயாளிகளுக்கு பயங்கரமான பின்விளைவுகளை ஏற்படுத்தியதை அவர் அப்போது கண்டறிந்தார். "அந்த ஆராய்ச்சியின் அடிப்படையில், கர்ப்பப்பை அகற்றல் அறுவை சிகிச்சை யாருக்கெல்லாம் ஒத்துக் கொள்ளாது என்று தீர்மானிக்க உதவக்கூடிய ஒரு கேள்வித்தாளை நாங்கள் உருவாக்கினோம். நான் ஒரு மாற்றத்தை ஏற்படுத்தவும், என்னுடைய தொழிற்துறையின்மீது உண்மையிலேயே தாக்கம் ஏற்படுத்தவும் விரும்பினேன். நான் பிரச்சனையை ஆய்வு செய்தபோது, அந்தப் புத்தகங்கள் கூறியது சரி என்பதை நான் உணர்ந்தேன்," என்று கிளாஸ்கோ கூறினார். கர்ப்பப்பை அகற்றல் அறுவை சிகிச்சையைத் தவிர்க்கும் பொருட்டு வேறு வகையான சிகிச்சைமுறைகளை முயற்சித்துக் கொண்டிருந்த பிற மருத்துவர்களை அவர் தேடினார். தன்னுடைய அதே முன்னோக்கைக் கொண்டிருந்த, மகப்பேறு மருத்துவத் துறையை மாற்றுவதற்கு ஏற்கனவே பல விஷயங்களைச் செய்து கொண்டிருந்த பிறருடன் சேர்ந்து அவர் செயல்படத் தொடங்கினார். ஒரே ஒரு நபரால் எவ்வாறு ஒரு வித்தியாசத்தை ஏற்படுத்த முடியும் என்பதையும், அர்ப்பணிப்பு கொண்ட மக்களை உள்ளடக்கிய ஒரு சிறு குழுவால் எப்படி ஒரு கண்ணோட்டத்தை மாற்ற முடியும்

என்பதையும் அவர் பார்க்கத் தொடங்கினார். இது, அவரும் அவருடைய தொழிற்கூட்டாளியும் இணைந்து, ஒட்டுமொத்த ஆரோக்கியத்தின்மீது கவனம் செலுத்திய ‘ஸ்பிரிட் ஆஃப் விமென்’ என்ற ஒரு தொழிலை உருவாக்க வழி வகுத்தது.

சில வழிகளில், அந்தப் புத்தகக் கடை தருணம், கிளாஸ்கோவின் வாழ்வில் ஒரு திருப்புமுனையாக அமைந்தது. தொடக்கத்தில் கிளாஸ்கோவின் முன்னோக்கு, எது சாத்தியம் என்று அவர் நினைத்தாரோ அதனால் வரையறுக்கப்பட்டிருந்தது. இப்போது, அவர் ‘வரம்புகளற்ற’ அணுகுமுறையைக் கடைபிடித்துக் கொண்டிருக்கிறார்.

அந்தப் புத்தகக் கடை நிகழ்வுக்குப் பிறகு கிளாஸ்கோ தன்னுடைய முன்னோக்கையும் வாழ்க்கையையும் பல முறை மாற்றியுள்ளார். எவரொருவரும் பெருமைப்படத்தக்கப் பல சாதனைகளை அவர் நிகழ்த்தியுள்ளார். அவர் இரண்டு மருத்துவக் கல்லூரிகளின் முதல்வராக இருந்துள்ளார், மூன்று கல்வி சுகாதார மையங்களுக்குத் தலைமையேற்று வழிநடத்தியுள்ளார், பிறகு தாமஸ் ஜெஃபர்சன் பல்கலைக்கழக மருத்துவமனையின் தலைவராகவும் அதன் தலைமை நிர்வாக அதிகாரியாகவும் ஆனார். அவர் ஜெஃபர்சனில் பணியாற்றிக் கொண்டிருந்தபோது, ஃபிலடெல்ஃபியா பல்கலைக்கழகத்துடனான ஓர் இணைப்பை அவர் வழிநடத்தினார்.

ஒரு முன்னோக்கு ஒரு திசைகாட்டியாகவும் வழிகாட்டியாகவும் செயல்படுகிறது. உங்கள் வாழ்வில் ஏதேனும் மாறியுள்ளபோது, அந்த முன்னோக்கை மாற்றிக் கொள்வதில் தவறேதும் இல்லை. உங்கள் விழுமியங்கள் மாறியிருந்தாலோ, அல்லது நீங்கள் வாழ விரும்புகின்ற ஒரு வாழ்க்கையைப் பற்றிய ஒரு திடீர் புலப்பாடு உங்களுக்குத் தோன்றினாலோ, அதற்கேற்ப உங்கள் முன்னோக்கை மாற்றுவது முற்றிலும் இயல்பானதுதான். நீங்கள் ஒரு நோக்கத்துடன்கூடிய ஒரு வாழ்க்கையை வாழ்வதற்கு உங்களுக்கு உதவுவதற்காகவே உங்கள் முன்னோக்கு வடிவமைக்கப்பட்டுள்ளதே அன்றி, இனியும் உங்களுக்கு அர்த்தமில்லாத ஒன்றுடன் உங்களைக் கட்டிப் போட்டு உங்களை முடக்குவதற்காக அல்ல.

சில சமயங்களில், நம் வாழ்வில் நிகழ்கின்ற சில விஷயங்கள் நம்முடைய முன்னோக்கைத் தடம்புரளச் செய்வதுபோலத் தோன்றக்கூடும். அப்போது, நாம் தோற்றுவிட்டதுபோல நாம் உணரக்கூடும். ஆனால், தோல்வியை நாம் எவ்வாறு வரையறுக்கிறோம் என்பதை நாம் பார்க்கலாம். தோல்வி என்பது ஓர் எதிர்பார்ப்பை நிறைவேற்றுவதற்கான திறனின்மை

என்றோ, வெற்றியின்மை என்றோ, அல்லது தேவையான ஒரு நடவடிக்கையை மேற்கொள்ளாமல் இருப்பது என்றோ நம்மில் பெரும்பாலானோர் கூறக்கூடும். அது ஒரு குறுகிய பார்வையாகும்.

குற்றவியல் நீதியைச் சீர்திருத்த உதவுவது உங்கள் நோக்கம் என்று வைத்துக் கொள்வோம். சட்டக் கல்லூரிக்குப் போவது உங்கள் முன்னோக்காக இருக்கிறது, ஆனால் அக்கல்லூரியில் இடம் கிடைப்பது குதிரைக் கொம்பாக இருக்கிறது. சில சமயங்களில், ‘தொடர்ந்து முயற்சிக்கவும்’ என்பது பதிலாக இருக்கிறது, ஆனால் சில இலக்குகள் நம்முடைய வாழ்க்கைக்கான ஒட்டுமொத்தத் திட்டத்தின் ஒரு பகுதியாக இல்லாமல் இருக்கலாம் என்பதை நாம் உணர்ந்து கொள்ள வேண்டிய சில நேரங்கள் இருக்கின்றன. அது தோல்வியைப்போலத் தோன்றக்கூடும். ஆனால், ஒரு வழக்கறிஞராக ஆகாமலேயே குற்றவியல் நீதியைச் சீர்திருத்துவதற்கான பல்வேறு வழிகள் இருக்கின்றன. உங்கள் இலட்சியம் இன்னும் சாத்தியம்தான், ஆனால் உங்கள் நோக்கத்தை அடைவதற்கான உங்கள் முன்னோக்கு மாற்றப்பட்டாக வேண்டும்.

நீங்கள் உங்கள் முன்னோக்கிற்கு உயிர் கொடுக்கும் முயற்சியில் இறங்கும்போது, அக்கணத்தில் நீங்கள் அடைய விரும்புகின்ற இலக்கின்மீது மட்டுமல்லாமல், உங்களுடைய நோக்கத்தின்மீதும் நீங்கள் உங்கள் கவனத்தை நிலைப்படுத்த வேண்டும். அவ்வழியில், உங்கள் முன்னோக்கை மாற்ற வேண்டிய அல்லது மறுமதிப்பீடு செய்ய வேண்டிய நேரம் வரும்போது, அந்த நோக்கத்தை அடைவதற்கு நீங்கள் ஓர் ஒற்றை வழியை உடும்புபோலப் பிடித்துக் கொண்டிருக்க மாட்டீர்கள். உங்கள் முன்னோக்கில் மகிழ்ச்சி ஒரு காரணியாக இருக்க வேண்டும் என்பதை மறந்துவிடாதீர்கள்.

முடிந்த அளவு விரைவாக உங்கள் வாழ்க்கைக்கு ஒரு திட்டத்தை உருவாக்கிக் கொள்வது நல்லது என்றாலும், நமக்காக ஒரு முன்னோக்கை உருவாக்குவதற்கு முன்பு அதைப் பற்றிச் சிந்திப்பதற்கு நம்மில் சிலருக்கு நேரமும் இடமும் தேவைப்படுகின்றன. மிரியம் டுவார்ட்டே, ஒரு திட்டவட்டமான இலக்கு இல்லாமல் வாழ்ந்து கொண்டிருந்தார். அவருக்குச் சில மைய விழுமியங்கள் இருந்தன. அவரால் ஒரு நோக்கத்தை வரையறுத்திருக்க முடியும், ஆனால் அவர் வெறுமனே வாழ்க்கையை ஓட்டிக் கொண்டிருந்தார். அவருடைய இருபத்தைந்தாவது வயதில், அவர் கிட்டத்தட்ட மரணத்தின் விளிம்பைத் தொட்டுவிட்டு வந்திருந்தார். அது, ஒரு நோக்கத்துடன்கூடிய ஒரு

வாழ்க்கையை வாழ அவரைத் தூண்டியது. அந்த நேரத்தில் அவர் போர்ச்சுகலில் வாழ்ந்து கொண்டிருந்தார். அங்கே அலைச்சறுக்குப் பள்ளி ஒன்றில் அவர் வேலை செய்தார். ஒரு நாள், வேலையில் அவருக்கு ஏற்பட்டிருந்த விரக்தியிலிருந்து மீளும் நோக்கத்துடன், சிறிது நேரம் அலைச்சறுக்கு விளையாடிவிட்டு வருவதற்காக அவர் கடற்கரைக்குச் சென்றார். அப்போது தாழ் அலை நேரம். அலைகள் வேகமாக உடைந்து கொண்டிருந்தன. அவர் இரண்டு பெரிய அலைகளில் சறுக்கிச் சென்றார். பிறகு, அவர் மூன்றாவது அலையின்மீது ஏறுவதற்காக எழுந்து நின்றபோது, அவர் கீழே விழுந்தார். ஏதோ தவறாகப் போயிருந்ததை அவர் உடனடியாக அறிந்தார். அவர் மீண்டும் மேலே வந்தபோது, நீரில் இரத்தம் கலந்திருந்தது, ஆனால் அலைகளின் வரவு நின்று போயிருந்தது.

மிரியத்தின் முதுகுத் தண்டில் பலத்தக் காயம் ஏற்பட்டிருந்தது, அவருடைய மூளையில் ஓர் உட்காயமும் இரத்தக் கசிவும் ஏற்பட்டிருந்தன. அவர் மிகுந்த வலியில் இருந்தார். அவர் தன் வாழ்நாள் முழுதும் வேதனையையும் அசௌகரியத்தையும் அனுபவிப்பதற்கான சாத்தியக்கூறுகளை எதிர்கொண்டிருந்தார். அடுத்த ஆறு மாதங்களுக்கு, அவர் தினமும் பதினாறு மணிநேரம் தூங்கினார். பிறகு, சிகிச்சைக்காக அவர் ஜெர்மனிக்கு இடம்பெயர வேண்டியிருந்தது.

ஓராண்டு காலம் அவரால் வேலை செய்ய முடியவில்லை. அவருடைய வாழ்வில் முதன்முறையாக, அவர் மேற்கொண்டிருந்த தேர்ந்தெடுப்புகளைப் பற்றிச் சிந்திப்பதற்கு அவருக்கு ஏராளமான நேரம் வாய்த்திருந்தது. தான் உண்மையிலேயே விரும்பியவற்றுக்கும், தான் செய்து கொண்டிருந்த விஷயங்களுக்கும் இடையே எந்த இணக்கமும் எந்த ஒத்திசைவும் இருக்கவில்லை என்பதை அவர் கவனித்தார். அவர் ஏன் அந்தத் தேர்ந்தெடுப்புகளை மேற்கொண்டார் என்பதை அவரால் விளக்க முடியவில்லை. “எனக்கு ஒரு நோக்கம் இருந்ததை நான் அறிந்திருந்தேன், ஆனால் அதை நான் வேண்டுமென்றே தவிர்த்துக் கொண்டிருந்தேனா அல்லது அது என்னவென்று தெரியாமல் இருந்தேனா என்பது எனக்குத் தெரியவில்லை. புறக் காரணிகள் என் வாழ்க்கையையும் என் வாழ்வில் நிகழ்ந்தவற்றையும் தீர்மானிக்க நான் அனுமதித்தேன்,” என்று மிரியம் கூறினார். சுவிட்சர்லாந்து போன்ற நாடுகளில் அவருக்கு வேலைகள் கிடைத்தன. அவர் அங்கு வாழ விரும்பினார். அங்கு அவர் செலவிட்ட நேரத்தை அவர் இரசித்து அனுபவித்தபோதிலும்,

அது அவருக்கு மனநிறைவைக் கொடுக்கவில்லை. அவருக்கு எந்த முன்னோக்கும் இருக்கவில்லை.

ஒரு நோக்கத்துடன் வாழ்வது என்ற ஒரு தேர்ந்தெடுப்பை அவர் மேற்கொண்டார். அவருக்கு இருந்தது ஒரே ஒரு வாழ்க்கை; அதையும் அவர் கிட்டத்தட்ட இழந்திருந்தார். “கடந்தகாலத்தில் நான் எதை மிகவும் விரும்பினேன் என்று நான் யோசிக்கத் தொடங்கினேன். மக்களோடு சேர்ந்து வேலை செய்வதையும் பயிற்சி வகுப்புகளை ஏற்பாடு செய்து நடத்துவதையும் நான் மிகவும் நேசித்தேன்,” என்று அவர் கூறினார். மக்களோடு சேர்ந்து வேலை செய்வதையும் அவர்கள் பரிபூரணமாக மாற அவர்களுக்கு உதவுவதையும் உள்ளடக்கிய ஒரு முன்னோக்கை அவர் தனக்காக உருவாக்கினார். “நான் ஒரு பயிற்றுவிப்பாளராக ஆனேன். கடந்த ஐந்தரை ஆண்டுகளாக நான் அதைச் செய்து வந்துள்ளேன். நான் உண்மையிலேயே விரும்பிச் செய்து கொண்டிருக்கின்ற முதல் வேலை இதுதான். ஒரு வருடத்திற்கும் மேலாக நான் செய்துள்ள ஒரே வேலையும் இதுதான்,” என்று அவர் கூறினார். மிரியத்தின் முன்னோக்கு, மற்றவர்களுக்குச் சேவை செய்ய அவருக்கு உதவுகிறது. அது அவருக்கு மனநிறைவைக் கொடுக்கிறது. சிந்திப்பதற்கும், தன்னுடைய நோக்கத்தைத் தீர்மானிப்பதற்கும், தனக்கென்று ஒரு முன்னோக்கை உருவாக்குவதற்கும் மிரியம் நேரம் ஒதுக்கினார். பிறகு அவர் அந்த நோக்கத்தையும் முன்னோக்கையும் செயல்படுத்தினார்.

உங்களுடைய முன்னோக்கை மற்றவர்களுடன் பகிர்ந்து கொள்ளுதல்

1990களின் பிற்பகுதியில், நான் என் வழக்கறிஞர் தொழிலை விட்டுவிட்டு, ஒரு முன்னணி வீடுமனை வாங்கல்/விற்றல் நிறுவனத்தின் வளர்ச்சி இயக்குநராகச் சேர்ந்தேன். இரண்டு ஆண்டுகளில் இரண்டு முறை எனக்குப் பதவி உயர்வு வழங்கப்பட்டது. நான் என் வேலையையும் என்னுடன் வேலை செய்தவர்களையும் உண்மையிலேயே நேசித்தேன். ஆனாலும், என்னுடைய சொந்த மின் கற்றல் நிறுவனத்தைத் தொடங்க வேண்டும் என்ற ஒரு முன்னோக்கு என் மனத்தின் அடியாழத்தில் வேரூன்றியிருந்தது. என்னுடைய யோசனையை விவரித்து ஒரு தொழிற்திட்டத்தை எழுதுவதென்று நான் தீர்மானித்தேன். பல மாதங்களாக, நான் இதைப் பற்றி யாரிடமும் சொல்லாமல் தனிமையில் கடுமையாக உழைத்தேன். என் மனைவி கேட்டி மட்டுமே என் திட்டத்தை

அறிந்திருந்தார். என்னுடைய யோசனை மக்களுக்குத் தெரிய வந்தால், "ஒரு துளிர் நிறுவனத்தைத் தொடங்குவதற்காக ஒரு நல்ல வேலையைவிட்டு விலகுவதற்கு உனக்குப் பைத்தியம்தான் பிடித்திருக்க வேண்டும். எத்தனை நிறுவனங்கள் முதல் ஐந்து ஆண்டுகளுக்குள் இழுத்து மூடப்படுகின்றன என்பது உனக்குத் தெரியுமா? கிட்டத்தட்ட அனைத்து நிறுவனங்களும்! உனக்கு என்ன பிரச்சனை? முட்டாள்தனமாக நடந்து கொள்ளாதே," என்று அவர்கள் கூறுவர் என்று நான் நினைத்தேன்.

நான் என் திட்டத்தை எழுதி முடித்தபோது, துணிந்து அதை நடைமுறைப்படுத்தத் தீர்மானித்தேன். என்னுடைய நெருங்கிய நண்பர்களில் ஒருவரான ரேன்டால் கேப்லானிடம் நான் என் யோசனையைப் பற்றிக் கூறினேன். என்னை எப்போதும் ஆதரித்தவர் அவர். சிறப்பாகச் செயல்பட அவர் எப்போதும் என்னை உந்தித் தள்ளினார். நான் சட்டக் கல்லூரியில் பயின்று கொண்டிருந்த நேரத்தில், ஒரு நல்ல சட்ட நிறுவனத்தில் ஒரு வேலைக்கான வாய்ப்பு எனக்குக் கிடைத்தபோது, ரேன்டால் என்னிடம், "உன்னால் இதைவிட அதிகச் சிறப்பாகச் செயல்பட முடியும்," என்று கூறி, அந்த வேலை வாய்ப்பை நிராகரித்துவிட்டு, தொடர்ந்து வேலை தேடுமாறு என்னை ஊக்குவித்தார். நான் என் வழக்கறிஞர் தொழிலைவிட்டு விலகத் தீர்மானித்தபோது, ரேன்டால் எனக்கு ஒரு முன்மாதிரியாக இருந்தார். ஏனெனில், அவர் ஏற்கனவே அதைச் செய்திருந்தார். அவர் முன்னணி தொழிற்தலைவர்களுடன் தொடர்பு ஏற்படுத்திக் கொள்வதற்குப் பயன்படுத்தியிருந்த ஒரு புதுமையான அணுகுமுறையை அவர் என்னுடன் பகிர்ந்து கொண்டார். அவருடைய நிறுவனத்தின் தலைவர் உட்பட, அவர்களில் பலரிடம் அவர் என்னை அறிமுகப்படுத்தி வைத்தார். நான் இறுதியில் அந்த வீடுமனை நிறுவனத்தில் வேலை பார்த்தேன். ரேன்டால் ஒரு வெற்றிகரமான தொழிலதிபரும்கூட. அவர் ஓர் இணைய நிறுவனத்தின் துணை நிறுவனரும்கூட. அதே நேரத்தில், அவர் வெடுக்கென்று பேசிவிடக்கூடியவராகவும் இருந்தார். அவர் என்னுடைய யோசனையை வெறுத்தால், எந்தத் தயக்கமுமின்றி அதை என் முகத்திற்கு நேராகச் சொல்லிவிடுவார் என்பதை நான் அறிந்திருந்தேன். நான் என்னுடைய யோசனையைத் தொலைபேசி வாயிலாக அவருக்கு விளக்கியபோது, அவர் எனக்கு ஆதரவாக இருந்தது எனக்கு நிம்மதியளித்தது.

பிறகு அவர் தன்னுடைய வழக்கறிஞர் நண்பரான டேவிட்டிடம் என்னை அறிமுகப்படுத்தி வைத்தார். டேவிட்

என்னுடைய யோசனையைக் கேட்டுவிட்டு, என்னுடைய நிறுவனத்தைத் தொடங்கத் தேவையான முக்கியமான விஷயங்களை என்னுடன் பகிர்ந்து கொண்டார். அவர் என்னுடைய சட்ட ஆலோசகராகவும் ஆனார். இறுதியில் அவர் என்னுடைய நண்பராகவும் ஆனார். ரேன்டால் மற்றும் டேவிட்டின் உதவி எனக்குக் கிடைக்காமல் போயிருந்தால், நான் என் நிறுவனத்தைத் தொடங்கியிருக்கவே மாட்டேன். நான் என் யோசனையை என்னுள் வைத்துக் கொள்ளாமல் அவர்களோடு பகிர்ந்து கொண்டதுதான் இதில் முக்கியப் பங்கு வகித்தது.

நீங்கள் உங்கள் வாழ்க்கைக்கு ஒரு தெளிவான முன்னோக்கை உருவாக்கிய பிறகு, அதை மற்றவர்களோடு பகிர்ந்து கொள்வதுதான் நீங்கள் மேற்கொள்ள வேண்டிய அடுத்த நடவடிக்கையாகும். யாரும் எதையும் தனியாக ஒருபோதும் சாதிப்பதில்லை. நம்முடைய நண்பர்கள் மற்றும் அன்புக்குரியவர்களின் ஆதரவு மட்டுமே நம்மை வெகுதூரம் அழைத்துச் செல்கிறது.

நம்முடைய முன்னோக்கைப் பற்றிப் பேசுவது அதைத் தெளிவுபடுத்திக் கொள்ள உதவுகிறது. நாம் அதை யாருடன் பகிர்ந்து கொள்கிறோமோ, அவர்கள், நம்முடைய யோசனைக்கு ஆதரவான உள்நோக்குகளை வழங்கக்கூடும், நமக்கு உதவி செய்யவும் விரும்பக்கூடும். ஆனால், உங்கள் கனவை இன்னொருவருடன் பகிர்ந்து கொள்வது உங்களுக்கு பயத்தையும் தர்மசங்கடத்தையும் ஏற்படுத்தக்கூடும். மற்றவர்கள் உங்கள் கனவை எள்ளி நகையாடுவார்களோ என்று நீங்கள் அஞ்சக்கூடும். ஆனால் பயத்தாலும் செயலின்மையாலும் எந்தவொரு நன்மையும் விளைந்ததில்லை. துணிந்து செயலில் இறங்குங்கள். மற்றவர்களின் உதவியால் மட்டுமே சாதனைகள் நிகழ்த்தப்படுகின்றன. நீங்கள் நம்புகின்ற மக்களிடமிருந்தோ அல்லது உங்கள் நண்பர்களிடமிருந்தோ தொடங்குங்கள்.

முன்னோக்கை நிறைவேற்றுவதற்கு இணைந்து வேலை செய்யுங்கள்

மிச்சியா ரோர்சென்னும் அவருடைய குழுவினரும் 'பிராடிஜி' என்ற ஒரு மென்பொருளைக் கண்டுபிடித்தனர். கார் வாங்க விரும்புகின்ற மக்கள், கார் விற்பனையகங்களுக்குச் சென்று நேரத்தை விரயம் செய்வதற்குப் பதிலாக, வீட்டில் இருந்தபடியே ஒரு சில நிமிடங்களில் கார்களை வாங்க அந்த மென்பொருள் உதவுகிறது. தன்னுடைய குழுவில் ஒருவர்கூட,

கார் விற்பனையகங்கள் அதிகமான கார்களை விற்று அதிகப் பணம் ஈட்ட உதவுவது குறித்த உற்சாகத்துடன் காலையில் கண்விழிப்பதில்லை என்பதை மிச்சியா தயங்காமல் ஒப்புக் கொள்கிறார். அதுதான் அவர்களுடைய முன்னோக்கு என்றால், ஒன்று, தனக்கு எந்தக் குழுவும் இருக்காது, அல்லது சம்பள நாளன்று மட்டுமே தலைகாட்டுகின்ற நபர்களை உள்ளடக்கிய ஒரு குழுதான் தனக்கு இருக்கும் என்பதை அவர் அறிந்திருந்தார். பணம் ஈட்டுதலை மட்டுமே நோக்கமாகக் கொண்ட ஒரு நிறுவனத்தை மிச்சியா உருவாக்க விரும்பவில்லை.

“ஒரு முறை, சிலிக்கான் வேல்லியில் நிகழ்ந்த ஓர் ஆடம்பரமான கருத்தரங்கிற்கு அழைப்பின் பேரில் நான் சென்றிருந்தேன். இருபது பில்லியன் டாலர்கள் மதிப்பு வாய்ந்த ஒரு நிறுவனத்தின் தலைமை நிர்வாக அதிகாரி அங்குப் பேசிக் கொண்டிருந்தார். ‘நாம் இப்போது இருபது பில்லியன் டாலர்கள் நிறுவனமாக இருக்கிறோம். இன்னும் இரண்டு ஆண்டுகளில் நாம் நாற்பது பில்லியன் டாலர்கள் நிறுவனமாக இருக்க வேண்டும்,’ என்று அந்த அதிகாரி கூறினார். நான் அங்கிருந்து வெளியேறிவிட்டேன். ஏனெனில், நீங்கள் இருபதிலிருந்து நாற்பதுக்குப் போனால் யாருக்கு என்ன அக்கறை? ஏதோ ஒரு கட்டத்தில், வளர்ந்து கொண்டிருக்கின்ற ஒரு தொழிலால் சமுதாயத்திற்கு ஏதேனும் ஒரு நன்மை இருக்க வேண்டும். பங்குதாரர்களுக்கான பதிலீட்டை அதிகரிப்பது மட்டுமே அதன் நோக்கமாக இருக்கக்கூடாது,” என்று மிச்சியா கூறினார்.

துல்லியமாக அக்கணத்தில்தான், ஒரு நேர்மறையான தாக்கம் ஏற்படுத்துவது தலையாயது என்பதை மிச்சியா உணர்ந்தார். “ஒரு முன்னோக்கு இல்லாதபோது மக்கள் மடிந்துவிடுவர்,” என்ற வசனம்தான் பைபிளில் மிச்சியாவுக்கு மிகவும் பிடித்தமானது. தினமும் அவர்களுக்கு உத்வேகமூட்டிய ஒரு முன்னோக்கை அவரும் அவருடைய குழுவினரும் சேர்ந்து உருவாக்க வேண்டியிருந்தது. அவர்கள் அதை உருவாக்காவிட்டால், அவர்கள் நிச்சயமாகத் தோற்றுவிடுவர்.

“தொடக்கத்தில், கார் விற்பனையகங்களுக்கு மென்பொருட்களை உருவாக்கிக் கொடுப்பதைவிட மிகப் பெரிய ஒரு பணித்திட்டத்தை உருவாக்குவதற்கு என்னுடைய சக ஊழியர்களும் நானும் உண்மையிலேயே கடினமாக உழைத்தோம். என்னுடைய குழுவினர் ஓரிரு தீர்மானங்கள் மேற்கொண்டனர். தாங்கள் இனி கார் விற்பனையகத்தின்மீது கவனம் செலுத்தப் போவதில்லை, மாறாக, கார்

வாங்குபவர்கள்மீது கவனம் செலுத்தப் போவதாக அவர்கள் தீர்மானித்தனர். கார் வாங்குவதில் மோசமான அனுபவத்தைப் பெற்றிருந்தவர்களை அவர்கள் நன்றாக அறிவர். எனவே, கார் விற்பனையகங்களால் ஏமாற்றப்படாமல் சராசரி மக்கள் தங்களுக்குப் பிடித்தமான கார்களை வாங்குவதற்கு உதவுகின்ற ஒரு மென்பொருளை அவர்கள் உருவாக்கினர்."

1.3 டிரில்லியன் டாலர்கள் மதிப்பு வாய்ந்த ஒரு தொழிற்துறைக்கு எதிராகச் செயல்பட்டுக் கொண்டிருந்த அந்தச் சாதாரணக் குழுவினர், அதன் காரணமாகவே விரைவில் தங்களுக்கிடையே ஒரு நெருக்கமான தோழமையை வளர்த்திருந்தனர்.

தாங்கள் தங்களுடைய முன்னோக்கை, எஞ்சிய குழுவினரிடம் தெரியப்படுத்த வேண்டும் என்பதை மிச்சியா உணர்ந்திருந்தார். அவர்கள் தங்களுடைய முன்னோக்கைத் தினமும் வாழ்ந்து கொண்டிருந்ததற்கான ஆதாரம் அவர்களுடைய அன்றாடச் செயல்பாடுகளில் தன்னை வெளிப்படுத்திக் கொள்ள வேண்டியிருந்தது. எனவே, மிச்சியா ஒரு திட்டத்தைத் தொடங்கினார். அத்திட்டத்தின்படி, அவர்களுடைய மென்பொருளின் மூலமாக விற்கப்படுகின்ற ஒவ்வொரு காருக்கும், கஷ்டப்பட்டுக் கொண்டிருக்கின்ற குடும்பங்களுக்குப் பத்து முழுச் சாப்பாடுகள் வழங்கப்படும். அவர்கள் அது குறித்து எந்த விளம்பரமும் செய்யவில்லை. அதைப் பற்றி அவர்கள் தங்கள் நிறுவனத்திற்கு வெளியே பேசவில்லை. ஆனால் அந்த முயற்சி அக்குழுவினருக்கு முக்கியமானதாக இருந்தது. மிச்சியாவின் ஒட்டுமொத்த நிறுவனமும் அவருடைய முன்னோக்கு குறித்து உற்சாகமடைந்தது. அவருடைய முன்னோக்கை நிறைவேற்றுவதற்காக அவர்கள் அனைவரும் ஆர்வத்தோடு வேலை செய்தனர். ஒரு கடினமான காலகட்டத்தில் மக்களின் வாழ்வில் தாங்கள் ஒரு வித்தியாசத்தை ஏற்படுத்திக் கொண்டிருந்தோம் என்பதை அவர்கள் அறிந்திருந்தனர். மொத்தத்தில் அவர்கள் 1,89,000 சாப்பாடுகளை வழங்கியிருந்தனர்.

நம்முடைய முன்னோக்கை நாம் பகிர்ந்து கொள்ளும்போது அது வளர்கிறது. மிச்சியா தன்னுடைய குழுவினரை உட்கார வைத்து, என்ன நிகழவிருந்தது என்று அவர்களிடம் கூறிக் கொண்டிருக்கவில்லை. மிச்சியாவுக்கு முதலில் தோன்றிய யோசனையை அவர்கள் எல்லோருமாகச் சேர்ந்து கையாண்டு, இறுதியில், தங்களுக்கு உற்சாகமளித்த ஒரு முன்னோக்கை உருவாக்கியிருந்தனர். நமக்குத் தோன்றுகின்ற

முதல் யோசனைமீது நாம் அதீதப் பற்று கொள்ளும்போது அல்லது காதல் வயப்படும்போது, நமக்கு உதவக்கூடிய பின்னூட்டக்கருத்துகளை நாம் தடுத்துவிடக்கூடும். நம்முடைய முன்னோக்கை நிறைவேற்றுவதற்கு மற்றவர்களின் உதவி நமக்குத் தேவையாக இருந்தால், அவர்கள் பங்களிக்க நாம் அனுமதிக்க வேண்டும். மற்றவர்களிடமிருந்து வருகின்ற யோசனைகளுக்கும் உள்ளீடுகளுக்கும் ஒரு திறந்த மனத்துடன் நம்மால் இருக்க முடிந்தால், எல்லோருக்கும் உற்சாகமூட்டக்கூடிய ஒரு முன்னோக்கை நாம் எல்லோருமாகச் சேர்ந்து உருவாக்குவது சாத்தியப்படும்.

பொறுப்பேற்றுக் கொள்ளுங்கள்

நம்முடைய விழுமியங்களும் நம்முடைய நோக்கமும்தாம் நம்முடைய உள்ளார்ந்த கனவுகளை உருவாக்குகின்றன. ஆனால் நாம் செயலில் இறங்காவிட்டால், நம்முடைய விழுமியங்களும் நம்முடைய நோக்கமும் செயலற்றுக் கிடக்கும். நம்முடைய முன்னோக்கு நம்முடைய கனவுகளை மெய்யாக்குகிறது. நம்முடைய உற்சாகம், மற்றவர்கள் நம்முடைய முன்னோக்கின் ஆற்றலைப் பார்க்க உதவும். நாம் தனிப்பட்ட முறையில் நம்முடைய முன்னோக்கை உருவாக்கி அதைப் பேணி வளர்த்தால், நாம் விரும்புகின்ற தாக்கத்தை நம்மால் ஏற்படுத்த முடியும்.

கொள்கை

உங்களுடைய முன்னோக்கைப் பேணி
வளர்க்கவும் அவற்றைப் பகிர்ந்து கொள்ளவும்
உறுதி பூணுங்கள்.

செயல்முறை நடவடிக்கைகள்

- பின்வருவனவற்றை எழுதிக் கொள்ளுங்கள். உங்களால் முடிந்த அளவு விரிவாக விவரியுங்கள்:
  - உங்களுக்கு என்ன வேண்டும்?
  - உங்களுடைய திறமைகளும் ஆர்வங்களும் எவை? நீங்கள் விரும்புவதைச் சாதிக்க அவற்றால் உங்களுக்கு எப்படி உதவ முடியும்?
  - நீங்கள் விரும்புவதைச் சாதிக்க நீங்கள் என்னென்ன நடவடிக்கைகள் மேற்கொள்ள வேண்டியிருக்கும்?
  - ஓர் அன்றாட அடிப்படையில் உங்கள் முன்னோக்கு எப்படிக் காட்சியளிக்கிறது?
  - உலகத்திற்கு என்ன தேவை? அந்தத் தேவை நிறைவேற உதவுவதற்கு உங்களிடம் தனித்துவமாக என்ன இருக்கிறது?

- **இப்போது அந்த முன்னோக்கை ஒதுக்கி வைத்துவிட்டு, ஓர் இரண்டாவது முன்னோக்கை எழுதிக் கொள்ளுங்கள்.** அது முதலாவதைவிடப் பெரியதாக இருக்கட்டும். விபரங்களை மாற்றி எழுதுங்கள்.
- **அடுத்து, ஒரு மூன்றாவது முன்னோக்கை எழுதிக் கொள்ளுங்கள்.** இது முந்தைய இரண்டையும்விட மிகப் பெரியதாக இருக்க வேண்டும், அது உங்களுக்கு எட்டா கனிபோலத் தோன்றினாலும்கூட. உங்கள் மனத்தில் தோன்றுவதை எழுதுங்கள், அதைக் கற்பனை செய்வது எவ்வளவு கடினமாக இருந்தாலும்கூட. எது சாத்தியம் என்று நீங்களும் மற்றவர்களும் நினைக்கிறீர்களோ, அதற்கு உங்களை மட்டுப்படுத்தாதீர்கள். உங்கள் விருப்பம்போலப் பெரிதாகக் கனவு காணுங்கள்.
- **அந்த மூன்று முன்னோக்குகளையும் ஒப்பிடுங்கள்.** மூன்றாவது முன்னோக்கை நீங்கள் பரிசீலிக்கும்போது, முந்தைய இரண்டில் நிகழ்ந்ததைவிட அதிகப் படைப்பாற்றலுடன் செயல்படும் கட்டாயத்திற்கு நீங்கள் ஆளாக்கப்பட்டதை நீங்கள் கவனிக்கக்கூடும். அந்த ஒவ்வொரு முன்னோக்கிலும் உங்களுக்கு எது பிடித்திருக்கிறது? எது உங்களுக்கு வியப்பூட்டுகிறது? எது உங்களுக்கு உற்சாகமளிக்கிறது?
- **அந்த மூன்றிலிருந்து, மிகவும் உத்வேகமளிக்கின்றவற்றைத் தேர்ந்தெடுத்து அவற்றை ஒருங்கிணையுங்கள்.** நீங்கள் உங்கள் விழுமியங்களைக் கடைபிடிக்கவும், உங்கள் நோக்கத்தை சுவீகரித்துக் கொள்ளவும், உலகின்மீது ஒரு நேர்மறையான தாக்கம் ஏற்படுத்தவும் அது உங்களுக்கு உதவும்.
- **தெளிவு பெறுவதற்காக உங்கள் முன்னோக்கை மற்றவர்களோடு உற்சாகமாகப் பகிர்ந்து கொள்ளுங்கள்.**
- உங்களுடைய முன்னோக்கை ஒத்த முன்னோக்கைக் கொண்டுள்ளவர்களைக் கண்டுபிடித்து, அந்த முன்னோக்குகள் மெய்யாவதற்கான வழிகளை உருவாக்குங்கள்.

அத்தியாயம் 16

உங்கள் சமூகத்தைக் கட்டியெழுப்புங்கள்

நீங்கள் இன்னொருவருக்காக ஏதேனும் செய்யும்போது, அதை ஒருபோதும் நினைவில் வைத்துக் கொள்ளாதீர்கள். யாரேனும் உங்களுக்காக ஏதேனும் செய்யும்போது, அதை ஒருபோதும் மறக்காதீர்கள்.

– டேல் கார்னகி

நெட்வொர்க்கிங் என்ற வார்த்தையை நீங்கள் கேட்கும்போது நீங்கள் என்ன நினைக்கிறீர்கள்? நாங்கள் இந்தப் புத்தகத்திற்காக ஆராய்ச்சி மேற்கொண்டபோது, நாங்கள் பலரிடம் பேச்சுக் கொடுத்ததில், நெட்வொர்க்கிங் என்ற வார்த்தையைப் பற்றிப் பெரும்பாலானோருக்கு ஒரு நேர்மறையான கண்ணோட்டம் இருக்கவில்லை என்பதை நாங்கள் அறிந்து கொண்டோம். அந்த வார்த்தை அவர்களுடைய மனங்களில் உருவாக்குகின்ற காட்சி இப்படி இருக்கிறது: ஓர் அறை நிறைய மக்கள் கூடியிருக்கிறார்கள்; அவர்கள் தங்களுடைய பிசினஸ் கார்டுகளை ஒருவரோடு ஒருவர் பரிமாறிக் கொள்கிறார்கள்; தங்களுக்கு உதவக்கூடிய நபர்களை அவர்கள் தேடுகிறார்கள்; அவர்கள் தங்களைப் பற்றி மட்டுமே சிந்திக்கிறார்களே அன்றி, உண்மையான தொடர்புகளை உருவாக்குவது குறித்து அவர்களுக்குக் கடுகளவுகூட அக்கறை இல்லை. லிங்க்ட்இன் போன்ற வலைத்தளங்களில் 'கனெக்ட்' என்ற கோரிக்கையோடு அந்நியர்களிடமிருந்து உங்களுக்குச் செய்திகள் வரக்கூடும். நீங்கள் அவர்களுடன் 'கனெக்ட்' ஆன பிறகு, அவர்கள் உங்களிடம் எதையேனும் விற்க முயற்சிப்பார்கள். இந்த வகையான நெட்வொர்க்கிங் தன்னலமானது. நெட்வொர்க்கிங் பற்றிய 'நெவர் ஈட் அலோன்' என்ற தன்னுடைய புத்தகத்தில், கீத் ஃபெராசி இவ்வாறு எழுதியுள்ளார்:

நெட்வொர்க்கிங் நமக்குப் பிடிக்காததற்குக் காரணம், 'நெட்வொர்க்கிங் தற்குறியை' நாம் கற்பனை செய்வதுதான்.

> *அந்நபர் தன்னுடைய ஒரு கையில் மார்ட்டீனியுடனும் இன்னொரு கையில் பிசினஸ் கார்டுகளுடனும் வலம் வருவார். தன்னுடைய விளக்கவுரை அவரிடம் தயாராக இருக்கும். யாரைத் தன் வலையில் விழ வைக்கலாம் என்று அவருடைய கண்கள் அலைபாயும். அவர் உண்மையற்றவராகவும், தன் இலக்கே குறி என்றும் இருப்பார். நீங்கள் அத்தகைய ஒருவராக ஆக விரும்ப மாட்டீர்கள்.*

நாம் எல்லோருமே இந்த நபரைச் சந்தித்திருக்கிறோம். அவரைப்போல ஆக நம்மில் யாருக்குமே விருப்பமில்லை. எனவே நாம் நெட்வொர்க்கிங்கைத் தவிர்க்கிறோம். ஏனெனில், பிறருடைய கண்களுக்கு நாம் இப்படித்தான் தெரிவோம் என்று நாம் அனுமானிக்கிறோம்.

உறவுகளின் முக்கியத்துவம் பற்றி ஒன்பதாம் அத்தியாயத்தில் நாம் பார்த்தோம். வாழ்க்கையின் பெரும் பகுதி மற்றவர்களுடன் ஓர் அர்த்தமுள்ள வழியில் தொடர்பு ஏற்படுத்திக் கொள்வதைப் பற்றியதாகும். மற்றவர்களோடு சேர்ந்து வேலை செய்யும்போது, அவர்கள் தங்களுடைய இலக்குகளை அடைய நாம் அவர்களுக்கு உதவுகிறோம், நாம் நம்முடைய இலக்குகளை அடைய அவர்கள் நமக்கு உதவுகிறார்கள். ஆர்வங்களும் விழுமியங்களும் முன்னோக்கும் ஒன்றிணையும்போது, சமூகங்கள் ஒரு மைய நோக்கத்தைச் சுற்றி உருவாகின்றன. மக்கள் ஒருவருக்கொருவர் ஆதரவாக இருக்கின்ற ஒரு சமூகத்தில், எல்லோராலும் தங்கள் வாழ்க்கைக்கான முன்னோக்கை நோக்கிச் செயல்பட முடியும்.

ஒரு சமூகத்தைக் கட்டியெழுப்புவது என்பது ஒரு பொதுவான நோக்கத்தைக் கொண்டுள்ள மக்களைக் கண்டுபிடிப்பதைப் பற்றியதாகும். எங்களுக்கு, சமூகம் என்றால் பரஸ்பர வளர்ச்சியை ஊக்குவிக்கின்ற உறவுகளைப் பிரக்ஞையோடு கட்டியெழுப்புவதாகும். உறவுகளை வளர்த்தெடுப்பது ஓர் இருவழிச் சாலையாகும். நாம் வெறும் ஒரு சில நிமிடங்களுக்கு முன் சந்தித்துள்ள ஒருவருடன், அவர்களால் நமக்கு என்ன ஆதாயம் கிடைக்கும் என்ற சிந்தனையோடு நாம் ஓர் உரையாடலில் ஈடுபடுவதில்லை. மாறாக, அவர்களுக்கு உதவ நம்மால் என்ன செய்ய முடியும் என்று நாம் சிந்திக்கிறோம்.

'எனக்கு எதற்காக ஒரு சமூகம் தேவை? மக்களைச்

சந்திப்பதில் எனக்கு விருப்பமில்லை. நான் புதிய இடங்களுக்குச் செல்ல விரும்பவில்லை. எனக்கு அது அசௌகரியமூட்டுகிறது,' என்று நீங்கள் நினைக்கக்கூடும். உண்மை என்னவென்றால், ஒரு சமூகத்தை எப்படி உருவாக்குவது என்பதைப் பற்றி நாள் முழுவதும் நம்மால் பேசிக் கொண்டிருக்க முடியும், ஆனால் அது ஏன் முக்கியம் என்பதை நாம் புரிந்து கொள்ளாவிட்டால், பிறகு 'எப்படி' என்பதால் எந்தப் பயனும் இல்லை. சரி, ஒரு சமூகத்தைப் பெற்றிருப்பது ஏன் மதிப்பு வாய்ந்தது?

மக்கள் எல்லாவற்றையும் 'தாங்களாகவே செய்ய' விரும்புவதால், உதவி கேட்பது மோசம் என்று அவர்கள் நினைக்கின்றனர். மைக்கேலின் மகள் நிக்கோல் தன்னுடைய இருபதுகளின் தொடக்கத்தில் இருந்தபோது, யாரும் அவருக்கு உதவ அவர் அனுமதிக்கவில்லை. நிக்கோல் தன்னுடைய வணிக மேலாண்மை பட்டப்படிப்பை முடித்தபோது, அவர் பல வலிமையான உறவுகளை வளர்த்தெடுத்திருந்தார், ஒருவருக்கொருவர் ஆதரவு காட்டிய நண்பர்கள் அடங்கிய ஒரு சமூகத்தை உருவாக்கியிருந்தார். அவருடைய நெருங்கிய தோழியான பெத் தன்னுடைய பட்டப்படிப்புக்குப் பிறகு ஒரு பெரிய ஆலோசனை நிறுவனத்தில் ஒரு வேலைக்கு விண்ணப்பித்தார். ஆனால் அந்நிறுவனம் அவரைத் தொடர்பு கொண்டபோது, பெத் ஏற்கனவே இன்னொரு வேலையில் சேர்ந்திருந்தார். ஆனால் அவர் அவர்களுக்கு உதவ விரும்பினார். எனவே, அவர் அந்நிறுவனத்திடம், "என்னுடைய நெருங்கிய தோழியான நிக்கோல் இந்த வேலைக்கு மிகவும் தகுதி வாய்ந்தவர். நீங்கள் அவரிடம் நேர்முகத் தேர்வு நடத்த வேண்டும் என்று நான் நினைக்கிறேன்," என்று கூறினார். மைக்கேலின் மகள் நிக்கோல் இப்போது அந்த நிறுவனத்தில்தான் வேலை பார்த்துக் கொண்டிருக்கிறார். அவர் தன் வேலையை மிகவும் நேசிக்கிறார். இங்கு நீங்கள் கவனிக்க வேண்டிய முக்கியமான விஷயம் என்னவென்றால், நிக்கோல் தகுதி வாய்ந்தவராக இல்லாதிருந்திருந்தால், அந்நிறுவனம் அவரை வேலைக்கு எடுத்துக் கொண்டிருக்காது. ஆனால் அவருடைய தோழி பெத் அவரைப் பரிந்துரைத்ததாலும், பெத்தை அந்நிறுவனத்தினருக்குப் பிடித்திருந்ததாலும், அந்த வேலையைப் பெறுவதற்கான ஒரு வாய்ப்பு நிக்கோலுக்குக் கிடைத்தது.

உங்களுடைய முயற்சியில் தாராளமாக நடந்து கொள்ளுங்கள்

கீத் ஃபெராசியுடனான என்னுடைய வலையொலிபரப்பு நேர்காணலில், நெட்வொர்க்கிங்கிற்கும் உண்மையான உறவுகளைக் கட்டியெழுப்புவதற்கும் இடையேயான இரண்டு முக்கியமான வேறுபாடுகளை அவர் பகிர்ந்து கொண்டார். ஒரு சமூகத்தை உருவாக்குவது இனியும் அடுத்தவர்களிடமிருந்து உங்களால் எதைப் பெற முடியும் என்பதைப் பற்றியது அல்ல. " 'என்னால் எதைக் கொடுக்க முடியும்?' என்பதைப் பற்றியது அது. இந்த நபருக்கு உங்களால் என்ன செய்ய முடியும்? நீங்கள் ஒருவரை எதிர்கொள்ளும்போது, அவரிடம் உண்மையுடன் நடந்து கொள்ளுங்கள், போலி வேடம் போடாதீர்கள். பச்சாதாபம், தொடர்பு ஆகியவற்றை வளர்த்தெடுப்பதிலிருந்து தொடங்குங்கள். நீங்கள் எவ்வளவு உண்மையாக நடந்து கொள்கிறீர்களோ, அந்த உறவு அவ்வளவு உண்மையானதாக இருக்கும்."

ஆடம் ஹேம்ஸ், தன்னுடைய நேரத்தையும் முயற்சியையும் தாராளமாகக் கொடுக்கின்ற ஒருவருக்கான ஓர் அற்புதமான எடுத்துக்காட்டாவார். பல ஆண்டுகளுக்கு முன், கட்டலீனா தீவில் ஒரு கடற்கரையில் ஒரு குடிலில், தன்னுடைய வாழ்நாள் கதாநாயகர்களில் இருவரான ஜீன் மைக்கேல் காஸ்டோ மற்றும் ரிச்சர்டு மர்ஃபியுடன் ஆடம் சில நாட்களைக் கழித்தார். ஜீன் மைக்கேல் காஸ்டோ மிகப் பிரபலமான ஆழ்கடல் ஆய்வாளர், சுற்றுச்சூழல் ஆர்வலர், மற்றும் கல்வியாளர் ஆவார். ரிச்சர்டு மர்ஃபி ஒரு கடல் சூழலியலாளர் ஆவார். அவர்களுடைய கப்பலில், மர்ஃபி, காஸ்டோவின் வலது கையாகச் செயல்பட்டார். அவர்கள் இருவருமே கடல் சூழலியல் பாதுகாப்பிற்காகப் போராடிக் கொண்டிருந்தனர். அவர்களுடைய முன்னோக்கு, சுற்றுச்சூழலைப் பாதுகாக்க வேண்டும் என்ற ஆடத்தின் முன்னோக்குடன் இசைவாக இருந்தது.

சுற்றுச்சூழல் பாதுகாப்பு குறித்து மக்களுக்கு விழிப்புணர்வு ஏற்படுத்துவதற்காகத் தாங்கள் உருவாக்கியிருந்த கல்வித் திட்டங்கள் பற்றிய கதைகளை அவர்கள் கூறியதை ஆடம் உன்னிப்பாகக் கேட்டார். "நாங்கள் முக்கியமாகக் குழந்தைகளுக்குக் கற்பிப்பதன்மீது கவனம் செலுத்துகிறோம். ஏனெனில், அவர்கள்தாம் நம்முடைய எதிர்காலம். உலகில் தீர்மானங்கள் மேற்கொள்ளும் பதவிகளில் இருப்பவர்களின்

குழந்தைகளுக்குக் கற்பிப்பதற்கான நிலையில் நாங்கள் எங்களை வைத்துக் கொண்டோம். ஏனெனில், நீங்கள் பெற்றோர்களுக்குப் பயிற்சியளிக்காவிட்டால், குழந்தைகள் தங்கள் வீட்டில் தாங்கள் விரும்புவதைச் செய்வதற்கான சுதந்திரம் அவ்வளவாக அவர்களுக்கு இருக்காது. நாங்கள் மெதுவாக மாற்றம் ஏற்படுத்திக் கொண்டிருக்கிறோம், ஆனால் போதிய அளவு பெரிய மாற்றங்களை இன்னும் நாங்கள் உருவாக்கிக் கொண்டிருக்கவில்லை," என்று அவர்கள் கூறினர்.

ஆடம் ஹேம்ஸின் ஆர்வம் தூண்டப்பட்டிருந்தது. "அப்படியானால், பெரியவர்களுக்குச் சுற்றுச்சூழல் கல்வி தேவை, இல்லையா? நகரங்களில் உள்ள இளம் தொழில்முறையாளர்களைக் குறி வைப்பதைப் பற்றிய யோசனை சில காலமாக எனக்கு இருந்து வந்துள்ளது. ஏனெனில், அவர்கள்தாம் கலாச்சாரத்தைச் செதுக்குகின்றனர். அது உதவும் என்று நீங்கள் நினைக்கிறீர்களா?" என்று ஆடம் கேட்டார். "ஆமாம், அது நிச்சயமாக உதவும் என்று நாங்கள் நினைக்கிறோம். மாற்றத்தை ஏற்படுத்துவதற்கான ஒரு சிறந்த வழியாக அது இருக்கும்," என்று அவர்கள் கூறினர்.

வேலைக்காக நகரங்களுக்கு இடம்பெயர்ந்து, தங்களுடைய அதே ஆர்வங்களைக் கொண்டிருந்த புதிய மக்களைச் சந்திக்க விரும்பிய இளைஞர்களையும் இளம்பெண்களையும் குறி வைக்கின்ற ஒரு இலாப நோக்கற்ற அமைப்பைக் கட்டியெழுப்ப வேண்டும் என்ற ஒரு முன்னோக்கு ஆடம் ஹேம்ஸுக்கு இருந்து வந்திருந்தது. இசை, மது, கேளிக்கை ஆகியவை அவர்களை ஒன்றிணைத்ததை அவர் அறிவார். சுற்றுச்சூழல் கல்வியை அவர் அந்தப் பட்டியலுக்குள் புகுத்த வேண்டியிருந்தது, அவ்வளவுதான். அவர் அப்போது தன்னுடைய இருபதுகளின் நடுவில் இருந்தார். இளம் தொழில்முறையாளர்கள் ஒருவரோடொருவர் தொடர்பு உருவாக்கிக் கொள்வதில் இன்பம் கண்டனர் என்பதை அவர் அறிந்திருந்தார்.

அவர் தன்னுடைய யோசனையைத் தன்னுடைய இரண்டு சூழலியல் கதாநாயகர்களோடு பகிர்ந்து கொண்டபோது, அவர்கள் அவரை ஊக்குவித்தனர். அதைத் தொடர்ந்து, அவர் தன் ஊரான டி மொயினுக்குத் திரும்பிச் சென்றார். அவர் தொடங்குவதற்குச் சிறிது காலம் பிடித்தது. 'அர்பன் அம்பாசெடர்கள்' என்ற பெயர் கொண்ட ஒரு இலாப நோக்கற்ற அமைப்பை அவர் உருவாக்கினார். இதற்கிடையே, தன்னுடைய வாழ்க்கைச் செலவுகளைச் சமாளிப்பதற்காக மூன்று பகுதிநேர வேலைகள் பார்த்தார். ஒரு சிறு இயக்குநர் குழுமத்தையும்

அவர் உருவாக்கினார். பிறகு அவர் ஒரு வலைத்தளத்தை நிறுவினார். டி மொயினில் மேற்கொள்ளப்பட்டுக் கொண்டிருந்த சுற்றுச்சூழல் பாதுகாப்புப் பணிகள் அனைத்தையும் அந்த வலைத்தளம் இணைத்தது. இச்சிறு முயற்சிகள் மற்றும் அவற்றை மேற்கொண்ட நிறுவனங்களை அந்த வலைத்தளம் படம்பிடித்துக் காட்டி, அவற்றை ஒரு பெரிய இயக்கமாக உருமாற்றியது. ஒரு பொதுவான இலக்கை நோக்கிச் செயல்பட அது அவர்களை ஒருங்கிணைத்தது. ஆடம் தன்னுடைய சமூகத்திற்கு தாராளமாகப் பங்களித்தார், தனக்கும் தன்னைச் சுற்றி இருந்தவர்களுக்கும் அவர் தொடர்புகளை உருவாக்கினார்.

ஒரு பொதுவான நோக்கத்தைக் கண்டுபிடியுங்கள்

எட்வர்டோ குவின்டெரோ குரூஸ், பரஸ்பர நன்மை பயக்கின்ற உறவுகளை வளர்த்தெடுப்பதன் முக்கியத்துவத்தைப் பற்றித் தன் தந்தையிடமிருந்து கற்றறிந்தார். அவர் ஒரு சிறுவனாக இருந்த காலத்திலிருந்தே, அவருடைய தந்தை மற்றவர்களோடு உரையாடியதை அவர் உன்னிப்பாக கவனித்தார். அவர் எப்போதுமே அவர்களுடைய உரையாடல்களால் கவரப்பட்டார். ஒரு நாள், அவர் தன் தந்தையிடம், "நீங்கள் ஏன் உங்களுடைய வாடிக்கையாளர்கள் மற்றும் நண்பர்களின் பிறந்தநாட்கள் குறித்தும் அவர்களுடைய குழந்தைகள் குறித்தும் இவ்வளவு அக்கறை காட்டுகிறீர்கள்?" என்று கேட்டார். "ஏனெனில், அவர்கள் எல்லோரும் மனிதர்கள். மனிதர்கள் முக்கியமானவர்கள்," என்று அவருடைய தந்தை பதிலளித்தார். அது ஒரு வெளிப்படையான பதில்தான், ஆனால் எல்லோரும் அவ்வழியில் சிந்திப்பதில்லை என்பதை எட்வர்டோ காலப்போக்கில் கற்றுக் கொண்டார்.

உறவுகளை வளர்த்தெடுப்பதற்கான இந்தக் கனிவான அணுகுமுறையை எட்வர்டோ வளர்ந்த பிறகும் கடைபிடித்தார். கூகுளில், அவரும் அவருடைய நண்பர்கள் சிலரும் தொடக்கத்தில் ஊழியர் வளக் குழு ஒன்றை உருவாக்கினர். இலத்தீன் அமெரிக்கர்களான அவரும் அவருடைய நண்பர்களும், தங்கள் நிறுவனத்தில் இருந்த பிற இலத்தீன் அமெரிக்க ஊழியர்களைத் தெரிந்து கொள்ளும் பொருட்டு அந்தக் குழுவை உருவாக்கினர். கூகுளில் ஒரு இலட்சத்திற்கும் அதிகமான ஊழியர்கள் இருந்ததால், ஒருவரையொருவர் தெரிந்து கொள்வது கடினமாக இருந்தது. ஊழியர் வளக் குழு அவர்களுக்கிடையே தொடர்பு ஏற்படுத்திக் கொடுத்தது.

"தொடக்கத்தில், மக்களுடன் தொடர்பு கொள்வதுதான் இலக்காக இருந்தது. பின்னர் அது ஒரு மாபெரும் குழுவாக மாறி மக்களைப் பிணைத்ததோடு மட்டுமல்லாமல், தங்கள் தொழில்வாழ்க்கையில் முன்னேற விரும்பியவர்களுக்கு வாய்ப்புகளையும் உருவாக்கிக் கொடுத்தது," என்று எட்வர்டோ கூறினார்.

அக்குழு, உலகம் நெடுகிலும் ஆயிரக்கணக்கான உறுப்பினர்களுடன் ஒரு சமூகமாக வளர்ந்துள்ளது. ஒன்றிணைந்து செயல்படுவதற்காகச் சந்திப்புக்கூட்டங்களையும், கற்றுக் கொள்வதற்காகக் கருத்தரங்குகளையும் அவர்கள் நடத்துகின்றனர். நிறுவனத்தில் கீழ் நிலையில் உள்ள மக்களுக்கும், நிறுவனத்திற்கு உள்ளேயே வேறு வேலைகள் தேடுவோருக்கும் அவர்கள் வாய்ப்புகளை வழங்குகின்றனர். குறிப்பாக, அமெரிக்கா நெடுகிலும் மற்றும் உலகம் நெடுகிலும் உள்ள இலத்தீன் அமெரிக்கர்களுக்கு அவர்கள் ஆதரவு வழங்குகின்றனர். 'மரியா' சூறாவளி புவர்ட்டோ ரிக்கோவின் பல பகுதிகளைத் தாக்கிச் சீரழித்தபோது, அவர்கள் ஒரு தன்னார்வக் குழுவை அம்மக்களின் உதவிக்காக அங்கு அனுப்பி வைத்தனர். எட்வர்டோவைப் பொறுத்தவரை, இக்குழு ஒரு நற்பணிக் குழுவாக ஆவதைக் காண்பதிலிருந்து அவர் மனநிறைவைப் பெறுகிறார்.

மற்றவர்களுக்கு வாய்ப்புகளை உருவாக்கிக் கொடுங்கள்

ஒரு சமூகம் என்பது ஓர் இருவழிச் சாலை என்பதை நினைவில் கொள்ளுங்கள். வாழ்வில் சில நேரங்களில், நீங்கள் தங்குவதற்கு ஓர் இடத்தையோ அல்லது வாழ்க்கை நடத்துவதற்கு ஒரு வேலையையோ உங்களுக்கு வழங்குவதன் மூலம் யாரேனும் உங்களுக்கு உதவக்கூடும். உங்களுக்கு வாய்த்திருப்பது போன்ற உறவுகள் எதுவும் வாய்த்திராத மக்களுக்கும், சமுதாயத்தில் விளிம்பு நிலையில் உள்ள மக்களுக்கும் நீங்கள் அந்த உதவியைச் செய்யுங்கள்.

மோசஸ் பெசீஹா ஒரு பெரிய கூட்டுக் குடும்பத்தில் வளர்ந்தார். நண்பர்கள் பலர் அவருடைய வீட்டுக்கு அடிக்கடி வந்து போயினர். "நாங்கள் வளர்ந்து வந்த காலத்தில், நாங்கள் எல்லாவற்றையும் பகிர்ந்து கொள்ள வேண்டியிருந்தது. பற்றாக்குறை மட்டும் அதற்குக் காரணமல்ல. மாறாக, நட்புறவுகளையும் இணக்கத்தையும் வளர்த்தெடுப்பதற்கான ஒரு வழியாகவும் அது இருந்தது," என்று மோசஸ் கூறினார். அவர் தன்னுடைய உயர்நிலைப் பள்ளியில் ஒய்எம்சிஏ

அமைப்பில் சேர்ந்து தன்னார்வத் தொண்டாற்றினார். ஒவ்வொரு ஞாயிறன்றும், அவருடைய குடும்பத்தினர் தங்களுடைய தேவாலய உறுப்பினர்கள் அனைவருக்கும் மதிய உணவு வழங்கினர். மோசஸின் பெற்றோர் தங்கள் வேலை காரணமாக அதிகமாகப் பயணித்ததால், மற்றவர்களிடமிருந்து உதவி கேட்பதற்கு மோசஸ் கற்றுக் கொள்ள வேண்டியிருந்தது. அவருடைய சமூகத்தினர் அவருக்குத் தேவையானவற்றைச் செய்தனர். அவருடைய உறவுகள் பரஸ்பர நன்மை பயப்பவையாக இருந்தன. அங்கு ஏராளமான கொடுக்கல்-வாங்கல் நிகழ்ந்தது. உதவி செய்ய எல்லோரும் எப்போதும் தயாராக இருந்தனர்.

இந்த மனப்போக்கு, மோசஸ் தன் வீட்டைவிட்டு வெளியேறி, கல்லூரிக்குச் சென்ற பின்னும் தொடர்ந்தது. அவருடைய கல்லூரியில் யாருக்கெல்லாம் உதவி தேவைப்பட்டதோ, அவர்களுக்கு அவர் உதவினார். அவர் தன்னுடைய இருபதுகளின் நடுவில் இருந்தபோது, தன்னுடைய கல்லூரித் தோழர் ஒருவருடன் சேர்ந்து 'கான்ஷியஸ் கனெக்ட்' என்ற ஓர் அமைப்பைத் தொடங்கினார். அந்த அமைப்பு, பொருளாதாரரீதியாக நலிந்த நிலையில் இருந்த மாணவர்களுக்கு வாய்ப்புகளை வழங்குகிறது. கல்வி, கலாச்சாரம், ஆரோக்கியம், பாதுகாப்பு ஆகியவற்றில் குழந்தைகளின் சமத்துவத்திற்காக அது போராடுகிறது. அமெரிக்காவில் பல பகுதிகளில் ஒவ்வொரு முந்நூறு குழந்தைகளுக்கு ஒரே ஒரு புத்தகம் மட்டுமே இருக்கின்ற நிலை நிலவுகிறது. அந்தப் 'புத்தகப் பாலைவனங்களை', 'புத்தகச் சோலைகளாக' மாற்றுவதற்கு நிதி திரட்டி அந்த அமைப்பு உதவிக் கொண்டிருக்கிறது. 2015-ம் ஆண்டிலிருந்து, ஒஹையோவிலுள்ள கிரேட்டர் மயாமி வேல்லி பகுதியில் அறுபதாயிரத்திற்கும் அதிகமான புத்தகங்களை அந்த அமைப்பு வழங்கியுள்ளது.

ஒஹையோவிலுள்ள ஸ்பிரிங்ஃபீல்ட் நகரில் குழந்தைகள் விளையாடுவதற்குப் பூங்காக்கள் இல்லாததை மோசஸ் தெரிந்து கொண்டபோது, அவர் வாயடைத்துப் போனார். "அடுத்த இரண்டு ஆண்டுகளுக்குள் இங்கு ஒரு பூங்கா உருவாவதை உறுதி செய்யத் தேவையான எல்லாவற்றையும் நான் செய்யப் போகிறேன்," என்று அவர் தனக்குள் கூறிக் கொண்டார். உங்களுக்கு ஏதேனும் ஓர் ஆழ்விருப்பம் இருந்து, அது மெய்யாவதைப் பார்க்க நீங்கள் உண்மையிலேயே விரும்பினால், உங்களுடைய சமூகத்தின் பக்கம் திரும்புங்கள். ஒரு வித்தியாசத்தை ஏற்படுத்துவது என்பது 'உலகத்தை

மாற்றுவதைப்' பற்றியதாக இருக்க வேண்டியதில்லை. "உங்கள் சமூகத்திலும், நீங்கள் வசிக்கும் பகுதியிலும் இருக்கின்ற பிரச்சனைகளைப் பற்றிச் சிந்தியுங்கள். சரியான நபர்களைக் கண்டுபிடியுங்கள். "நான் எதையும் தனியொருவனாகச் செய்வதில்லை. என் மண்டைக்குள் ஏதேனும் ஒரு யோசனை முளைத்தால், நான் அதில் ஈடுபடுத்த விரும்புகின்ற இரண்டு அல்லது மூன்று நபர்களை நான் உடனடியாக அடையாளம் கண்டுகொள்வேன். பிறகு நான் அந்த யோசனையை முன்னின்று செயல்படுத்துவேன். அவர்கள் எனக்கு உதவியும் ஆதரவும் நல்குவார்கள் என்பதை நான் அறிவேன்," என்று மோசஸ் கூறினார். ஒரு குறிப்பிட்ட வேலையில் திறமை படைத்த மக்களையும், ஒரு குறிப்பிட்ட நோக்கம் குறித்து ஆழ்விருப்பம் கொண்டவர்களையும் கண்டுபிடிப்பதன் மூலம், அவர்கள் மற்றவர்களுக்குச் சேவை செய்வதற்கான வாய்ப்புகளை மோசஸ் உருவாக்குகிறார்.

சேவகர் தலைமைத்துவம்

நீங்கள் உங்களை ஒரு தலைவராகப் பார்க்காவிட்டால்கூட, சமூகத்தை உருவாக்குவதன் ஓர் அம்சத்திற்குத் தலைமைத்துவம் தேவைப்படுகிறது. மற்றவர்களிடமுள்ள சிறந்தவற்றை வெளியே கொண்டுவந்து, அதன் ஊடாக ஒரு சமூகத்தை உருவாக்குகின்ற மக்கள்தாம் தலைவர்கள் என்று மைக்கேலும் நானும் கருதுகிறோம். ஒரு தலைவர் என்ற முறையில் உங்களுடைய வெற்றி உண்மையில் உங்களைப் பற்றியதே அல்ல. மாறாக, உங்களைச் சுற்றி இருக்கின்ற மக்களுடன் இணைந்து வேலை செய்வதன் மூலம் சமூக நலனுக்கு உங்களால் என்ன செய்ய முடியும் என்பதைப் பற்றியதே அது.

ஒரு தலைவராக நான் யாரை மிகவும் போற்றுகிறேன் என்று மக்கள் என்னிடம் அடிக்கடிக் கேட்கின்றனர். அக்கேள்விக்கு என்னுடைய பதில் எப்போதும் ஒன்றுதான்: ஆலன் முலாலி. போயிங் மற்றும் ஃபோர்டு நிறுவனங்களின் முன்னாள் தலைமைச் செயற்குழு அதிகாரியான அவர், 'இணைந்து வேலை செய்கின்ற' நேர்மறையான கலாச்சாரங்களை உருவாக்கினார், செத்துக் கொண்டிருந்த நிறுவனங்களை மீண்டும் தழைக்கச் செய்தார். அவர் ஓர் அருமையான மனிதர். அவர் விளைவுகளில் உறுதியான பிடிப்பு கொண்டிருப்பவர், தன்னுடைய விழுமியங்களை விட்டுக்கொடுக்காதவர், மக்களை அல்லது கலாச்சாரத்தைச் சிறுமைப்படுத்துகின்ற நடத்தையைச் சகித்துக் கொள்ளாதவர்.

செப்டம்பர் 11 நிகழ்வுக்குப் பிறகு ஏற்பட்டப் பொருளாதாரச் சீர்குலைவிலிருந்து 'போயிங் வர்த்தக விமானங்கள்' நிறுவனத்தை ஆலன் காப்பாற்றினார். அடுத்த ஐந்து ஆண்டுகளில், கூட்டு முயற்சிக்கும் ஆரோக்கியமான வேலைக் கலாச்சாரத்திற்குமான ஒரு முன்மாதிரி நிறுவனமாக அவர் அந்நிறுவனத்தை மாற்றினார். 2006-ல், ஃபோர்டு மோட்டார் நிறுவனத்திடமிருந்து அவருக்கு ஓர் அழைப்பு வந்தது. அவர்களுக்கு அவருடைய உதவி தேவைப்பட்டது. ஃபோர்டு நிறுவனம் கிட்டத்தட்ட திவாலாகியிருந்தது. அவர்கள் மீண்டும் தலைதூக்குவதற்கு அவர்களுக்கு ஓர் அதிசயம் தேவைப்பட்டது.

ஃபோர்டு நிறுவனத்தின் உண்மையான நிலையைப் பற்றி அதன் தலைவரான பில் ஃபோர்டு ஆலனிடம் நேர்மையாக எடுத்துரைத்தார். தன்னை ஒரு சிறந்த தலைவராகக் காட்டிக் கொள்ள அவர் முயற்சிக்கவில்லை. அவர் தன்னுடைய அகங்காரத்தை ஒதுக்கி வைத்துவிட்டு, தன்னுடைய நிறுவனத்தின் தலையெழுத்தை மாற்றித் தரும்படி ஆலனிடம் அவர் கோரினார். பில்லின் வெளிப்படையான பேச்சும் பொறுப்புணர்வும் ஆலனுக்கு மிகவும் பிடித்துப் போயின. ஆலன் அந்த மனப்போக்கை அந்நிறுவனம் நெடுகிலும் ஊடுருவச் செய்ய விரும்பினார். அந்நிறுவனத்தின் ஊழியர்களுக்கு அவர் இரண்டு இலக்குகளை மட்டுமே நிர்ணயித்தார்: நேர்மை மற்றும் பொறுப்புடைமை. ஒவ்வோர் ஊழியரையும் அவர் அந்த மீட்புப் பணியில் ஈடுபடுத்தத் திட்டமிட்டார். ஏனெனில், ஃபோர்டு நிறுவனத்தை அதலபாதாளத்திலிருந்து வெளியே கொண்டு வருவதற்கு எல்லோருடைய ஒத்துழைப்பும் அர்ப்பணிப்பும் தேவைப்பட்டன.

ஆலன் அந்நிறுவனத்தைக் கவனமாக அவதானித்தார், ஃபோர்டின் போட்டியாளர்களை ஆய்வு செய்தார், ஹென்ரி ஃபோர்டு முதன்முதலில் நிர்ணயித்த விழுமியங்களுக்குத் திரும்பிச் சென்றார். மிக முக்கியமாக, ஆலன் கேள்விகள் கேட்டார். அவர் அந்நிறுவனத்தின் தலைமை நிர்வாக அதிகாரியாக இருந்தபோதிலும், அவரிடம் எல்லா விடைகளும் இருக்கவில்லை. அந்நிறுவனத்தின் ஊழியர்கள் ஒவ்வொருவரின் உள்ளீடும் அவருக்குத் தேவைப்பட்டது. "பணிவுக்கு நேரெதிரானது அகங்காரம். அது ஒரு நச்சு. ஏனெனில், அகங்காரம், உங்களுக்கு எல்லா விடைகளும் தெரியும் என்றும், மற்றவர்களுக்குக் கட்டளைகள் பிறப்பிப்பதற்குத்தான் நீங்கள் அங்கு இருக்கிறீர்கள் என்றும் உங்களை நினைக்க வைக்கிறது. ஆனால், எல்லா நேரங்களிலும்

உங்களுக்கு எல்லா விடைகளும் தெரிந்திருக்காது. நீங்கள் உங்கள் ஊழியர்களிடம் கேள்விகள் கேட்க வேண்டும், அவர்களுக்குக் கட்டளையிடுவதற்குப் பதிலாக விஷயங்களை அவர்களிடமிருந்து தெரிந்து கொள்வதற்கு ஆர்வம் காட்ட வேண்டும். இது மிகவும் முக்கியம்.

ஆலன் இறுதியில் ஒரு விரிவான செயற்திட்டத்தை உருவாக்கி, தன்னுடைய முன்னோக்கை அந்நிறுவனத்தினருடன் பகிர்ந்து கொண்டார். அவருடைய குழு அத்திட்டத்திற்குப் பங்களித்தது. ஆலன் அவர்களுடனும் அந்நிறுவனத்தின் வாடிக்கையாளர்களுடனும் கருத்துகளைப் பரிமாறிக் கொள்வதை ஒருபோதும் நிறுத்தவில்லை. அவர் அவர்களை உற்சாகப்படுத்தி வழிநடத்தினார். ஃபோர்டின் வெற்றிக்காக அவர் போராடினார், அதன் மாற்றத்தைப் பற்றிப் பொதுவெளியில் நேர்மறையாகப் பேசினார். ஃபோர்டின்மீது ஆலன் நம்பிக்கை வைத்திருந்ததால், அந்த ஒட்டுமொத்த நிறுவனமும் அதை நம்பத் தொடங்கியது. விரைவில், அமெரிக்காவும் அந்நிறுவனத்தை நம்பத் தொடங்கியது. வெறும் மூன்று ஆண்டுகளில், திவாலாகும் நிலையிலிருந்த ஃபோர்டு மோட்டார் நிறுவனத்தை, ஆண்டொன்றுக்கு 2.7 பில்லியன் டாலர்கள் இலாபம் ஈட்டிய ஒரு நிறுவனமாக ஆலன் மாற்றினார். அதற்கு இரண்டு ஆண்டுகளுக்குப் பிறகு, உலகின் மிகவும் இலாபகரமான கார் உற்பத்தி நிறுவனமாக ஃபோர்டு உயர்ந்தது.

ஒரு நல்ல தலைவராக இருத்தல் என்றால், உங்களைச் சுற்றி இருக்கின்ற மக்களிடம் நீங்கள் நம்பிக்கை கொள்ள வேண்டும், அவர்களோடு சேர்ந்து வேலை செய்யக் கற்றுக் கொள்ள வேண்டும் என்பதை ஆலன் கற்றுக் கொண்டார். "தலைவர்கள் தங்கள் நிறுவனத்தின் கலாச்சாரத்திற்கான அடித்தளத்தை அமைக்கின்றனர். நீங்கள் செய்கின்ற வேறு எதுவொன்றைவிடவும், நீங்கள் ஒரு மனிதர் என்ற முறையில் எத்தகையவராக இருக்கிறீர்கள் என்பதுதான் உங்கள் தலைமைத்துவம் சிறப்பாக அமைவதற்கு இன்றியமையாததாக இருக்கிறது என்பது நான் கண்டறிந்துள்ள மிக முக்கியமான விஷயமாகும்," என்று ஆலன் கூறினார். "மக்களுடன் சேர்ந்து வேலை செய்வது எப்படி என்பதை நீ கற்றுக் கொண்டால், உன்னால் ஒரு மிகப் பெரிய அளவில் தாக்கம் ஏற்படுத்த முடியும்," என்று தன்னுடைய சிறு வயதில் தன்னுடைய தாயார் தன்னிடம் கூறியதாக ஆலன் குறிப்பிட்டார்.

ஒரு மாபெரும் தலைவரின் மையப் பண்புநலன்களை ஆலன் வெளிப்படுத்துகிறார். அவர் நம்பகமானவர்,

மனிதாபிமானம் கொண்டவர், சாதனைகளைப் படைக்க விரும்புபவர், மற்றும் தொடர்ந்து கற்றுக் கொண்டிருப்பவர். அவர் அசாதாரணமான விளைவுகளை உற்பத்தி செய்வதோடு மட்டுமல்லாமல், எல்லோரும் அதில் பங்களிக்கும்படி செய்வதிலும் அவர் வல்லவராக இருக்கிறார். அந்த வகையான சேவகர் தலைமைத்துவத்தைத்தான் மைக்கேலும் நானும் சுவீகரிக்கிறோம்.

பொறுப்பேற்றுக் கொள்ளுங்கள்

ஒரு முன்னோக்கிற்கு உயிர்கொடுப்பதற்கு ஓர் ஒட்டுமொத்தச் சமூகமும் தேவைப்படுகிறது. யாரும் தனியொருவராக வேலை செய்வதில்லை. நம்முடைய சிந்தனையை ஒத்தச் சிந்தனையைக் கொண்டுள்ள மக்களின் உதவி நமக்குத் தேவை. பதிலுக்கு நாம் அவர்களுக்கு உதவ வேண்டும். "மக்கள் எந்த உலகைப் படைக்க உதவுகிறார்களோ, அந்த உலகை அவர்கள் ஆதரிக்கிறார்கள்," என்று டேல் கார்னகி நிறுவனத்தில் நாங்கள் கூறுகிறோம். நாம் சேர்ந்து வேலை செய்யும்போது, அதிலிருந்து வருகின்ற வலிமைக்கும் தாக்கத்திற்கும் மாற்று எதுவும் இல்லை.

கொள்கை

மற்றவர்களுடனான ஒரு பொதுவான நோக்கத்தைக் கண்டுபிடியுங்கள்.

செயல்முறை நடவடிக்கைகள்

- *இப்போது உங்கள் வாழ்வில் உள்ள மக்களைப் பற்றிச் சிந்தியுங்கள்.* உங்களுடைய அதே முன்னோக்குகளையும் விழுமியங்களையும் கொண்டுள்ளவர்கள் யார்? நீங்கள் இருவரும் உங்களுடைய முன்னோக்குகளை அடைவதற்குப் பரஸ்பரம் ஒருவருக்கொருவர் எவ்வாறு உதவ முடியும்?
- *உங்களுடைய நேரத்தை தாராளமாகச் செலவிட ஒரு திட்டத்தை உருவாக்குங்கள்.* உங்களுடைய முன்னோக்கையும் மற்றவர்களுடைய முன்னோக்குகளையும் நனவாக்குவதற்கு உங்களால் எவ்வளவு நேரத்தைச் செலவிட முடியும்?
- *மற்றவர்களுக்கு வாய்ப்புகளை உருவாக்கிக் கொடுங்கள்.* மக்கள் தங்களுடைய இலக்குகளை அடைவதற்கு அவர்களுக்கு உங்களால் எவ்வாறு உதவ முடியும்? அவர்களுடைய வாழ்க்கையின் போக்கை ஒரு நல்ல வழியில் மாற்றக்கூடிய யாரையெல்லாம் உங்களால்

அவர்களுக்கு அறிமுகப்படுத்தி வைக்க முடியும்?

- **பரஸ்பர வளர்ச்சியை ஊக்குவிக்கின்ற ஒரு சமூகத்தை உருவாக்குங்கள்.** உங்களுடைய நண்பர்கள் குழுவைப் பற்றிச் சிந்தியுங்கள். அவர்கள் உங்கள் இலக்குகளை ஆதரிக்கிறார்களா? அவர்கள் தங்களுக்கென்று முன்னோக்குகளைக் கொண்டிருக்கின்றனரா அல்லது வாழ்க்கையை ஓட்டிக் கொண்டிருக்கின்றனரா? அவர்கள் வெறுமனே வாழ்க்கையை ஓட்டிக் கொண்டிருக்கின்றனர் என்றால், உங்கள் இலக்குகளுடனும் விழுமியங்களுடனும் இசைவாக இருக்கின்ற சமூகங்கள், சமுதாயக் குழுக்கள், அல்லது அமைப்புகளைக் கண்டுபிடியுங்கள். உங்கள் வளர்ச்சிக்கு ஆதரவளிக்கக்கூடிய மக்களுடன் இணைந்து செயல்படுங்கள்.

அத்தியாயம் 17

உலகில் ஒரு வித்தியாசத்தை ஏற்படுத்துங்கள்

தன்னலமின்றி மற்றவர்களுக்குச் சேவை செய்கின்ற அந்த அரிய நபருக்கு உலகில் ஏராளமான அனுகூலங்கள் இருக்கின்றன.

– டேல் கார்னகி

“வாழ்க்கையை உன்னால் முடிந்த அளவு சிறப்பாகப் பயன்படுத்திக் கொள். யாரும் அதிலிருந்து உயிரோடு வெளியேறுவதில்லை என்பதை நினைவில் கொள்,” என்று என் தந்தை கூறுவார். அவர் கூறியது சரிதான். ஒவ்வொரு நாளும், புதிய மகிழ்ச்சி, தொடர்பு, பங்களிப்பு, அர்த்தம் ஆகியவற்றுக்கான சாத்தியக்கூறைத் தன்னகத்தே கொண்டுள்ளது. ஒவ்வொரு நாளும் கடந்து செல்லும்போது, குறைவான நாட்களே நமக்கு எஞ்சுகின்றன. இதை நான் ஓர் எதிர்மறையான அர்த்தத்தில் கூறவில்லை. அது ஓர் உண்மைக் கூற்று, அவ்வளவுதான். என்றோ ஒரு நாள் நாம் இங்கிருந்து போய்விடுவோம் என்பதை அது நமக்கு நினைவுபடுத்துகிறது. நம்மிடம் உள்ள நேரத்தை நாம் எவ்வாறு பயன்படுத்த விரும்புகிறோம்? நாம் இங்கு வந்தபோது இருந்ததைவிடச் சிறந்ததோர் இடமாக இவ்வுலகை மாற்றிவிட்டுப் போக விரும்புகிறோமா? உலகத்தின்மீதும் நம்மைச் சுற்றி இருக்கின்ற மனிதர்கள்மீதும் நாம் எத்தகைய தாக்கம் ஏற்படுத்த விரும்புகிறோம்?

இதுவரை, நம்முடைய மன உறுதிக்கு வலுவூட்டுவது, நம்முடைய எண்ணங்களையும் உணர்ச்சிகளையும் கையாள்வது, அதிகத் துணிச்சலையும் மீள்திறனையும் வளர்த்துக் கொள்வது,

மற்றவர்களுடன் வலுவான உறவுகளை வளர்த்துக் கொள்வது ஆகியவற்றின்மீது நாம் கவனம் செலுத்தி வந்துள்ளோம். ஒரு நோக்கத்துடன்கூடிய ஒரு வாழ்க்கையை வாழ்வது என்பதற்கு என்ன அர்த்தம் என்பதன்மீது இப்போதுதான் நாம் கவனம் செலுத்தத் தொடங்கியுள்ளோம். இனி, வாழ்வில் ஓர் உண்மையான வித்தியாசத்தை ஏற்படுத்துவதைப் பற்றி நாம் பேசலாம். நம்மில் பெரும்பாலானோர் அதைச் செய்வது குறித்துக் கனவு காண்கிறோம். இவ்வுலகை ஒரு சிறந்த இடமாக ஆக்குகின்ற ஏதேனும் ஒன்றை நாம் செய்ய விரும்புகிறோம். ஆனால் அதற்கு, முதலில் நாம் பொறுப்பேற்க வேண்டும். பொறுப்பு என்பது ஒரு கனமான சொல்லாக இருக்கக்கூடும், ஆனால் நம் பெயர் சொல்லும்படியாக ஒன்றை விட்டுச்செல்வது பொறுப்பு இல்லாமல் சாத்தியப்படாது.

யுவான் பாப்லோ ரொமேரோ ஃபுவான்டெஸ், குவாத்தமாலாவில் தன்னுடைய குழந்தைப்பருவம் வேதனைகரமானதாக இருந்ததாக விவரிக்கிறார். அவருடைய நண்பர்கள், போதைப் பொருட்களுக்கும் தாக்குதல்களுக்கும் குழு வன்முறைக்கும் அடிமைப்பட்டுக் கிடந்த குடும்ப உறுப்பினர்கள் சூழ வளர்ந்தனர். யுவானின் நண்பர்கள் குழு வன்முறையில் ஈடுபட விரும்பவில்லை. அவர்கள் கால்பந்து விளையாட்டுக்காரர்களாக ஆக விரும்பினர், பணம் சம்பாதித்துத் தங்களுடைய குடும்பத்தினரையும் நண்பர்களையும் கவனித்துக் கொள்ள விரும்பினர், ஒரு நல்ல வாழ்க்கையை வாழ விரும்பினர். ஆனால் அந்த வகையான வாழ்க்கையை உருவாக்குவதற்குத் தேவையான வளங்கள் அவர்களிடம் அவ்வளவாக இருக்கவில்லை. அவர்களைப் பாதுகாப்பாக வைத்திருப்பதற்கு அவர்களுக்கு யாரும் இல்லாததால், தெருக்கள் அவர்களுடைய விளையாட்டுத் திடல்களாக ஆயின.

யுவானின் குடும்பத்தாரிடம் பெரிதாக எதுவும் இருக்கவில்லை, ஆனால் ஒரு நிலையான அடித்தளத்தை உருவாக்கப் போதுமான வசதி இருந்தது. யுவானின் தந்தை ஓர் ஆசிரியராக இருந்தார், அவருடைய தாயார் ஒரு மதபோதகராக இருந்தார். அவர்கள் தங்கள் குழந்தைகளிடத்தில் விழுமியங்களை விதைத்தனர். யுவானைக் கவனித்துக் கொள்ள எப்போதும் யாரேனும் இருந்தனர், பசித்தால் சாப்பிடுவதற்கு அவருக்கு எப்போதும் உணவு இருந்தது. ஆனால் அவருடைய நண்பர்களுக்கு அந்த நல்வாய்ப்பு அமையவில்லை. யுவான் ஒரு கல்லூரியில் சேர்ந்தார், ஆனால் விரைவிலேயே அவர் அங்கு மிகவும் திக்குமுக்காடிப்

அவர்களுக்குக் கல்வி கற்றுக் கொடுப்பதற்கு முன், அவர்களுடைய சில அடிப்படைத் தேவைகள் நிறைவேற்றப்பட்டாக வேண்டியிருந்ததை யுவான் தெரிந்து கொண்டார். அக்குழந்தைகள் தினமும் போதிய உணவு கிடைக்காமல் பசியை எதிர்த்துப் போராடிக் கொண்டிருந்தனர். வீட்டில் அவர்களுக்கு ஒரு வேளை சாப்பாடு சமைத்துத் தருவதற்கு நம்பகமான பெற்றோர்களோ அல்லது உறவினர்களோ அவர்களுக்கு இருக்கவில்லை. எனவே, எப்படி உணவுப் பொருட்களை வாங்கிச் சமைப்பது, எப்படிப் பாத்திரங்கள் கழுவுவது போன்றவை உள்ளிட்ட வாழ்க்கைத் திறமைகளை யுவான் அவர்களுக்குக் கற்றுக் கொடுத்தார். அக்குழந்தைகள் கலையின்மீது கவனம் செலுத்தினர். அது, அவர்களுடைய படைப்பாற்றலைக் கட்டவிழ்த்தது, ஒரு சுதந்திர உணர்வை அவர்களுக்குக் கொடுத்தது. அவர்கள் பாடல்களை ஒலிக்கவிட்டுக் கேட்டனர், ஓவியங்கள் வரைந்தனர், கவிதைகள் படித்தனர், நடனமாடக் கற்றனர். பின், ஒரு விதமான சாதனையுணர்வையும் மகிழ்ச்சியையும் உணர்ந்த பிறகு, அவர்கள் கல்வி கற்கத் தொடங்கினர்.

ஆறு மாதங்களுக்குப் பிறகு, யுவானின் பள்ளிக்கூடம் நிரம்பி வழிந்தது. அதைத் தொடர்ந்து, ஒரு தன்னார்வலர் யுவானின் உதவிக்கு வந்தார். அவர்கள் நிதி திரட்டத் தொடங்கினர். பிறகு, அனைத்து மாணவர்களுக்கும் இடம் இருக்கின்ற ஒரு பள்ளிக் கட்டடத்தை அவர்கள் தேடினர். “எப்போதும் உங்களுடைய முன்னோக்கை எடுத்துரைப்பதைப் பற்றியது அல்ல அது. மாறாக, மற்றவர்கள் கூறுவதைக் காது கொடுத்துக் கேட்பதும், அவர்களுடைய தேவைகளைக் கேட்டறிவதும் ஆகும்,” என்று யுவான் கூறினார். அடுத்த எட்டு ஆண்டுகளின் ஊடாக, அவரும் அவருடைய ஊழியர்களும் சேர்ந்து ஒரு பாடத்திட்டத்தை உருவாக்கி, அந்தப் பள்ளியை ‘எல் பட்டோஜிஸ்மோ’ என்ற ஓர் அமைப்பாக வளர்த்தெடுத்தனர். தொழில்நுட்பத் திறன்கள், கல்வித் திறன்கள், உறவாடல் திறன்கள் ஆகியவை, சமுதாயத்தின் விளிம்பு நிலையில் உள்ள இளம் குழந்தைகளுக்குக் கிடைக்க அந்த அமைப்பு உதவுகிறது. அவருடைய பணிக்காக, வருடாந்திர ‘சிஎன்என் ஹீரோஸ் டிவி ஸ்பெஷல்’ என்ற நிகழ்ச்சியில், 2014-ம் ஆண்டின் தலைசிறந்த 10 ஹீரோக்களில் ஒருவராக யுவான் பரிந்துரைக்கப்பட்டார்.

தான் செயலில் இறங்க உத்வேகமளித்தது அந்தக் குழந்தைகள்தாம் என்று யுவான் கூறுகிறார். “தாங்கள் பசியோடு இருந்ததாகவும், தாங்கள் பயந்து போயிருந்ததாகவும், தாங்கள் தங்களுடைய பெற்றோரால்

அடித்துத் துன்புறுத்தப்பட்டதாகவும், தாங்கள் தெருக்களில் வசித்ததாகவும், தாங்கள் எதுவுமே சாப்பிட்டிருக்கவில்லை என்றும் அக்குழந்தைகள் கூறியதைக் கேட்டபோது என் இதயம் சுக்குநூறாக நொறுங்கியது, பச்சாதாபத்தால் அல்ல, மாறாக, கோபத்தால். கோபமும் அன்பும் என்னை உந்தித் தள்ளின. தங்களுடைய துயரங்களைப் போக்குவதற்கு என்னால் ஏதேனும் உதவி செய்ய முடியும் என்ற எதிர்பார்ப்போடு அவர்கள் தங்கள் வேதனையை என்னிடம் கொண்டு வந்ததன் மூலம் அவர்கள் எனக்கு நம்பிக்கையூட்டினர்."

உலகை ஒரு சிறந்த இடமாக ஆக்குவதை ஓர் எளிய நோக்கத்துடன் தொடங்கலாம். தான் ஒரு தலைவராக ஆகி, சர்வதேச அளவில் கவனத்தை ஈர்க்கக்கூடிய ஓர் அமைப்பை உருவாக்கும் நோக்கத்துடன் யுவான் தன் பணியைத் தொடங்கியிருக்கவில்லை. தன்னுடைய வாழ்க்கை மற்றவர்களுக்கு நன்மை பயப்பதாகவும், ஓர் ஆழமான, நீடித்தத் தாக்கம் ஏற்படுத்துவதாகவும் இருக்க வேண்டும் என்பதே அவருடைய நோக்கமாக இருந்தது. இன்று அவருடைய பணி அவருக்கு மகிழ்ச்சியையும் மனநிறைவையும் கொடுக்கிறது. அவர் தன் வாழ்வின் இறுதியில், தன் சமூகத்திலுள்ள மக்களுக்குத் தான் ஒரு வித்தியாசத்தை ஏற்படுத்தியிருப்பதை அறிவார்.

நம்முடைய வாழ்க்கையை அர்த்தமுள்ளதாக ஆக்க நம்மால் என்ன செய்ய முடியும்? நியூயார்க் டைம்ஸ் விமர்சகரான டேவிட் புரூக்ஸ், 'த செகன்ட் மவுன்டன்' என்ற தன்னுடைய புத்தகத்தில், நம்மில் பெரும்பாலானோர் நம் வாழ்வில் எதிர்கொள்ளக்கூடிய இரண்டு மலைகளைப் பற்றிப் பேசுகிறார். முதல் மலை, நாம் பொதுவாக வெற்றியுடன் தொடர்புபடுத்துகின்ற ஒன்று: நீங்கள் பள்ளிக்குச் செல்கிறீர்கள், ஒரு தொழில்வாழ்க்கையைத் தேர்ந்தெடுக்கிறீர்கள், ஒரு குடும்பத்தை உருவாக்குகிறீர்கள், உங்களுக்கென்று ஓர் அடையாளத்தை ஏற்படுத்துகிறீர்கள், பணம் சம்பாதிக்கிறீர்கள். "அந்த முதல் மலையின்மீதான இலக்குகள் நம்முடைய கலாச்சாரம் அங்கீகரிக்கின்ற சாதாரணமான இலக்குகளாகும் ... சிறப்பாக மதிக்கப்படுதல், சரியான சமூக வட்டங்களுக்குள் அழைக்கப்படுதல், தனிப்பட்ட மகிழ்ச்சியை அனுபவித்தல் ..." என்று அவர் கூறுகிறார்.

பிறகு, வாழ்க்கை நிகழ்கிறது. நாம் நம்முடைய எண்ணங்களையும் உணர்ச்சிகளையும் ஒழுங்காகக் கையாளாவிட்டால், தோல்வி, அன்புக்குரிய ஒருவரின் மரணத்தால் ஏற்படுகின்ற துயரம், ஒரு முக்கியமான

உறவின் முறிவு போன்றவற்றை அனுபவிப்பதன் மூலம் முதல் மலையிலிருந்து நாம் தள்ளிவிடப்படக்கூடும். வெற்றிதான் எல்லாமே என்பது உண்மையல்ல என்பதை நாம் உணரும்போதும் நாம் அந்த முதல் மலையிலிருந்து விழுந்துவிடக்கூடும். நாம் அந்த நேரத்தில் சிரமப்படக்கூடும், ஆனால் நமக்கு அதிர்ஷ்டம் இருந்தால், அந்தப் போராட்டத்தில், அதிக அர்த்தம் வாய்ந்த ஓர் இரண்டாவது மலை இருப்பதை நாம் கண்டறியக்கூடும். “அந்த இரண்டாவது மலை, முதல் மலைக்கு நேர் எதிரானது அல்ல. இரண்டாவது மலையில் ஏறுவது என்பது முதல் மலையை நிராகரிப்பதாகாது,” என்று புரூக்ஸ் கூறினார். “முதல் மலையில் ஏறுவதுபோல நீங்கள் இரண்டாவது மலையில் ஏறுவதில்லை. நீங்கள் முதல் மலையை வெற்றி கொள்கிறீர்கள் ... இரண்டாவது மலை உங்களை வெற்றி கொள்கிறது. நீங்கள் சில சம்மன்களிடம் சரணடைகிறீர்கள். அந்த அழைப்புக்கு விடையளிக்கவும், உங்கள் முன்னாலுள்ள பிரச்சனையை அல்லது அநீதியைக் கையாளவும் தேவையான எல்லாவற்றையும் நீங்கள் செய்கிறீர்கள்.” அந்த இரண்டாவது மலை, நம்மைச் சுற்றி இருப்பவர்களுக்குச் சேவை செய்வதில் நம்மைத் தொலைப்பதைப் பற்றியதாகும்.

நமக்கு அதிர்ஷ்டம் இருந்தால், நம்முடைய வாழ்க்கையை நாம் ஒரு நோக்கத்தோடு வாழ்ந்தால், ‘இரண்டாம் மலை’ மக்களாக நம்மால் இருக்க முடியும். ஓர் அர்த்தமுள்ள வாழ்க்கையை வாழ்ந்து, நம்முடைய உலகத்தை ஒரு சிறந்த இடமாக ஆக்க நம்மால் முடியும். உலகில் நல்ல விஷயங்களைச் செய்வதற்கு நம்முடைய வாழ்க்கையை நாம் அர்ப்பணிக்கும்போது, நாம் அதுவரை அறிந்திராத ஓர் உள்ளார்ந்த நோக்கத்தை நாம் கண்டுபிடிக்கக்கூடும். அந்த நோக்கத்தை நிறைவேற்றுவதற்குத் தேவையான திறமைகள் நம்மிடம் இல்லை என்று நாம் கவலைப்படக்கூடும் என்றாலும், மற்றவர்களுக்குச் சேவை செய்வதை உள்ளடக்கிய ஒரு வாழ்க்கையை வாழ்வதும், ஒரு வித்தியாசத்தை ஏற்படுத்துவதும், இந்த பூமியில் நம்முடைய வாழ்நாளையும் தாண்டி நீடிக்கின்ற, நம்முடைய பெயர் சொல்லும்படியான ஒன்றை உருவாக்க நமக்கு உதவுகிறது. நீங்கள் இந்த அத்தியாயத்தைப் படித்து முடிக்கும்போது, உங்களாலும் ஒரு வித்தியாசத்தை ஏற்படுத்த முடியும் என்று நீங்கள் நம்ப வேண்டும் என்றும், நீங்கள் துணிந்து அக்காரியத்தில் இறங்க வேண்டும் என்றும் நாங்கள் விரும்புகிறோம்.

இன்றைய உலகில் தங்களால் ஒரு நேர்மறையான தாக்கம் ஏற்படுத்த முடியாது என்று பலர் நம்புகின்றனர். லோரன்

ஐஸ்லி எழுதிய 'நட்சத்திரமீன் கதையை' இது எனக்கு நினைவுபடுத்துகிறது. அக்கதை இப்படிப் போகிறது: ஒரு பெரிய புயல் கடந்து சென்ற பிறகு, அதிகாலையில் ஒருவர் கடற்கரையோரமாக நடந்து சென்று கொண்டிருந்தார். அந்தப் பரந்த கடற்கரை நெடுகிலும், கண்ணுக்கெட்டிய தூரம்வரை நட்சத்திரமீன்கள் சிதறிக் கிடந்ததை அவர் கண்டார்.

தொலைவில், ஒரு சிறுவன், கடல் நீரின் ஓரமாக நடந்து சென்று கொண்டிருந்ததை அவர் கவனித்தார். அச்சிறுவன் கடற்கரையிலிருந்து எதையோ எடுத்து நீருக்குள் வீசிக் கொண்டிருந்ததை அவர் பார்த்தார். "தம்பி, நீ என்ன செய்து கொண்டிருக்கிறாய்?" என்று அவர் அவனிடம் கேட்டார்.

அந்தச் சிறுவன் அவரை ஏறிட்டுப் பார்த்துவிட்டு, "இந்த நட்சத்திரமீன்களைக் கடலுக்குள் வீசிக் கொண்டிருக்கிறேன். அலைகள் இவற்றை அடித்துக் கொண்டுவந்து இங்குத் தள்ளியுள்ளன. இவற்றால் தாமாகவே கடலுக்குள் திரும்பிச் செல்ல முடியாது. சூரியன் உச்சத்திற்கு வந்துவிட்டால், இவை இறந்துவிடும். அதற்குள் நான் இவற்றைக் காப்பாற்றியாக வேண்டும்," என்று பதிலளித்தான்.

"ஆனால் இங்கே ஆயிரக்கணக்கான நட்சத்திரமீன்கள் கிடக்கின்றன, இல்லையா? உன்னால் உண்மையில் பெரிதாக எந்த வித்தியாசத்தையும் ஏற்படுத்த முடியாது," என்று அந்த நபர் கூறினார்.

அச்சிறுவன் உடனே ஒரு நட்சத்திரமீனை எடுத்து, தன்னால் முடிந்த அளவு வெகுதூரம் கடலுக்குள் அதை வீசியெறிந்தான். பிறகு அவன் ஒரு புன்னகையோடு அந்த நபரைப் பார்த்து, "அந்த மீனுக்கு அது ஒரு வித்தியாசத்தை ஏற்படுத்தியது!" என்று கூறினான்.

நம்மைச் சுற்றி இருக்கின்ற மக்களுக்கு நம்மால் எந்தெந்த வழிகளில் அந்தச் சிறுவனைப்போல நடந்து கொள்ள முடியும்? நண்பர்களாக, சக ஊழியர்களாக, தலைவர்களாக, பெற்றோராக, குடிமக்களாக நம்மால் எத்தகைய வழிகளில் ஒரு வித்தியாசத்தை ஏற்படுத்த முடியும்? உங்களால் மட்டுமே வழங்க முடிகின்ற திறன்கள், உங்களால் மட்டுமே காட்ட முடிகின்ற மனிதாபிமானம், பரிவு போன்றவை தேவைப்படுகின்ற மக்களை ஒவ்வொரு நாளும் நாம் எதிர்கொள்கிறோம். நாம் அவர்களுக்கு அவற்றைக் கொடுக்காவிட்டால், அந்த வாய்ப்பை நாம் தவறவிடுகிறோம். பின்வரும் மேற்கோளை, டேல் கார்னகி தன்னுடைய கண்ணாடியில் ஒட்டி வைத்துக் கொண்டு, தினமும் அதைப் படித்து உத்வேகம் பெற்றார்: "நான் இந்தப் பாதை வழியாக ஒரு முறை மட்டுமே கடந்து

செல்வேன். எனவே, என்னால் செய்ய முடிகின்ற ஒரு நல்ல காரியத்தை நான் இப்போதே செய்துவிடுகிறேன், என்னால் காட்ட முடிகின்ற இரக்கத்தை நான் இப்போதே காட்டிவிடுகிறேன். அவற்றை நான் ஒதுக்கித் தள்ளவோ அல்லது உதாசீனப்படுத்தவோ மாட்டேன். ஏனெனில், நான் இந்தப் பாதை வழியாக மீண்டும் பயணிக்கப் போவதில்லை." நாம் வாய்ப்புகளைத் தேடும்போதும், ஒரு குறிப்பிட்டச் சூழ்நிலையை மேம்படுத்துவதற்கு நம்மால் முடிந்த அளவு சிறப்பாகச் செயல்படுவதற்கு நம்மை அர்ப்பணித்துக் கொள்ளும்போதும், எங்கெல்லாம் முடியுமோ அங்கெல்லாம் நாம் உதவி செய்யும்போதும், விளைவு என்னவாக இருந்தாலும் சரி, இவ்வுலகைச் சிறப்புறச் செய்வதற்கு நாம் ஏற்கனவே பங்களித்துக் கொண்டிருக்கிறோம்.

லூயிசியானா மாநிலத்திலுள்ள பேட்டான் ரூஜ் நகரத்தில், ஆல்ட்டன் ஸ்டெர்லிங் என்ற ஒரு கறுப்பின ஆண், காவல்துறையினரால் கொலை செய்யப்பட்டச் செய்தியைக் கேட்டப் பிறகு, யுல்கென்டி வால்டெஸ், ஒரு சமூக நீதி ஆதரவாளராக ஆவதற்கு உந்தப்பட்டார். அச்செய்தியைக் கேள்விப்பட்டபோது அவர் தன்னுடைய பணிப் பயிற்சிக்காகத் தன் அலுவலகத்திற்கு இரயிலில் பயணித்துக் கொண்டிருந்தார். அவர் உணர்ச்சிவசப்பட்டு அழுதுவிட்டார். குறிப்பாக அத்தகைய செய்திகள் அவரை உணர்ச்சிவசப்பட வைத்தன. ஏனெனில், ஒரு சில ஆண்டுகளுக்கு முன்பு, மிசூரி மாநிலத்திலுள்ள ஃபெர்கூசன் நகரில், மைக்கேல் பிரவுன் என்ற இன்னொரு கறுப்பின ஆண் ஒரு காவல்துறை அதிகாரியால் சுட்டுக் கொல்லப்பட்டிருந்தார். அதே ஊரில்தான் யுல்கென்டி தன்னுடைய பட்டப்படிப்பை முடித்திருந்தார். இனவெறியால் தூண்டப்படும் வன்முறை சர்வசாதாரணமான நிகழ்வாக இருந்த ஓர் உலகில் அவர் வாழ விரும்பவில்லை.

யுல்கென்டி அந்த நேரத்தில் ஒரு புதுமைப்புனைவு ஆலோசனை நிறுவனத்தில் பணிப் பயிற்சி பெற்றுக் கொண்டிருந்தார். அங்கு ஒரு முழுநேர வேலையில் சேர்வதற்கான நேர்முகத் தேர்வில் அவர் கலந்து கொண்டிருந்தார். அந்த வேலை தனக்குப் பொருளாதாரரீதியாக நிலையானதாக இருக்கும் என்பதை அவர் அறிந்திருந்தார். ஆல்ட்டன் ஸ்டெர்லிங் பற்றிய செய்தியைக் கேள்விப்பட்டப் பிறகு அவர் தன் அலுவலகத்திற்கு வந்து சேர்ந்தபோது, தன்னுடைய சக ஊழியர்களின் அக்கறையின்மையைக் கண்டு அவர் திகைத்தார். அவர்கள் எல்லோரும் வழக்கம்போலத் தங்களுடைய அன்றாட

வேலைகளில் மும்முரமாக இருந்தனர். "உள்ளூர, என் உலகம் சுக்குநூறாக நொறுங்கியிருந்ததுபோல நான் உணர்ந்தேன். அது எனக்குச் சரியானதாகத் தோன்றவில்லை," என்று அவர் கூறினார்.

முதலில், தன்னால் என்ன வித்தியாசத்தை ஏற்படுத்த முடியும் என்று அவர் யோசித்தார். இனவெறி ஒட்டுமொத்தச் சமுதாயத்தையும் பாதிக்கின்ற ஒரு பரவலான பிரச்சனையாகும். எனவே, ஒரே ஒரு நபரால் எப்படி ஒரு தாக்கம் ஏற்படுத்த முடியும் என்று அவர் சந்தேகித்தார். அதே நேரத்தில், எதிர்பார்ப்புகளின் கனத்தையும் அவர் உணர்ந்திருந்தார். அவருடைய குடும்பம் டொமினிக்கன் குடியரசிலிருந்து அமெரிக்காவுக்குப் புலம்பெயர்ந்திருந்தது. தன்னுடைய குடும்பத்தினருக்குப் பொருளாதாரரீதியாக ஆதரவளிப்பதற்கு, தான் படித்து முடித்தவுடன் விரைவாக ஒரு வேலை தேடிக் கொள்ள வேண்டும் என்று அவர் நினைத்தார்.

யுல்கென்டிக்கு அவருடைய நிறுவனத்தில் கடைசி நேர்முகத் தேர்வுக்கு நாள் குறிக்கப்பட்டிருந்தது. அப்போது, லாஸ் ஏஞ்சலீஸில் கல்வியாளர்களையும் செயல்பாட்டாளர்களையும் சந்திப்பதற்கு அவருக்கு ஒரு வாய்ப்பு வந்தது. அந்தச் சந்திப்புக்கூட்டத்திற்கு அவருக்கு அழைப்பு விடுக்கப்பட்டிருந்ததோடு மட்டுமல்லாமல், அவருடைய அனைத்துச் செலவுகளையும் அந்த நிகழ்ச்சியை ஏற்பாடு செய்திருந்தவர்களே ஏற்றுக் கொண்டனர். அவர் வெறுமனே அங்கே போக வேண்டும், அவ்வளவுதான். முதல் மலையைத் தேர்ந்தெடுப்பதா அல்லது இரண்டாவது மலையைத் தேர்ந்தெடுப்பதா என்று தெரியாமல் யுல்கென்டி தவித்தார். இறுதியில், அவர் இரண்டாவது மலையைத் தேர்ந்தெடுத்தார். "ஏதோ ஒன்று என்னை ஆட்கொண்டது. நேர்முகத் தேர்வுக்குப் போவதற்குப் பதிலாக, சமூகத் தொழில்முனைவைச் சுற்றி ஒரு பாடத்திட்டத்தை உருவாக்க உதவுவதற்காக நான் லாஸ் ஏஞ்சலீஸுக்குச் சென்றேன்," என்று அவர் கூறினார். அவருடைய கனவின் சக்தி அவருடைய சந்தேகங்களின் சக்தியைத் திணறடித்தது. தன்னுடைய தேர்ந்தெடுப்பு தன்னுடைய குடும்பத்தாருக்கு ஏமாற்றமளிக்கக்கூடும் என்பதை அவர் அறிந்திருந்தபோதிலும், லாஸ் ஏஞ்சலீஸ் பயணத்தின்போது அவர் தன் வாழ்வின் உண்மையான நோக்கத்தைக் கண்டுபிடித்தார். முழுநேரமாக அதில் இறங்கி, கறுப்பினத்தைச் சேர்ந்த இளம் தொழில்முறையாளர்களுக்கு உதவி செய்து, தலைமைத்துவத் திறமைகளை அவர்களுக்குக் கற்றுக் கொடுக்கக்கூடிய ஒரு

நிறுவனத்தைத் தொடங்குவதென்று அவர் தீர்மானித்தார்.

“என்னால் காத்திருக்க முடியவில்லை. உலகில் நல்ல விஷயங்களைச் செய்வதற்கு நான் என்னுடைய திறமைகளைப் பயன்படுத்த விரும்பினேன்,” என்று அவர் கூறினார். அவர் அதற்குப் பிறகு வேறு எந்தவொரு வேலைக்கும் விண்ணப்பிக்கவில்லை. அதற்குப் பதிலாக, ‘ஃபோர்ஃபிரன்ட்’ என்ற தன்னுடைய நிறுவனத்தை வளர்த்தெடுப்பதற்கு அவர் அந்த நேரத்தைச் செலவிட்டார். இதற்கிடையே, அவர் தன்னுடைய தொழிற்கூட்டாளியையும் சந்தித்தார். 2019-ல், 2018-ம் ஆண்டுக்கான ‘கேமல்பேக் வெஞ்சர்ஸ் ஃபெல்லோஷிப்’ விருதுக்காக அவர் தேர்ந்தெடுக்கப்பட்டார்.

உதவுவதற்குப் பல வழிகள் இருக்கின்றன. இலாப நோக்கற்ற ஒரு நிறுவனத்தில் இணைந்து நீங்கள் தன்னார்வத் தொண்டாற்றலாம், பணம் வாங்காமல் வாதாடலாம், உங்களுடைய தொழிலைச் சமுதாய நன்மைக்குப் பயன்படுத்தும் நோக்கத்துடன் ஒரு நிறுவனத்தைத் தொடங்கலாம். உங்களுடைய விழுமியங்களுடன் ஒத்திசைவாக இருக்கின்ற ஒரு தொழில்வாழ்க்கையை நீங்கள் தேர்ந்தெடுக்கலாம். அது உங்களுக்கு ஒரு நோக்கத்தைக் கொடுக்கும். அல்லது, ஒவ்வோர் ஆண்டும் உங்கள் வருவாயின் ஒரு பகுதியை நீங்கள் அக்கறை கொண்டுள்ள ஒரு சமூகப் பணிக்கு நன்கொடையாக வழங்கலாம். நீங்கள் ஒரு பிரம்மாண்டமான அளவில்தான் தாக்கம் ஏற்படுத்த வேண்டும் என்ற கட்டாயமில்லை.

ஸ்காட் ஸ்டிபிட்ஸுக்கு ஆல்சைமர் நோய் இருந்தது கண்டுபிடிக்கப்பட்டபோது, அவர் முற்றிலுமாக மனம் தளர்ந்தார், வருத்தம் கொண்டார். ஆனால், அவர் தன்னுடைய நம்பிக்கையை இழக்கவில்லை. தன்னுடைய எஞ்சிய நாட்களில் தன் வாழ்க்கையை முழுமையாக வாழ்வதென்று அவர் முடிவு செய்தார். முன்பு அவர் வாழ்ந்திருந்த, பார்சிலோனா போன்ற இடங்களுக்கும், தான் எப்போதும் பார்க்க விரும்பியிருந்த மெம்ஃபிஸ் போன்ற இடங்களுக்கும் அவர் தன் குடும்பத்தாருடன் ஒரு சில பயணங்களைத் திட்டமிட்டார். அந்தப் பயணங்கள் அவருக்கு மிகவும் அர்த்தம் வாய்ந்தவையாக இருந்தன. ஆனால், அவருடைய தன்னார்வப் பணிதான் அவருக்கு மிக முக்கியமானதாக இருந்தது. தன்னால் முடிந்த அளவு அதிகமான மக்களுக்கு உதவுவதில் அவர் தீவிரமாக இருந்தார். அவருடையது ஓர் அரிய இரத்த வகை என்பதால், ஒரு சில ஆண்டுகளின் ஊடாக அவர் சுமார் 150 லிட்டர் இரத்தத்தை தானம் செய்தார். அவர் நிராதரவான விலங்குகளுக்குப் புகலிடம்

வழங்கினார். அவரால் இனியும் படிக்க முடியாத, ஆனால் அவருக்கு மிகவும் பிடித்தப் புத்தகங்களை நூலகங்களுக்கு அவர் தானம் கொடுத்தார். தன்னைப்போலவே ஆல்சைமர் நோயால் பாதிக்கப்பட்டிருந்தவர்களுக்கு, அவர்களை மருத்துவமனைக்கு அழைத்து செல்வது போன்ற விஷயங்களில் அவர் உதவினார். அவர் தன்னுடைய வாழ்வின் இறுதிவரை மற்றவர்களுக்குத் தன்னால் முடிந்த அளவு உதவினார். அவர் செய்த எல்லாமே, அது ஒரு சிறிய அளவில் இருந்தபோதிலும், அவரைச் சுற்றி இருந்த பலர்மீது ஓர் ஆழமான தாக்கம் ஏற்படுத்தி, அவர்களுடைய வாழ்க்கையை ஒரு நேர்மறையான விதத்தில் மாற்றியது.

மக்கள்மீது உண்மையிலேயே தாக்கம் ஏற்படுத்துவது என்பது வேறு எதுவொன்றைவிடவும் நீங்கள் உங்களுடைய உண்மையான இயல்பின்படி நடந்து கொள்வதோடு அதிகத் தொடர்புடையதாகும். நாம் எத்தகையவர்களோ, உண்மையில் நாம் அத்தகையவர்களாக வாழும்போது நம் ஒவ்வொருவராலும் இவ்வுலகின்மீது அர்த்தம் வாய்ந்த ஒரு தாக்கம் ஏற்படுத்த முடியும்.

பொறுப்பேற்றுக் கொள்ளுங்கள்

இவ்வுலகை ஒரு சிறந்த இடமாக ஆக்குவதற்கு நம்மால் முடிந்ததைச் செய்வதற்கான பொறுப்பு நம் ஒவ்வொருவருக்கும் இருக்கிறது. வாழ்க்கை என்பது நம்முடைய தனித்துவமான திறமைகளைப் பயன்படுத்தி மற்றவர்களின் வாழ்வில் ஒரு வித்தியாசத்தை ஏற்படுத்துவதைப் பற்றியது என்று நாங்கள் வலிமையாக நம்புகிறோம். நம்முடைய விழுமியங்கள் என்னவாக இருந்தாலும் சரி, நம்மைச் சுற்றி இருக்கின்ற மக்களிடம் நாம் மனிதாபிமானத்துடன் நடந்து கொள்ள வேண்டும், அவர்களுக்கு ஓர் அர்த்தமுள்ள பங்களிப்பை வழங்க வேண்டும். இவற்றை நாம் நன்றாகப் புரிந்து கொண்டால், நம்முடைய வாழ்க்கையை நம்முடைய கட்டுப்பாட்டின் கீழ் கொண்டுவருவதற்கான பாதையில் நாம் அடியெடுத்து வைத்திருப்போம். நம்முடைய உள்ளார்ந்த வலிமையைக் கண்டுகொண்டு, நீடித்த உறவுகளை வளர்த்துக் கொண்டு, நாம் விரும்புகின்ற வாழ்க்கையை வாழ்வது நம் கைக்கெட்டும் தூரத்தில்தான் இருக்கிறது.

கொள்கை

உங்கள் வாழ்க்கையை அர்த்தமுள்ளதாக ஆக்குங்கள்.

செயல்முறை நடவடிக்கைகள்

- சேவையை உள்ளடக்கிய ஒரு வாழ்க்கை உங்களுக்கு எந்த மாதிரி அர்த்தப்படும்? உங்கள் முன்னோக்கு என்ன?
- வாழ்வின் முதல் மலையையும் இரண்டாம் மலையையும் பற்றிச் சிந்தியுங்கள். ஓர் 'இரண்டாம் மலை' நபராக இருப்பது உங்களுக்கு எந்த மாதிரி அர்த்தப்படும்?
- நீங்கள் ஏற்கனவே எந்தெந்த வழிகளில் மக்களுக்கு உதவிக் கொண்டிருக்கிறீர்கள் என்பதைப் பற்றிச் சிந்தியுங்கள். உங்களால் அதை இன்னும் அதிகமாக எவ்வாறு செய்ய முடியும்? உங்களால் வேறு என்ன செய்ய முடியும்?

- உங்கள் சமூகத்தை அவதானித்து, அவர்களுக்கு உங்களால் எந்தெந்த வழிகளில் உதவ முடியும் என்பதைப் பற்றி யோசியுங்கள். அதைச் செய்வதற்கு ஒரு திட்டத்தை உருவாக்குங்கள்.
- உங்களால் முடிந்த அளவு சிறப்பாகச் செயல்பட உறுதி பூணுங்கள். உங்களால் முடிந்ததைச் செய்யுங்கள்.

முடிவுரை

இப்புத்தகத்தை எழுதிக் கொண்டிருந்த நேரம் நெடுகிலும், மைக்கேலும் நானும் நூற்றுக்கணக்கான இளைஞர்களுடனும் இளம்பெண்களுடனும் பேசினோம். அவர்களுடைய கதைகள் எங்களுக்கு அதிக நம்பிக்கையைக் கொடுத்ததோடு, எதிர்காலம் குறித்து உற்சாகம் கொள்ளவும் செய்தன. நாங்கள் பேட்டி கண்ட மக்கள் திறமைசாலிகளாகவும், சாதனையாளர்களாகவும், இவ்வுலகத்தை ஒரு சிறந்த இடமாக ஆக்குவதற்கு அர்ப்பணிப்பு கொண்டவர்களாகவும் இருந்தனர். அவர்கள் ஒரு வலிமையான மனப்போக்கையும், ஆழமான துணிச்சலையும், சக்திவாய்ந்த மீள்திறனையும் தங்களிடம் வளர்த்திருந்தனர். தங்களுடைய அறிவை நடைமுறையில் பயன்படுத்தி, தங்களைச் சுற்றி இருந்த மக்களின் வாழ்க்கையை மேம்படுத்துவது குறித்து உண்மையிலேயே அக்கறை கொண்டிருந்தனர். அவர்களுடைய கதைகள் உங்களுக்கும் உத்வேகமளித்து, நீங்கள் உங்கள் வாழ்க்கையை உங்களுடைய கட்டுப்பாட்டிற்குள் கொண்டுவருவதற்கு உங்களை ஊக்குவிக்கும் என்று நாங்கள் நம்புகிறோம்.

இப்புத்தகத்தில் உங்கள் மனங்கவர்ந்த அம்சங்களை நீங்கள் நடைமுறையில் செயல்படுத்தும்போது, அதிக அர்த்தம் வாய்ந்த ஒரு வித்தியாசத்தை உங்கள் உலகில் ஏற்படுத்துவதற்கான மனப்போக்கையும் திறமைகளையும் நீங்களும் உங்களிடத்தில் வளர்த்துக் கொள்வீர்கள். நீங்கள் உங்கள் வாழ்க்கைக்கென்று ஒரு முன்னோக்கை உருவாக்கி, நீங்கள் கற்றுள்ளவற்றை மற்றவர்களோடு பகிர்ந்து கொண்டு, அவர்களும் உங்களைப்போலவே சிறப்பாகச் செயல்பட நீங்கள் அவர்களை ஊக்குவிப்பீர்கள் என்று நாங்கள் நம்புகிறோம். உங்களுடைய மகத்துவத்தையும், உங்கள் வாழ்வில் இடம்பெற்றுள்ள மக்களின் மகத்துவத்தையும்

கட்டவிழ்த்துவிடுவதற்கான ஒரு வினையூக்கியாக உங்களால் இருக்க முடியும்.

இந்நூல் எங்களுடைய தனிப்பட்ட இலட்சிய நோக்கமாகும். இதை எங்களுடைய குழந்தைகளுக்கும் அவர்களுடைய பல தலைமுறையினருக்கும் நாங்கள் கொடுத்துள்ள, காலத்தால் அழியாத ஒரு பொக்கிஷம் என்பதாக நாங்கள் பார்க்கிறோம்.

இப்புத்தகத்தைப் படித்து, இதில் கூறப்பட்டுள்ளவற்றை நடைமுறையில் செயல்படுத்தி, அதன் பலன்களை நீங்கள் அறுவடை செய்வீர்கள் என்று நாங்கள் நம்புகிறோம். உங்கள் உறவுகள் தழைக்கவும், வாழ்வில் நீங்கள் ஒரு தெளிவான திசையைப் பெறவும், உங்களை இழுத்துப் பிடித்து வைத்துள்ள மனத்தடைகளிலிருந்து நீங்கள் விடுபடவும் இப்புத்தகம் நிச்சயமாக உங்களுக்கு உதவும். இதை நான் அனுபவபூர்வமாக உணர்ந்துள்ளேன்.

“நான் தொடர்ந்து எவ்வாறு வளர்ந்து கொண்டே இருப்பது? நான் செய்வதற்கு வேறு என்னவெல்லாம் இருக்கின்றன?” என்று நீங்கள் கேட்கக்கூடும். நாங்கள் மூன்று விஷயங்களைப் பரிந்துரைக்கிறோம்:

- ஒரு டேல் கார்னகி பயிற்சி வகுப்பில் கலந்து கொள்வது பற்றி யோசியுங்கள். மைக்கேலும் நானும் அந்தப் பயிற்சி வகுப்பில் கலந்து கொண்டு பயின்றிருக்காவிட்டால், நாங்கள் இப்புத்தகத்தை எழுதியிருக்க மாட்டோம், எங்கள் வாழ்வில் இவ்வளவு செழுமையை நாங்கள் அனுபவித்திருக்க மாட்டோம். இப்பயிற்சியை நீங்கள் நேரிலோ அல்லது இணையத்தின் மூலமாகவோ மேற்கொள்ளலாம். மேலும் தகவல்களுக்கு, *www.dalecarnegie.com* என்ற வலைத்தளத்திற்குச் செல்லுங்கள்.
- டேல் கார்னகியின் புத்தகங்களைப் படியுங்கள். குறிப்பாக, உலக அளவில் தாக்கம் ஏற்படுத்தியுள்ள, ‘நண்பர்களை எளிதாகப் பெறுவதும் மக்களிடம் செல்வாக்குடன் விளங்குவதும் எப்படி’, ‘கவலையை விட்டொழித்து மகிழ்ச்சியாக வாழ்வது எப்படி’ ஆகிய நூல்களைப் படியுங்கள். ‘பொறுப்பேற்றுக் கொள்ளுங்கள்’ என்ற இந்நூலில் விவரிக்கப்பட்டுள்ள கோட்பாடுகளுக்கு அவை ஆழமாக உங்களை அழைத்துச் செல்லும். மேலும், டேல் கார்னகியின் குரலையும் ஞானத்தையும் நீங்கள் நேரடியாக அனுபவிப்பீர்கள்.

- ‘பொறுப்பேற்றுக் கொள்ளுங்கள்’ சமூகத்துடன் உங்களை இணைத்துக் கொள்ளுங்கள். உள்நோக்குகள், வெற்றிக் கதைகள், புதிய தகவல்கள் போன்றவற்றை நாங்கள் அதில் வழங்குகிறோம். அதைப் பற்றி மேலும் தெரிந்து கொள்வதற்கு, *www.takecommand.com* என்ற வலைத்தளத்திற்குச் செல்லுங்கள்.

நீங்கள் என்ன செய்தாலும் சரி, உங்களுடைய பயணம் இங்கேயே நின்றுவிட அனுமதிக்காதீர்கள். தொடர்ந்து உருவாக்குங்கள், வளருங்கள், பொறுப்பேற்றுக் கொள்ளுங்கள்!

நன்றியுரை

முதலில், பிரிசில்லா பெயின்டன், எமிலி சைமன்சன், பிரிட்டனி ஆடம்ஸ், ஹானா பார்க் ஆகியோர் உட்பட, சைமன் & ஷூஸ்டரில் உள்ள எங்களுடைய எடிட்டோரியல் குழுவுக்கு நாங்கள் நன்றி தெரிவிக்க விரும்புகிறோம். வித்தியாசமாகச் சிந்திக்கவும், எங்களால் பார்க்க முடியாத விஷயங்களைப் பார்க்கவும் அவர்கள் எங்களை உந்தித் தள்ளி எங்களுக்கு சவால்விட்டனர். இப்புத்தகத்தை மேம்படுத்தி இதை ஒரு சிறந்த புத்தகமாக ஆக்குவதில் அவர்கள் செய்த உதவிக்கு நாங்கள் என்றென்றும் நன்றிக்கடன் பட்டுள்ளோம். அதை அவர்கள் டேல் கார்னகி வழியில் செய்தனர். அவர்கள் இப்பணித்திட்டத்தில் இனிமையாகவும் இணக்கமாகவும் பொறுப்போடும் செயல்பட்டனர். டேல் கார்னகியின் முதல் புத்தகத்தை சைமன் & ஷூஸ்டர் பதிப்பகம் வெளியிட்டது என்பது எங்களுக்கு மிகுந்த மகிழ்ச்சியளிக்கிறது. அந்தப் பாரம்பரியத்தைத் தொடர்வதற்கு அவர்களோடு இணைந்து வேலை செய்தது குறித்து நாங்கள் மிகுந்த நன்றியுடையவர்களாக இருக்கிறோம். எங்களுடைய வாசகர்களைச் சென்றடைவதற்கான வழிமுறை குறித்து ஆழமாகச் சிந்திப்பதற்கு ஆரம்பத்திலிருந்தே எங்களை உந்தித் தள்ளிய ஸ்டூவர்ட் ராபர்ட்ஸுக்கு ஒரு சிறப்பு நன்றியைத் தெரிவித்துக் கொள்கிறோம்.

இப்புத்தகத்தை எழுதுவதில் எங்களுக்கு உறுதுணையாக இருந்த, பெரும் திறமை வாய்ந்த, அர்ப்பணிப்பு கொண்ட சாரா ஸ்டைபிட்ஸுக்கும் ஃபெயித் ஸ்மித்-பிளேஸுக்கும் எங்களுடைய நன்றி உரித்தாகுக. பல மாதகாலம் நீடித்த இந்தப் பணித்திட்டத்தைக் குதூகலமானதாக ஆக்கிக் கொடுத்ததற்கு உங்களுக்கு நன்றி. உங்களுடனான அற்புதமான உரையாடல்களும், நீங்கள் எங்களுடன் பகிர்ந்து கொண்ட

கதைகளும், துடிப்பான வாக்குவாதங்களும் இந்நூலுக்குப் பெரிதும் உதவின. அதற்காக உங்கள் இருவருக்கும் நாங்கள் ஆழ்ந்த நன்றியைத் தெரிவித்துக் கொள்கிறோம்.

தொடக்கத்திலிருந்தே இந்தப் பணித்திட்டத்திற்கு ஆதரவு நல்கிய டோனா டேல் கார்னகிக்கு எங்கள் நன்றி. டோனா, நீங்கள் உங்களுடைய தந்தையின் பாரம்பரியத்தின்மீது கொண்டிருக்கும் ஆழ்விருப்பமும், அது குறித்த உங்களுடைய ஆழ்ந்த அர்ப்பணிப்பும் எப்போதும் எங்களுக்கு உத்வேகமூட்டுகின்றன. உங்கள் தந்தையின் ஞானத்தை இளைய தலைமுறையினரிடம் கொண்டு சேர்ப்பதற்காக இப்புத்தகத்தை எழுதுவது குறித்து நீங்கள் காட்டிய உற்சாகம் எங்களுக்கு முக்கியமானதாக இருந்தது. எங்களுடைய குறிக்கோளிலும் முன்னோக்கிலும் நீங்கள் நம்பிக்கை கொண்டது எங்களுக்கு ஒரு பெரிய விஷயம்.

எங்கள் நண்பரும் வழிகாட்டியுமான ஆலன் முலாலிக்கு நன்றி. தன்னுடைய உண்மைத்தன்மை, நாணயம், தாராள மனப்போக்கு, பணிவடக்கம், அன்பு, சேவை ஆகியவற்றால் அவர் தொடர்ந்து எங்களுக்கு உத்வேகமளிக்கிறார். டேல் கார்னகிக்கும் எங்களுக்கும் அளப்பரிய ஆதரவு காட்டுவதற்கு உங்களுக்கு எங்கள் நன்றி.

டேல் கார்னகியைப் பற்றிய வரலாற்று உண்மைகளைச் சரிபார்க்க எங்களுக்கு உதவிய பிரென்டா லீ ஜான்சனுக்கும், எங்களுடைய ஆலோசனைக் குழுவின் இணை வழிநடத்துநராக இருந்து உதவிய கிறிஸ் காஹெல்லுக்கும், நாங்கள் இப்பணித்திட்டத்தில் தடம்புரளாமல் பார்த்துக் கொண்ட கிளிஃப் ஹெக்மேனுக்கும் எங்கள் நன்றியைத் தெரிவித்துக் கொள்கிறோம்.

கார்னகி பயிற்சி மையத்தின் துணைத் தலைவர் எர்செல் சார்லஸுக்கு எங்கள் நன்றி. நாங்கள் அவரை ‘சுடரொளியின் பாதுகாவலர்’ என்று அழைக்கிறோம். ஒவ்வொரு முறையும் புதிய யோசனைகளுடனும் ஆற்றலுடனும் வந்து எங்களுக்கு உத்வேகமும் ஊக்கமும் ஊட்டியதற்கு உங்களுக்கு எங்கள் நன்றி.

கிறிஸ்டீன் புஸ்கரீனோ, எங்களுடைய கருத்துகளைக் காது கொடுத்துக் கேட்டதற்கும், உங்களுடைய ஆழமான உள்நோக்கிற்கும், தொடர்ச்சியான ஆதரவுக்கும் உங்களுக்கு எங்கள் நன்றி.

எங்களுக்குக் கதைகளைக் கொடுத்துப் பங்களித்தப் பின்வரும் அனைவருக்கும் நன்றி: ஆடம் ஹாம்ஸ், ஆலன் முலாலி, அலெக்ஸ் ஷ்வார்ஸ்காஃப், ஆலி லவ், ஆன்டி

சின்ஸ்மைஸ்டர், ஆர்ட்டிஸ் ஸ்டீவென்ஸ், பிரையன் ஜப்லோன்ஸ்கி ஜான்சன், கேலன் ஷெளப், கேமரன் மன், கமீல் சாங் கில்மோர், கார்லோஸ் கியூபியா, டேனியலா ஃபெர்னான்டெஸ், டேவிட் பேரியோஸ், டெபொரா ஆன் மேக், எட்வர்டோ குவின்டெரோ குரூஸ், ஜேனட் லிரியானோ, ஜென்னி சூ, ஜெஸிக்கா சான்டியாகோ, ஜான் மற்றும் பெட்டி மாப்ஸ், ஜுவான் பாப்லோ ரொமெரோ ஃபியூன்டெஸ், கேரா நூனன், கேட்டி டில், கீத் ஃபெர்ராஸி, கிர்ஸ்டி டேக், லீ காபிரியெல், லூக் மெக்வயர் ஆம்ஸ்ட்ராங், மார்ஷல் கோல்ட்ஸ்மித், மைக்கேல் முல்லென், மிச்சியா ரோர்சென், மிரியம் டுவார்டே, மோசஸ் மெபிசெஹா, நெகின் அசிமி, நிக்கோல் குரோம், போர்ஷியா மவுன்ட், ரான் கார்ட்டர், ரயன் சென், ஸ்டீபன் கிளாஸ்கோ, டமாரா ஃபிளெட்சர், டிம் ரைலி, வென்டி வேங், ஜியாவோஹா மிஷெல் சிங், யெசினியா அக்வயர், யுல்கென்டி வால்டெஸ், யூரி குரூமன், மற்றும் பெயர் வெளியிட விரும்பாத மற்றவர்கள். நாங்கள் பெற்ற அனைத்துக் கதைகளையும் இப்புத்தகத்தில் எங்களால் சேர்த்துக் கொள்ள முடியவில்லை என்றாலும், தங்களுடைய வெற்றிகளையும், தோல்விகளையும், ஞானத்தையும், தங்கள் இதயங்களையும் எங்களுடன் பகிர்ந்து கொண்ட ஒவ்வொருவருக்கும் நாங்கள் நன்றிக்கடன் பட்டுள்ளோம். நீங்கள் அறிந்திருப்பதைவிட அதிகமாக நீங்கள் எங்களுக்கு உத்வேகமூட்டியிருக்கிறீர்கள். நீங்கள் ஒவ்வொருவருமே வருங்காலம் குறித்து எங்களை உற்சாகமடைய வைத்திருக்கிறீர்கள். எங்கள் வாழ்வில் நாங்கள் சந்தித்துப் பேசியுள்ள மிகவும் சுவாரசியமான நபர்களில் நீங்களும் அடக்கம். நீங்கள் மலைகளைக்கூட நகர்த்தி, இவ்வுலகில் ஓர் உண்மையான வித்தியாசத்தை ஏற்படுத்துவீர்கள் என்று நாங்கள் உறுதியாக நம்புகிறோம். உங்களுடைய அனுபவங்களை எங்களோடு பகிர்ந்து கொண்டதற்கு மிக்க நன்றி. உங்களுடைய உண்மைத்தன்மை இப்புத்தகத்திற்கு ஜீவனளித்துள்ளது.

எங்களுடைய அற்புதமான ஆலோசனைக் குழுவினருக்கு எங்கள் நன்றி: பிரையன் ஜப்லோன்ஸ்கி ஜான்சன், கேமரன் மன், டேரெல் பிக்கெரிங், டயானா மெனென்டெஸ், காவீட் எல் நகீப், ஜெஸிக்கா சான்டியாகோ, ஜோ கேனன், கேரா நூனன், கதீஜா குவெரப், கிர்ஸ்டி டேக், மிரியம் டுவார்ட்டே, நேட்டலி கிளேன்மேன், நிக்கோலஸ் மெக்முல்லன், ஸ்வெட்டலினா கெமலோவா, மற்றும் வென்டி வேங். நீங்கள் எல்லோருமே அசாதாரணமான பங்களிப்பை வழங்கியுள்ளீர்கள். உங்களுடைய உள்நோக்குகள் இந்நூலில் கொடுக்கப்பட்டுள்ள

கொள்கைகள்மீதும், இந்நூலின் கட்டமைப்பின்மீதும், மையக் கருத்தின்மீதும் அளப்பரிய தாக்கம் ஏற்படுத்தியுள்ளன. நீங்கள் வழங்கிய பல்வேறு கண்ணோட்டங்கள் இப்புத்தகத்தை உலக அளவில் எல்லோருக்கும் பொருத்தமானதாக ஆக்குவதில் பேருதவியாக இருந்தன. டேல் கார்னகியின் கொள்கைகளை நீங்கள் உற்சாகத்தோடும் உண்மையான அக்கறையோடும் கடைபிடிக்கிறீர்கள். உங்கள் ஒவ்வொருவருக்கும் நாங்கள் உண்மையிலேயே நன்றியுடையவர்களாக இருக்கிறோம்.

எங்களுடைய டேல் கார்னகி உரிமக் கிளைகளுக்கும் அவர்களுடைய குழுவினருக்கும், எங்களுடைய டேல் கார்னகி பயிற்றுவிப்புக் குழுவிற்கும் எங்கள் மனங்கனிந்த நன்றி. டேல் கார்னகியின் ஞானத்தை உலகம் நெடுகிலும் எடுத்துச் சென்று, அவருடைய கனவை உயிர்த்துடிப்போடு வைத்திருப்பதற்கு நீங்கள்தான் ஒவ்வொரு நாளும் கடுமையாக உழைக்கிறீர்கள். இந்த முன்னோக்கில் எங்களுடைய கூட்டாளிகளாக இருப்பதற்காக நாங்கள் உங்களுக்கு எவ்வளவு நன்றி கூறினாலும் போதாது.

எங்கள்மீது நம்பிக்கை வைத்து, இப்புத்தகத்தை எழுதும் முயற்சியில் எங்களுக்கு ஆதரவு நல்கிய எங்களுடைய பங்குதாரரர்கள், இயக்குநர் குழும உறுப்பினர்கள் ஆகியோருக்கு எங்கள் நன்றி.

தங்களுடைய மற்றும் தங்களுடைய மக்களின் மகத்துவத்தை வெளியே கொண்டுவருவதற்கு நம்பிக்கையோடு எங்கள் உதவியை நாடுகின்ற எங்களுடைய வாடிக்கையாளர்கள் அனைவருக்கும் எங்கள் மனமார்ந்த நன்றி. நாங்கள் செய்கின்ற பணிக்கான மூல காரணம் நீங்கள்தாம். உங்களுடைய பயணத்தில் பங்கு கொண்டு, உங்கள் வெற்றிக்குப் பங்களிப்பது குறித்து நாங்கள் நன்றியுடையவர்களாக இருக்கிறோம்.

ஜோவிடமிருந்து

நான் என்னுடைய குடும்பத்தினருக்கு நன்றி கூற விரும்புகிறேன்: என் மனைவி கேட்டி; என் குழந்தைகள் ஆபி, எல்லி, மேகி, மேரி கேட், தாமஸ், மற்றும் ஜோனத்தன்; என் தாயார் ரோசாலி; என் சகோதரன் பிரையன். நான் உங்கள் அனைவரையும் மிகவும் நேசிக்கிறேன். உங்களை என்னுடைய குடும்பத்தினர் என்று கூறிக் கொள்வதில் நான் பெருமிதமும் நன்றியுணர்வும் கொள்கிறேன். இப்புத்தகம் ஏராளமான நேரத்தையும் அர்ப்பணிப்பையும் எடுத்துக் கொண்டது. நீங்கள் எல்லோரும் அதில் எனக்கு ஆதரவாக இருந்தீர்கள்.

உங்களுடைய தியாகத்தை நான் அங்கீகரிக்க விரும்புகிறேன். ஏகப்பட்ட நேரம் நான் உங்களுடன் இல்லாமல் இருந்ததை நீங்கள் பொறுத்துக் கொண்டீர்கள். என் தந்தை ஜோவை நான் இந்நேரத்தில் நினைவுகூர்கிறேன். நீங்கள் என்னையும் இப்புத்தகத்தையும் நினைத்துப் பெருமை கொள்வீர்கள் என்பதை நான் அறிவேன். அம்மா, நீங்கள் எப்போதும் எனக்கு ஆதரவாக இருந்து வந்துள்ளீர்கள். நீங்கள் மிகவும் அன்பான, தன்னலமற்ற ஒரு தாய். கேட்டி, எப்போதும்போலவே உன்னுடைய ஆதரவு நம்புதற்கரியதாக இருந்து வந்துள்ளது. நான் செய்துள்ள எல்லாவற்றிலும் நீ என்னுடன் இருந்து வந்துள்ளாய். நான் செய்கின்ற பணியை நீ இல்லாமல் என்னால் ஒருபோதும் செய்ய முடியாது. நான் உன்னை என் இதயபூர்வமாக நேசிக்கிறேன்.

மைக்கேலிடமிருந்து

என் மனைவி நான்சிக்கு நான் நன்றி கூற விரும்புகிறேன். நான்சி, இப்புத்தகத்தின் உருவாக்கத்திற்குத் தொடக்கத்திலிருந்தே எனக்கு அளப்பரிய ஆதரவு வழங்கி, இப்பணித்திட்டத்தில் நீ தீவிர ஆர்வம் காட்டினாய். உன்னுடைய தாராள குணத்திற்கு நன்றி. இப்புத்தகம் என்னுடைய நேரத்தை எக்கச்சக்கமாக எடுத்துக் கொண்டது. ஆனால், நீ முழு நேரமும் பொறுமையாக இருந்ததோடு, என்னை ஊக்குவிக்கவும் செய்தாய். என்னுடைய மகள் நிக்கோலுக்கு நன்றி. நிக்கோல், இந்நூலின் கையெழுத்துப் பிரதிகளைப் படித்து, அது குறித்த உன்னுடைய யோசனைகளையும் எண்ணங்களையும் என்னோடு பகிர்ந்து கொண்டதற்கு நன்றி. உன்னுடைய ஆதரவு நம்புதற்கரியதாக இருந்தது. என் மகன் அலெக்ஸுக்கு நன்றி. அலெக்ஸ், இந்நூலில் இடம்பெற்றுள்ள யோசனைகளுக்கும் கொள்கைகளுக்கும் வாசகர்கள் எவ்வாறு செயல்விடை அளிப்பார்கள் என்பது பற்றிய உன்னுடைய கண்ணோட்டங்களை வழங்கியதற்கு நன்றி. நீ ஏகப்பட்டத் தெளிவைக் கொடுத்தாய். இறுதியாக, என்னுடைய பெற்றோரரான ஆலி குரோம் மற்றும் ரோஸ்மேரி குரோமுக்கு நன்றி. ஒரு நோக்கத்துடன்கூடிய ஒரு வாழ்க்கையை எவ்வாறு வாழ வேண்டும் என்பதற்கான வாழும் எடுத்துக்காட்டுகளாகத் திகழ்வதற்கு நன்றி.

நாகலட்சுமி சண்முகம்

மொழிபெயர்ப்பாளர்

நாகலட்சுமி ஒரு தலைசிறந்த பேச்சாளர் மற்றும் மொழிபெயர்ப்பாளர் ஆவார். கடந்த 13 ஆண்டுகளில் 95 நூல்கள் இவருடைய மொழிபெயர்ப்பில் வெளிவந்துள்ளன.

இவருடைய மொழிபெயர்ப்புகளுக்குக் கிடைத்துள்ள சில அங்கீகாரங்களில், 'சேப்பியன்ஸ்–மனிதகுலத்தின் ஒரு சுருக்கமான வரலாறு' நூலுக்காகத் திருப்பூர் தமிழ்ச் சங்கம் வழங்கிய விருதும், 'இறுதிச் சொற்பொழிவு' நூலுக்காக 'நல்லி திசையெட்டும் விருதும்', தமிழக அரசு வழங்கிய 'சிறந்த மொழிபெயர்ப்பாளர்' விருதும் அடங்கும்.

தம்பதியருக்கு இடையேயான உறவுகளை மேம்படுத்துவதற்கு இவர் எழுதிய 'மகிழ்ச்சியான மணவாழ்க்கை – மறந்து போன ரகசியங்கள்' என்ற நூல் இவருடைய முதல் சுயபடைப்பாகும்.

தமிழ் நாடகத் துறையின் முன்னோடி மேதைகளான டி.கே.எஸ். சகோதரர்களில் ஒருவரான திரு முத்துசாமி அவர்களின் பேத்திகளில் ஒருவர் இவர். இவருடைய கணவர் *PSV* குமாரசாமியும் ஒரு சிறந்த மொழிபெயர்ப்பாளர் என்பது குறிப்பிடத்தக்கது. இவர் தற்போது தன் கணவருடனும் தன் குழந்தைகள் இருவருடனும் மும்பையில் வசித்து வருகிறார்.

நாகலட்சுமியைப் பற்றி மேலும் அறிந்து கொள்ளவும், அவரை மின்னஞ்சல் வழியாகத் தொடர்பு கொள்ளவும் *NagalakshmiShanmugam.com* என்ற அவருடைய வலைத்தளத்தை நீங்கள் அணுகலாம்.

நூலாசிரியர்கள்

ஜோ ஹார்ட்

ஜோ ஹார்ட் ஒரு வழக்கறிஞராகத் தன்னுடைய தொழில்வாழ்க்கையைத் தொடங்கினார். டேல் கார்னகி பயிற்சி வகுப்பில் கலந்து கொண்ட பிறகு, அவர் தன்னுடைய தொழில்வாழ்க்கையின் திசையையும் தன்னுடைய வருங்காலத்தையும் மறுபரிசீலனை செய்தார். இறுதியில், அவர் தன் சட்டத் தொழிலைத் துறந்துவிட்டு, ஒரு முன்னணி வீடுமனை வாங்கல்/விற்றல் நிறுவனத்தில் வேலைக்குச் சென்றார். பிறகு, 'இன்ஃபோஆலை' என்ற ஒரு மின்-கற்றல் நிறுவனத்தை அவர் தொடங்கினார். ஐந்து ஆண்டுகளுக்குப் பிறகு அவர் அதை விற்றுவிட்டு, 'அஸெட் ஹெல்த்' என்ற அமெரிக்க நிறுவனத்தின் தலைவராக ஆனார். இறுதியாக, 2015-ல், அவர் டேல் கார்னகி நிறுவனத்தின் தலைவராகவும் தலைமை நிர்வாக அதிகாரியாகவும் ஆனார். 2019-ல், 'சிஇஓ ஃபோரம் குரூப்', பரிபூரண மாற்றம் ஏற்படுத்திய பன்னிரண்டு தலைவர்களில் ஒருவராக ஜோவைத் தேர்ந்தெடுத்து, 'டிரான்ஸ்ஃபர்மேட்டிவ் சிஇஓ லீடர்ஷிப்' விருதை அவருக்கு வழங்கியது. உலக அளவில் முன்னணியில் இருக்கின்ற 'டேக் கமான்ட்: எ டேல் கார்னகி பாட்காஸ்ட்' என்ற ஒரு வலையொலிப்பதிவு நிகழ்ச்சியையும் ஜோ நடத்தி வருகிறார். தலைமைத்துவம், மீள்திறன், புதுமைப் புனைவு போன்ற பல்வேறு தலைப்புகளில் உலகம் நெடுகிலும் அவர் பேசி வருகிறார். ஜோவுக்கும் அவருடைய மனைவி கேட்டிக்கும் ஆறு குழந்தைகள் இருக்கின்றனர். அவர்கள் இரண்டு நாய்களையும் ஒரு பூனையையும் வளர்த்து வருகின்றனர். ஜோ, மராத்தான் ஓட்டத்தில் துடிப்பாகப் பங்கு கொள்கிறார். பாஸ்டன் மராத்தான், நியூயார்க் மராத்தான், சிக்காகோ

மராத்தான், பெர்லின் மராத்தான், டெட்ராய்ட் மராத்தான், டொரான்டோ மராத்தான் ஆகிய பல போட்டிகளில் அவர் கலந்து கொண்டு ஓடியுள்ளார்.

மைக்கேல் குரோம்

மைக்கேல் குரோம், டேல் கார்னகி பயிற்றுவிப்பு மையத்தில் முப்பத்தைந்து ஆண்டுகாலம் பணியாற்றிவிட்டு ஓய்வு பெற்றார். மிகச் சமீபத்தில், அவர் அந்நிறுவனத்தின் தலைமைக் கற்றல் அதிகாரியாகவும் அதன் துணைத் தலைவராகவும் பணியாற்றினார். அவர் டேல் கார்னகி இயக்குநர் குழுமத்தில் தொடர்ந்து பங்களித்து வருகிறார். அவர் தன்னுடைய சமூகத்திலும் தன்னுடைய தேவாலயத்திலும் துடிப்பாகச் செயல்பட்டுக் கொண்டிருக்கிறார். ஃபைனான்சியல் பீஸ் பல்கலைக்கழகத்தில் அவர் பகுதிநேரமாகப் பணியாற்றுகிறார். உள்ளூர் 'சிறுவர் மற்றும் சிறுமியர் சங்கத்தில்' அவர் ஓர் ஆசிரியராக இருக்கிறார். 'பொறுப்பேற்றுக் கொள்ளுங்கள்' என்ற நூலுக்கு முன், 'த சேல்ஸ் அட்வான்டேஜ் அன்ட் த லீடர் இன் யூ: ஹௌ டு வின் ஃபிரென்ட்ஸ், இன்ஃபுளூயென்ஸ் பீப்பிள், அன்ட் சக்சீட் இன் எ சேஞ்சிங் வேர்ல்டு' என்ற நூலின் இணையாசிரியராக அவர் பங்களித்தார். மைக்கேலுக்கும் அவருடைய மனைவி நான்சிக்கும், நிக்கோல், அலெக்ஸ் ஆகிய அற்புதமான இரண்டு வளர்ந்த குழந்தைகள் இருக்கின்றனர்.